ഗ്രീൻ ബുക്സ്

നഷ്ടപൈതൃകങ്ങൾ

ഗൊറാൻ വൊജ്നോവിക്

സ്ലോവേനിയൻ കവി, തിരക്കഥാകൃത്ത്, സംവിധായകൻ.
സെർബിയൻ, ക്രൊയേഷ്യൻ, ബോസ്നിയൻ, ചെക്ക്
എന്നീ ഭാഷകളിൽ സജീവമായി എഴുതുന്നു.
1980 ജൂണിൽ സ്ലോവേനിയയിലെ ലുബ്ജിയാനയിൽ ജനനം.
വിദ്യാഭ്യാസം: അക്കാദമി ഓഫ് തിയേറ്റർ, റേഡിയോ,
ഫിലിം & ടെലിവിഷൻ എന്നിവയിൽ ബിരുദം.
കൃതികൾ: Lep je ta svet, Cefurji raus! (Southern Scum Go Home!) novel (2008), Ko Jimmy Choo sreca Fidela Castra (When Jimmy Choo Meets Fidel Castro), collection of newspaper commentaries (2010), Figa (The Fig) novel (2016).
പുരസ്കാരങ്ങൾ: Preseren Foundation Award 2009 , Kresnik Award 2009.

ബിന്ദു മിൽട്ടൻ: പത്രപ്രവർത്തക, എഴുത്തുകാരി.
വയനാട് കല്പറ്റ സ്വദേശി.
ഇംഗ്ലീഷ് സാഹിത്യത്തിൽ ബിരുദാനന്തര ബിരുദം.
'സൈന്ധവതടത്തിലെ സാമ്രാജ്യങ്ങൾ' (വിവർത്തനം),
'മൈ ട്രാവൽ വേൾഡ്' (യാത്ര) എന്നീ കൃതികൾ
ഗ്രീൻ ബുക്സ് പ്രസിദ്ധീകരിച്ചു.

നോവൽ

നഷ്ടപൈതൃകങ്ങൾ

ഗൊറാൻ വൊജ്നോവിക്

വിവർത്തനം

ബിന്ദു മിൽട്ടൻ

ഗ്രീൻ ബുക്സ്

green books private limited
gb building, civil lane road, ayyanthole,
thrissur- 680 003, kerala, ph: +91 487-2381066, 2381039
website: www.greenbooksindia.com
e-mail: info@greenbooksindia.com

original title
(slovene)
jugoslavija, moja dezela
novel
goran vojnovic

(english)
yugoslavia, my fatherland

malayalam
nashtapaithrukangal

translated by
bindu milton

first published may 2019

منحة الترجمة
Translation Grant
صندوق منحة الشارقة للترجمة
Sharjah Translation Grant Fund

cover design : mansoor cheruppa

branches:
thrissur 0487-2422515
palakkad 0491-2546162
thiruvananthapuram 0471-2335301
calicut 0495 4854662
kannur 0497-2763038

isbn : 978-93-88830-04-1

GBPL/1063/2019

മുഖക്കുറി

യുഗോസ്ലാവ്യ എന്ന സോഷ്യലിസ്റ്റ് രാജ്യം പിൽക്കാല സോവിയറ്റ് യൂണിയനെപ്പോലെ രാഷ്ട്രീയഭൂപട ത്തിൽനിന്ന് ഒരുനാൾ പൊടുന്നനെ ഇല്ലാതാവുന്നു. വിവിധ വംശീയജനതകളുടെ സംഘർഷങ്ങൾക്കും ആധിപത്യമത്സരങ്ങൾക്കും രക്തപങ്കിലമായ പട്ടാള ഇട പെടലുകൾക്കും അത് വഴിയൊരുക്കുന്നു. ഒരു യുദ്ധക്കുറ്റ വാളിയായി പ്രഖ്യാപിക്കപ്പെട്ട പിതാവിന്റെ കഥയോ ടൊപ്പം നഷ്ടസ്വപ്നങ്ങളുടെ ശ്മശാനഭൂമിയിൽ ഒറ്റപ്പെട്ട് പലായനം ചെയ്യുന്ന മകന്റെയും അമ്മയുടെയും കഥ.

കൃഷ്ണദാസ്
മാനേജിങ് എഡിറ്റർ

ഒന്ന്

അന്നൊരു സാധാരണ ദിവസമായിരുന്നു. 1991-ലെ ഒരു വേനൽക്കാല ദിനം. അന്നാണ് പൊടുന്നനെ എന്റെ ബാല്യകാലം അസ്തമിച്ചത്. രാവിലെ മുതൽ അന്തരീക്ഷം മൂടിക്കെട്ടി നില്ക്കുകയായിരുന്നു. ഉച്ച തിരിഞ്ഞു മഴ പെയ്യുമെന്ന് മുതിർന്നവർ പറയുന്നുണ്ടായിരുന്നു. അടുക്കള ത്തോട്ടത്തിൽ യാതൊന്നും നടാത്തവർ ഈ വേനൽക്കാലത്തെ മഴയെ ക്ഷണിക്കുന്നതെന്തിനെന്ന് ഞങ്ങൾ കുട്ടികൾ അദ്ഭുതപ്പെട്ടു. അക്കാലത്ത് ഞങ്ങളുടെ ലോകം മാതാപിതാക്കളുടെ ലോകത്തുനിന്നും തീർത്തും അകലെയായിരുന്നു. ഞങ്ങളിലേറെപ്പേർക്കും മുതിർന്നവർ മറ്റൊരു ഗ്രഹ ത്തിൽനിന്നും വന്ന ജീവികളായിരുന്നു. ഞങ്ങൾ അവരെ ശ്രദ്ധിക്കണ മെങ്കിൽ ഒന്നുകിൽ കൈകാലുകൾ ഇല്ലാത്തവരോ നീണ്ട മുഖരോമങ്ങൾ ഉള്ളവരോ ആയിരിക്കണം. അല്ലെങ്കിൽ അവർ ഇന്ത്യക്കാരെപ്പോലെ വസ്ത്രം ധരിച്ചവരോ ദേഹത്ത് പച്ചകുത്തിയവരോ ആയിരിക്കണം. അതു മല്ലെങ്കിൽ റാംബോയെപ്പോലെ തടിച്ച കൈകാലുകൾ ഉള്ളയാളായിരി ക്കണം.

ആ വരണ്ട പ്രഭാതത്തിൽ ഞങ്ങൾ അത്തരമൊരു അപൂർവവ്യക്തിയെ കാണാൻ പുറപ്പെട്ടു. മുഖത്ത് വലിയ ചുവന്ന മുഴയുള്ള ആ മനുഷ്യനെ ഞാനിതുവരെ കണ്ടിട്ടില്ല എന്നത് മരിയോയ്ക്കും സിനിഷയ്ക്കും വിശ്വസി ക്കാൻ കഴിഞ്ഞില്ല. ചിലർ പറയുന്നത് അത് ബ്രെയിൻ ട്യൂമറാണെന്ന്. മറ്റു ചിലരുടെ അഭിപ്രായത്തിൽ അത് ബുലിമിയ എന്ന രോഗമാണ്. ഈയടുത്ത കാലത്ത് ടിവിയിൽ ഈ പുതിയ രോഗത്തെക്കുറിച്ചുള്ള ചർച്ച കേട്ടിരുന്നു. ഈ രോഗം ബാധിച്ചയാളുടെ തല ഒരു വലിയ ചുവന്ന മുഴയായി മാറുമത്രേ, അല്ലെങ്കിൽ അങ്ങനെയാണ് സിനിഷ അവകാശ പ്പെടുന്നത്. ഞാനൊഴികെ ഇതിനകം എല്ലാവരുംതന്നെ ആ മനുഷ്യനെ കണ്ടുകഴിഞ്ഞുവെന്നാണ് മരിയോയുടെ അവകാശവാദം. മുഴയുള്ള ആ മനുഷ്യന് വീരപരിവേഷം കൊടുക്കാൻ ചിലർ നടത്തിയ ശ്രമങ്ങളെക്കുറിച്ച് സിനിഷ ഓർമ്മിപ്പിച്ചു. അയാളെ കാണാൻ ഇടയായ ഒരു ജർമൻ വിനോദ സഞ്ചാരി കണ്ടമാത്രയിൽ ഒരു മൈൽദൂരം പിന്നോട്ട് ഓടി തന്റെ ഹോട്ടൽ മുറിയിൽ അഭയം തേടിയതായി 'പുല'യിലെ ഏറ്റവും വലിയ പരദൂഷണ ക്കാർ പറഞ്ഞുനടക്കുന്നുണ്ടത്രേ. ഒരു ഇറ്റാലിയൻ കുടുംബം ഇയാളെ

ക്കുറിച്ച് ബെൽഗ്രേഡിലെ അവരുടെ എംബസ്സിയിൽ അറിയിച്ചിരുന്നു പോലും. മരിയോയും സിനിഷയും ഒരേ സ്വരത്തിൽ അയാളെ ഞാൻ കാണേണ്ടതായിരുന്നുവെന്നു പറഞ്ഞു. തലയുടെ ഒരു ഭാഗം മാത്രം സാധാരണസ്ഥിതിയിലും മറുഭാഗം ബാസ്കറ്റ്ബോൾപോലെ വീർത്തും മുറിച്ചു വച്ച തണ്ണിമത്തന്റെ നിറത്തിലുള്ള ആളുകളെ എപ്പോഴും കാണാൻ കിട്ടില്ലല്ലോ എന്നാണ് അവർ പറയുന്നത്. കാര്യങ്ങൾ എന്നെ ബോധ്യപ്പെടുത്തിയെടുക്കാൻ അവർക്ക് ഒരുപാടു സമയം വേണ്ടിവന്നില്ല. അല്പസമയത്തിനകം ഞങ്ങൾ ഒരുമിച്ചു തൊഴിലാളികൾ താമസിക്കുന്ന സ്ഥലം ലക്ഷ്യമാക്കി നടന്നു.

വെള്ളപൂശിയ ദീർഘചതുരാകൃതിയിലുള്ള ഒരു കെട്ടിടത്തിലാണ് അയാൾ താമസിക്കുന്നത്. തുറമുഖത്തെ കഠിനജോലികൾക്കുശേഷം തൊഴിലാളികൾ അവരുടെ പാർപ്പിടങ്ങളുടെ മുൻവശത്തു ബിയർ കുടിച്ചും എന്തൊക്കെയോ ചവച്ചുതിന്നും ഇരിക്കുന്നുണ്ടായിരുന്നു. ഞങ്ങളുടെ പാർപ്പിട സമുച്ചയത്തിൽനിന്നും ഏറെയൊന്നും ദൂരെയല്ലാതിരുന്നിട്ടും സമാന്തരമായ, തീർത്തും അദൃശ്യമായ, മറ്റൊരു ലോകത്താണ് ഇവർ ജീവിക്കുന്നത് എന്ന് എനിക്കു തോന്നി. അവരുടെ സൗഹൃദങ്ങൾ അവർക്കിടയിൽ മാത്രമൊതുങ്ങി. വൈകുന്നേരങ്ങളിൽ അവർ ഡോർമിറ്ററിയുടെ ഒന്നാംനിലയിൽ ഒരു മുറിയിൽ ടിവി കാണാനായി ഒത്തുകൂടും. ഏതെങ്കിലും ഫുട്ബോൾ മത്സരങ്ങൾ അല്ലെങ്കിൽ ഏതെങ്കിലും പരമ്പരകൾ.

വഴിയിലുടനീളം എന്റെ സുഹൃത്തുക്കൾ വലിയ മുഴയുള്ള ആ മനുഷ്യനെക്കുറിച്ചു വിശദീകരിക്കുകയായിരുന്നു. പകൽ മുഴുവൻ അയാൾ ക്രൊയേഷ്യൻ നാഷണൽ ടെലിവിഷനായ സാഗ്രെബിൽ വരുന്ന എല്ലാ പരിപാടികളും നിശ്ചലമായിരുന്നു കാണും. ഒരിക്കൽ അയാളുടെ സഹതാമസക്കാരെല്ലാവരും ചേർന്ന് അയാൾക്കൊരു ടെലിവിഷൻ സെറ്റ് വാങ്ങി മുറിയിൽ വച്ചുകൊടുത്തു എന്ന് പലരും പറഞ്ഞുകേട്ടതായി സിനിഷ പറഞ്ഞു. പക്ഷേ അയാൾ വീണ്ടും എല്ലാവരും ടെലിവിഷൻ കാണുന്ന സ്ഥലത്തു വന്നുതന്നെ കണ്ടുകൊണ്ടിരുന്നു. അയാൾ ഒരിക്കലും ആരോടും ഒന്നും സംസാരിച്ചില്ല. കൂട്ടത്തിലുള്ള ഒരു വെൽഡർ വാഹ അയാളെ ഒഴിവാക്കാനായി ചാനലുകൾ തുടരെത്തുടരെ മാറ്റിനോക്കി. പക്ഷേ അയാൾ പ്രതികരിച്ചതേയില്ല എന്ന് മരിയോ പറഞ്ഞു. അയാൾ എന്താണ് കാണുന്നതെന്ന് അയാൾക്ക് അറിയാത്തപോലെ.

ഈ കഥകൾ കേട്ടുകൊണ്ട് ഞാൻ ഡോർമിറ്ററിയുടെ സമീപത്തേക്കു നടന്നു. എന്റെ പ്രതീക്ഷകൾ അങ്ങേയറ്റമായിരുന്നു. ഇസ്ട്ര ഫുട്ബോൾ സ്റ്റേഡിയത്തിൽ സർക്കസ് പരിശീലനം നടക്കുമ്പോൾ രഹസ്യമായി കാണാൻ പോകുന്ന അതേ ആവേശം. ഒരുതരത്തിൽ ഇഴഞ്ഞും വലിഞ്ഞും മുറ്റി വളർന്ന പുല്ലിനിടയിലൂടെ ഒളിഞ്ഞുനോക്കാൻ ശ്രമിക്കുമ്പോൾ അതാ അവിടെനിന്ന് കരഞ്ഞുകൊണ്ട് ഒരു ജിപ്സി പെൺകുട്ടി

ഞങ്ങളെ നോക്കുന്നു. ആ കൊച്ചുപെൺകുട്ടിയെ കണ്ടതും ഞങ്ങൾ ജീവനുംകൊണ്ട് തിരിഞ്ഞോടി.

അന്ന് തൊഴിലാളികളുടെ താമസസ്ഥലം ഞങ്ങൾ പ്രതീക്ഷിച്ചതിലും വളരെ വ്യത്യസ്തമായിരുന്നു. വലിയ മുഴയുള്ള ആ മനുഷ്യൻ മാത്രമേ അവിടെ കാണൂ എന്നായിരുന്നു ഞങ്ങൾ കരുതിയത്. എന്നാൽ അന്ന് ടിവിമുറി നിറയെ ആളായിരുന്നു. എല്ലാവരും ടെലിവിഷൻ സ്ക്രീനിലേക്ക് നോക്കി ശ്വാസമടക്കി പിടിച്ചിരിക്കുന്നു. കഴിഞ്ഞവർഷം ഇതേ സമയ ത്തുണ്ടായിരുന്ന അതേ ആവേശം. അന്ന് യൂഗോസ്ലാവിയയും സ്പെയിനും തമ്മിലുള്ള ക്വാർട്ടർ ഫൈനൽ മത്സരമായിരുന്നു. അന്ന് പൊലീസെത്തി യാണ് കാര്യങ്ങൾ നിയന്ത്രിച്ചത്.

ഇതാ പന്ത്രണ്ടു മാസങ്ങൾക്കു ശേഷം ഞാനും സിനിഷയും മരി യോയും തണ്ണിമത്തൻതലയുമായി ഇരിക്കുന്ന മനുഷ്യനെതേടി ഇവിടെ യെത്തിയിരിക്കുന്നു. ഉച്ചയ്ക്കത്തെ ടെലിവിഷൻ വാർത്തയിലേക്ക് കണ്ണും നട്ടിരിക്കുന്ന ആളുകൾക്കിടയിൽ പക്ഷേ യൂഗോസ്ലോവിയയെ പിന്തുണ യ്ക്കുന്നവർ കുറവാണെന്ന കാര്യം എന്നെ അദ്ഭുതപ്പെടുത്തി. ദൂരെ നിന്നുതന്നെ യൂഗോസ്ലാവിയയ്ക്കുവേണ്ടി ആർത്തുവിളിക്കുന്ന മിലോലോ ലറിബാറിനെ കാണാം. ഒരു കെയ്സ് ബിയർ ഒറ്റയടിക്ക് അകത്താക്കുന്ന കക്ഷിയാണ്. കഴിഞ്ഞ തവണ സെർബ്‌വിരോധികളായ അർജന്റീനയു മായി ഏറ്റുമുട്ടി പരാജയപ്പെട്ടതിനുശേഷം മൂപ്പർക്ക് സ്പോർട്സിൽ താത്പര്യം നഷ്ടപ്പെട്ടിരിക്കുയായിരുന്നു. അയാളുടെ അടുത്തായി ടെലി വിഷനോട് ചേർന്ന് നിൽക്കുന്ന താമ്പിർസോ. പതിനാറുവയസ്സേ ഉള്ളൂ വെങ്കിലും മുഖഭാവം ഒരു മുതിർന്ന ആളുടേതാണ്. പെരുമാറ്റമാണെങ്കിൽ പട്ടാളക്കാരന്റേതുപോലെയും. എറീനയിൽ വെടിക്കെട്ടും ആഘോഷവു മെല്ലാം അവസാനിച്ചുകഴിഞ്ഞുവെന്ന് അവൻ വലിയ ഗൗരവത്തിൽ എല്ലാ വരോടും പറയുന്നുണ്ടായിരുന്നു. അവിടെ കൂടിയിരുന്നവരുടെ ആരവങ്ങൾ ഉച്ചസ്ഥായിയിലായിരുന്നു.

പുലയിലെ തിയറ്ററിൽ സിനിമ ഓപ്പറേറ്ററായ സെറ വാതിൽക്കൽ തന്നെ നിൽക്കുന്നുണ്ട്. അവിടെ നല്ല തിരക്കാണ്. ഞങ്ങൾ തിരക്കിൽ കുടുങ്ങി. ബെൽഗ്രേഡ് സിനിമാസിൽ ഇടയ്ക്കു സൗജന്യമായി സെറ ഞങ്ങളെ സിനിമ കാണാൻ അനുവദിക്കാറുണ്ട്. തിയേറ്റർ ഒഴിഞ്ഞുകിടക്കു മ്പോൾ സിനിമയുടെ റീലുകൾ തോന്നുമ്പോലെ ഇടയ്ക്കുനിന്നും അവസാനത്തിൽനിന്നും എല്ലാം ഇടകലർത്തി സെറ പ്രദർശിപ്പിക്കുന്ന കാര്യം പുലയിൽ എല്ലാവർക്കുമറിയാം. ഇസ്ട്രിയൻബ്രാണ്ടിയോടുള്ള ഭ്രമം ഒഴിച്ചുനിർത്തിയാൽ ഞാൻ കണ്ടിട്ടുള്ളതിൽ വെച്ചേറ്റവും നല്ല മനുഷ്യനായിരുന്നു സെറ. ടെലിവിഷനിൽ എന്താണ് പറയുന്നതെന്ന് ഞങ്ങൾക്ക് യാതൊരു ധാരണയുമില്ലെന്നു സെറയ്ക്കു മനസ്സിലായി. അയാൾ തിരിഞ്ഞു ഞങ്ങളെ നോക്കി പറഞ്ഞു, "യൂഗോസ്ലാവിയയിൽ താമസിക്കാൻ താത്പര്യമില്ലാത്ത സ്ലോവേനിയക്കാർക്ക് ലക്സംബർഗി ലേക്ക് പോകാം."

അന്ന് പതിവിലും നേരത്തെ സെറയുടെ ബോധം നശിച്ചുകഴിഞ്ഞു എന്ന് വ്യക്തമാണ്. ഒന്നും മനസ്സിലായില്ലെങ്കിലും ടിവിയിൽ നോക്കി മയങ്ങിയിരിക്കുന്ന ജനക്കൂട്ടത്തെ നിരീക്ഷിച്ചുകൊണ്ട്. ഞങ്ങൾ അവിടെ നിന്നു. വൈകുന്നേരത്തെ ടെലിവിഷൻ വാർത്തപോലെ ബോറായ മറ്റൊന്നുമില്ല. തിരികെ പോകാമെന്ന് സിനിഷയും മരിയോയും പറഞ്ഞു. പക്ഷേ മുഴയുള്ള വിചിത്രമനുഷ്യനെ കാണണമെന്ന എന്റെ ആഗ്രഹം ഇപ്പോഴും ബാക്കിയാണ്. ഞാൻ ആൾത്തിരക്കിലൂടെ ഒന്ന് നുഴഞ്ഞു കയറാൻ നോക്കി. അപ്പോൾ എതിർവശത്തെ ചില്ലുജാലകത്തിലൂടെ റോഡിലൂടെ വീട്ടിലേക്ക് സാവകാശം നടന്നുപോകുന്ന എന്റെ അച്ഛനെ കണ്ടു.

സാധാരണ ജോലി കഴിഞ്ഞ് വീട്ടിലേക്കുള്ള യാത്രയിൽ അച്ഛൻ ഈ ഡോർമിറ്ററി ഒന്ന് സന്ദർശിക്കും. മിക്കവാറും അദ്ദേഹത്തിന്റെ ഇഷ്ട ക്കാരനായ മിർസോയും കൂടെ കാണും. ഒരു ബിയറും അന്നത്തെ വാർത്ത കളും പങ്കുവച്ചു വീട്ടിലേക്ക് നടക്കും. എന്നാൽ ഇന്ന് മിർസോ കസേര യ്ക്കു മുകളിൽ കയറിനിന്നു വലിയ പ്രസംഗമാണ്, "ഏറ്റവും വലിയ വിഡ്ഢിപോലും ഒന്നുരണ്ടു പാഠങ്ങൾ പഠിക്കുന്ന സമയമാണ് വരുന്നത്." ഏതാനും വാര അകലെ നടക്കുന്നതിനെക്കുറിച്ചു തെല്ലും ധാരണ യില്ലാതെ, ചിന്താധീനനായി അച്ഛൻ നടന്നുപോകുകയാണ്.

തിരക്കിനിടയിലൂടെ ഞാൻ പുറത്തേക്കു കടക്കാൻ ശ്രമിച്ചുനോക്കി. പുറത്തുകടക്കാൻ കഴിഞ്ഞാൽ അച്ഛൻ ഡോർമിറ്ററിയുടെ പ്രവേശനകവാട ത്തിൽ എത്തുമ്പോഴേക്കും എനിക്ക് ഒപ്പമെത്താൻ കഴിയും. എന്നാൽ അത് നടക്കില്ലെന്നു കണ്ടതോടെ ഞാൻ പിന്നോക്കം വലിഞ്ഞു. പുറത്തു കടയുടെ മുന്നിൽവച്ച് അച്ഛനെ കണ്ടുമുട്ടാം എന്ന് തീരുമാനിച്ചു. അദ്ദേഹം പതിവിലും സാവകാശമാണ് നടക്കുന്നത്. അതുകൊണ്ടുതന്നെ ഞാൻ അച്ഛനെത്തുമ്പോഴേക്കും അവിടെ എത്തിയിരിക്കും. ഞാൻ കടയുടെ മുന്നി ലെത്തുമ്പോൾ അദ്ദേഹം നടന്നെത്തുന്നതേ ഉണ്ടായിരുന്നുള്ളൂ. അദ്ദേഹ ത്തിന്റെ നോട്ടം ശൂന്യമായിരുന്നു. ഡോർമിറ്ററി പിന്നിട്ടതുപോലെ അദ്ദേഹം അർദ്ധബോധാവസ്ഥയിലെന്നോണം എന്നെയും കടന്നുപോകുമെന്ന് തോന്നി. എങ്ങും നോക്കാതെയാണ് മൂപ്പർ നടക്കുക എന്ന് എന്റെ അമ്മായി എനീസ പറയാറുണ്ട്. പക്ഷേ അച്ഛൻ എന്റെ സമീപം വന്നു നിന്നു. ശ്വാസംമുട്ടുംവിധം എന്നെ ഇറുകെ കെട്ടിപ്പിടിച്ചു. അദ്ദേഹത്തിന്റെ പട്ടാള യൂണിഫോമിനുള്ളിലെ ശരീരത്തിന്റെ കരുത്ത് എനിക്ക് ശരിക്കും അനുഭവപ്പെട്ടു. നീണ്ടകാല പട്ടാള പരിശീലനത്തിന്റെ ഫലമാണത്. അവധിദിനങ്ങളിലെ ബീച്ചുസന്ദർശങ്ങളിൽ കടലിൽ നീന്താനിറങ്ങുമ്പോൾ തന്റെ കരുത്തുറ്റ ശരീരം പ്രദർശിപ്പിക്കുന്നതിൽ അദ്ദേഹം സന്തോഷം കണ്ടെത്തിയിരുന്നു. അമ്മയും ഞാനും അതുംപറഞ്ഞ് അച്ഛനെ കളിയാ ക്കാറുണ്ട്. അപ്പോൾ അദ്ദേഹം മറ്റെന്തെങ്കിലും പറഞ്ഞു ഞങ്ങളുടെ ശ്രദ്ധ തിരിക്കും. ജോലിസമയത്ത് ഒരിക്കലും അദ്ദേഹം മദ്യപിക്കുമായിരുന്നില്ല.

യൂഗോസ്ലാവിയയിൽ മാത്രമേ ആളുകൾ ജോലിസമയത്ത് മദ്യപിക്കൂ എന്ന് അദ്ദേഹം എപ്പോഴും പറയാറുണ്ട്. രാജ്യത്തെ ജനങ്ങളെ മുഴുവൻ നല്ല പ്രായത്തിലെ മരണത്തിലേക്ക് നയിക്കുന്നതു മദ്യപാനമാണെന്നാണ് അച്ഛന്റെ അഭിപ്രായം. അന്ന് സർവകരുത്തോടും എന്നെ അച്ഛൻ കെട്ടിപ്പിടിച്ചപ്പോൾ അദ്ദേഹം മദ്യപിച്ചിട്ടുണ്ടെന്ന് തോന്നി.

ഒടുവിൽ അദ്ദേഹം ആലിംഗനത്തിൽനിന്നും സ്വതന്ത്രമാക്കി കൈയിൽ പിടിച്ചു. അടുത്തേക്കു ചേർത്ത് നിർത്തി അപരിചിതഭാവത്തിൽ നോക്കി. പൊടുന്നനെ അച്ഛൻ ചോദിച്ചു ഞാൻ അദ്ദേഹത്തോടൊപ്പം മാർക്കറ്റിലേക്ക് ചെല്ലുന്നോ എന്ന്.

അത്തരമൊരു പെരുമാറ്റത്തിന്റെ അർത്ഥം എനിക്കു പിടികിട്ടിയതേയില്ല. എന്തോ കാര്യമായ കുഴപ്പമുണ്ടെന്നു മാത്രം മനസ്സിലായി. എന്റെ പ്രിയപ്പെട്ട കാർട്ടൂൺകഥാപാത്രങ്ങളുടെ പാവകൾ എനിക്ക് ഇഷ്ടമാണ്. അത്തരമൊന്നു വാങ്ങാനാണ് അച്ഛൻ എന്നെ മാർക്കറ്റിലേക്ക് വിളിച്ചത്. പക്ഷേ ഇനിയും അത്തരം പാവകൾ വാങ്ങിക്കൂട്ടാൻ അമ്മ സമ്മതിക്കില്ല. ഇപ്പോൾതന്നെ മൂന്നു കാർട്ടൂൺപരമ്പരകളുടെയും കഥാപാത്രങ്ങളുടെ പാവകൾ നിറയെ ഉണ്ട്. ആവശ്യത്തിനുണ്ട് എന്നാണ് അമ്മയുടെ നിലപാട്. അതെല്ലാം വളരെ വില കൂടിയതാണെന്ന് അമ്മ കരുതുന്നു. മാത്രവുമല്ല ഞാൻ അതെല്ലാം വെച്ച് കളിക്കേണ്ട പ്രായം കഴിഞ്ഞുവെന്നാണ് അമ്മയുടെ അഭിപ്രായം. അവയെല്ലാം എന്നെ ചീത്തയാക്കിയെന്നാണ് അമ്മ പരാതിപ്പെടാറ്. ഇത്പറയുമ്പോൾ അമ്മ അച്ഛനെ പ്രത്യേക ഭാവത്തിൽ നോക്കും. അച്ഛനാകട്ടെ, അമ്മ പറയുന്നതൊന്നും മനസ്സിലാകാത്തതുപോലെ എങ്ങോ നോക്കിയിരിക്കും.

ഞങ്ങൾ നിശ്ശബ്ദരായി മാർക്കറ്റിലേക്ക് നടന്നു. അച്ഛൻ ആരോടെങ്കിലുമൊക്കെ പതിവുപോലെ കുശലം പറയാൻപോലും നിന്നില്ല. തിടുക്കത്തിൽ വ്ലാട്കോയുടെയോ, മേറ്റിന്റെയോ ഒപ്പം 'അല്പം' അടിക്കാനും പോയില്ല. സാധാരണ മാർക്കറ്റിൽനിന്ന് സാധനങ്ങൾ ഞാനാണ് ചുമന്നു വീട്ടിലെത്തിക്കാറ്. അച്ഛൻ ഉറയ്ക്കാത്ത കാലുകളുമായി പിന്നാലെ എത്തും. അമ്മയുടെ കോപം തണുപ്പിക്കാൻ അവരെ മുറുക്കെ ആലിംഗനം ചെയ്യും. അവർ വീണ്ടും വീണ്ടും കോപിക്കുമ്പോൾ അടുത്ത മാസം ഇങ്ങനെയൊന്നും ഉണ്ടാവില്ലെന്ന് വാഗ്ദാനം നല്കും. എന്നാൽ ഇന്ന്, അച്ഛൻ പുലയിലൂടെ സാവകാശം തലതാഴ്ത്തി നടക്കുകയാണ്. പരിചയക്കാരോടുപോലും ഒന്നും സംസാരിച്ചില്ല. എന്നെ ഏറെ അദ്ഭുതപ്പെടുത്തിയത് പതിവായി ഞങ്ങൾ സന്ദർശിക്കാറുള്ള നിക്കോള ടെസ്ല പാർക്കിൽ പോലും അച്ഛൻ നിന്നില്ല എന്നതാണ്. അവിടെ ഒരു ചുമരിൽ 'കൊസോവോയ്ക്കു സ്വതന്ത്രപദവി, ഇസ്ട്രിയയ്ക്കു ഭൂഖണ്ഡപദവി' എന്ന ചുവരെഴുത്തു കാണാം. ഞങ്ങൾ ഒരു ആചാരംപോലെ അവിടെ നിന്ന് നഗ്നപാദരായി അവിടെ എത്തുന്ന കുട്ടികളുടെ എണ്ണം പിടിക്കാറുണ്ട്.

ഞങ്ങൾ അവരെ 'കൊച്ചുജിപ്സികൾ' എന്ന് വിളിച്ചു. ജോവാന്റെ മകൻ മിലനെപോലെ അവർ ടീഷർട്ട് മാത്രം ധരിച്ചു വെള്ളത്തിൽ നീന്തി ത്തുടിച്ചു. കൗമാരക്കാരനായ മിലൻ തന്റെ എഴുന്നുനിൽക്കുന്ന വാരി യെല്ലുകൾ സമപ്രായക്കാരായ പെൺകുട്ടികൾ കാണാതിരിക്കാൻ വേണ്ടി യാണ് ഷർട്ടും ധരിച്ചു നീന്തുന്നതെന്ന് എന്റെ അമ്മ കളിയാക്കാറുണ്ട്.

കൊച്ചുജിപ്സികൾ അവരുടെ ഷർട്ടിനടിയിൽ എന്താണ് ഒളിപ്പിച്ചിരി ക്കുന്നതെന്ന് എനിക്കറിയില്ല. സത്യസന്ധമായി പറഞ്ഞാൽ അതറിയാൻ താത്പര്യവും ഉണ്ടായിരുന്നില്ല. എന്റെ അച്ഛൻ അതേസമയം ആ കൊച്ചു ജിപ്സികളെ ഒരുതരം ആരാധനയോടെയാണ് നോക്കിയിരുന്നത്. താനും അവരിൽ ഒരാളായിരുന്നുവെന്നു പറയുന്നതിൽ അദ്ദേഹം അഭിമാനി ച്ചിരുന്നു, പ്രത്യേകിച്ചും തന്റെ പ്രിയപ്പെട്ട സ്ലാൻസെക് പ്ലം ബ്രാണ്ടി കുടി ച്ചിരിക്കുമ്പോൾ. പിന്നെ എല്ലാ ഗൗരവത്തോടും കൂടി തന്റെ മാതാപിതാ ക്കൾ സർക്കസ് കൂടാരവുമായി വോജ്വോഡിനയിലെ ഫുട്ടോഗ് പട്ടണം വിട്ടപ്പോൾ തന്നെ കൂടെകൂട്ടാൻ മറന്നുപോയ കാര്യം വിശദീകരിക്കും. അവർക്കൊപ്പം കൂട്ടാൻ ഏതാണ്ട് ഒരേ പ്രായത്തിലുള്ള എട്ടു കുട്ടികൾ ഉണ്ടായിരുന്നു. പിന്നീട് ദയാലുവായ ഒരു സെർബിയക്കാരൻ അദ്ദേഹത്തെ എടുത്തുവളർത്തി. കുറെനാൾ കഴിഞ്ഞു ഹംഗറിക്കാരിയായ ഒരു സ്ത്രീ യുടെ സംരക്ഷണയിലായി. അവർ മരിക്കുംമുൻപ് അച്ഛനെ യോഗോസ്ലാവ് പീപ്പിൾസ് ആർമിയെ ഏല്പിച്ചു. ജനങ്ങൾ താത്പര്യത്തോടെ അദ്ദേഹ ത്തിന്റെ കഥ കേൾക്കാൻ കൂടും. എന്നാൽ അവർക്ക് അദ്ദേഹത്തോട് സഹതാപം തോന്നിയിരുന്നോ അതോ കഥകൾ നിറഞ്ഞ ആ ജീവിത ത്തോട് അസൂയയാണോ തോന്നിയിരുന്നത് എന്നൊന്നും എനിക്കറിയില്ല.

എന്റെ അച്ഛനെ ജിപ്സി മാതാപിതാക്കൾ മറന്നുപോയതാണോ അതല്ല സൈനികരുടെ കൂടെ ചെലവിട്ട ബാല്യകാലം പറഞ്ഞു വേദനാ ജനകമായ ജീവിതത്തിന് അല്പം നിറംപിടിപ്പിക്കാനുള്ള ശ്രമമാണോ എന്നുള്ളതൊന്നും എന്നെ ബാധിക്കുന്ന കാര്യമല്ല. പക്ഷേ ഞാൻ ഒന്നിൽ കൂടുതൽ ഹീ-മാൻ കാർട്ടൂൺ കഥാപാത്രങ്ങളുടെ ഉടമയാണ് എന്നത് എനിക്ക് അഭിമാനകരമായ സംഗതിയാണ്. മാകി എന്ന് പേരുള്ള ജിപ്സി യാണ് ഈ കാർട്ടൂൺ കഥാപാത്രങ്ങളുടെ രൂപങ്ങൾ വിൽക്കുന്നത്. അച്ഛൻ ഏറെനേരം അവനുമായി വിലപേശി നിൽക്കും... ഒടുവിൽ എട്ടു ദിനാർ എന്നുള്ളത് നാല് ദിനാറായി മാറും. മാകി തോൽവി സമ്മതിച്ചു, പിന്മാറു മ്പോൾ അച്ഛൻ പത്തു ദിനാർ അവന്റെ കൈയിൽവച്ച് കൊടുക്കും. എന്നിട്ടു താനിത്ര സത്യസന്ധനായ ഒരു ജിപ്സിയെ കണ്ടിട്ടില്ല എന്ന് പറഞ്ഞു തോളത്തു തട്ടും.

എന്നാൽ ഇന്ന് വിലപേശലുകൾ ഉണ്ടായില്ല. ഒരക്ഷരം ഉരിയാടാതെ അച്ഛൻ മാകിയുടെ കൈയിൽ പണംവച്ച് കൊടുത്തു. ഷെൽഫുകളിൽ നിറഞ്ഞിരിക്കുന്ന പലതരം കാർട്ടൂൺ കഥാപാത്രങ്ങളെ ഒരുമാത്ര

നോക്കിയതേയുള്ളൂ. അപ്പോഴേക്കും അച്ഛൻ പുല മാർക്കറ്റിലെ തിരക്കിലേക്ക് മറഞ്ഞു. ജീവിതത്തിൽ ആദ്യമായി ഞാൻ അച്ഛനെ ഓർത്തു പരിഭ്രമിച്ചു. ഞാൻ തിരക്കിടിയിലൂടെ മുന്നോട്ടു കുതിച്ചു. ചിന്താധീനനായി തെരുവിലൂടെ നടക്കുന്ന അച്ഛനെ ഏതെങ്കിലും വാഹനം ഇടിച്ചിടുമോ എന്ന് ഭയന്നു. കൈയിൽ കാർട്ടൂൺ കഥാപാത്രത്തെയും പിടിച്ചുകൊണ്ടു ഞാൻ കുതിച്ചു. അച്ഛനെ എവിടെയും കാണാനുണ്ടായിരുന്നില്ല. ഞങ്ങൾ ഒരുമിച്ചാണ് എന്നതെന്ന കാര്യം മറന്ന് അച്ഛൻ ഉച്ചഭക്ഷണം കഴിക്കാനായി വീട്ടിലേക്കു പോയോ എന്നുപോലും ശങ്കിച്ചു. ഒടുവിൽ ഒരു ഡിപ്പാർട്ട്മെന്റ് ഷോപ്പിനു മുന്നിൽ അച്ഛൻ നിൽക്കുന്നത് കണ്ടു. അങ്ങോട്ട് ഓടാൻ തുടങ്ങുമ്പോൾ എന്റെ ചുമലിൽ ആരോ തട്ടിവിളിച്ചു. ഞാൻ തിരഞ്ഞു നോക്കിയപ്പോൾ ആകാംക്ഷയോടെ എന്നെ നോക്കുന്ന മാകിയെയാണ് കണ്ടത്. "നിന്റെ അച്ഛൻ ഇന്ന് ആകെ വിചിത്രമായിട്ടാണല്ലോ പെരുമാറുന്നത്?" മാകി പറഞ്ഞു.

രണ്ട്

'കൊസോവോയ്ക്കു സ്വതന്ത്രപദവി, ഇസ്ട്രിയയ്ക്ക് ഭൂഖണ്ഡപദവി' പുലയിൽ ഇങ്ങനെയൊരു ചുമരെഴുത്ത് എങ്ങനെ വന്നുവെന്ന് എനിക്കു യാതൊരു സൂചനയും ഇല്ലായിരുന്നു. എന്നാൽ പതിനാറു വർഷങ്ങൾക്കിപ്പുറം ആ അക്ഷരങ്ങൾ എന്റെ ഹൃദയമിടിപ്പിന്റെ വേഗം കൂട്ടുന്നു. എന്റെ ബോധതാളങ്ങളുടെ അഗാധതയിൽ കുഴിച്ചുമൂടിയ രൂപങ്ങൾ സ്ഥലങ്ങൾ, മുഖങ്ങൾ എല്ലാം ഓർമ്മയിലേക്ക് ഇരമ്പിയാർത്തു വരുന്നു. എന്റെ ഭൂതകാലം, എന്നെന്നേക്കുമായി അടച്ചുകളഞ്ഞുവെന്നു കരുതിയ ഓർമ്മകൾ, ബോധതലത്തിലേക്ക് ഇരമ്പിയാർത്തുവരുന്നു. അറിയാതെ അതിനു കീഴടങ്ങുന്നു. പുലയിലെ വെള്ളപൂശിയ മതിലിനുമേൽ എഴുതിവച്ച കറുത്ത അക്ഷരങ്ങൾ കൂടുതൽ തെളിമയോടെ എന്റെ മുന്നിൽ പ്രത്യക്ഷപ്പെട്ടു.

"കൊസോവോയ്ക്കു സ്വതന്ത്രപദവി, ഇസ്ട്രിയയ്ക്ക് ഭൂഖണ്ഡപദവി"

ഞാൻ ജുബ്ജാനയിലെ ഒരു ഫാക്ടറിക്കു സമീപത്തെ ഗാരേജിൽ പാർക്ക് ചെയ്തിരുന്ന ഇരുപതു വർഷം പഴക്കമുള്ള എന്റെ കാറിൽ ഇരുന്നു. പരിചയമുള്ള സ്ഥിരം മെക്കാനിക്കായ ഇനിസിന്റെ അടുത്തേക്കു പോയാൽ മതി. അവിടെ ബോസ്നിയക്കാരനായ മെക്കാനിക് എന്റെ കാറിനെ നല്ല കുട്ടപ്പനാക്കിത്തരും. എന്നാൽ ഗാരേജിന്റെ ചുമരിലേക്ക് വെറുതെ തുറിച്ചുനോക്കി ഇരുന്നു. എന്റെ ഇടത്തെകാൽ കാറിനകത്തേക്ക് വെച്ച് ക്ലച്ചിൽ ഒന്നമർത്താൻ നോക്കി. പക്ഷേ കാലുകൾ ഗാരേജിലെ കോൺക്രീറ്റ് തറയിൽനിന്നും അനങ്ങാൻ വിസമ്മതിക്കുന്നതുപോലെ. തോന്നുംപോലെ എപ്പോഴെങ്കിലുമൊക്കെ പണിയെടുക്കുന്ന ഇനിസിന്റെ വർക്ക്ഷോപ്പ് അടയ്ക്കാനായിക്കാണും എന്ന തോന്നലുകൊണ്ടാവും ഒരു താത്പര്യമില്ലായ്മ. ശരീരവും തലച്ചോറും തമ്മിലുള്ള ആശയവിനിമയത്തിൽ വരുന്ന ഈ മരവിപ്പ് എന്നെ അല്പം വേവലാതിപ്പെടുത്താതിരുന്നില്ല. എപ്പോഴാണ് അവസാനമായി പുലയെക്കുറിച്ച് ആലോചിച്ചതെന്ന് ഓർത്തെടുക്കാൻ പറ്റുന്നില്ല. 1991ലെ വേനൽക്കാലത്തിനുമുമ്പ് അവിടെ ചെലവഴിച്ച ബാല്യകാലവും പുലയിലെ വെളുത്ത ഓഫീസ്മന്ദിരങ്ങളും ഒന്നും ഓർമ്മയിൽ വരാറില്ല. അവയെല്ലാം ഞാൻ കുഴിച്ചുമൂടിക്കളഞ്ഞു.

ആർഭാടങ്ങളില്ലാതെ, മെഴുകുതിരികളും പ്രാർത്ഥനകളും ഇല്ലാതെ ശവമഞ്ചവും കല്ലറയുമില്ലാതെ വന്യമായി അവയെല്ലാം കുഴിച്ചുമൂടിയതാണ്. എല്ലാറ്റിനെയും കുഴിച്ചുമൂടി ഒരിക്കൽപോലും തിരിഞ്ഞു നോക്കാതെ നടന്നകന്ന എന്നെ, കുഴിച്ചുമൂടപ്പെട്ട ഓർമ്മകൾ ശവക്കല്ലറ വിട്ട് ഇറങ്ങിവന്നു പിന്തുടരുമെന്ന് ഒരിക്കലും കരുതിയില്ല.

ഒരു പത്തിരുപതു മിനിറ്റ് അങ്ങനെ ചലനമറ്റിരുന്നശേഷം ഇത്രകാലവും സംരക്ഷിച്ചുനിർത്തിയിരുന്ന ആ നിസ്സംഗതയിലേക്ക് തിരിച്ചുവരാൻ ഞാനൊരു വിഫലശ്രമം നടത്തിനോക്കി. വികാരങ്ങളുടെ വേലിയേറ്റങ്ങൾക്കെതിരെ ഞാൻ നടത്തിവന്നിരുന്ന നിശ്ശബ്ദ പ്രതിരോധമായിരുന്നു നിസ്സംഗത. എന്നാൽ എനിക്കൊരു ഇഞ്ചുപോലും നീങ്ങാനായില്ല. പതിനാറു വർഷംമുൻപ് മരിച്ചുപോയ അച്ഛൻ എന്നെ ശകാരിക്കുന്നതുപോലെ തോന്നി.

എല്ലാ ഓർമ്മകളും പുലയും ആ ചുവരെഴുത്തും ബെൽഗ്രേഡിലെ ബ്രിസ്റ്റൾ ഹോട്ടലും നോവി സാദിലെ അസഹ്യമായ ചൂടും എല്ലാം മലവെള്ളപ്പാച്ചിൽ പോലെ മനസ്സിലേക്ക് ഇരച്ചുവന്നു. ജുബ്ജാനയും അമ്മയും എല്ലാം അന്നത്തെ അതേ രൂപത്തിൽ ഓർമ്മയിൽ തിരിച്ചെത്തി. ഓർമ്മകളുടെ വെടിക്കെട്ട് തലച്ചോറിൽ പ്രകമ്പനങ്ങൾ സൃഷ്ടിക്കാൻ തുടങ്ങി. ശ്വാസത്തിനായി വിഷമിച്ചു. പക്ഷേ ശ്വസിക്കാൻ കഴയുന്നില്ല. ബോധം നഷ്ടപ്പെടുന്നതുപോലെ.

ബോസിനെ പറ്റിച്ചു ഒരാഴ്ച അസുഖമാണെന്നും പറഞ്ഞു അവധിയെടുത്ത് ഇപ്പോൾ യാഥാർത്ഥ്യമാകുകയാണല്ലോ എന്ന് അപ്പോഴാണ് ഓർത്തത്. ഓഫീസിലെ കോഫി വെൻഡിങ് മെഷീനുകൾക്ക് എന്റെ അസാന്നിധ്യം വല്ലാതെ അനുഭവപ്പെടുന്നുണ്ടാവും.

ഏത് സി.ഡിയാണ് നാദിയ കാറിൽനിന്നും എടുത്തുകൊണ്ടുവരാൻ ആവശ്യപ്പെട്ടതെന്ന് ഓർമ്മിച്ചെടുക്കാൻ ശ്രമിച്ചു. ഞാൻ എന്റെ നോട്ടം, ഗ്യാരേജിന്റെ മൂലയ്ക്ക് കൂട്ടിയിട്ടിരിക്കുന്ന കാർഡ്ബോർഡ് പെട്ടികളിലേക്ക് തിരിച്ചു. നായച്ചെവിയുടെ ആകൃതിയിലുള്ള കാർഡ്ബോർഡ് പെട്ടിയിൽ എന്തായിരിക്കുമെന്നു നിസ്സഹായനായി ആലോചിച്ചു നോക്കി. അല്ല, ആരാണീ പെട്ടികളെല്ലാം ഇവിടെ കൊണ്ടുവന്നു കൂട്ടിയിരിക്കുന്നത്? ആരാണീ ഗാരേജിനെ ഒരു മാലിന്യ നിക്ഷേപ സ്ഥലമാക്കി മാറ്റിയിരിക്കുന്നത്? ഒടുവിൽ കാർ സ്റ്റാർട്ട് ചെയ്തു നോക്കി. പക്ഷേ അവൾ സ്റ്റാർട്ടാവാൻ കൂട്ടാക്കുന്നില്ല. ഒടുവിൽ, ഏറെ ശ്രമത്തിനൊടുവിൽ കാർ സ്റ്റാർട്ടായി. അതിന്റെ ഗ്യാസ് പെഡൽ ചവിട്ടിക്കൊണ്ട് കാർ പിന്നോട്ടെടുത്തു. അപ്പോഴതാ വണ്ടി എവിടെയോ ഉരയുന്ന ശബ്ദം. നോക്കിയപ്പോൾ കാറിന്റെ തുറന്ന് കിടന്ന വാതിൽ ഗാരേജിന്റെ വാതിലിൽ ഉരയുന്നു. വാതിൽ ഗ്യാരേജിന്റെ കനത്ത വാതിലിൽ ഇടിക്കുന്നതിനു മുൻപ് ഭാഗ്യത്തിന് വണ്ടി നിർത്തി. എൻജിൻ ഓഫാക്കി.

“എപ്പോഴാണ് നിങ്ങൾ പോകുന്നത്?”

“എനിക്കറിയില്ല.”

“എപ്പഴാണ് നിങ്ങൾക്ക് കാർ വേണ്ടത്?”

“എത്രയും പെട്ടെന്ന്. നാളെ പറ്റുമെങ്കിൽ നാളെ.”

“എങ്ങോട്ടാണ് നിങ്ങൾ പോകുന്നത്?”

“എനിക്കറിയില്ല.”

“നിങ്ങൾ സ്വയം ഒന്ന് ശ്രദ്ധിച്ചു നോക്കൂ. നിങ്ങൾക്കറിയില്ല, എവിടെയാ പോകേണ്ടതെന്ന്. നിങ്ങളെന്റെ കസിനെപ്പോലെയാണ് സംസാരിക്കുന്നത്. അവനറിയാം ഒരു ദിവസം അവൻ വീഴുമെന്ന്. കാരണം അവൻ പയ്യ നാണ്. പക്ഷേ ആരാണ് ആ ഭാഗ്യവതിയെന്നും എപ്പോഴാണ് അത് സംഭവി ക്കുകയെന്നും അവനറിയില്ല എന്ന് മാത്രം.”

ഇതെല്ലാം ഇനിസിന്റെ പതിവുകളാണ്. എന്റെ കൈയിൽനിന്നും കാറിന്റെ ചാവി വാങ്ങുന്നതിനുമുൻപ് അയാൾ നൃത്തം ചെയ്തു. കാർ ശരിയാകുമ്പോൾ വിളിക്കാം എന്ന് അതിനിടയിൽ പിറുപിറുക്കുന്നതും കേട്ടു. അയാളിപ്പോൾ ബോസാണ്. ഒരുപാടു വർഷങ്ങൾ അയാളെപ്പോലെ തന്നെയുള്ള മന്ദബുദ്ധികൾക്കൊപ്പം ജോലിചെയ്ത് മടുത്ത അയാൾക്ക് സംസാരിക്കാൻ ഇഷ്ടമാണ്. പകുതി അനധികൃതമായും പകുതി നിയമാ നുസൃതമായും നടത്തുന്ന വർക്ഷോപ്പിന്റെ പേര് ഡിനോ എന്നാണ്. അയാളുടെ മൂത്തമകന്റെ പേരാണത്. പഴയ ജുബ്ജാന സ്റ്റേഡിയത്തിന്റെ എതിർവശത്താണ് വർക്ഷോപ്പ്. ഒരു ഒളിത്താവളത്തിന്റെ കെട്ടും മട്ടും ഉണ്ട് വർക്ക്ഷോപ്പിന്. അവിടേക്ക് വഴിതെറ്റിയെത്തുന്ന എല്ലാവരോടും ഇനിസ് അതിനെക്കുറിച്ചു വിവരിക്കുമായിരുന്നു. ഇപ്പോൾ ഞാനാണ് വഴി തെറ്റി എത്തിയിരിക്കുന്നത്. ഇനിസ് എന്റെ കാറിനടിയിലേക്ക് നൂണ്ടു കയറി.

“നിങ്ങളുടെ ഫാൻ ആരാണ് മാറ്റിവച്ചത്?” വണ്ടിക്കടിയിൽ നിന്നും ചോദ്യങ്ങൾ വന്നു തുടങ്ങി.

“നാദിയയാണ് വണ്ടി ഓടിച്ചിരുന്നത്.”

“എന്തുകൊണ്ട് എന്റടുത്തു കൊണ്ടുവന്നില്ല?”

“റോഡിന്റെ നടുക്ക് വച്ച് കാർ നിന്നുപോകുകയായിരുന്നു.”

“അവർ എവിടെയാണ് നന്നാക്കാൻ കൊണ്ടുപോയത്?”

“ഡോൾജി മോസ്റ്റിൽ ”

“ഡോൾജി മോസ്റ്റ്, ആ കള്ളന്മാർ എത്ര പൈസ വാങ്ങി?”

“എനിക്കോർമ്മയില്ല.”

“അങ്ങനെയെങ്കിൽ നിങ്ങൾക്കെന്നെ വിളിച്ചാൽ മതിയായിരുന്നു. അങ്ങനെയാണ് സ്ലോവേനിയക്കാർ ഇതൊക്കെ ചെയ്യാറുള്ളത്.”

“അവർ എന്തുകൊണ്ട് നിങ്ങളെ വിളിച്ചില്ല?”

“അതൊന്നും പ്രശ്നമില്ല, നമുക്ക് ഇത് ശരിയാക്കാം.” ഏതായാലും ആ സംവാദം തല്ക്കാലം അവസാനിച്ചു.

പ്രത്യേകിച്ച് കാരണമൊന്നുമില്ലെങ്കിലും ഞാൻ ഇനിസിന്റെ വർക്ഷോപ്പിൽ ഒരു അരമണിക്കൂർ ചെലവിടാറുണ്ട്. ഞാൻ അയാളുടെ സ്വന്തം ആളെന്ന നിലയിലാണ് പുള്ളിയുടെ പെരുമാറ്റം. ആ നിലയ്ക്ക് നഗരത്തിലെ ഈ വൃത്തികെട്ട തെരുവിൽ വണ്ടി നന്നാക്കാൻ വരുന്നതിന് അയാൾ എനിക്ക് അല്പം ഡിസ്കൗണ്ട് തരേണ്ടതല്ലേ എന്ന ചിന്ത മനസ്സിൽകൂടി പോകാതിരുന്നില്ല. ‘ഞാൻ അവരിലൊരാൾ’ ആണെന്ന തോന്നൽ ഒരിക്കലും ഇല്ലെന്നതും അങ്ങനെ കരുതപ്പെടാൻ ആഗ്രഹിക്കുന്നില്ലെന്നും മധ്യബോസ്നിയയിൽ നിന്നുള്ള ഓരോ മെക്കാനിക്കുകളോടും വിശദീകരിക്കണമെന്ന് എനിക്കൊരിക്കലും തോന്നിയിട്ടില്ല. അവരിലൊരാൾ എന്ന തോന്നൽ എളുപ്പവും ലാഭകരവുമാണ്. ഞാനൊരു സ്ലോവേനിയൻ ആണെങ്കിൽ എനിക്കെന്തു ഡിസ്കൗണ്ട് കിട്ടും എന്ന് ഊഹിച്ചു രസിക്കുകയുമാവാം.

“നിങ്ങൾക്കറിയുമോ, നിങ്ങൾ എവിടേക്കാണ് പോകുന്നതെന്ന് ഞാൻ വെറുതെ ചോദിച്ചതല്ല, നിങ്ങൾ എവിടെ വേണമെങ്കിലും പൊയ്ക്കോ. പ്രധാന കാര്യം നിങ്ങൾ മുകളിലേക്കാണോ താഴേക്കാണോ പോകുന്നത് എന്നതാണ്.” വീണ്ടും വണ്ടിയുടെ അടിയിൽ നിന്നും ചോദ്യം.

“നിങ്ങൾ എന്താണ് ഉദ്ദേശിക്കുന്നത്?”

“നിങ്ങൾ മുകളിലേക്കാണ് പോകുന്നതെങ്കിൽ റോഡുകൾ നല്ലതാണ്. കുണ്ടുംകുഴിയുമൊന്നുമില്ല. നിങ്ങൾക്ക് കുതിച്ചുപായാം. എന്നാൽ താഴേക്കാണ് വണ്ടിഓടിക്കുന്നതെങ്കിൽ നിങ്ങൾ തലയും കുത്തിവീഴും. അതെങ്ങനെയുണ്ടാകുമെന്ന് നിങ്ങൾക്കറിയാം.”

“എനിക്ക് അതിനെക്കുറിച്ച് യാതൊരു ധാരണയും ഇല്ല ഞാൻ കോൾപ നദിയുടെ തെക്കൻഭാഗങ്ങളിൽ പോയിട്ട് ഒരുപാട് കാലമായി. ഞാൻ ഏതായാലും താഴേക്കാണ് പോകുന്നത്.”

കുസ്, ഇവിടെവരൂ, ഈ കാറൊന്നു ശരിയാക്കി കൊടുക്കൂ. ഇയാൾ നമ്മിലൊരാളാണ്. ബോസ്നിയൻ”, ഇനിസ് സഹായിയെ വിളിച്ചു പറഞ്ഞു.

“അവരെല്ലാം അങ്ങനെയല്ലേ?” അയാൾ മറുചോദ്യമെറിഞ്ഞു.

“വിഡ്ഢിത്തം പുലമ്പാതെ,” ഇനിസ് ശാസിച്ചു.

ഇനിസിന്റെ കസിൻ തന്റെ കരിപുരണ്ട കൈകൊണ്ടു കാറിന്റെ ചാവി വാങ്ങിച്ചു കാറിനകത്തേക്ക് കയറി. ഇത്തവണ മൂന്നാമത്തെ പ്രാവശ്യം ചാവി തിരിച്ചപ്പോൾ പഴയ കാർ സ്റ്റാർട്ടായി.

“നീയെന്തിനാണ് പരിഹസിക്കുന്നത്?” ഇനിസ് ചൂടായി.

പഴയ യൂഗോസ്ലാവിയയിൽ നമ്മൾ ബോസ്നിയക്കാർ ആകെ നശിച്ചു പോയിരുന്നു. ബാൾക്കനു ചുറ്റും നീ കാണുന്ന ക്രോയേഷ്യക്കാരുടെയും

സ്ലോവേനിയക്കാരുടെയും സെർബിയക്കാരുടെയും പിതൃത്വം ബോസ്നിയക്കാരുടേതാണെന്നു നിങ്ങൾക്ക് മനസ്സിലാക്കാൻ കഴിയില്ല. കാരണം നിങ്ങൾ ചെറുപ്പമാണ്."

ഇനിസ് സന്തുഷ്ടനായ ഒരു മനുഷ്യനാണ്. തന്നെ എതിർക്കാതെ എല്ലാം കേട്ടിരിക്കുന്ന കേൾവിക്കാർ ആണ് അയാളുടെ ബലഹീനത.

"മുൻപ് ബോസ്നിയക്കാർക്ക് ആരെയും എന്തിനും ഉപയോഗിക്കാമായിരുന്നു. എന്നാൽ യൂഗോസ്ലാവിൻ സ്ത്രീകൾ നമ്മെ കല്യാണം കഴിക്കാൻ തയ്യാറായിരുന്നില്ല. തങ്ങളുടെ കുട്ടികൾ മുസ്ലിംപേരുകളിൽ അറിയപ്പെടുന്നത് അവർ ഇഷ്ടപ്പെട്ടിരുന്നില്ല. ഇപ്പോൾ നിങ്ങൾക്ക് സാഹോദര്യവും ഐക്യവും ഒക്കെയുണ്ട്. ഇതെല്ലാം അവസാനിക്കേണ്ടതുപോലെ അവസാനിച്ചതിൽ ഒരദ്ഭുതവുമില്ല."

ഡിനോ മെക്കാനിക്സിൽനിന്നും ഞാൻ ജുബ്ജാനയിലെ നഗരഹൃദയഭാഗത്തേക്ക് തിരിച്ചു. എന്റെ സ്വസ്ഥത വല്ലാത്ത ഒരു പ്രതിസന്ധി നേരിടുകയാണ്. സ്ലോവേനിയക്കാരായ ടാക്സിഡ്രൈവർമാരോടുപോലും എനിക്ക് ഒരു വിഷമവും തോന്നിയില്ല. നീലനിറത്തിലുള്ള ഒരു ഒപെൽ ആസ്ട്രയിൽ കയറി. ഒരു പത്തു യൂറോ കൊടുക്കാൻ നേരത്തെ നിശ്ചയിച്ചു. ഞാൻ നിശ്ശബ്ദനായിരുന്നു, ഡ്രൈവറും. എനിക്കു ഒരു ക്യാബ് ചർച്ചയ്ക്കുള്ള ഉന്മേഷം ഉണ്ടായിരുന്നില്ല. കാർ നഗരഹൃദയത്തിലേക്ക് പായുമ്പോൾ ഞാൻ ജനൽച്ചില്ലിലൂടെ പുറത്തെ കാഴ്ചകളിലേക്ക് നോക്കിയിരുന്നു. "ഇവിടെ നിർത്തിയാൽ മതിയോ?" അയാൾ ബസ് സ്റ്റേഷനിൽ നിർത്തിയിരിക്കുന്നു. എന്നെ അദ്ഭുതപ്പെടുത്തിക്കൊണ്ട് ടാക്സി മീറ്ററിൽ കാണിച്ചിരിക്കുന്നതു ആറ് യൂറോ. ഞാൻ പുറത്തിറങ്ങി റോഡ് മുറിച്ചു കടന്ന് പോളിക്ലിനിക്കിന് മുന്നിലെത്തി. എന്തിനാണ് അവിടെ എത്തിയതെന്ന് സത്യത്തിൽ എനിക്കും വലിയ നിശ്ചയമുണ്ടായിരുന്നില്ല. അവിടെ മരിച്ചവരെയും പരിക്കേറ്റവരെയും എല്ലാം നിരീക്ഷിച്ചുകൊണ്ടു കുറെ സമയം കാത്തിരിക്കേണ്ടി വരുമെന്നത് എനിക്കത്ര സ്വീകാര്യമായിരുന്നില്ല. പക്ഷേ ഒരു മൂന്നാലു ദിവസമായി ഞാൻ ആ ഡെന്റിസ്റ്റിന്റെ മുറിക്കു പുറത്തിരിക്കുകയായിരുന്നു എന്ന ഒരു തോന്നലുണ്ടായി. എന്നിട്ടെന്തു കാര്യം? ഇപ്പോഴും ആ മുറിക്കകത്തേക്ക് കടക്കാനുള്ള ധൈര്യം കിട്ടിയിട്ടില്ല.

ഇപ്പോഴത്തെ മാനസികാവസ്ഥയ്ക്ക് യോജിക്കുന്നത് ഇത്തരം നിഷ്ക്രിയമായ ഇരുപ്പാണ്. മുന്നിലൂടെ കടന്നുപോകുന്ന രോഗികളെ നിരീക്ഷിച്ചുകൊണ്ടു സമയം അവിടെ ചെലവിടാനുള്ള ഒരുക്കത്തോടെ ഒരു തൂണിലേക്ക് ചാരി. കടന്നുപോകുന്ന രോഗികളെ നിരീക്ഷിച്ചുകൊണ്ടിരിക്കുന്നു എന്ന തോന്നൽ അവർക്കുണ്ടാകാത്ത വിധത്തിൽ ഇരുപ്പു ക്രമീകരിച്ചു. തുറിച്ചുനോക്കുന്നത് മര്യാദകേടാണെന്ന് അമ്മ പഠിപ്പിച്ചിട്ടുണ്ട്. ഒരുപാടു വർഷങ്ങൾ ആശുപത്രികളിൽ ജോലിചെയ്തിരുന്നതുകൊണ്ട് ദുഷയ്ക്കതെല്ലാം അറിയാമായിരുന്നു.

"എനിക്കൊന്നും വേണ്ട, ഒന്ന് പുക വലിച്ചാൽ മതി."

ഒരു വൃദ്ധ തന്റെ വാക്കറിൽ ബുദ്ധിമുട്ടി ഞാൻ ഇരിക്കുന്ന ദിശയിലേക്കു വരുന്നത് കണ്ടു. ഒരു കഷണ്ടിത്തലയൻ പിന്നിലായുണ്ട്. അവരുടെ മകനാണെന്ന് തോന്നുന്നു. ആകെ അങ്കലാപ്പിലാണ് അയാളുടെ നിൽപ്പ്. വേഗം അമ്മയുടെ കാർഡിഗാൻ എടുത്തു കൊണ്ടുവന്നു ധരിപ്പിച്ച് അവരെ മുറിക്കുള്ളിലാക്കണോ അതോ അവിടെനിന്ന് ഒന്ന് പുകയ്ക്കണോ എന്നകാര്യത്തിൽ അയാൾക്ക് തന്നെ വലിയ തീർച്ചയില്ലെന്നു തോന്നും നിൽപ്പ് കണ്ടാൽ. ലളിതമായ പ്രശ്നങ്ങൾക്ക് ലളിതമായ ഉത്തരങ്ങൾ കണ്ടെത്താൻ കഴിയാത്ത അനുഭവം വേണ്ടുവോളമുള്ള മനുഷ്യനാണ് അയാളെന്നു കണ്ടാൽ തോന്നും. ഒരുപാട് ആലോചനകൾക്കു ശേഷം അയാൾ താഴേക്കുള്ള പടവുകൾക്കു നേരെ നടന്നു. ആ വൃദ്ധ എന്റെ സമീപം വന്നുനിന്ന് പോക്കറ്റിൽ നിന്നും ഒരു സിഗരറ്റു പുറത്തെടുത്തു. എന്നിട്ട് അത് കത്തിച്ചുകൊണ്ട് ചോദിച്ചു.

"ഒരെണ്ണം വേണോ?"

ഞാൻ തലയാട്ടി. അവർ എനിക്കു ഒരു സിഗരറ്റു തന്നു. ഞാനൊരു പുക വലിക്കാരനല്ല. പക്ഷേ ഇടയ്ക്കിടയ്ക്ക് വിഷം എന്റെ ഞെരമ്പുകളിലേക്ക് വലിച്ചു കയറ്റാനുള്ള ഒരു പ്രവണത എന്റെ കൂടെ തന്നെയുണ്ട്.

"നിങ്ങൾ ആരോഗ്യവാനോ അതോ രോഗിയോ?"

"ആരോഗ്യവാൻ."

"**ഇ**പ്പോഴത്തെ ചെറുപ്പക്കാർക്കൊന്നും പറഞ്ഞാൽ മനസ്സിലാവില്ല. എൺപതു വയസ്സാകുമ്പോൾ മനുഷ്യർക്ക് പ്രായമാകുമെന്നു പറഞ്ഞാൽ മനസ്സിലാകില്ല. അവരെന്നെ ഇവിടെ കൊണ്ടുവന്നിരിക്കുകയാണ്. എന്തൊക്കെയോ പരിശോധനകൾ. എല്ലായ്പ്പോഴും ചെയ്യുന്നതുതന്നെ. അതുംപോരാഞ്ഞിട്ട് ഈ വിവരദോഷികൾ എനിക്ക് നീന്തലും വ്യായാമങ്ങളും നിർദ്ദേശിച്ചിരിക്കുന്നു. പുകവലി, വറുത്ത പന്നിമാംസം തുടങ്ങി എന്തിനൊക്കെയോ വിലക്കുകൾ. എനിക്കൊരു ഇടവേള തരൂ. വീട്ടിനകത്തുവളർത്തുന്ന ചെടിപോലെ വെള്ളവും വളവുംതന്ന് എന്നെ ഇങ്ങനെ ജീവിപ്പിക്കാതെ സമാധാനമായി മരിക്കാൻ എനിക്കു കഴിയില്ലേ?"

അവരെ വിഷമിപ്പിക്കാതിരിക്കാൻ അവരുടെ സംസാരം ശ്രദ്ധിക്കുന്നതായി ഭാവിച്ചുകൊണ്ട് ഉചിതമായ സമയങ്ങളിൽ തലയാട്ടി അത്കേൾക്കുന്നതായി ബോധ്യപ്പെടുത്തിക്കൊണ്ടിരുന്നു. എന്നാൽ സത്യത്തിൽ മറ്റെന്തോ ഗാഢമായ ആലോചനയിലായിരുന്നു. അതുകൊണ്ടു ദുഷ എന്നെ കടന്നുപോകുന്നതുപോലും ശ്രദ്ധിച്ചില്ല. അവർ എന്റെ സമീപത്തു നിന്ന് ഒരു പത്തുമീറ്റർ അകലെ എത്തിയപ്പോഴാണ് ശ്രദ്ധിച്ചത്. പകുതി പുകഞ്ഞുതീർന്ന സിഗരറ്റുകുറ്റി വലിച്ചെറിഞ്ഞു ഞാൻ അവരുടെ പിന്നാലെ പാഞ്ഞു.

'ദുഷാ, ദുഷാ' ഞാൻ ഉറക്കെവിളിച്ചു. ദൂരെ ഒരു വളവിൽ എത്തിയപ്പോഴാണ് അവർ വിളി കേട്ടതും തിരിഞ്ഞുനോക്കിയതും. അത്ര പെട്ടെന്ന്

അദ്ഭുതപ്പെടുന്ന ആളല്ല ദുഷ. ഇനി ഞെട്ടലോ അദ്ഭുതമോ തോന്നിയാലും അത് പുറത്തു കാണിക്കാതിരിക്കാൻ നന്നായി അറിയുകയും ചെയ്യാം. ഞാൻ മാസങ്ങളായി അവരെ കണ്ടിട്ട്. ഞാനീ ആശുപത്രിക്ക് മുന്നിൽ ചുറ്റിക്കറങ്ങിയതുതന്നെ അവരെ ഒന്ന് കാണാനായിരുന്നു. പക്ഷേ എന്നെ കണ്ടിട്ടും അവരിൽ യാതൊരു ഭാവഭേദവും ഉണ്ടായില്ല. ഏതോ മെക്സിക്കൻ സോപ് ഓപറയിലെ അതിഥികഥാപാത്രം എന്ന മട്ടിലാണ് അവരുടെ പ്രതികരണം. നിരവധി കാര്യങ്ങൾകൊണ്ട് അവരെ നേരത്തെ തന്നെ വെറുത്തു പോയിട്ടില്ലായിരുന്നെങ്കിൽ ഈ ഒരു നോട്ടംകൊണ്ട് അവരെ വെറുക്കുമായിരുന്നു. ഇതിനുമുൻപ് അവരോട് ഏറ്റവും കൂടുതൽ വെറുപ്പ് തോന്നിയത് അവർ എന്നോട് സ്ലോവേനിയൻ ഭാഷയിൽ സംസാരിക്കാൻ തീരുമാനിച്ചപ്പോഴാണ്. സെർബ് ക്രോയേഷ്യൻ ഭാഷയിൽ സംസാരിക്കണമെന്നു ഞാൻ നിർബന്ധം പിടിച്ചു.

"നീയിവിടെ എന്ത് ചെയ്യുന്നു?"

"അദ്ദേഹം എവിടെ?"

"ആര്?"

"എനിക്കു ഫോൺ നമ്പറോ അഡ്രസ്സോ എന്തെങ്കിലും കിട്ടണം. അദ്ദേഹം എവിടെയാണ്?"

"നീയാരെക്കുറിച്ചാണ് സംസാരിക്കുന്നത്?"

"നിങ്ങൾക്കറിയാം."

അമ്മ ഒരുനിമിഷം വല്ലാത്ത അവസ്ഥയിലായി. അവർ ഒന്ന് ഞെട്ടിയെന്നും തോന്നുന്നു. പക്ഷേ ഒരു നിമിഷത്തേക്ക് മാത്രം. പിന്നെ പൊടുന്നനെ തിരിഞ്ഞു റോഡ് മുറിച്ചുകടക്കാൻ തുടങ്ങി. അവരുടെ മകനിൽ നിന്ന് ഓടി രക്ഷപ്പെടാനുള്ള ശ്രമം. എതിർവശത്തെ നടപ്പാതയിൽ, എത്തി അവർ നിൽക്കുമെന്ന്ഞാൻ വെറുതെ പ്രതീക്ഷിച്ചു. പക്ഷേ ഹൃദയശൂന്യയായ ദുഷ പക്ഷേ തന്റെ കാർ പാർക്ക് ചെയ്തിരിക്കുന്ന തെരുവിലേക്ക് നടന്നു. അവരുടെ ഭർത്താവ് ഡ്രാഗൻ ആരുടെയൊക്കെയോ കൈയും കാലും പിടിച്ചു സൗജന്യ പാർക്കിംഗ് സംഘടിപ്പിച്ചിട്ടുണ്ട്. എപ്പോഴുമെന്നപോലെ എനിക്കു മറുപടി തരാതെ, യാതൊരു മനശ്ചാഞ്ചല്യവുമില്ലാതെ അവർ തന്റെ വൃത്തികെട്ട ആ മഞ്ഞക്കാറിൽ കയറി വീട്ടിലേക്കു പോകുമെന്നും എനിക്കറിയാം.

ഞാൻ അവരുടെ പിന്നാലെ ഓടിച്ചെന്ന് കൈയിൽ കടന്നുപിടിച്ചു. എന്നാൽ അവർ നില്ക്കാൻ കൂട്ടാക്കിയില്ല. ശരിക്കും എന്നെ ഒഴിവാക്കാനായി കാറോടിച്ചു പോകാൻ തന്നെയാണ് അവർ ഉദ്ദേശിക്കുന്നതെന്ന് മനസ്സിലായി. അവരെ കാറിനടുത്തുനിന്ന് തള്ളി മാറ്റുകയല്ലാതെ വേറെ മാർഗ്ഗമുണ്ടായിരുന്നില്ല.

"എനിക്കറിയാം അദ്ദേഹം ജീവിച്ചിരിക്കുന്നു എന്ന്. എവിടെയാണെന്ന് എനിക്കറിയണം. എനിക്ക് അദ്ദേഹത്തെ കാണണം."

ഉത്തരം പറയുന്നതിന് പകരം എന്റെ പിടി വിടുവിക്കാനാണ് അവർ ശ്രമിച്ചത്. അവർ എന്നെ പിടിച്ചു തള്ളി, പിന്നെ തൊഴിച്ചു. എന്താണ് അവർ ചെയ്യുന്നതെന്ന് അവർക്കുതന്നെ അറിയാത്ത അവസ്ഥ. ഞാൻ അവരുടെ അരക്കെട്ടിൽ ചുറ്റിപ്പിടിച്ചു. അവർ ശാന്തയാകുന്നതുവരെ ക്ഷമിക്കാൻ തീരുമാനിച്ചു. കടുംപിടുത്തത്തിന്റെ കാര്യത്തിൽ കുപ്രസിദ്ധയാണ് ദുഷ. പെട്ടെന്നവർ അവരുടെ കൂർത്ത നഖം എന്റെ കൈയിൽ കുത്തിയിറക്കി. എന്റെ പിടിത്തം അയഞ്ഞു. ഞങ്ങൾ രണ്ടു പേരും വേച്ചു പോയി. ഞങ്ങൾ ഇരുവരും നിവർന്നുനിന്നതും ഞാൻ കാറിനും അവർക്കുമിടയിൽ സ്ഥാനം ഉറപ്പിച്ചു.അവർ എന്നെ തള്ളി മാറ്റാൻ നോക്കി. ഞാൻ തിരിച്ചും.

ദുഷ ഇത്തരം സന്ദർഭങ്ങളിൽ അവരല്ലാതെ ആയി മാറുമെന്ന് എനിക്കറിയാം. ഏതാനും അടി അവർ പിന്നിലേക്ക് നീങ്ങിയപ്പോൾ ഓടിപ്പോകാനുള്ള ഒരുക്കമാണെന്ന് ആദ്യം കരുതി. എന്നാൽ അവർ കാറിന്റെ അപ്പുറത്തെ വശത്തുകൂടി ഉള്ളിൽ കയറാനുള്ള ശ്രമമാണെന്ന് പെട്ടെന്ന് പിടികിട്ടി. ഞാൻ അവരുടെ വഴിതടഞ്ഞു. അവർ നടപ്പാതയിലേക്ക് തന്നെ കയറി ശക്തിയായി ശ്വാസം എടുക്കുന്നുണ്ട്. ഒരുനിമിഷത്തിനുശേഷം അവർ എന്റെ നേരെ തിരിഞ്ഞു.

“നാളെ വരൂ. നമുക്ക് സമാധാനമായി സംസാരിക്കാം.”

ഇപ്പോൾ അവർ മറ്റാരെയോപോലെ തോന്നിച്ചു.

“ഉറപ്പ്?” ഞാൻ സംശയത്തിൽ ചോദിച്ചു.

“ഞാൻ ഉറപ്പ് തരുന്നു.” ദുഷ പറഞ്ഞു.

അമ്മയുടെ ഉറപ്പ് വലിയ കാര്യമൊന്നുമല്ല. പക്ഷേ അവരെ എനിക്കു നന്നായി അറിയാം. അവരിൽനിന്നും പരമാവധി കിട്ടാൻ സാധ്യതയുള്ളത് ഈ ഉറപ്പ് മാത്രമാണെന്നും അറിയാം. അവർ നാളെ വരുമെന്ന് പ്രതീക്ഷിക്കുന്നു. കാരണം ഇത്തവണ ഞാനും ഗൗരവത്തിൽ തന്നെയെന്ന് അവർക്കു ബോധ്യമായിട്ടുണ്ട്. എനിക്കൊരു ചെറിയ സൂചന മാത്രം മതി. ഞാനും അവരെപ്പോലെതന്നെ പിടിവാശിക്കാരനാണെന്നും വേണമെങ്കിൽ അനന്തമായി ആ ആശുപത്രിക്ക് മുന്നിൽ കാത്തുനില്ക്കാൻ കഴിയുമെന്നും അവർക്കു മനസ്സിലായിട്ടുണ്ട് എന്ന് കണക്കു കൂട്ടി. അവരുടെ കാർ കണ്ണിൽനിന്നും മറയുമ്പോൾ നാളെ ഞങ്ങൾ കാണുമോ എന്ന കാര്യത്തിൽ അപ്പോഴും ഒരു ഉറപ്പിലെത്താൻ എനിക്ക് കഴിഞ്ഞില്ല.

ഏതെങ്കിലും സിറ്റി ബസ്സിൽ കയറി വെറുതെ നഗരം ഒരു രണ്ടു മൂന്നു തവണ ചുറ്റാനാണ് പെട്ടെന്ന് തോന്നിയത്. വെറുതെ ബസ്സിന്റെ ജനാലയിൽകൂടി പുറത്തേക്കു നോക്കി സ്വയം മറന്നിരിക്കാൻ മോഹം തോന്നി. സമയം ഏതാണ്ട് മൂന്നുമണിയായിരിക്കുന്നു. ബസ്സിൽ സീറ്റുകൾ ഒന്നുംതന്നെ ഒഴിവുണ്ടാകില്ല. ഇനി അഥവാ ഉണ്ടായാൽ തന്നെ ഏതെങ്കിലും പ്രായമായ സ്ത്രീകൾ ഷോപ്പിംഗ്ബാഗ് നിറയെ സാധനങ്ങളുമായി കയറി

എന്റെ മടിയിൽവച്ച്, ഞാൻ എഴുന്നേറ്റ് സീറ്റ് ഒഴിഞ്ഞുകൊടുക്കണമെന്ന് സൂചിപ്പിക്കുന്നു നോട്ടം നോക്കും. സ്വാഭാവികമായും എനിക്കു സീറ്റ് ഒഴിയേണ്ടിയും വരും.

ഒടുവിൽ ഞാൻ കറങ്ങിത്തിരിഞ്ഞ് ആശുപത്രിയും പിന്നിട്ടു വീട്ടിലേക്കു നടന്നു. ഇതൊക്കെ എങ്ങനെ നാദിയയോട് വിശദികരിക്കണമെന്നു മനസ്സിൽ ആസൂത്രണം ചെയ്തുകൊണ്ടായിരുന്നു നടപ്പ്. ഇനിയിപ്പോൾ പറഞ്ഞുവരുന്നതിനിടെ ഇടയ്ക്കുവച്ച് കാര്യങ്ങൾ വിശദീകരിക്കാനാകാതെ വന്നാൽ എന്തുചെയ്യും എന്നതും ഒരു പ്രശ്നമായി എന്നെ അലട്ടി.

കഴിഞ്ഞ മൂന്നുവർഷമായി ഞങ്ങൾ ഒരുമിച്ചാണെങ്കിലും നാദിയയെ പൂർണമായി മനസ്സിലാക്കാൻ കഴിഞ്ഞിട്ടില്ല. ഞങ്ങളുടെ ബന്ധത്തെ അവൾ എങ്ങനെയാണു കാണുന്നതെന്നും ഉറപ്പില്ല. തീർത്തും വ്യത്യസ്തമായ മറ്റൊരു പശ്ചാത്തലത്തിൽ നിന്നാണ് അവൾ വരുന്നത്. നഗരപ്രാന്തത്തിലെ ഭേദപ്പെട്ട ഒരു കുടുംബത്തിൽ നിന്നുള്ള മൈക്രോബയോളജി വിദ്യാർത്ഥിയായിരുന്നു അവൾ. അതിലേറെ അനാവശ്യമായ ആകുലതകളും ഉത്കണ്ഠകളും അലട്ടാത്ത ഒരു തലമുറയുടെ പ്രതിനിധിയാണവൾ. അവളുടെ മുഖക്കുരുക്കൾ ആയിരുന്നു അവളെ അലട്ടിയിരുന്ന ഏകപ്രശ്നം. അവ അപ്രത്യക്ഷമായതോടെ അവളെ അലട്ടാൻ മറ്റു പ്രശ്നങ്ങൾ ഒന്നുംതന്നെയുണ്ടായിരുന്നില്ല. ചുരുങ്ങിയപക്ഷം എന്റെ ദൃഷ്ടിയിൽപെടുന്ന പ്രശ്ങ്ങൾ ഒന്നുംതന്നെ അവൾക്കുണ്ടായിരുന്നില്ല. മറ്റൊരു തരത്തിൽ പറഞ്ഞാൽ വളരെ നിഷ്കളങ്കമായ അവളുടെ ജീവിതത്തെ അല്പം സങ്കീർണമാക്കാൻ വേണ്ടിയാണെന്ന് തോന്നുന്നു ഒരിക്കലും പരിഹരിക്കാത്ത പ്രശ്ങ്ങളുള്ള എന്നെ അവൾ ഇഷ്ടപ്പെട്ടത്.

എനിക്കു നാദിയയോട് എന്തെങ്കിലും തോന്നിയെങ്കിൽ അത് നന്ദിയായിരുന്നു. അവൾ എന്നെ പരിഹസിക്കുകയും കുറ്റപ്പെടുത്തുകയും ചെയ്യാത്തതിലുള്ള നന്ദി. അവൾ ഒരിക്കലും എന്റെ ജീവിതത്തിന്റെ പിന്നാമ്പുറങ്ങൾ അന്വേഷിച്ചിട്ടില്ല. അവൾക്ക് ഞാൻ എന്റെ അമ്മയെ പരിചയപ്പെടുത്താത്തതിന്റെ പേരിൽ അവളെന്നെ ഒരിക്കലും ശല്യപ്പെടുത്തിയിട്ടില്ല. അവളുടെ മൃദുവായ സ്പർശനങ്ങൾ എനിക്ക് അത്രയേറെ ആശ്വാസമാണ്. ഈയടുത്ത കാലംവരെ മരിച്ചുപോയി എന്ന് വിശ്വസിച്ചിരുന്നഅച്ഛന്റെ കഥ പറഞ്ഞാൽ ആ ആശ്വാസകരമായ സ്പർശനങ്ങൾ നഷ്ടപ്പെടുമോ എന്ന് ഞാൻ ഭയപ്പെടുന്നു എന്നത് സത്യമാണ്.

നാദിയയുടെ സുഹൃത്തുക്കൾ വീട്ടിലുണ്ടായിരുന്നതുകൊണ്ട് ഈ ആശയക്കുഴപ്പം ഭാഗ്യത്തിന് അല്പംകൂടി നീട്ടിക്കിട്ടി. ഞങ്ങളുടെ ചെറിയ ഫ്ളാറ്റിൽ നാദിയ അവളുടെ മൈക്രോബയോളജി സുഹൃത്തുക്കൾക്കൊപ്പം എന്തോ കാര്യമായ ചർച്ചയിലായിരുന്നു. അവൾക്കൊപ്പം പഠിക്കുന്ന ഭാവിമൈക്രോബിയളോജിസ്റ്റ്കളായ മാത്യുവും നീനയും ഞങ്ങളുടെ ബീർ മുഴുവൻ കുടിച്ചുതീർക്കുന്നു. വീടുവിട്ടതിന്റെ സ്വാതന്ത്ര്യവും പഠനവും അവർ ഭംഗിയായി ബന്ധപ്പെടുത്തിയിരിക്കുന്നു.

ജുബ്ജാന സർവ്വകലാശാലയിലെ മൈക്രോബയോളജി പഠനം അവർക്കു ഭൂമിയിലെ സ്വർഗ്ഗമാണ്. ഞാൻ വാതിലിനടുത്തെത്തിയപ്പോഴും അവർ ചർച്ച തുടരുകയാണ്. അവരുടെ ശ്രദ്ധയിൽപെടാതെ ഞാൻ കിടപ്പു മുറിയിൽ കടന്നുഅല്പം ഉറങ്ങാൻ ശ്രമിച്ചു.

എന്റെ പഠനരീതികൾ പക്ഷേ വ്യത്യസ്തമായിരുന്നു. ഞാൻ യൂണി വേഴ്സിറ്റിയിൽ ചേർന്നത് എന്റെ ബോസിന് ചില റഫറൻസുകൾ കിട്ടാൻ വേണ്ടി മാത്രമായിരുന്നു. ദിനംപ്രതി നേടിയെടുക്കുന്ന അറിവുകൾ ജീവിത ത്തിൽ അല്പം സ്വസ്ഥതയും സമാധാനവും പ്രതീക്ഷയും കൊണ്ടു വരുമെന്ന് വർഷങ്ങൾക്കുശേഷമാണ് മനസ്സിലായത്. അതോടെ ഞാൻ എന്നെപ്പോലെയുള്ള മറ്റു ചിലരോടൊപ്പം വീണ്ടും പഠനം ആരംഭിച്ചു.

ആദ്യത്തെ ദിവസം തന്നെ അവർ നോംചോസ്കിയുടെ ഭാഷാ നിയമ ങ്ങളുമായി ഞങ്ങളെ നേരിട്ടു. തൊട്ടുപിന്നാലെ കുട്ടികളുടെ മനഃ ശാസ്ത്രവും സ്ലാവ്ചരിത്രവും എത്തി. ആദ്യവർഷം ഞാൻ എത്ത നോളജിയും മൂന്നാംവർഷം കൾച്ചറൽ ആന്ത്രപ്പോളജിയും പഠിച്ചു. പഠനം തുടരാൻ വലിയ തിരക്കൊന്നും ഉണ്ടായിരുന്നില്ല. ക്ലാസുകൾ ശ്രദ്ധിക്കാൻ ഇഷ്ടമായിരുന്നു. ക്ലാസിനുശേഷം കൂട്ടുകാരുമായി ഒന്നോ രണ്ടോ ബീർ കുടിച്ച് ആഘോഷിക്കും. അത്രമാത്രമേ ഉണ്ടായിരുന്നുള്ളു. വിദ്യാർത്ഥി കളുടെ ആഘോഷങ്ങളിൽ പതിവായി മദിച്ചുല്ലസിച്ചു നടക്കുന്ന ശീലം എനിക്കില്ലായിരുന്നു.

അവർ മൂവരുംകൂടി പുറത്തെ എന്തോ വിരസമായ കാര്യത്തെക്കുറിച്ച് ഗാഢമായ ചർച്ചയിലാണ്. എന്നാൽ അന്ന് എന്റെ ഉറക്കത്തിന് ശല്യ മാകുംവിധം കിടപ്പുമുറിയിലേക്ക് കടന്നുവരാൻ ഒരു ചർച്ചയ്ക്കും കഴിയു മായിരുന്നില്ല. മൂന്നു മൈക്രോബയോളജിസ്റ്റുകളും കൂടി എന്നെ ഭ്രാന്തു പിടിപ്പിക്കില്ല എന്ന് സ്വയം ബോധ്യപ്പെടുത്തേണ്ട ആവശ്യവും വന്നില്ല. ലോകം മുഴുവൻ എന്നെ ശല്യപ്പെടുത്തുകയാണ്. പിന്നെ അവരായി ട്ടെന്തിന് ഒഴിവാകണം?

“നിങ്ങൾക്ക് കുഴപ്പമൊന്നും ഇല്ലല്ലോ?”

ഞാൻ നോക്കുമ്പോൾ നാദിയ വാതിൽക്കൽ കുസൃതി പുഞ്ചിരിയു മായി നിൽക്കുന്നു. ശുചിമുറിയിലേക്ക് പോയവഴിക്കാവും തനിക്കൊരു കൂട്ടുകാരനുള്ള കാര്യം അവളോർത്തത്.

“ഞങ്ങളൊന്നു പുസാകാൻ പോകുന്നു, കൂടുന്നോ? തിരിച്ചുവരുമ്പോൾ ഞാൻ വിളിച്ചുണർത്തേണ്ടതുണ്ടോ?”

നാദിയയുടെ ഭാവത്തിൽ കൂടുതൽ കുസൃതി പടർന്നു. പക്ഷേ എന്റെ ഇന്നത്തെ അവസ്ഥ ഒന്നിനും പറ്റുന്നതല്ല.

“വേണ്ട.”

“ശരി, ശുഭരാത്രി.”

മൈക്രോബയോളജിക്കാരുടെ ആ കൂട്ടം മെല്ലെ പുറത്തേക്കു പോയി. പക്ഷേ ഉറക്കം എന്നെ തേടിവന്നില്ല. ഞാൻ നാളെ ദുഷയുമായുള്ള കൂടിക്കാഴ്ചയെക്കുറിച്ചും അച്ഛനെക്കുറിച്ചും അവർ പറഞ്ഞേക്കാവുന്നതും പറയാനിടയില്ലാത്തതുമായ എല്ലാ കാര്യങ്ങളെക്കുറിച്ചും ആലോചിച്ചു കിടന്നു.

രാത്രി വൈകി നാദിയ പതുങ്ങിപ്പതുങ്ങി ശബ്ദമുണ്ടാക്കാതെ മുറിയിലേക്കു വരുമ്പോൾ ഞാൻ ഉണർന്നുകിടക്കുകയായിരുന്നു. അവൾ വസ്ത്രം മാറുന്നത് ഞാൻ ഒളികണ്ണിട്ടു നോക്കി. അവളുടെ നഗ്നതയും എന്നെ ചിന്തകളിൽനിന്നും വ്യതിചലിപ്പിച്ചില്ല. ഇപ്പോൾ പെട്ടുപോയ വിഷമാവസ്ഥയിൽനിന്നും ശ്രദ്ധ തിരിക്കാൻ അവളുടെ യുവത്വം തുളുമ്പുന്ന ശരീരത്തിനുമായില്ല. വസ്ത്രം മാറി അവൾ ശബ്ദമുണ്ടാക്കാതെ എന്റെ സമീപം വന്നുകിടന്നു. കിടന്ന് അപ്പാടെ ഉറങ്ങുകയും ചെയ്തു. അവളുടെ നീണ്ട തവിട്ടുമുടിയിൽനിന്നും പുകമണം മൂക്കിലേക്ക് അടിച്ചുകയറി. അവളുടെ കൂർക്കംവലി ഉയരാൻ തുടങ്ങി. ഒരുപാടു ബീർ കുടിക്കുമ്പോൾ അവൾ ഇങ്ങനെയാണ്. ഇപ്പോൾ ഞാൻ അലറിവിളിച്ചാലും അവൾ അറിയാൻ പോകുന്നില്ല. അതുകൊണ്ട് ഇപ്പോൾ എനിക്കു സംസാരിക്കാം.

"എന്റെ അച്ഛൻ മരിച്ചിട്ടില്ല. അദ്ദേഹം ഒരു യുദ്ധക്കുറ്റവാളിയാണ്."

"**പ**തിനൊന്നുമണിക്ക് സെക്കൻഡ് എയ്ഡ് ബാറിൽകാണാം, സ്നേഹത്തോടെ ദുഷ' സാധാരണഗതിയിൽ എന്റെയും ദുഷയുടെയും നിത്യജീവിതത്തിൽ സാഹചര്യങ്ങൾക്കും സന്ദർഭങ്ങൾക്കും യാതൊരു പ്രാധാന്യവും നൽകുന്ന ആളല്ല ദുഷ. ഓപ്പറേഷൻ തീയേറ്ററിലോ ബോയിലർ റൂമിലോ വേണമെങ്കിൽ ഞങ്ങൾ കണ്ടുമുട്ടിയേക്കാം. രാവിലെ ഏഴരയ്ക്ക് ശേഷമെത്തിയ ആ സന്ദേശത്തിന്റെ 'ബീപ്' ശബ്ദമാണ് എന്നെ ഉണർത്തിയത്. ഞാൻ കുറച്ചെങ്കിലും ഉറങ്ങിയെന്ന് ബോധ്യമായി.

എന്നെപ്പോലെതന്നെ ദുഷയ്ക്കും ഉറങ്ങാൻ കഴിഞ്ഞിട്ടില്ല എന്ന് കണ്ടപ്പോൾ മനസ്സിലായി. കണ്ണിനടിയിലെ കരുവാളിപ്പ് മറയ്ക്കാൻ കനത്ത മേക്കപ്പിനും കഴിഞ്ഞിട്ടില്ല. വന്നപാടെതന്നെ അവർ ഒരു ഗ്ലാസ് വെള്ളവും രണ്ടു കാപ്പിയും ഓർഡർ ചെയ്തു. എന്നിട്ടു സിഗരറ്റ് കത്തിച്ചു. എന്നിട്ട്, കേവലം അപരിചിതനോടെന്നപോലെ വലിക്കുമോ എന്ന് അന്വേഷിച്ചു. ടെറസ്സിലിട്ട മേശയ്ക്കിരുപുറവുമായിട്ടാണ് ഞങ്ങൾ ഇരിക്കുന്നത്. ഞങ്ങൾ ഇരുവരും ഒരേ രീതിയിലാണ് സിഗരറ്റു പിടിച്ചിരിക്കുന്നതെന്ന് ഞാൻ ശ്രദ്ധിച്ചു. അവരുടെ കൈ വല്ലാതെ വിറയ്ക്കുന്നതു ശ്രദ്ധിച്ചു.

"എനിക്കു സമയമില്ല. അതുകൊണ്ട് പെട്ടെന്ന് പറയൂ, എന്താണ് നിനക്ക് വേണ്ടത്?" ദുഷ സംഭാഷണം ആരംഭിച്ചു.

"എനിക്ക് അദ്ദേഹത്തെ കാണണം."

"നിനക്കറിയാം, നിനക്കതു സാധിക്കില്ല എന്ന്."

“എനിക്കതു പ്രശ്നമല്ല.” ഞാൻ വാശിയോടെ പറഞ്ഞു

“അദ്ദേഹം എവിടെയാണെന്ന് കൃത്യമായി ആർക്കുമറിയില്ല.”

“നിങ്ങൾക്കറിയുമോ?” ഞാൻ പരുഷമായി ചോദിച്ചു

ദുഷ ഇല്ലെന്ന അർത്ഥത്തിൽ തലയാട്ടി. അവർ എന്റെ കണ്ണുകളെ ഒളിക്കാൻ ശ്രമിക്കുന്നതുപോലെ. തിരക്ക് സൂചിപ്പിച്ചുകൊണ്ട് അവർ മൂന്നു വട്ടം വാച്ചിൽ നോക്കി. ഒരാറ് തവണയെങ്കിലും ബാറിന്റെ പ്രവേശന കവാടത്തിലേക്ക് കണ്ണുകൾ പായിച്ചു.

“അദ്ദേഹം അവസാനമായി എന്നോട് സംസാരിച്ചത് മൂന്നു വർഷങ്ങൾക്കു മുൻപാണ്. ഇപ്പോൾ ജീവിച്ചിരിപ്പുണ്ടോ എന്ന് എനിക്ക് അറിയില്ല.” ദുഷ പറഞ്ഞു

ഞാൻ വേഗത്തിൽ ചില മനക്കണക്കുകൾ കൂട്ടി. ഈ കാര്യം എന്നോട് പറയാൻ ദുഷ എത്ര വർഷങ്ങൾ എടുത്തു. സൂചനകൾ അനുസരിച്ച് എന്റെ അച്ഛൻ യുദ്ധമുന്നണിയിലെവിടെയോവെച്ച് മരിച്ചുപോയിരിക്കുന്നു. പക്ഷേ ഇപ്പോ ദുഷ പറയുന്നു കഴിഞ്ഞ പന്ത്രണ്ടു വർഷവും അവർ തമ്മിൽ ബന്ധമുണ്ടായിരുന്നു എന്ന്.

“അദ്ദേഹം എവിടെ നിന്നാണ് നിങ്ങളെ വിളിച്ചത്?”

“എനിക്കു തോന്നുന്നത് അത് ഞാൻ...” ദുഷ നിർത്തി.

“അദ്ദേഹംഎവിടെനിന്നാണ് നിങ്ങളെ വിളിച്ചത്?” ഞാൻ ആവർത്തിച്ചു.

“അദ്ദേഹം എല്ലാവരിൽനിന്നും ഒളിച്ചു താമസിക്കുകയാണ്. നീയെന്താണ് കരുതുന്നത്?”

“അദ്ദേഹം എവിടെനിന്നാണ് നിങ്ങളെ വിളിച്ചത്?” ദുഷയുടെ ചോദ്യം അവഗണിച്ചുകൊണ്ട് ഞാൻ വീണ്ടും ആവർത്തിച്ചു.

“ബർകോയിൽനിന്ന്.” ഒടുവിൽ ദുഷ പറഞ്ഞു.

“മേൽവിലാസം?”

“നീയെന്തിനാണ് മേൽവിലാസത്തെക്കുറിച്ച്....?

“ഞാനോ നിങ്ങളോ അദ്ദേഹത്തെ തേടിച്ചെല്ലുമെന്ന്, അല്ലെങ്കിൽ കത്തെഴുതുമെന്ന് അദ്ദേഹം പ്രതീക്ഷിക്കുന്നുണ്ടെങ്കിലോ?”

“വ്ളാഡോ, നോക്കൂ...”

“മേൽവിലാസം?”

അപ്പോഴേക്കും ഞങ്ങൾ ഓർഡർ ചെയ്ത കാപ്പിയും ജ്യൂസും മറ്റും എത്തി.

ദുഷ വേഗം പണം കൊടുത്തു. വീണ്ടും തന്റെ തിരക്കിനെക്കുറിച്ചോർമ്മിപ്പിച്ചു

“മേൽവിലാസം?” ഞാൻ വിട്ടില്ല.

"അദ്ദേഹം ആ മേൽവിലാസത്തിൽ കാണാനിടയില്ല. അവിടെ സുരക്ഷിതമല്ലാത്തതുകൊണ്ട് മറ്റെങ്ങോട്ടേക്കെങ്കിലും പോകുമെന്നാണ് എന്നോട് പറഞ്ഞത്. അതും മൂന്നുവർഷം മുൻപാണ്. പുതിയ വിലാസത്തെക്കുറിച്ചു ഞാൻ ഒന്നും കേട്ടിട്ടില്ല."

മേൽവിലാസം... മേൽവിലാസം... എന്നു വേണമെങ്കിൽ ഒരു നൂറു തവണ കൂടി അതേ താളത്തിൽ ആവർത്തിക്കാൻ എനിക്കു കഴിയുമായിരുന്നു. വേണമെങ്കിൽ പിറ്റേദിവസം നേരം വെളുക്കുംവരെയും അത് തുടരാനും മടിയുണ്ടായിരുന്നില്ല. അത് ദുഷയ്ക്ക് അറിയാം. ദുഷ വലിയ ഗ്ലാസിലെ വെള്ളം ഒറ്റവലിക്കു കുടിച്ചു. ശേഷം ചെറിയ കപ്പിലെ കാപ്പി പതിയെ നുണയാൻ തുടങ്ങി.

"അദ്ദേഹം മരിച്ചുപോയി എന്ന് നുണപറഞ്ഞതിന് നീയൊരിക്കലും എനിക്ക് മാപ്പുതരില്ല എന്നെനിക്കറിയാം. എന്നാൽ ഇക്കാലമത്രയും അത് പറയാൻ എനിക്കു മടിയുണ്ടായിരുന്നില്ല. കാരണം ഒരിക്കൽപോലും താൻ തെറ്റുകാരനല്ലെന്ന് അദ്ദേഹം പറഞ്ഞിട്ടില്ല. എന്നോടൊരിക്കലും അങ്ങനെ പറഞ്ഞിട്ടില്ല. തനിക്ക് സങ്കടമുണ്ടെന്നും അദ്ദേഹം പറഞ്ഞിട്ടില്ല. ഞാൻ നിന്നോട് ഇപ്പോൾ ഒരു കാര്യം പറയുന്നു, അദ്ദേഹം എന്തോ കാര്യമായ തെറ്റ് ചെയ്തിട്ടുണ്ട്. അത് നീ മനസ്സിലാക്കണമെന്ന് ഞാൻ ആഗ്രഹിക്കുന്നു.

"ഏകദേശം ശരിയായിട്ടുണ്ട്."

ഇനിസിന് തന്റെ വർക്ഷോപ്പിൽ കിടക്കുന്ന എന്റെ പഴഞ്ചൻ കാറിന്റെ അവസ്ഥ എന്താണെന്നു വലിയ ധാരണയൊന്നും ഇല്ല. കാറിനെ അയാൾ തന്റെ കസിന്റെ യൗവ്വനതീക്ഷ്ണമായ കൈകളിലാണ് ഏല്പിച്ചിരിക്കുന്നത്. തന്റെ കൂട്ടത്തിലെ എതിരില്ലാത്ത നേതാവായ ഇനിസ് കോഫി ഷോപ്പിൽ തന്റെ ആളുകൾക്കൊപ്പം വെടിപറഞ്ഞിരിക്കുകയാണ്.

"എപ്പോഴാണ് ഞാൻ വരേണ്ടത്?"

"എപ്പോഴാണ് നിങ്ങൾ പോകുന്നത്?"

"നാളെ."

"എന്നാൽ ഇന്നുച്ചയ്ക്കുശേഷം വരൂ."

"ഇതിനിപ്പോ എത്രയാകും?" ഞാൻ കാറിനു നേരെ നോക്കി ഇനിസിനോട് ചോദിച്ചു .

"എന്റെ പ്രിയപ്പെട്ട വ്ളാദൻ, അത് നമുക്ക് പിന്നെ പറയാം.

മൂന്ന്

സാഗ്റബിനും ബർകോയ്ക്കും ഇടയിലുള്ള മരുഭൂമിപോലെ ശൂന്യമായ ആ സ്ഥലത്തെ പെട്രോൾപമ്പിൽവച്ച് എന്റെ പഴയ കാറിന്റെ ഗ്ലാസ്സുകൾ വൃത്തിയാക്കിയ പയ്യന് മാകിയുടെ അതേ ഛായ തോന്നി. തന്റെ കടയിൽനിന്നും മടങ്ങുന്നവഴി മാകി മറന്നുപോയ മകനാണ് താനെന്ന് അവനു വേണമെങ്കിൽ എന്നെ വിശ്വസിപ്പിക്കാൻ കഴിയും. മുഷിഞ്ഞു നാറിയ വസ്ത്രം ധരിച്ച നാല് പിള്ളേർ ബക്കറ്റിൽ വെള്ളവുമായി വന്നു. അവരെന്നെ ഒളിഞ്ഞു നോക്കുന്നുണ്ടായിരുന്നു. ഞാൻ പുറത്തെടുക്കാൻ നോക്കുന്ന ചില്ലറകളാണ് ലക്ഷ്യം. അടുത്ത കടയിൽനിന്നും ഒരു കാപ്പി കുടിക്കാൻ ഞാൻ മാറ്റിവച്ചതാണത്. എന്റെ അച്ഛൻ ഇവരെ കണ്ടിരുന്നെങ്കിൽ രസകരമായി കൈകാര്യം ചെയ്തേനേ എന്നു ഞാൻ ഓർത്തു. അദ്ദേഹത്തിന്റെ കഴിവുകളൊന്നും എനിക്കു കിട്ടിയിട്ടില്ല. ഞാൻ കാറിന്റെ വാതിൽ തുറന്നതും കുറെ കൈകൾ എന്റെ നേരെ നീണ്ടു.എന്റെ കാപ്പി മോഹത്തെ വെട്ടിക്കുറയ്ക്കാൻ പാകത്തിൽ അവരെന്റെ മനസ്സാക്ഷിയെ ഇളക്കിമറിച്ചു. അവരെ അവഗണിച്ചുകൊണ്ട് മുന്നോട്ടു നടക്കാൻ ഞാൻ ശ്രമിച്ചുനോക്കി. പക്ഷേ മുഷിഞ്ഞ വസ്ത്രം ധരിച്ച ചളിപുരണ്ട കൈകൾ നീട്ടി അവരിലൊരാൾ എന്റെ വഴിമുടക്കി മുന്നിൽ കയറിനിന്നു. എന്റെ കാറിന്റെ ഗ്ലാസ്സുകൾ എത്ര വൃത്തിയായിട്ടാണ് കഴുകിയതെന്ന് അവർ എന്നെ ഓർമ്മിപ്പിച്ചുകൊണ്ടിരുന്നു.

"എന്റെ കൈയിൽ ചില്ലറ ഇല്ല." ഞാനവരെ എന്റെ ഒഴിഞ്ഞ കീശ കാണിച്ചു കൊടുത്തു.

"അതായിക്കോട്ടെ, ഞങ്ങൾക്ക് നോട്ട് മതി."

"എന്റെ കൈയിൽ യൂറോ മാത്രമേയുള്ളൂ."

"അത് സാരമില്ല."

പരാജിതനായി ഞാൻ രണ്ടു യൂറോയുടെ നാണയം കീശയിൽ നിന്നെടുത്ത് മാകിയുടെ മുഖച്ഛായ ഉള്ള കുട്ടിയുടെ കൈയിൽവച്ച് കൊടുത്തു. എന്നാൽ അവരുമായുള്ള എന്റെ വിലപേശൽ തീർന്നില്ല. അവനു കൊടുത്തതിന്റെ പങ്കിനായി മറ്റുള്ളവർ ബഹളം കൂട്ടി.

“നിർത്തൂ, എല്ലാവരും പോ, എന്നെ...”

യൂണിഫോമിട്ട പ്രായമായ ഒരു വെയ്റ്റർ തൊട്ടടുത്ത റെസ്റ്റോറന്റിന്റെ വാതിൽക്കൽ നിന്നു വിളിച്ചുപറഞ്ഞു. അയാൾ ഉച്ചത്തിൽ ദേഷ്യപ്പെടുന്നത് കേട്ടതോടെ ജിപ്സി കുട്ടികളെല്ലാം പിന്നോക്കം മാറി. രോഷാകുലനായ വെയ്റ്റർ അവരിലൊരാളുടെ കോളറിന് പിടിച്ച് അക്ഷരാർത്ഥത്തിൽ പാർക്കിംഗ് ഭാഗത്തേക്ക് വലിച്ചെറിഞ്ഞു. അയാൾ അവരെ തെറിവിളിച്ചു. അവർ തിരിച്ചും.

“എന്നെ അങ്ങോട്ട് വരുത്തരുത്.”, അയാൾ കുട്ടികളെ നോക്കി അലറി.

അവർ തിരിച്ചയാളെ തെറിവിളിച്ചു. യൂണിഫോമിട്ട റസ്റ്റോറന്റ് ജീവനക്കാരുടെയും എതിർവശത്ത് ഗറില്ലകളെപോലെ നിൽക്കുന്ന ജിപ്സികുട്ടികൾക്കുമിടയിൽപെട്ടു ഞാൻ. ആ തട്ടിക്കൂട്ട് പാർക്കിംഗ് സ്ഥലത്തെയും അതേപോലെ തന്നെയുള്ള തട്ടിക്കൂട്ട് റെസ്റ്റോറന്റിനെയും തമ്മിൽബന്ധിപ്പിക്കുന്ന ചളിനിറഞ്ഞ പാതയുടെ അധികാരത്തിനു വേണ്ടിയാണ് ഇരുകൂട്ടരുടെയും മൽപ്പിടുത്തം. ആ സമയത്താണ് ബൾഗേറിയൻ നമ്പർ പ്ലേറ്റുള്ള ഒരു വോക്സ്വാഗൺ കാർ അവിടേക്കെത്തിയത്. അതോടെ ജിപ്സി കുട്ടികൾ കിളവൻ വെയ്റ്ററെ വിട്ട് കാറിന്റെ പിന്നാലെ ബക്കറ്റും വെള്ളവുമായി ഓടി. അതോടെ വെയ്റ്റർ തന്റെ കാവൽ ജോലിയുമായി റസ്റ്റോറന്റിന്റെ പ്രവേശനകവാടത്തിലേക്ക് നീങ്ങി പുകവലിക്കാൻ തുടങ്ങി.

ചായക്കറ പുരണ്ട വെളുത്ത വിരിയിട്ട മേശയുടെ മുന്നിൽ ഞാൻ ഇരിപ്പുറപ്പിച്ചു. വെളുത്ത വിരിയുടെ അടിയിൽ വൃത്തികെട്ട ഒരു ചുവന്ന ഷീറ്റും വിരിച്ചിട്ടുണ്ട്. നടുക്കായി ഒരു പ്ലാസ്റ്റിക് ആഷ്ട്രേയുണ്ട്. കുറച്ചപ്പുറത്തു യൂഗോസ്ലാവിൻ കാലഘട്ടത്തിലെ പ്ലാസ്റ്റിക് പൂക്കൾ വച്ച ഒരു പൂപ്പാത്രവുമുണ്ട്. ഈ പ്രത്യേക അന്തരീക്ഷത്തിൽ കയ്പുരസമുള്ള ഒരു കപ്പ് കാപ്പിക്കായി ഞാൻ ഏറെനേരം കാത്തിരിക്കേണ്ടി വന്നു. നേരത്തെ കണ്ട വെയ്റ്റർ വാതിൽപ്പടിയിൽ തന്റെ ഏതോ പരിചയക്കാരനുമായി സംസാരിച്ചു പുകയും വിട്ടുനിൽക്കുന്നുണ്ട്.

ഞാനേറെ കേട്ടിട്ടുള്ള തെക്കൻ ആതിഥേയ മര്യാദയാണ് ഞാൻ ഇപ്പോൾ അനുഭവിച്ചുകൊണ്ടിരിക്കുന്നതെന്ന് എനിക്കു മനസ്സിലായി. മറ്റുള്ളവർ, എന്നേക്കാൾ മിടുക്കരായവർ, ഈ പെരുമാറ്റ രീതികൾ ഒന്ന് മാറ്റിയെടുക്കാൻ ശ്രമിച്ചിട്ടുണ്ട്. പക്ഷേ അതെല്ലാം വിഫലമാകുകയായിരുന്നു. അത്തരം വിഫലശ്രമങ്ങൾക്ക് മുതിരാതെ അവരുടെ രീതികൾ സ്വീകരിക്കുകയാണ് എനിക്കു നല്ലത്. ഞാനൊരിക്കൽ മനുഷ്യരൂപമുള്ള ഈ ജീവികളുമായി സംസാരിക്കാൻ ശ്രമിച്ചിട്ടുണ്ട് ഏറ്റവും നിഷ്കളങ്കമായ ചില കാര്യങ്ങളാണ് ഞാൻ ചോദിച്ചത്, ഉദാഹരണത്തിന് ബാർക്കോയിലേക്ക് എത്ര ദൂരമുണ്ട്? തുടങ്ങിയ ചോദ്യങ്ങൾ. അതിന് കിട്ടിയ മറുപടി വളരെ കടുപ്പമായിരുന്നു.

യൂണിഫോമിട്ട ഒരു മീശക്കാരനാണ് രാവിലെ പെട്രോൾ അടിക്കാൻ വന്നത്. അയാൾ രാവിലെതന്നെ സ്വയം വെറുത്തുകൊണ്ടാണ് ജോലിക്കെത്തിയതെങ്കിൽ ഉച്ചതിരിഞ്ഞതോടെ ലോകത്തെ മുഴുവൻ വെറുക്കുന്ന അവസ്ഥയിലേക്കെത്തി. ബർകോയെക്കുറിച്ചുള്ള എന്റെ നിരന്തര അന്വേഷണങ്ങൾക്ക് തെറ്റിദ്ധരിപ്പിക്കുന്ന മറുപടികളാണ് അയാൾ നൽകിയത്. ഒടുവിൽ ഞാൻ മടുത്തു. ഞാൻ യാത്ര തുടങ്ങിയിട്ടേയുള്ളൂ.

ഇരുപതു മിനുറ്റിനിപ്പുറം തൊട്ടുള്ള ഈ റെസ്റ്റോറന്റിൽ വൃത്തികെട്ട ചുവയുള്ള കാപ്പി കുടിച്ചിരിക്കെ എന്തുകൊണ്ടാണ് ഇവരുടെ പെരുമാറ്റത്തിൽ ഞാൻ അസ്വസ്ഥനാകുന്നതെന്നു ചിന്തിക്കുകയായിരുന്നു. ആ മീശക്കാരനോടുള്ള ദേഷ്യം എന്റെ ഉള്ളിൽ തിളച്ചുമറിഞ്ഞു. ഒടുവിൽ അയാളുടെ ഒരു സാങ്കല്പിക ജീവചരിത്രം എന്റെ ഭാവനയിൽ ഇതൾ വിടർത്തി. അതിൽ അയാൾ സെർബിയൻ വീടുകളിൽനിന്ന് മോഷ്ടിക്കപ്പെട്ട ഇലക്ട്രോണിക് സാധനങ്ങളും മറ്റും ഒളിച്ചുകടത്തുന്ന കള്ളക്കടത്തുകാരനായി.

മീശക്കാരൻ പെട്രോൾപമ്പിലെ ജോലി കഴിഞ്ഞ് ഇത്തരം കള്ളക്കടത്തു സാമഗ്രികൾ വീടുവീടാന്തരംകൊണ്ട് നടന്നു വിൽക്കുന്നതായും ഭാവനയിൽ കണ്ടു. അയാൾ അവരോട് പറയുന്നത് അവയെല്ലാം സ്വീഡൻകാരനായ തന്റെ മരുമകൻ കൊണ്ടുവന്നതാണെന്നാണ്. അയാൾ തന്റെ അവധിക്കാല വസതിയിലേക്ക് പുതിയ സാധങ്ങൾ വാങ്ങിയതോടെ ആവശ്യമില്ലാതെയായ പഴയ സാധങ്ങളാണിതെന്ന് വിശദീകരിക്കുന്നു. എന്റെ സ്ലോവേനിയൻ ഭാവനകളിൽനിന്നും മീശക്കാരൻ മെല്ലെ അപ്രത്യക്ഷനായപ്പോൾ, സഗ്റബിനും ബെൽഗ്രേഡിനുമിടയിലുള്ള ഈ ശൂന്യതയിൽ ഇയാളേക്കാൾ നല്ലൊരു മനുഷ്യനെ കണ്ടുകിട്ടാൻ പ്രയാസമായിരിക്കുമെന്ന് തോന്നി. തദ്ദേശജനതയ്ക്ക് ഇതു വളരെ സാധാരണ ജീവിതമാണെന്നേ തോന്നൂ. കാരണം അവരുടെ ഭൂമിശാസ്ത്രഗ്രാഹ്യം സാവനദിയുടെ കീഴ്ക്കാംതൂക്കായ മലഞ്ചെരിവുകൾക്കപ്പുറത്തേക്ക് കടന്നിട്ടില്ല. അവിടെ നിന്നാണ് ഞാൻ വരുന്നത്.

എന്തായാലും 'സ്വാഭാവികതയുടെ' ഈ അവസ്ഥാന്തരം എനിക്കു വളരെ അപരിചിതമായി തോന്നി. ഞാൻ ഒരു വൈകാരിക ജീവിയാണെന്ന് തോന്നിയിരുന്നില്ല. ശാപവചനങ്ങളുടെ മലവെള്ളപ്പാച്ചിലുകൾ അല്പം പോലും ഭയപ്പെടുത്തിയിട്ടുമില്ല. എന്നാൽ ലാസറിനെപ്പോലെ ഉയിർത്തെഴുന്നേറ്റിരിക്കുന്ന പിതാവുമായി ഇതെല്ലാം എങ്ങനെയൊക്കെയോ ബന്ധപ്പെട്ടിരിക്കുന്നു എന്ന്തോന്നി. എന്റെ കുറ്റബോധം നിറഞ്ഞ ഈ അവസ്ഥ മീശക്കാരന് മനസ്സിലായോ എന്തോ. ഞാൻ നിഷ്കളങ്കനാണെന്ന ബോധം അച്ഛന്റെ പേര് ഞാൻ ഗൂഗിളിൽ തിരഞ്ഞതോടെ തകർന്നുപോയില്ലേ? അതുകൊണ്ടല്ലേ ആ മീശക്കാരന്റെ കണ്ണിൽ നോക്കി അയാളെ ചീത്ത വിളിക്കാൻ കഴിയാത്തത്?

കിഴക്കൻ സ്ലോവാന്യയിലെ വിസിൻജി എന്ന ഗ്രാമം എനിക്കു ഭൂപടത്തിൽ കണ്ടുപിടിക്കാൻ കഴിഞ്ഞില്ലെങ്കിലും ഇപ്പോൾ എന്റെ ബോധതലത്തിലുണ്ട്,

1991 നവംബർ 13ലെ രാത്രിയിൽ അവിടെ എന്താണ് സംഭവിച്ചതെന്ന് എനിക്കു കുറച്ചൊക്കെ അറിയാം. അന്ന് ഞാനും ദുഷയും ജുബ്ജാനയിലായിരുന്നു താമസിച്ചിരുന്നത്. അതോർത്ത് എന്നും എനിക്കു കുറ്റബോധം തോന്നിയിരുന്നു. ഇന്ന് ഞാൻ അതിനോടടുക്കുമ്പോൾ ആ കുറ്റബോധം കൂടുതൽ ശക്തമായി അനുഭവപ്പെടുന്നു.

“ഇനിഎന്തെങ്കിലും വേണോ?”

“വേണ്ട, നന്ദി.”

“പന്ത്രണ്ടു കുനാസ് (ക്രൊയേഷ്യൻ കറൻസി).”

ജാവോറി റസ്റ്റോറന്റിൽ എന്റെ സമയം അവസാനിച്ചിരിക്കുന്നു.

ജന്മനാട്ടിലേക്ക് ആദ്യമായാണ് ഞാൻ വരുന്നത്. ആദ്യമായാണ് ക്രൊയേഷ്യൻ പൗരന്മാരുമായി ഇടപെടുന്നത്. ഇതിനുമുൻപ് ജുബ്ജാനയിലെ തെരുവുകളിലും അതിർത്തിയിലെ ചെക്ക്പോസ്റ്റുകളിൽ യൂണിഫോമിലും മാത്രമാണവരെ ഞാൻ കണ്ടിട്ടുള്ളത്.

പെട്ടെന്ന് നാദിയയെക്കുറിച്ചോർത്തു. യാത്രയെക്കുറിച്ച് അവളോട് പറയാൻപോലും കഴിഞ്ഞില്ല. പോരുമ്പോൾ അവൾ നല്ല ഉറക്കത്തിലായിരുന്നു. ഉണർത്താൻ തോന്നിയില്ല. യാത്രയുടെ ലക്ഷ്യത്തെക്കുറിച്ചും പരിപാടികളെക്കുറിച്ചും അതിന്റെ സമയദൈർഘ്യത്തെക്കുറിച്ചുമൊക്കെ എന്തെങ്കിലുമൊക്കെ പറഞ്ഞ് അവളെ വിശ്വസിപ്പിക്കാൻ കഴിയുമായിരുന്നു. പക്ഷേ പോരും മുൻപ് അത് ചെയ്തില്ല. ഇപ്പോൾ മൂന്നാംതവണയും ഫോൺ ബെല്ലടിച്ചപ്പോൾ ഇനിയെനിക്കത് അവഗണിക്കാൻ കഴിയില്ല എന്നുറപ്പായിരുന്നു.

“ഹലോ.”

“നിങ്ങൾ എവിടെയാണ്?”

“നാദിയ... ചില കാര്യങ്ങൾ സംഭവിച്ചു.”

“എന്തുപറ്റി?”

“എന്റെ അച്ഛന്റെ അമ്മായി... മിലോസവ... അവർ മരിച്ചുപോയി.”

“ശരിക്കും?” ഇപ്പോൾ നിങ്ങൾ എവിടെയാണ്?”

ഞാൻ ശവസംസ്കാരത്തിനു പോകുകയാണ്. ഇപ്പോൾ വണ്ടിയോടിക്കുന്നു.”

“എവിടേക്ക്?”

“ബോസ്നിയ”

“ബോസ്നിയ?”

"ഇപ്പോൾ ഞാൻ ഇവിടെ ക്രൊയേഷ്യയിലാണ്."

"എന്തുകൊണ്ട് എന്നോട് പറഞ്ഞില്ല? വെറുതെ അങ്ങ് ബോസ്നിയയിലേക്ക് വണ്ടിയോടിച്ചു പോകുകയോ? കുഴപ്പമൊന്നുമില്ലല്ലോ?"

"ഇല്ല, പക്ഷേ ഞാൻ എന്ന് തിരിച്ചുവരുമെന്ന് പറയാൻ കഴിയില്ല."

"ശരിക്കും?"

"അതെ, ഒരുപാട് പറയാനുണ്ട്."

"എനിക്കൊന്നും മനസ്സിലാകുന്നില്ല. ശരി എന്തെങ്കിലുമാകട്ടെ, എവിടെയായാലും വിളിക്കണം."

നാദിയ ഫോൺ കട്ട് ചെയ്തു. ഞാൻ അതങ്ങനെതന്നെ പിടിച്ചുകൊണ്ടിരുന്നു. സംഭാഷണം തുടർന്നെങ്കിൽ എന്ന് തോന്നിപ്പോയി. പക്ഷേ എന്താണ് അവളോട് പറയേണ്ടതെന്ന് മാത്രം അറിയില്ല. ജാവോറി റസ്റ്റോറന്റിനു മുന്നിലെ പാർക്കിംഗ് സ്ഥലത്തുനിന്നുകൊണ്ട് എന്നോ മരിച്ചുപോയ അച്ഛന്റെ ബന്ധുവിനെക്കുറിച്ചുള്ള നുണപറച്ചിൽ എന്തായാലും നാദിയ അർഹിക്കുന്നില്ല. കിഴക്കൻ ബോസ്നിയയിലെ ഒരു നഴ്സിംഗ് ഹോമിലെ തോട്ടത്തിലെ ആപ്പിൾമരം മുറിച്ചുകൊണ്ടിരിക്കവേയാണ് അച്ഛന്റെ ഒരേ ഒരു ബന്ധുവായ മിലോസവ മരിച്ചുപോയത്.

അച്ഛന്റെ സഹോദരിയുടെ ജീവചരിത്രം അതിന്റെ എല്ലാ വിശദാംശങ്ങളോടും മനസ്സിലാക്കിയിരുന്നു. എല്ലാ മഞ്ഞുകാലങ്ങളിലും മിലോസവ കുരുമുളക് സ്റ്റഫ് ചെയ്തു വായു കടക്കാത്ത പാത്രങ്ങളിലാക്കി ഞങ്ങൾക്ക് കൊടുത്തയയ്ക്കുമായിരുന്നു. അതിനൊപ്പം എനിക്കായി ഇരുപതു ജർമൻ മാർക്കും ഉണ്ടാകും. ജുബ്ജാനയിലേക്ക് വരുന്ന ഏതെങ്കിലും ബസ്ഡ്രൈവർമാരുടെ കൈവശമാകും ഇതെല്ലാം കൊടുത്തയയ്ക്കുക. അവരുടെ ഭർത്താവിനെക്കുറിച്ചും എനിക്കു വിശദമായി നാദിയയോട് പറയാൻ കഴിയും. അദ്ദേഹത്തിന്റെ പേര് ടഹമ്സീ എന്നായിരുന്നു. വയറിനുള്ളിൽ ക്യാൻസർ ബാധിച്ചാണ് അദ്ദേഹം മരിച്ചത്. അതിനു മിലോസവ താൻ വീട്ടിൽ ഉണ്ടാക്കുന്ന അനാരോഗ്യകരമായ ഭക്ഷണത്തെ എന്നും പഴിക്കുമായിരുന്നു. അങ്ങനെ അവർ എൺപത്തിഅഞ്ചാമത്തെ വയസ്സിൽ ഓർഗാനിക് ഭക്ഷണത്തിലേക്ക് തിരിഞ്ഞു. ഇതോടെ അവർക്കു മറവിരോഗമാണെന്നും പറഞ്ഞു നാട്ടുകാർ ആ പാവത്തിനെ ഒരു നഴ്സിംഗ് ഹോമിലാക്കി. എന്നിട്ട് അവരുടെ വീടും കൈക്കലാക്കി.

എന്റെ ഭാവനാവിലാസം വളരെ സജീവമാണ്, പ്രത്യേകിച്ചും സ്ത്രീകളെ ചുറ്റിപ്പറ്റിയാകുമ്പോൾ. പക്ഷേ ഇത്തവണ വല്ലാത്ത പ്രതിസന്ധിയിലായി. നാദിയയുടെ ശബ്ദം അടിമുടി മരവിപ്പിച്ചുകളഞ്ഞു. അവളുമായി സത്യസന്ധമായ ഒരു സംഭാഷണം ഇപ്പോൾ എത്ര അനിവാര്യമാണെന്ന് മനസ്സിലായി. ഞാൻ എത്തിപ്പെട്ട ഈ പ്രത്യേക സാഹചര്യത്തിൽ ഒരു കൂട്ടുണ്ടാവുന്നതു നന്നായിരിക്കുമെന്നും തോന്നി. ഇപ്പോൾ അവളൊരു നല്ല കേൾവിക്കാരിയായിരുന്നുവെന്ന തിരിച്ചറിവ് എന്നിൽ നഷ്ടബോധം

ഉണ്ടാക്കി. പരസ്പരബന്ധമില്ലാത്ത എന്റെ ജല്പനങ്ങളെ അടുക്കോടും ചിട്ടയോടുംചേർത്തുവച്ച് ഒരു നിഗമനത്തിലെത്താൻ നാദിയ സമർത്ഥയാണ്. എനിക്ക് അത്തരം കൃത്യമായ നിഗമനങ്ങളിൽ എത്താൻ കഴിയാറില്ല. നാദിയ എല്ലാ അർത്ഥത്തിലും എന്നേക്കാൾ മിടുക്കിയായിരുന്നു. ഒരു നിമിഷം അവളുടെ അടുത്തേക്കു തിരികെപോയാലോ എന്നു പോലും ഞാൻ ചിന്തിച്ചു. പക്ഷേ ഞാൻ നല്ല ഒരു പിടിവാശിക്കാരനായിരുന്നു. ലക്ഷ്യത്തിലെത്തും മുൻപ് പരിശ്രമം അവസാനിപ്പിക്കുന്ന സ്വഭാവക്കാരനായിരുന്നില്ല ഞാൻ.

വിസിൻജിയിൽ അന്ന് എന്താണ് നടന്നതെന്നതിനെക്കുറിച്ചു കൃത്യമായ വിവരങ്ങൾ ഓൺലൈനിൽപോലും ഇല്ല. എന്നാൽ തൊണ്ണൂറുകളിലെ ക്രൊയേഷ്യൻ പത്രങ്ങളിൽ കുറേക്കൂടി വിശദമായ വിവരങ്ങൾ ഉണ്ടാകാൻ സാധ്യതയുണ്ട്. ആ പരിസരങ്ങളിൽ ജീവിക്കുന്നവർക്കും കുറെക്കൂടി കാര്യങ്ങൾ അറിയാൻ കഴിഞ്ഞേക്കും. പക്ഷേ ആരോടൊക്കെ എങ്ങനെയാണ് ചോദിച്ചുതുടങ്ങേണ്ടതെന്ന് എത്തുംപിടിയും കിട്ടിയില്ല. അവരെന്തൊക്കെ പറയും എന്നതും ആശങ്കപ്പെടുത്തി. അങ്ങനെയാരെങ്കിലും തയ്യാറായാൽ അവരിൽനിന്നും കിട്ടുന്ന വിവരങ്ങളും എന്റെ അറിവുകളുംകൂടി ചേർത്തുവച്ച് കാര്യങ്ങൾക്കു വ്യക്തത വരുത്താൻ കഴിഞ്ഞേക്കുമെന്നു കണക്കുകൂട്ടി. എനിക്കറിയാവുന്ന കാര്യങ്ങൾ അനുസരിച്ചു 1991 നവംബർ 13ന് രാത്രി യൂഗോസ്ലാവ്യ പീപ്പിൾസ് ആർമിയുടെ മൂന്നാംബറ്റാലിയൻ ജനറൽ ബോറോജെവിക്കിന്റെ നേതൃത്വത്തിൽ വിസിൻജി ഗ്രാമം കൊള്ളയടിച്ചശേഷം കത്തിച്ചു. അതിനിടെ സ്ത്രീകളും കുട്ടികളും ഉൾപ്പെടെ മുപ്പത്തിനാല് നിരായുധരായ ഗ്രാമീണരെ അവർ വെടിവച്ചു കൊന്നു. ശവശരീരങ്ങൾ അവർ ഒന്നിച്ചു കുഴിച്ചിട്ടു. ഏതാനും കിലോമീറ്റർ അകലെയുള്ള വനത്തിൽനിന്നും കൂട്ടകുഴിമാടം പിന്നീട് കണ്ടെത്തിയതും അന്തരാഷ്ട്രകോടതി ബോറോജെവിക്കിനെ കുറ്റക്കാരാണെന്ന് വിധിച്ചതും എനിക്കറിയാമായിരുന്നു. പക്ഷേ അന്ന് അയാൾ ഒളിവിലായിരുന്നു. യുദ്ധക്കുറ്റങ്ങളുടെ പേരിൽ കമാണ്ടറായിരുന്ന ബോറോജെവിക്കിനു കോടതി ശിക്ഷയും വിധിച്ചു. ഒളിവിലായ ജനറൽ എവിടെയാണ് ഒളിവിൽ കഴിയുന്നത് എന്നതു സംബന്ധിച്ചും നിരവധി സിദ്ധാന്തങ്ങൾ പ്രചരിച്ചിരുന്നതായി എനിക്കറിയാം. വിശാലമായ സെർബിയൻ പ്രദേശങ്ങളിൽ മറ്റു പല യുദ്ധകുറ്റവാളികളെയുംപോലെ സെർബിയൻ രഹസ്യാന്വേഷണ വിഭാഗത്തിന്റെ ഒത്താശയോടെ അയാൾ ജീവിക്കുകയാണെന്നായിരുന്നു ഒരു വാദം. തെക്കൻ സെർബിയയിലെ കോട്ടപോലെ മതിലുകളുള്ള ഒരു വീട്ടിൽ അയാൾ വർഷങ്ങളോളം ജീവിച്ചതായും ഒരു വിവരമുണ്ട്. സെർബിയയിലെ രാഷ്ട്രീയമേലാളന്മാരുടെ നേരിട്ടുള്ള ഇടപെടലിനെ തുടർന്നാണ് അയാൾ സംരക്ഷിക്കപ്പെടുന്നതെന്നും പലരും അഭിപ്രായപ്പെട്ടുകണ്ടിരുന്നു.

ഞാൻ ബോറോജെവിക്കിനെ അവസാനമായി കണ്ടത് ബെൽ ഗ്രേഡിലെ ഒരു റസ്റ്റോറന്റിൽ വച്ചാണ്, 1991ൽ. അന്ന് അയാൾ കേണലായിരുന്നു. ഇന്ന് പിന്തിരിഞ്ഞു നോക്കുമ്പോൾ പുലയിലെ എന്റെ ബാല്യത്തിൽ പിതാവിന്റെ വേഷം നന്നായി കൈകാര്യം ചെയ്തിരുന്ന ആ മനുഷ്യനെ ശരിക്കും മനസ്സിലാക്കാൻ കഴിഞ്ഞിട്ടില്ല എന്ന് തോന്നുന്നു. ഏതൊരു കുട്ടിയും തന്റെ പിതാവിനെ സ്നേഹിക്കുന്നപോലെ ഞാനും അദ്ദേഹത്തെ സ്നേഹിച്ചിരുന്നു. അദ്ദേഹം പോയി എന്ന് അമ്മ പറഞ്ഞപ്പോൾ ഞാൻ അന്ന് ഒരുപാടു ദുഃഖിച്ചു. അച്ഛനെ നഷ്ടപ്പെട്ട വേദനയിൽ നിന്ന് ഞാൻ ഒരിക്കലും കരകയറിയിരുന്നില്ല എന്ന് തോന്നാറുണ്ട്. അങ്ങനെ ചിന്തിക്കുന്നതിൽ ഞാൻ എന്തോ ചില ആശ്വാസങ്ങൾ കണ്ടെത്തിയിരുന്നു. അച്ഛനെക്കുറിച്ചുള്ള എന്റെ ബാല്യകാല സ്മരണകൾ മങ്ങിപ്പോയിരിക്കുന്നു. ഏറ്റവും സങ്കടകരമായ കാര്യം അച്ഛന്റെ മുഖം ഓർത്തെടുക്കാൻ കഴിയുന്നില്ല എന്നതാണ്. ഓർമ്മകളിൽ അദ്ദേഹത്തിന്റെ മുഖം വരുന്നത് പഴയ ഫോട്ടോകളിലൂടെയാണ്. അതിന്റെ നേർക്കാഴ്ച എന്നിൽ നിന്ന് നഷ്ടപ്പെട്ടു പോയിരിക്കുന്നു. നിരവധി ജന്മദിനപാർട്ടികളിലെ പഴയ ഫോട്ടോകളിലൂടെയാണ് ഇപ്പോൾ അദ്ദേഹത്തെ കാണുന്നത്. അതിലെല്ലാം യുവത്വം തുളുമ്പുന്ന മുഖമുള്ള ഒരാളാണ്. എന്തെങ്കിലും ആശയക്കുഴപ്പം ഉണ്ടാകുമ്പോൾ പരസ്പരം കൂട്ടിമുട്ടുന്ന കട്ടികൂടിയ പുരികക്കൊടികൾ ആ ഫോട്ടോകളിൽ കാണുന്നില്ല. കണ്ണടയില്ലാതെ ടിവി കാണാൻ ബദ്ധപ്പെടുന്ന ആ കറുത്ത കണ്ണുകളും ഓർത്തെടുക്കാൻ കഴിയുന്നില്ല. ഉച്ചഭക്ഷണ സമയങ്ങളിൽ അമ്മയുടെ പരസ്പരബന്ധമില്ലാത്ത പരാതികൾ കേട്ടുകൊണ്ട് ഭക്ഷണം കഴിക്കുന്ന രൂപവും ഓർമ്മിച്ചെടുക്കാൻ കഴിയുന്നില്ല. സിനിമ തീയേറ്ററിൽ സിനിമ തുടങ്ങാൻ വൈകുന്നതിൽ അസ്വസ്ഥനായി തിരിഞ്ഞും മറിഞ്ഞുമിരുന്നു സമയം പോക്കാൻ ശ്രമിക്കുന്ന രൂപവും ഓർമ്മ വരുന്നില്ല.

ഓർമ്മയിൽ അദ്ദേഹത്തെ വളരെ ദൂരെനിന്നാണ് കാണുന്നത്. അദ്ദേഹത്തിന്റെ മനോഹരമായ ഓഫീസർ യൂനിഫോം വീട്ടിലെ കണ്ണാടിയുടെ മുന്നിൽ തൂങ്ങിക്കിടക്കുന്നത് ഓർത്തു. അത് യുഗോസ്ലാവ്യ പീപ്പിൾസ് ആർമിഡ്യെയുടെ തലേന്നായിരുന്നു. അദ്ദേഹം കുളിക്കാനുള്ള തയ്യാറെടുപ്പിൽ വരുന്നതും എന്നോട് വെള്ളത്തിൽനിന്നും കയറാൻ ആവശ്യപ്പെട്ടതും ഓർക്കുന്നു.

ഞാനിപ്പോൾ സഞ്ചരിക്കുന്ന റോഡിലൂടെതന്നെ പോയാൽ ഏതാനും മണിക്കൂറുകൾക്കുള്ളിൽ ഞാൻ വുക്കോവറിലും വിസിൻജിയിലും എത്തും. പക്ഷേ ഈ രണ്ടു സ്ഥലവും കാണാൻ ശരിക്കും ആഗ്രഹിക്കുന്നുണ്ടോ എന്ന് ചോദിച്ചാൽ മറുപടിയില്ല. മുമ്പൊരിക്കലും സ്ലോവേനിയയിൽ വന്നിട്ടില്ല. പക്ഷേ വിസിൻജിയുടെ ഒരു ചിത്രം ഭാവനയിൽ ഞാൻ വരച്ചിട്ടിരുന്നു, മരങ്ങളില്ലാത്ത ഒരു സമതലത്തിൽ കുറെ വീടുകൾ ചിതറിക്കിടക്കുന്നത് കാണാം. ചിമ്മിനികളിൽനിന്നും പുക ഉയരുന്നു.

വീട്ടിനുള്ളിലെ ഇരുട്ടിലേക്ക് നവംബർ സായാഹ്നത്തിന്റെ വെളിച്ചം ജനലുകളിലൂടെ അകത്തേക്കു കടക്കുന്നു. എവിടെയോ ഒരു പട്ടി കുരച്ചു. ആ കുര ഒന്നിന് പുറകെ ഒന്നായി ഗ്രാമത്തിലെ നായകൾ ഏറ്റുപിടിച്ചു. പിന്നെ എല്ലാം നിശ്ശബ്ദമായി. ദൂരെ ആരോ വയൽവരമ്പിലൂടെ നടക്കുന്ന ശബ്ദം കേൾക്കുന്നു. ആരോ വീടിനു പുറത്തേക്കു വാതിൽ തുറന്നു ഇറങ്ങുന്നു. പിന്നാലെ കുട്ടികളുടെ കലപില അകത്തുനിന്ന് കേൾക്കാം. വാതിൽ അടച്ചതോടെ ആ ശബ്ദം അപ്രത്യക്ഷമായി. പിന്നെ കാറ്റിന്റെയും ചീവീടുകളുടെയും ശബ്ദം മാത്രം നിശ്ശബ്ദതയെ ഭേദിച്ചുകൊണ്ടിരുന്നു. ലോകഭൂപടത്തിലെവിടെയും കാണാനിടയില്ലാത്ത വിസിൻജിയുടെ ചരിത്രത്തിലെ ആയിരക്കണക്കിന് നവംബർമാസ സായാഹ്നങ്ങളിലെപ്പോലെ മറ്റൊരു നവംബർ സായാഹ്നമായിരുന്നു അന്ന്. വിസിൻജിയുടെ ചക്രവാളങ്ങൾക്കപ്പുറത്തെവിടെയോ നിന്ന് യൂഗോസ്ലാവ്യ പീപ്പിൾസ് ആർമിയുടെ മൂന്നാം ബറ്റാലിയൻ ബോറോജെവിക്കിന്റെ നേതൃത്വത്തിൽ ഗ്രാമത്തെ ലക്ഷ്യമാക്കി നീങ്ങിത്തുടങ്ങിയിരുന്നു. "ഗ്രീൻകാർഡ് കാണിക്കൂ."

ഇനിസ് എന്നോട് പറഞ്ഞിരുന്നു ബോസ്നിയൻ കസ്റ്റംസ് ഉദ്യോഗസ്ഥർ ഗ്രീൻകാർഡ് ചോദിക്കുമെന്ന്. ഭാഗ്യത്തിന് ഇനിസ് മുന്നറിയിപ്പ് തന്നിരുന്നു. അതുകൊണ്ടു ഞാൻ കാർഡ് കൈയിൽ കരുതിയിരുന്നു. കസ്റ്റംസ് ഓഫീസർ സംതൃപ്തനായി എന്റെ പാസ്പോർട്ട് വാങ്ങി. പേജുകളൊന്നും മറിക്കാതെ ഒരു നിമിഷം അതിൽതന്നെ തുറിച്ചു നോക്കിനിന്നു.

"നിങ്ങൾ എവിടെ പോകുന്നു വ്ളാദൻ?"

"ബർകോയിലേക്ക്"

"ബർകോയിലേക്ക്?" അയാൾ ആവർത്തിച്ചു .

അയാൾ എന്റെ ഫോട്ടോയിൽ തന്നെ നോക്കിനിൽപ്പാണ്. നിൽപ് കണ്ടാൽ തോന്നും എന്റെ ജനനനതീയതയും അഡ്രസ്സും ഓർത്തുവയ്ക്കുന്നത് കള്ളന്മാരെ പിടിക്കാനുള്ള ഏതോ ആധുനിക സംവിധാനത്തിന്റെ ഭാഗമാണെന്ന്.

"കൊള്ളാം."

അയാൾ എന്റെ രേഖകൾ എല്ലാം തിരികെ തന്നു. ഒരു നിമിഷത്തിനുള്ളിൽ ജീവിതത്തിൽ ആദ്യമായി ബോസ്നിയ ഹെർസിഗോവിനയിലേക്ക് കാലെടുത്തുവച്ചു.

നാല്

ഞാൻ ആദ്യമായി 'സെക്കൻഡഡ്' എന്ന വാക്ക് കേട്ട അന്നാണ് എന്റെ അമ്മ ആദ്യമായി വാതിലടച്ച് ഒറ്റയ്ക്കിരുന്നത്. അച്ഛൻ എന്താണ് അവരോട് പറഞ്ഞതെന്ന് മനസ്സിലായില്ല. കാരണം മാർക്കറ്റിൽനിന്നും തിരിച്ചുള്ള യാത്രയിൽ അച്ഛൻ എന്നെ വീട്ടിലേക്കു കൂട്ടിയിരുന്നില്ല. പകരം ഭക്ഷണം കഴിക്കാനാകുംവരെ പുറത്തു കളിക്കാനാണ് പറഞ്ഞത്. ഇതായിരുന്നു കേണൽ ബോറോജെവിക്കിൽനിന്നും എനിക്ക് കിട്ടിയ ആദ്യത്തെയും അവസാനത്തെയും കല്പന. പക്ഷേ അതിലെ പട്ടാളസ്വരം വ്യക്തമായിരുന്നു. ഞാൻ തടസ്സമൊന്നും പറയാതെ അനുസരിച്ചു. അച്ഛൻ ബെൽഗ്രേഡിലേക്ക് പോകാനുള്ള തീരുമാനം പറയുമ്പോൾ ഞാൻ പുറത്ത് അലഞ്ഞുനടക്കുകയായിരുന്നു. അന്ന് വീട്ടിലെത്തിയപ്പോൾ എതിരേറ്റ ആ വന്യമായ നിശ്ശബ്ദത ഞാൻ ഒരിക്കലും മറക്കില്ല. സാധാരണ ഞങ്ങൾ വീട്ടിൽ ടിവിയോ റേഡിയോയോ പ്രവർത്തിപ്പിച്ചുകൊണ്ടിരിക്കും. ഞാൻ നോക്കുമ്പോൾ അമ്മ മുറിയിലെ വലിയ അലമാരയിൽനിന്നും വസ്ത്രങ്ങളെല്ലാം എടുത്തു ബെഡിലേക്കിടുന്നു. കൊത്തിനുറുക്കിയ ഇറച്ചിയും ഒരു പ്ലേറ്റിൽ മക്രോണിയും മാത്രമുണ്ട് തീൻമേശയിൽ. മിണ്ടാതെ ഭക്ഷണം കഴിക്കാൻ എന്നോടുള്ള വ്യക്തമായ നിർദ്ദേശം. ജോലിയുടെ ആവശ്യാർത്ഥം ഞങ്ങൾ ബെൽഗ്രേഡിലേക്ക് പോകുകയാണെന്നും അമ്മ എന്റെ വസ്ത്രങ്ങൾ എടുത്തുവയ്ക്കുകയാണെന്നും അച്ഛൻ ഇടയ്ക്ക് പറഞ്ഞു. അടുത്ത നിമിഷം എന്റടുത്തു വന്ന് അദ്ദേഹം പറഞ്ഞു ഭക്ഷണം കഴിച്ചിട്ട് പുറത്തുപോകുകയോ ടിവികാണുകയോ ചെയ്യുക. അലഞ്ഞു തിരിഞ്ഞു നടക്കരുത്. പോകുന്നതിനുമുമ്പ് എല്ലാം എടുത്തു വയ്ക്കാനുണ്ട്.

വൈകുന്നേരമായപ്പോൾ ആർമിയുടെ ട്രക്ക് പത്തുമിനിറ്റിനകം മുന്നിലെ കടയുടെ അടുത്ത് വരുമെന്ന് അച്ഛൻ അറിയിച്ചു. അതുകൊണ്ട് ഞങ്ങൾ സാധനങ്ങൾ ഓരോന്നായി പുറത്തേക്കു നീക്കിത്തുടങ്ങണം. അമ്മ പൊട്ടിക്കരയാൻ തുടങ്ങി. അച്ഛൻ അവരെ കെട്ടിപ്പിടിച്ച് ആശ്വസിപ്പിക്കാൻ ശ്രമിച്ചു. അമ്മയുടെ കസിൻ വാഹനാപകടത്തിൽ മരിച്ച വാർത്ത അറിയിച്ചപ്പോഴും പൊട്ടിക്കരഞ്ഞ അമ്മയെ ഇതുപോലെ ചേർത്തുപിടിച്ച് അച്ഛൻ ആശ്വസിപ്പിച്ചിരുന്നു. എന്നാൽ ഇന്ന് അവർ അദ്ദേഹത്തെ തള്ളിമാറ്റി.

വലിയപെട്ടിവലിച്ചുനീക്കാൻ തുടങ്ങി. അതിനു ഭാരം കൂടുതലാണെന്നും അത് താൻ കൊണ്ടുപൊയ്ക്കോളാമെന്നും പറഞ്ഞ് അച്ഛൻ ആ വലിയ പെട്ടിയിൽനിന്നും അമ്മയുടെ പിടിവിടുവിക്കാൻ നോക്കി. പക്ഷേ അവർ വിട്ടില്ല. അവർ അത് പടിക്കെട്ടുകളിൽകൂടി വലിച്ചിഴച്ച് താഴെയെത്തിച്ചു. പിന്നെ കടയുടെ മുന്നിലെ പാർക്കിംഗ് സ്ഥലത്ത് വലിയ ഒച്ചയോടെ അത് നിലത്തിട്ട് അതിന്മേൽ കയറി ഇരുന്നു. പിന്നെ അവിടെയിരുന്നു കരയാൻ തുടങ്ങി. ആകെ വിഷമത്തിലായ അച്ഛൻതന്നെ മറ്റു സാധങ്ങളെല്ലാം ചുമന്നു താഴെയെത്തിച്ചു. ഒപ്പം എന്നോട് അമ്മയുടെ അടുത്തുതന്നെ നിൽക്കാനും പറഞ്ഞു.

അപ്പോഴതാ ഞങ്ങളുടെ അയൽക്കാരി ഇനിസ അവിടെയെത്തി. ഏതു സമയത്താണെങ്കിലും തന്റെ വീടിനു സമീപം നടക്കുന്ന കാര്യങ്ങൾ വീക്ഷിക്കുന്ന ആളാണ് കക്ഷി. ഇത്തവണ കുളിക്കാനുള്ള വേഷത്തിൽ അവരുടെ ഭർത്താവിന്റെ ഷൂസും ധരിച്ചുകൊണ്ട് അവർ ഓടിവന്നു. ഞങ്ങളോട് യാത്ര പറയാനുള്ള വരവാണ്. ഞങ്ങൾ എത്രയും പെട്ടെന്ന് തിരിച്ചുവരുമെന്ന് അച്ഛൻ അവരോടു പറയാൻ ശ്രമിച്ചു. പക്ഷേ അവർ വെറുതെ തലയാട്ടി എന്നിട്ടു പറഞ്ഞു, "നിങ്ങൾക്ക് സൗഭാഗ്യങ്ങൾ ഉണ്ടാകട്ടെ, എവിടെയായിരുന്നാലും ആരോഗ്യത്തോടെയും സന്തോഷത്തോടെയും ഇരിക്കാനിടവരട്ടെ." പിന്നെ അവർ എന്റെ ഇരുകവിളിലും നെറ്റിയിലും ചുംബിച്ചു. എന്നിട്ടു നല്ല കുട്ടിയായിരിക്കാനും അച്ഛനമ്മമാരെ അനുസരിക്കാനും ഉപദേശിച്ചു. അവരുടെ പ്രശ്നങ്ങൾ വർദ്ധിപ്പിക്കാൻ ഞാൻ ഇടയാകരുതെന്ന് അവർ ഓർമ്മിപ്പിച്ചു. അവരുടെ പ്രശ്നങ്ങൾ എന്തായിരുന്നുവെന്ന് അന്നെനിക്ക് അറിയില്ലായിരുന്നു. അതെന്താണെന്നു വിശദീകരിക്കാതെ അവർ എന്നെ വീണ്ടും ചേർത്തുപിടിച്ചു. എന്റെ അമ്മയേക്കാൾ ശക്തമായി കരയാൻ തുടങ്ങി.

ഒടുവിൽ ആർമിട്രക്ക് എത്തി. ഡ്രൈവർ ഇറങ്ങിവന്നു ഞങ്ങളെ അഭിവാദ്യം ചെയ്തു. അയാൾ സാധങ്ങൾ ഓരോന്നായി എടുത്തുവെച്ചു. അമ്മ പെട്ടിയുടെ മുകളിൽ നിന്നെഴുന്നേറ്റ് ഇനിസയുടെ അടുത്ത് ചെന്ന് അവരെ കെട്ടിപ്പിടിച്ചു. അച്ഛൻ സാധങ്ങൾ ഓരോന്നായി ഡ്രൈവറുടെ കൈയിലേക്ക് കൊടുത്തു. എല്ലാം കയറ്റി കഴിഞ്ഞു ഡ്രൈവർ ടാർപോളിൻ വലിച്ചുകെട്ടി. അപ്പോൾ എനിക്കും എന്തോ വിഷമം തോന്നി. ഞാനും അവരുടെ കൂടെ കരയാൻ ആരംഭിച്ചു. എന്റെ വേനൽക്കാലം തുടങ്ങും മുൻപേ അവസാനിച്ചുവെന്നൊരു തോന്നലുണ്ടായി. അച്ഛൻ ഇനിയൊരിക്കലും എന്നെ ഗോൾഡൻ റോക്സ് ബീച്ചിൽ കൊണ്ടുപോകില്ലെന്നും ഇനിയൊരിക്കലും പാറക്കൂട്ടങ്ങൾക്കുമേൽ നിന്നു കടലിലേക്ക് ചാടി നീന്താൻ കഴിയില്ലെന്നും ഉള്ളിൽ ഇരുന്ന് ആരോ പറയുന്നതുപോലെ.

ഞങ്ങൾ തെരുവ് പിന്നിട്ടതോടെ വേണമെങ്കിൽ ഉറങ്ങാമെന്നും അയാൾക്കുവേണ്ടി ഉണർന്നിരിക്കേണ്ടെന്നും ഡ്രൈവർ പറഞ്ഞു. കാരണം ഏറെ നേരത്തെ അസുഖകരമായ യാത്രയുണ്ട് മുന്നിൽ. ഞങ്ങൾ

നിശ്ശബ്ദരായി പുറത്തേക്കു നോക്കി കണ്ണിൽനിന്നും മറയുന്ന പ്രിയപ്പെട്ട കാഴ്ചകളെ നോക്കിയിരിക്കുമ്പോൾ ഡ്രൈവർ സംശയാസ്പദമാംവിധം ആഹ്ലാദവാനായി കാണപ്പെട്ടു.

വർഷങ്ങൾക്കുമുൻപ് ജുബ്ജാനയിൽനിന്നുള്ള അധ്യാപന വിദ്യാർത്ഥി യായിരുന്ന അമ്മ പുല നഗരത്തിൽ എത്തിയത് രാത്രി പത്തുമണിക്ക് മുൻപായിട്ടായിരുന്നു. പച്ചനിറത്തിലുള്ള ചെറിയ തീവണ്ടിയുടെ ജനാല യിലൂടെ പുറത്തേക്കു നോക്കിയിരുന്ന അവരുടെ ആവേശവും ആകാംക്ഷയും സ്റ്റേഷനടുക്കുന്തോറും കൂടിവന്നു. അവർക്കറിയാം ആ വെളിച്ചത്തിന്റെ നടുവിൽ രണ്ടാംനമ്പർ പ്ലാറ്റ്ഫോമിൽ തന്നെയും കാത്തു ലെഫ്റ്റനന്റ് ബോറോജെവിക് കൈയിൽ ഒരു റോസാപ്പൂവുമായി നില്പു ണ്ടാകുമെന്ന്. ആ ഒറ്റ റോസാപ്പൂവിനെ ഇരുകൈകളിലും മാറിമാറി പിടിച്ചു കൈയിൽ റോസ്മുള്ളുകൾകൊണ്ട് പോറൽ വീണുള്ള ആ നില്പിനെ ക്കുറിച്ചോർത്തപ്പോൾ അദ്ദേഹം ആ പൂവ് കൊണ്ടുവരാതിരിക്കുന്നതാണ് നല്ലതെന്ന് അവർക്കു തോന്നിയിട്ടുണ്ട്. അതല്ലാതെതന്നെ അവളുടെ സ്നേഹത്തിനായി അദ്ദേഹത്തിന് നല്ല ചിലവുണ്ട്. തന്റെ മേലുദ്യോഗ സ്ഥനായ ക്യാപ്റ്റൻ മുസിറോവിക്കിനു മുന്തിരികൊണ്ടുള്ള വിലകൂടിയ മദ്യം കാഴ്ചവച്ചിട്ട് വേണം ജോലിസമയത്തിന് ഇളവ് നേടാൻ. അപ്പോൾ ബോറോജെവിക്കിനു വെളുപ്പിന് നാലുമണിവരെ, ജുബ്ജാനയിലേക്കുള്ള പച്ച ട്രെയിൻ തിരികെ പോകുംവരെ പ്രിയതമയ്ക്കൊപ്പം ചിലവിടാം. പക്ഷേ ബോറോജെവിക് ഒരു മാന്യനാണ്. തന്റെ സ്ലോവേനിയക്കാരി കാമുകിയെ യൂഗോസ്ലാവ്യ പീപ്പിൾസ് ആർമിയിലെ ഉദ്യോഗസ്ഥൻ ഒരു റോസാപ്പൂവുമായി തന്നെ സ്വീകരിക്കുന്നതാണ് ഉചിതമെന്ന് അദ്ദേഹം കരുതുന്നു. എന്നിട്ട് അവളുടെ കൈ പിടിച്ചു തെട്ടടുത്തുള്ള ഹംഗേറി യൻ റസ്റ്റോറന്റിൽപോയി അവൾക്കു കാപ്പിയും കേക്കും നൽകി സൽ ക്കരിച്ചു വെളുപ്പിന് മൂന്നരയ്ക്കു കവിളിൽ ഒരു ചുംബനവും നൽകി യാത്ര യാക്കുക. എത്ര തവണ ബോറോജെവിക് ക്യാപ്റ്റന് മുന്തിരിമദ്യം വാങ്ങി നൽകേണ്ടി വന്നിട്ടുണ്ടെന്നും എത്ര തവണ ദുഷ പോഡ്ലോഗർ ആകാംക്ഷയോടെ അതേ തീവണ്ടിജനാലയിൽകൂടി രണ്ടാംനമ്പർ പ്ലാറ്റ് ഫോമിലേക്ക് കണ്ണ്നട്ടിരുന്നിട്ടുണ്ടാകുമെന്നും ആർക്കറിയാം. എന്നാണ് ആ ചെറുപ്പക്കാരൻ സൈനിക ഓഫീസർക്ക് തന്റെ സ്ലോവേനിയൻ കാമുകിയുടെ ചുണ്ടിൽ ചുംബിക്കാൻ ധൈര്യം ഉണ്ടായതെന്നും അവളെ തന്റെ പുതപ്പിനടിയിലേക്ക് സ്വാഗതം ചെയ്യാൻ കഴിഞ്ഞതെന്നും ആർക്ക റിയാം. അന്നായിരിക്കും, അദ്ദേഹത്തിന്റെ കരുത്തുറ്റ കൈകൾ അടർത്തി മാറ്റാൻ കഴിയാതെ ദുഷയ്ക്ക് ആദ്യമായി തന്റെ വണ്ടി തെറ്റിയിട്ടുണ്ടാവുക.

ഇതൊന്നും അമ്മ എന്നോട് പറഞ്ഞിട്ടില്ല. എന്നാൽ എങ്ങനെയാണ് അവർ തന്റെ സഹപ്രവർത്തകയെ ചോക്ലേറ്റുകൾ കൊടുത്തു വശത്താ ക്കിയിരുന്നതെന്നു പറഞ്ഞിട്ടുണ്ട്. ടിറ്റോ സ്ട്രീറ്റിലെ ഷൂ കടയുടെ വെയർ ഹൗസിൽ ഇടയ്ക്കൊന്നു മയങ്ങാൻ പോകുന്നത് ബോസിനോട് പറ യാതിരിക്കാനായിരുന്നു ആ കൈക്കൂലി. മിക്കവാറും സ്റ്റേഷനിൽനിന്ന്

നേരിട്ടായിരുന്നു ദുഷ ജോലിക്കെത്തിയിരുന്നത്. കുറേയായപ്പോൾ അവരുടെ സഹപ്രവർത്തകർ കളിയാക്കാൻ തുടങ്ങി. റോസാപ്പൂവിനു പകരം മോതിരം തരാൻ സമയമായെന്ന് അവർ ഒളിഞ്ഞും തെളിഞ്ഞും പറയാൻ തുടങ്ങി. അപ്പോഴൊക്കെ ദുഷ സമയമായില്ല എന്ന് പറഞ്ഞൊഴിയും. യൂണിഫോമിൽ അത്രയും സുന്ദരനായ ഒരാളെ വിവാഹം കഴിക്കാൻ ഏതു പെൺകുട്ടിയും ഒന്ന് പേടിക്കും എന്ന് അവർ കൂട്ടിച്ചേർക്കുമായിരുന്നു. ഒടുവിൽ ഈ പരിപാടി അമ്മയുടെ സഹപ്രവർത്തകയ്ക്ക് മടുത്തുതുടങ്ങി. ഒപ്പം അമ്മയുടെ ബോസിനും. ഷൂപെട്ടികൾക്കിടയ്ക്ക് ഒരു കുഞ്ഞിനെപ്പോലെ തളർന്നുറങ്ങുന്ന അമ്മയെ അയാൾക്ക് സംശയമായിത്തുടങ്ങി. ഒരു ദിവസം ഉച്ചകഴിഞ്ഞുള്ള ആ ഉറക്കസമയം അയാൾ കൈയോടെ പിടികൂടി.

കഷ്ടകാലം കൂട്ടത്തോടെയാണ് വരാറ്. അടുത്തുതന്നെയുള്ള പട്ടണത്തിൽ താമസക്കാരനായ, ആവശ്യമില്ലാത്ത എല്ലാ കാര്യങ്ങളിലും തലയിടുന്ന ആൾ എന്നു പേരുകേട്ട പോഡ്‌ലോഗർ, ഷൂ കടയിൽ, പഠിക്കാനാവശ്യമായ പണം കണ്ടെത്താൻ കഠിനാധ്വാനം ചെയ്യുന്ന മകളെക്കുറിച്ചുള്ള ചില കഥകൾ കേട്ടുതുടങ്ങി. അതിലൊന്ന് കാലങ്ങളായി അവൾ ഫാക്കൽറ്റി ഓഫ് എഡ്യൂക്കേഷൻ എന്ന സ്ഥാപനത്തിൽ ചെല്ലാറില്ല എന്നതാണ്. ദുഷയുടെ പിതാവ് ദുഷാൻ ഒരു പ്രത്യേക തരക്കാരനാണ്. ഒരു പൊലീസ് കമാണ്ടറായിരുന്ന അയാൾ ഹൃദ്രോഗിയായതിനെത്തുടർന്ന് സർവീസിൽനിന്നും പിരിയേണ്ടി വന്നതാണ്. സ്ഥലത്തെ മോറൽ പൊലീസാണ് പ്രൈമറി സ്കൂളിന്റെ മുൻസെക്രട്ടറിയായിരുന്ന മരിയ പോഡ്‌ലോഗർ. ആ പ്രദേശത്തു നടക്കുന്ന എല്ലാ കാര്യങ്ങളിലും അവരുടെ ശ്രദ്ധ പതിയാറുണ്ട്. തങ്ങളുടെ മക്കൾ എന്ത് ചെയ്യുന്നു എന്ന് മാതാപിതാക്കൾ അറിയാതിരിക്കുന്നതു ശരിയല്ല എന്ന് അവർ ഒരിക്കൽ അഭിപ്രായപ്പെടുകയും ചെയ്തു.

അങ്ങനെ 1979 മാർച്ച് ആയപ്പോഴേക്കും ദുഷയുടെ ജോലി നഷ്ടപ്പെട്ടു. ഒരു മുൻപൊലീസ്മേധാവി കൂടിയായിരുന്ന പോഡ്‌ലോഗർ ദുഷയുടെ തോന്ന്യാസങ്ങൾക്ക് അവൾക്കു ശിക്ഷ കൊടുക്കണമെന്ന് ഉറപ്പിച്ചിരുന്നു. എന്തായാലും അവൾക്കു താമസസ്ഥലവും നഷ്ടപ്പെട്ടു. ദുഷ ഇപ്പോഴും താത്ത്വികമായി വിദ്യാർത്ഥി തന്നെയായിരുന്നു. അതുകൊണ്ട് അവൾ ദേഷ്യംപിടിച്ചു വീട് വിടാൻ തീരുമാനിച്ചപ്പോൾ അച്ഛൻ എതിർത്തില്ല. അയൽക്കാരുടെ മുനവച്ച ചോദ്യങ്ങൾക്ക് അയാൾ അവളെ പിന്തുണയ്ക്കുന്നുവെന്നും അവളെക്കുറിച്ച് അഭിമാനിക്കുന്നുവെന്നും പറഞ്ഞു മുഖം രക്ഷിച്ചു. ഒരു വിദ്യാർത്ഥിക്കു സമാധാനമായി പഠിക്കാനുള്ള സൗകര്യം ഉണ്ടാകണമെന്നും അധ്യാപകരുടെ സമീപത്തു താമസിക്കുന്നതാണ് നല്ലതെന്നും അയാൾ പുറമെ അവനവനെയും ന്യായീകരിച്ചു. വീടുപേക്ഷിച്ചു ദുഷ പോയി എന്നത് സമ്മതിക്കാൻ അയാൾക്ക് കഴിയില്ലായിരുന്നു. അതുകൊണ്ട് ഇതെല്ലാം തന്റെതന്നെ പദ്ധതികളാണെന്ന് വരുത്തിത്തീർക്കാനും സ്വയവും മറ്റുള്ളവരെയും ബോധ്യപ്പെടുത്താനും അയാൾ ശ്രമിച്ചു.

എന്നാൽ പൊലീസ് മേധാവിയായിരുന്ന പോഡ്‌ലോഗറുടെ ചീട്ടു കൊട്ടാരം, ലെഫ്റ്റനന്റ് ബോറോജെവിക് തന്റെ സ്ലോവേനിയൻ സുഹൃത്തുമൊത്ത് ഒരു ഡാൻസ്പാർട്ടി ആസൂത്രണം ചെയ്യാൻ ധൈര്യം ലഭിച്ച അന്ന് പൊളിഞ്ഞുവീണു. അതിനു മുൻപേതന്നെ താൻ പറഞ്ഞു പരത്തിയിരുന്ന നുണകളിൽ അയാൾക്ക് തന്നെ വിശ്വാസം നഷ്ട പ്പെട്ടിരുന്നു. ഒരു അവസാന ശ്രമമെന്ന നിലയിൽ പോഡ്‌ലോഗർ മകൾ ദുഷയ്ക്ക് വീടിനടുത്തുള്ള തുകൽഫാക്ടറിയിൽ ജോലി ശരിയാക്കി കൊടുക്കാമെന്നുവരെ പറഞ്ഞു. ദുഷയെ സംബന്ധിച്ചിടത്തോളം ആ വാഗ്ദാനം ഒരു ശിക്ഷയായിട്ടാണ് തോന്നിയത്. പോഡ്‌ലോഗർ വളരെ ശ്രദ്ധാപൂർവം ആസൂത്രണം ചെയ്ത തിരുത്തൽപദ്ധതികൾ ഒരു കാര്യം വ്യക്തമാക്കി. തനിക്കേറെ പ്രിയപ്പെട്ട മകളെ ശരിക്കും അദ്ദേഹം മനസ്സി ലാക്കിയിരുന്നില്ല എന്ന കാര്യം. പ്രദേശത്തെ തെമ്മാടികൾപോലും ഭയ പ്പെടുന്ന തരത്തിൽ ഒരു പരദൂഷണ പ്രേമിയായിരുന്നു പോഡ്‌ലോഗർ. പക്ഷേ അയാൾ ഒരിക്കലും പാരമ്പര്യമായി തന്റെ മകളിലേക്ക് താൻ പകർന്നു നൽകിയ പിടിവാശിയെ ഗൗരവമായി കണ്ടിരുന്നില്ല. അയൽ ക്കാർ ദുഷയുടെ പിടിവാശിയെക്കുറിച്ച് വളരെ നാളായി പറയാറുണ്ടായി രുന്നെങ്കിലും പോഡ്‌ലോഗർ അതിനെ നിസ്സാരവത്കരിക്കുകയായിരുന്നു. ദുഷയെ വരുതിയിലാക്കാനുള്ള അവസാനശ്രമമെന്ന നിലയിലാണ് ദുഷയുടെ വീട്ടുടമസ്ഥനെ സ്വാധീനിച്ച് അവളെ അവിടെനിന്നും പുറത്താ ക്കിയത്. ദുഷ താമസിക്കാനിടമില്ലാതെ ഡാഡിയെ അന്വേഷിച്ചു വീട്ടി ലേക്കു തിരികെ വരുമെന്നു പോഡ്‌ലോഗർ കരുതി. പകരം അവൾ അയാളെ അമ്പരപ്പിച്ചുകൊണ്ട് തന്റെ സാധനങ്ങൾ രണ്ടു പെട്ടികളിൽ നിറച്ചു നേരെ റെയിൽവേസ്റ്റേഷനിൽ ചെന്ന് അവസാനമായി ആ പച്ച തീവണ്ടിക്കായി കാത്തുനിന്നു. അവളുടെ പിടിവാശി പിന്നീടുള്ള അവളുടെ ജീവിതം നിശ്ചയിച്ചു. ഒരിക്കലും അവൾ തന്റെ അച്ഛന്റെ അടുത്തേക്കു മടങ്ങിയില്ല, ഞായറാഴ്ച ഉച്ചഭക്ഷണത്തിനുപോലും. അവൾ പുല നഗര ത്തിലെ വെളിച്ചത്തിലേക്ക്, തന്റെ ലെഫ്റ്റനന്റിന്റെ അടുത്തേക്കു തിരിച്ചു. തന്നെയും കാത്തു കൈയിൽ റോസാപ്പൂവുമായി അയാൾ നിൽക്കുന്നു ണ്ടാവും എന്ന പ്രതീക്ഷയിൽ.

പക്ഷേ കഷ്ടകാലമെന്നു പറയട്ടെ, ലെഫ്റ്റനന്റ് നെടെൽകോ ബോറോജെവിക് തന്റെ ജീവിതത്തിലെ ഏറ്റവും പ്രധാനപ്പെട്ട ആ സായാഹ്നം ഒരു വ്യാഴാഴ്ചയാണെന്ന കാര്യം മറന്നുപോയി. കാൾ റോഡ് ബാരക്കിൽ വ്യാഴാഴ്ചകളിൽ ചില പ്രത്യേക ചടങ്ങുകൾ ഉണ്ട്. അന്ന് ഏഴുമണിയാകുമ്പോൾ കേണൽ നീവൻ ബറാക് വിസ്തരിച്ചു കുളി കഴിഞ്ഞ് ഇറ്റാലിയൻ കൊളോൺ വാരിപ്പൂശി തന്റെ രഹസ്യക്കാരി സനയു മായി അത്താഴത്തിനു പോകും. കേണൽ ഔദ്യോഗികമായി അന്ന് ഡ്യൂട്ടി യിൽ ആയിരിക്കുമെന്ന് പുലയിലെ എല്ലാ സൈനികർക്കും അറിയാം. അനൗദ്യോഗികമായി തന്റെ ഭാര്യ ഇവാനയെയും കേണൽ വഞ്ചിക്കുക യാണ്. അവർ കാത്തിരിക്കുമ്പോൾ കേണൽ രഹസ്യക്കാരിയുമൊത്തു

ചുട്ടെടുത്ത കൂന്തൽ സലാഡും ചുവന്ന വീഞ്ഞും കൂട്ടി കഴിക്കുന്ന തിരക്കിലായിരിക്കും. ഇക്കാര്യം എല്ലാ സൈനികർക്കും അറിയാമെങ്കിലും അവർ അത് അതീവരഹസ്യമായി സൂക്ഷിച്ചുപോന്നു. ഇവാനയുടെ ഫോൺ വരുമ്പോൾ ബാരക്കിലെ സൈനികർ അല്പം പോലും കുറ്റബോധമില്ലാതെ 'ഇപ്പോൾ കേണലിനെ ഫോണിൽ കിട്ടില്ല' എന്ന് പറയും. എന്നാൽ ഒരിക്കൽ പുതിയതായി ചേർന്ന ഒരു ആൽബിനിയൻ സൈനികൻ ഇവാനയുടെ ഫോൺ എടുത്തിട്ട് 'കേണൽ ബാരക്കിലുണ്ട്, എന്നാൽ ശരിക്കും ബാരക്കിലില്ല' എന്ന് പറഞ്ഞു. എന്തായാലും പിന്നീട് കേണൽ ഭംഗിയായി അത് ഭാര്യയോടു വിശദീകരിച്ചു. ആ സൈനികന് സെർബിയൻഭാഷ നന്നായി മനസ്സിലാകും എന്നാൽ തിരിച്ചുപറയാൻ അറിയില്ല എന്നായിരുന്നു കേണലിന്റെ വിശ്വസനീയമായ വിശദീകരണം. അങ്ങനെ ആ രഹസ്യം രഹസ്യമായിതന്നെ ഇരുന്നു.

ഇത്തരം വ്യാഴാഴ്ച രഹസ്യങ്ങൾ സൂക്ഷിക്കുന്നവർക്കു കാര്യമായ പാരിതോഷികങ്ങൾ ലഭിക്കാറുണ്ട്. അക്ഷമരായ ഭാര്യമാരുടെ ഫോൺ വിളികൾക്കു തന്മയത്വത്തോടെ മറുപടി പറയുന്നവർക്കു മാത്രമല്ല, ക്യാപ്റ്റൻ മുസിറോവിക്കിനെ നിരീക്ഷിക്കുന്നവർക്കും പാരിതോഷികങ്ങൾ കിട്ടും. അന്നേദിവസം അയാളെ പുറത്തേക്കു വിടാതിരിക്കുക എന്നതാണ് അതിൽ പ്രധാനം. നീവൻ ബറാക്കിന്റെ ഹന ഒരിക്കൽ ക്യാപ്റ്റൻ മുസിറോവിക്കിന്റെ ഹന ആയിരുന്നു. ഹന, ഒരേസമയം രണ്ട് ഓഫീസർമാരുടെ പങ്കാളിയാണെന്ന് അറിഞ്ഞതോടെ മുസിറോവിക് തന്റെ സമയവും ആരോഗ്യവും വേശ്യകൾക്കു വേണ്ടിയുള്ളതല്ലെന്നു പ്രഖ്യാപിച്ചുകൊണ്ട് അവളുമായുള്ള ബന്ധം അവസാനിപ്പിച്ചു. വിവാഹിതനായ തന്റെ സുഹൃത്ത് നീവൻ ബറാക്കുമായി അവൾക്കു രഹസ്യബന്ധമുണ്ടെന്നറിഞ്ഞ ക്യാപ്റ്റൻ തനിക്കിതൊന്നും പ്രശ്നമല്ലെന്ന തരത്തിൽ പെരുമാറിയെങ്കിലും അവളെ പൂർണമായും മറക്കാൻ കഴിഞ്ഞിരുന്നില്ല. എന്നാൽ ബറാക്, മുസിറോവിക്കിനെപ്പോലെ ആയിരുന്നില്ല. തന്റെ സമയവും ആസക്തിയും മാത്രമേ അയാൾ അവൾക്കായി ചെലവഴിച്ചിരുന്നുള്ളൂ. അവൾ മറ്റെന്തു ചെയ്യുന്നുവെന്നത് അയാളെ സംബന്ധിച്ചിടത്തോളം തികച്ചും അപ്രസക്തമായിരുന്നു. പക്ഷേ വ്യാഴാഴ്ചകൾ അവൾ അയാളുടേത് മാത്രമായിരിക്കണം. അതേസമയം വ്യാഴാഴ്ചകൾ മുസിറോവിക്കിന് മരണതുല്യമായിരുന്നു.

അങ്ങനൊരു വ്യാഴാഴ്ച വൈകുന്നേരം തന്റെ സുഹൃത്ത് 'ഇത് ഞങ്ങളുടെ രാത്രി' എന്ന പാട്ട് മൂളിക്കൊണ്ടു പുറത്തേക്കു പോകാൻ ഒരുങ്ങുന്നത് കണ്ട് മുസിറോവിക് പൊട്ടിക്കരഞ്ഞു. സങ്കടം അടക്കാൻ വയ്യാതെ അയാൾ ബോറോജെവിക് കൊണ്ടുവന്ന മുന്തിരി മദ്യം ഒരു ലിറ്റർ ഒറ്റവലിക്ക് അകത്താക്കി. മദ്യം തലയ്ക്കു പിടിച്ചതോടെ ഹനയെ കണ്ടു മാപ്പുപറയണമെന്നും ബറാക്കിന്റെയും റെസ്റ്റോറന്റ് ജീവനക്കാരുടെയും മുന്നിൽവച്ച് അവളോട് വിവാഹാഭ്യർത്ഥന നടത്തണമെന്നും

അയാൾക്ക് തോന്നി. മറ്റൊരു തോന്നൽ, ബറാക്കിനെ റെസ്റ്റോറന്റിന്റെ ജനാലയിലൂടെ കടലിലേക്ക് വലിച്ചെറിയുക എന്നതാണ്. പക്ഷേ ഈ രണ്ടു കാര്യങ്ങളും നടപ്പാക്കാൻ കഴിയാതെ മുസിറോവിക് തന്റെ ഓഫീസിലിരുന്ന് ഉറങ്ങാൻ തുടങ്ങി. ഇതിലേതെങ്കിലും നടപ്പാക്കണോ വേണ്ടയോ എന്ന കാര്യത്തിൽ തീരുമാനമെടുക്കുന്നത് അടുത്ത വ്യാഴാഴ്ച യിലേക്ക് മാറ്റിവച്ചു.

കഷ്ടകാലത്തിന്, ആ അടുത്ത വ്യാഴാഴ്ചയാണ് ദുഷ ജുബ്ജാന വിട്ടത്. കാവലിനായി വളരെക്കുറച്ചു സൈനികർ മാത്രമേ ഉണ്ടായി രുന്നുള്ളൂ. 'വ്യാഴാഴ്ച ഡ്യൂട്ടി'യെക്കുറിച്ച് എല്ലാവരോടും പറയാൻ 'ഫ്ളാഗ് ഡ്യൂട്ടി'യിൽ ഉണ്ടായിരുന്ന ഫിലിപ്പോവ്സ്കി മറന്നുപോയി. അന്ന് നെടെൽകോ ബോറോജെവിക്ക് ബാരക്കിനു പുറത്തേക്കു നടക്കുമ്പോൾ മുസിറോവിക്കിന്റെ മുറിയിൽനിന്നും ആ സമയത്ത് പതിവുള്ള കൂർക്കം വലി കേൾക്കുന്നുണ്ടായിരുന്നില്ല. അപ്പോഴാണ് ഫിലിപോവ്സ്കി പറ യുന്നത് കക്ഷി കുടിച്ചു ബോധമില്ലാതെ ബാരക്കിൽനിന്നും പുറത്തേക്കു പോയിരിക്കുന്നുവെന്ന്. 'ഞാൻ മീൻപിടുത്തക്കാരെയും മീനുകളെയും കാണിച്ചു തരാമെന്നു' വെല്ലുവിളിച്ചുകൊണ്ടാണ് പോയിരിക്കുന്നതത്രെ. അതിന്റെ അർത്ഥമെന്തായാലും അടുത്ത് എന്താണ് സംഭവിക്കാൻ പോകുന്നതെന്ന് ഫിലിപോവ്സ്കിക്കറിയാം. റെയിൽവേ സ്റ്റേഷനിലേക്ക് പോകാനിറങ്ങിയ ബോറോജെവിക്, ഫിഷൻമാൻ ഷെഡ് എന്ന ആ റെസ്റ്റോറന്റിലേക്ക് പാഞ്ഞു. അവിടെ നടന്നേക്കാവുന്ന, കനത്ത സാമൂ ഹികപ്രത്യാഘാതങ്ങൾ ഉണ്ടാക്കിയേക്കാവുന്ന ഒരു ദുരന്തം തടയാനായി രുന്നു ആ ഓട്ടം. അതുകൊണ്ട് ദുഷ പോഡ്ലോഗർ സ്റ്റേഷനിലെത്തിയ പ്പോൾ സ്വീകരിക്കാൻ ആദ്യമായി റോസ്പൂവോ, മുള്ളുകൊണ്ടു ചുവന്ന കൈകളോ ഉണ്ടായിരുന്നില്ല.അന്നത്തെ ആ വൈകുന്നേരം എല്ലാം നഷ്ട പ്പെട്ടവളെപ്പോലെ, രണ്ടു പെട്ടിയുമായി ദുഷാ ആ സ്റ്റേഷനിലെ രണ്ടാം നമ്പർ പ്ലാറ്റ്ഫോമിൽ അമ്പരന്നുനിന്നു.

മറ്റെവിടെയും പോകാനില്ലാത്തതുകൊണ്ടോ, അല്ലെങ്കിൽ അവൾ തന്നെ ഒരു പരിഹാരമായതുകൊണ്ടോ എന്തോ, ഒരു മണിക്കൂർ സ്റ്റേഷനിൽ കാത്തുനിന്ന ദുഷ, ബോറോജെവിക്കിന്റെ 'സ്ലോവേനിയൻ സുന്ദരി' നേരെ ബാരക്കിലേക്ക് വച്ചുപിടിച്ചു. ഒരു മിലിറ്ററി പരേഡിലെ ന്നപോലെ അവൾ കാവൽക്കാരെ കടന്നു മുന്നോട്ടു കുതിച്ചു. അവൾ ഓടിച്ചെന്നത്, കുടിച്ചു ബോധം നഷ്ടപ്പെട്ട മുസിറോവിക്കിനെ താങ്ങി യെടുത്തു കൊണ്ടുവരുന്ന കേണൽ ബാരക്കിന്റെയും ലെഫ്റ്റനന്റ് ബോറോജെവിക്കിന്റെയും മുന്നിലേക്കാണ്. അവളെ കണ്ട പരിഭ്രമത്തിൽ ബോറോജെവിക്കിന്റെ കൈയിൽനിന്നും മുസിറോവിക് താഴെവീണു. വഴി തെറ്റിയെത്തിയ ഒരു വിനോദസഞ്ചാരിയാണ് ദുഷ എന്നാണ് ബറാക്ക് കരുതിയത്. അയാൾ അവൾക്ക് അടുത്തുള്ള ഹോട്ടലിലേക്ക് വഴി പറഞ്ഞു കൊടുക്കാൻ ഭാവിക്കവേ അവൾ സംസാരിച്ചു.

"നെടൈൽകോ, ദൈവത്തെയോർത്ത് എന്നെ വിവാഹം കഴിക്കൂ."

ഇത് കേട്ടതോടെ താഴെ കിടക്കുന്ന മുസിറോവിക് അട്ടഹസിക്കാൻ തുടങ്ങി. 'ബാരക്കിൽ ആരും ദൈവം' എന്ന് പറയരുതെന്നും അവൾക്കു സമ്മതമാണെങ്കിൽ അവരെല്ലാവരും അവളെ വിവാഹം കഴിക്കാമെന്നും അയാൾ വിളിച്ചുപറഞ്ഞു. എന്നിട്ട് അയാൾ, ബോറോജെവിക് അവളെ വിവാഹം കഴിക്കാൻ താൻ ഉത്തരവിടുന്നതായി പ്രഖ്യാപിച്ചു. എന്ത് ചെയ്യണമെന്നറിയാതെ അങ്കലാപ്പിലായിരുന്ന നെടൈൽകോ ബോറോജെവിക് സമ്മതത്തിൽ തലയാട്ടി. അതോടെ ദുഷ തന്റെ കൈയിലുണ്ടായിരുന്ന പെട്ടികൾ നിലത്തേക്കിട്ടു ബോറോജെവിക്കിന്റെ കൈകളിലേക്ക് വീണു.

എന്റെ അമ്മ അച്ഛനോട് തന്നെ വിവാഹം ചെയ്യാൻ ആവശ്യപ്പെട്ടത് 1978 മാർച്ച് 9നായിരുന്നു. രണ്ടുദിവസം കഴിഞ്ഞ് അവർ വിവാഹിതരായി. വധൂവരന്മാർ പരസ്പരം ചുംബിച്ചപ്പോൾ മുസിറോവിക് ഒരു പ്രതിജ്ഞ എടുത്തു, ഇനിമേലിൽ മുന്തിരിമദ്യം കഴിക്കില്ലെന്നും പ്ലം ബ്രാണ്ടിയേ കഴിക്കൂ എന്നും.

എന്റെ ജീവിതത്തിലെ ഏറ്റവും നീണ്ട രാത്രിയായിരുന്നു അത്. എനിക്കുറങ്ങാൻ കഴിയുന്നില്ല എന്ന് മനസ്സിലാക്കിയ ആർമി ട്രക്ക് ഡ്രൈവർ എന്നോട് പതുക്കെ സ്വരം താഴ്ത്തി സംസാരിക്കാൻ തുടങ്ങി. ഞങ്ങൾ സഞ്ചരിക്കുന്ന റോഡിന്റെ ഇടതുവശത്തുള്ള വെളിച്ചം ഹംഗറിയിൽനിന്നും വലതുവശത്തുള്ളത് ബോസ്നിയയിൽ നിന്നുമാണെന്ന് അയാൾപറഞ്ഞു. വെളിച്ചമില്ലാത്ത ഇരുണ്ടുകിടക്കുന്ന മുന്നോട്ടുള്ള പാത സെർബിയ വോജോവൊദിന ആണെന്നും അയാൾ പറഞ്ഞു. അയാൾ പിന്നെയും സംസാരം തുടർന്നു. ബെൽഗ്രേഡിൽനിന്നും നിസ് ആന്റ് സിസ് വഴി നേരെപോയാൽ കൊസോവോയിൽ എത്തുമെന്ന് അയാൾ പറഞ്ഞു. അവിടെയാണ് അയാളുടെനാട്. അവിടെയാണത്രെ ഫാദിൽ വോക്രിയുടെ അച്ഛൻ ജനിച്ചത്. കൊസോവോയിലെ എക്കാലത്തെയും മികച്ച ഫുട്ബോൾ കളിക്കാരനെക്കുറിച്ചു കേൾക്കാത്ത എന്റെ ഇരുപ്പ് അയാളെ നിരാശപ്പെടുത്തിയെന്നു തോന്നുന്നു.

അയാളുടെ അടക്കിപ്പിടിച്ച സംസാരം കേട്ട് കേട്ട് ഞാൻ ഉറങ്ങിപ്പോയി. ഞാൻ ഉണർന്നപ്പോൾ നേരം പുലർന്നിരുന്നു. ഞങ്ങളുടെ ട്രക്ക് ബെൽഗ്രേഡിലെ ബ്രിസ്റ്റോൾ ഹോട്ടലിന്റെ മുന്നിൽ പാർക്ക് ചെയ്തിരിക്കുന്നു.

അഞ്ച്

ദുഷ പറഞ്ഞതനുസരിച്ചു ബോറോജെവിക് അവസാനം ജീവിച്ച അപ്പാർട്ട്മെന്റിന്റെ മുന്നിലാണ് ഞാനിപ്പോൾ നിൽക്കുന്നത്. പഴയ യൂഗോസ്ലാവിയയിൽ കാണുന്ന തരത്തിലുള്ള സോഷ്യലിസ്റ്റ് നിർമ്മിതിയാണത്. അത് കാണാൻ ഭംഗിയില്ലാത്തതാണെങ്കിലും ആഡംബരം ഇല്ലാത്തതാണെങ്കിലും എന്തോ കാരണത്താൽ അതെന്റെ ഉള്ളിൽ ഒരു അഭിമാനബോധം തോന്നിപ്പിച്ചു. ഞാൻ അതിനുള്ളിലേക്ക് കടന്നപ്പോൾ പരിചിതമായ ഒരു മണം എന്നെ എതിരേറ്റു. ഞാനിതുപോലുള്ള ഒരു സ്ഥലത്ത് എപ്പോഴോ പോയതുപോലൊരു തോന്നൽ ഉണ്ടായി. പക്ഷേ അതെവിടെയാണെന്നോ എന്നാണെന്നൊ ഓർക്കാൻ കഴിയുന്നില്ല. ആ സമയത്ത് അതോർത്തെടുക്കാൻ എനിക്കു സമയവുമുണ്ടായിരുന്നില്ല. ഒരു യുദ്ധക്കുറ്റവാളി ഒരിക്കലും തന്റെ ശരിയായ പേര് ഉപയോഗിക്കണമെന്നില്ല എന്ന് ഞാൻ ഓർത്തു. അപ്പോൾ അദ്ദേഹത്തെ കണ്ടെത്താൻ ഞാൻ മറ്റു മാർഗ്ഗങ്ങൾ കൂടി തേടണം.

ഓരോ നിലയിലും രണ്ടു വീടുകൾ എന്ന രീതിയിലാണ് ആ കെട്ടിടം നിർമ്മിച്ചിരിക്കുന്നത്. രണ്ടാംനിലയിലെ കൊറാക് കുടുംബത്തിന്റെ വീട് മുതൽ താഴെ പ്രവേശന കവാടംവരെ കുട്ടികളുടെ ശബ്ദം കേൾക്കാം. ടിർക്കോവിന്റെ വാതിലിനു മുന്നിലെ ചവിട്ടിയിൽ വച്ചിരിക്കുന്ന ഷൂ നെടെൽകോവിന്റേതാകാൻ വഴിയില്ല. അവ ചെറുതാണ്. മൂന്നാംനില ശാന്തമാണ്. അവിടെ ഒരു വാതിലിൽ ഉക്മിറോവിക് & കെബോ എന്നെഴുതിവച്ചിട്ടുണ്ട്. അതിനെതിർവശത്ത് ഡോ. മെഹ്മദ് ഡിസ്ഡാർ എന്ന ബോർഡും ഉണ്ട്. എനിക്കുറപ്പായിരുന്നു, നെടെൽകോ ഇവിടെ താമസിച്ചിട്ടുണ്ട്, അല്ലെങ്കിൽ ഇപ്പോഴും ബാർക്കോയിൽ ഏകാകിയായി ജീവിക്കുന്നുണ്ട്. അതിനേക്കാൾ, അദ്ദേഹത്തിന് ഒരു ഡോക്ടറുടെ വേഷം ചെയ്യാൻ കഴിയില്ല എന്നെനിക്കുറപ്പുണ്ടായിരുന്നു. ഇനി മിലിറ്ററി അക്കാദമിയിൽ വർഷങ്ങളോളം അഭിനയം പഠിപ്പിച്ചാലും അദ്ദേഹത്തിന് അത് സാധിക്കുമെന്നു തോന്നുന്നില്ല.

അടുത്ത നിലയിലേക്ക് കയറിയ എന്നെ ഈ ബ്രിലിയോ കുടുംബത്തിന്റെ വീട്ടിൽ നിന്നുയരുന്ന ശബ്ദകോലാഹലങ്ങളാണ് വരവേറ്റത്.

അപ്പോഴാണ് കൂടുതൽ സാധ്യത എതിർവശത്തെ വാസ ഡോറിക്കിന്റെ വീട്ടിലാകും എന്ന് തോന്നിയത്. ഞാൻ ആ വാതിലിനു മുന്നിൽ ചെന്നു നിന്നെങ്കിലും ഈ ബ്രിലിയോ കുടുംബത്തിൽ നിന്നുയരുന്ന കോലാഹല ത്തിൽ അകത്തുനിന്നു യാതൊരു ശബ്ദവും കേൾക്കാനുണ്ടായിരുന്നില്ല. ഏറ്റവും മുകളിലെ നിലയിൽ ബാബിക് കുടുംബം അവരുടെ വാതിലിനു ചുറ്റുംനിറയെ പൂച്ചെടികൾ വളർത്തിയിരിക്കുന്നു. തൊട്ടടുത്ത വീടിന്റെ മുന്നിൽനിറയെ പത്രങ്ങൾ കൂടിക്കിടക്കുന്നു. ഞാൻ അതിലെ തീയതി നോക്കി. കഴിഞ്ഞ ആഴ്ചയിലേതാണ്.

സൈന്യത്തിൽ നിന്ന് ഓടിപ്പോയ ഒരു ജനറൽ ഇങ്ങനെയൊരു സ്ഥലത്തു താമസിക്കുമോ എന്ന് ഞാൻ അദ്ഭുതപ്പെട്ടു. ഞാൻ സംശയ നിഴലിലേക്ക് മൂന്ന് അപ്പാർട്ട്മെന്റുകളെ മാറ്റിനിർത്തി. അതിൽ രണ്ടെണ്ണ ത്തിൽ ആൾത്താമസമുണ്ട്. മൂന്നാമത്തേത് കാലിയാണ്. മരിച്ചുപോയ, ഇപ്പോൾ ഉയിർത്തെഴുന്നേറ്റിരിക്കുന്ന എന്റെ പിതാവിൽനിന്നു ഞാൻ ഏതാനും ചുവടുകൾ മാത്രം അകലെയാണെന്ന ചിന്ത തല പെരുപ്പിച്ചു. അദ്ദേഹവുമായുള്ള ഈ കൂടിക്കാഴ്ചയ്ക്ക് വേണ്ടവിധം ഒരുങ്ങിയിട്ടില്ലെന്ന കാര്യം ഇപ്പോൾ തിരിച്ചറിയുന്നു. സിരകളിൽ തണുപ്പ് പടർന്നു. ഈ വൃത്തികെട്ട കെട്ടിടത്തിൽനിന്ന് ഓടിയിറങ്ങി കാറിൽ കയറി ഇരുന്നാലോ എന്ന് ആലോചിച്ചു. നെടെൽകോ ഇവിടെ ഒരിക്കലും ജീവിച്ചിട്ടില്ല എന്ന് തീരുമാനിച്ചു. ആ വാതിലിലേക്കു തല ചായ്ക്കാൻ തുടങ്ങിയപ്പോൾ അപ്പുറത്തെ വാതിൽ തുറക്കുന്ന ശബ്ദം കേട്ടു. ആരോ ഇടനാഴിയിലേ ക്കിറങ്ങി വന്നു.

"നിങ്ങളെന്താണ് അന്വേഷിക്കുന്നത്?"

"ഞാൻ ഈ അപ്പാർട്ട്മെന്റിൽ താമസിക്കുന്ന ആളെ തേടിവന്നതാണ്. എനിക്കയാളുടെ പേര് അറിയില്ല."

മിസ്സിസ് ബാബിക് സംശയദൃഷ്ടിയോടെ എന്നെ നോക്കി, ഞാന വരുടെ പൂക്കൾ പറിക്കാനോ മറ്റോ വന്നതുപോലെ.

"ഇദ്ദേഹം തന്റെ പേഴ്സ് അപ്പുറത്തെ തെരുവിലെ ബാറിൽ മറന്നു വച്ചുപോയി. അതിലാകട്ടെ യാതൊരു രേഖകളുമില്ല. ഞാനതു തിരിച്ചു കൊടുക്കാൻ വന്നതാണ്."

"ടോമിസ്ലേവ് ഡ്രാവ്കോവിക് കഴിഞ്ഞ മൂന്നു വർഷമായി ഇവിടെ താമസിക്കുന്നില്ല."

ഞാൻ തലയാട്ടി. പക്ഷേ വാതിൽക്കൽ ചിതറിക്കിടക്കുന്ന കഴിഞ്ഞ ആഴ്ചയിലെ പത്രങ്ങളിലേക്ക് കണ്ണോടിക്കുന്നത് അവർ ശ്രദ്ധിച്ചു.

"ഒരു കുട്ടി ഇവിടെ കൊണ്ടുവന്നു പത്രങ്ങൾ ഇട്ടിട്ടു പോകും. കഴിഞ്ഞ മൂന്നുവർഷമായി ഇവിടെ താമസമില്ല എന്ന് പറയാനായി, ഞാനവനെ കാണാൻ ശ്രമിക്കുന്നു. പക്ഷേ അവൻ എപ്പോഴാണ് വന്നു പോകുന്ന തെന്ന് ആർക്കറിയാം? ഞാൻ അതെല്ലാം എടുത്തു വായിച്ചിട്ട് അവിടെ ത്തന്നെ ഇടുന്നതാണ്."

ഞാൻ പുഞ്ചിരിച്ചു. അവർ സത്യമാണ് പറയുന്നതെങ്കിൽ നല്ല കാര്യം തന്നെ. ഒരു യുദ്ധക്കുറ്റവാളിക്കു വേണ്ടിവരുന്ന പത്രങ്ങൾ സൗജന്യമായി വായിച്ച മിസ്സിസ് ബേബിക്യ യുദ്ധത്തിന്റെ ലാഭം കൊയ്യുന്ന ആളാകുന്നു. ജനറൽ ബോറോജെവിക് തന്റെ പ്രിയ ഗായകൻ ടോമ ഡ്രാവ്കോവിക്കിന്റെ പേര് കടംകൊണ്ട് ഇവിടെ ഒളിവിൽ താമസിക്കുന്നു എന്നത് എനിക്കു തമാശയായി തോന്നി. പക്ഷേ ഇന്നത്തെ ബാർക്കോയിൽ തലയ്ക്കു സ്ഥിരതയുള്ള ആരും ഒരു ക്രോയേഷ്യൻ പേരിൽ അറിയപ്പെടാൻ ശ്രമിക്കും എന്ന് തോന്നുന്നില്ല. ഒരു ക്രോയേഷ്യൻ ഗ്രാമം ചുട്ടുകരിച്ചതിന്റെ പേരിൽ ഒരു ക്രോയേഷ്യൻ പേരുകാരനെ സംശയിക്കാനുള്ള സാധ്യത കുറവാണെന്ന് നെടെൽകോ കരുതുന്നുണ്ടാവും. അതായിരിക്കും അത്തരമൊരു പേര് സ്വീകരിച്ച് ഒളിവിൽ കഴിയുന്നത്.

"നിങ്ങൾക്കറിയാമോ ഇപ്പോൾ മിസ്റ്റർ ഡ്രാവ്കോവിക് എവിടെയാണുള്ളതെന്ന്?"

"എന്തിനാണ് നിങ്ങൾ അതറിയുന്നത്?" പൊടുന്നനെ അവർ ചോദിച്ചു.

മിസ്സിസ് ബാബിക്കിന്റെ മുഖത്ത് വീണ്ടും സംശയം. അല്ലെങ്കിൽതന്നെ ഞാൻ വന്നത് പേഴ്സ് തിരികെ കൊടുക്കാനാണ്. അല്ലാതെ താമസക്കാരന്റെ വിവരങ്ങൾ ചോദിക്കാനല്ല.

"പ്രത്യേകിച്ചൊന്നുമില്ല, വെറുതെ. എനിക്ക് അദ്ദേഹത്തെ അറിയാം, കണ്ടിട്ടുണ്ട്." ഞാൻ തപ്പിത്തടഞ്ഞു പറഞ്ഞു.

അവരുടെ നോട്ടത്തിൽനിന്നും ഞാൻ വീണ്ടും അവരുടെ 'പൂക്കൾ കട്ട കള്ള'നായി മാറിയെന്നു തോന്നുന്നു. അവർ എന്നെ സസൂക്ഷ്മം നിരീക്ഷിച്ചുകൊണ്ടിരുന്നു. ആ നോട്ടം ഏതു നിഷ്കളങ്കനിലും താൻ കുറ്റം ചെയ്തോ എന്ന തോന്നൽ ജനിപ്പിക്കാൻ പര്യാപ്തമായിരുന്നു. എന്തായാലും ഈ സംഭാഷണം വേഗം അവസാനിപ്പിക്കാൻ ഞാൻ തീരുമാനിച്ചു. അവർ ആ പേഴ്സിനെക്കുറിച്ചാണ് ആലോചിക്കുന്നതെന്ന് എനിക്കു തോന്നി.

"നിങ്ങൾ സ്ലോവേനിയയിൽ നിന്നുള്ള വ്ളാദൻ ആണോ?"

പൊടുന്നനെയുള്ള ആ ചോദ്യം കേട്ടതും എന്റെ കണ്ണുകൾ പുറത്തേക്കു തള്ളി, ഹൃദയമിടിപ്പ് ഉച്ചത്തിലായി.

"അതെ... ഞാൻ സ്ലോവേനിയയിൽ നിന്നുള്ള വ്ളാദൻ തന്നെ.

"ടോമിസ്ലേവ് എന്നോട് നിങ്ങളെക്കുറിച്ചു പറഞ്ഞിട്ടുണ്ട്."

"അദ്ദേഹം പറഞ്ഞിട്ടുണ്ടോ?"

"യുദ്ധസമയത്തു നിങ്ങൾ സ്ലോവേനിയയിലേക്ക് രക്ഷപ്പെട്ടുവെന്നും പിന്നെ ഒരിക്കലും കണ്ടിട്ടില്ലെന്നും പറഞ്ഞിരുന്നു."

"അത്ശരിയാണ്."

"അദ്ദേഹം നിങ്ങളുടെ കുടുംബത്തിന്റെ കഥ എന്നോട് പറഞ്ഞിട്ടുണ്ട്, കഷ്ടം തന്നെ."

ഞാൻ വെറുതെ തലയാട്ടി. വ്ളാദൻ ബോറോജെവിക്കിൽനിന്നും വ്ളാദൻ ഡ്രാവ്കോവിക്കിലേക്കുള്ള എന്റെ പരിണാമം സൂക്ഷ്മമായി കണക്കുകൂട്ടുകയാണ് മിസ്സിസ് ബാബിക് എന്ന് അവരുടെ മുഖഭാവം സൂചിപ്പിച്ചു. എന്റെ അച്ഛൻ ഇവരോട് പറഞ്ഞ കഥകൾ യഥാർത്ഥ സംഭവങ്ങളെ അടിസ്ഥാനപ്പെടുത്തിയുള്ളതു തന്നെയോ എന്നറിയാൻ എനിക്കൊരു മാർഗവും ഇല്ല. അദ്ദേഹം പറഞ്ഞതെല്ലാം കളവായിരിക്കാനാണ് സാധ്യതയെന്ന് ഞാൻ ഊഹിച്ചു. ജിജ്ഞാസുവായ അയൽക്കാരിയിൽ നിന്ന് രക്ഷപ്പെടാൻ തൽക്കാലം തരപ്പെടുത്തിയ കഥകൾ.

"ഒരു കപ്പ് കാപ്പി കുടിക്കുന്നുവോ?" മിസ്സിസ് ബാബിക്കിന്റെ ക്ഷണം.

നിനക്കറിയുമോ വ്ളാദൻ, നിന്നെക്കണ്ടപ്പോഴേ എനിക്കു സംശയം തോന്നിയിരുന്നു. നീ അയാളുടെ ശരിപ്പകർപ്പുതന്നെ. ആ സ്ലോവേനിയൻ ഉച്ചാരണം ഉണ്ടെന്നേയുള്ളൂ. നീ അയാളെപ്പോലെതന്നെയാണ് നിൽക്കുന്നത്, പിന്നെ ആ പുരികങ്ങളും. നീ ദൈവമാണെങ്കിൽപോലും നിനക്ക് ഒളിക്കാൻ കഴിയില്ല." മിസ്സിസ് ബാബിക് ഒറ്റശ്വാസത്തിൽ പറഞ്ഞു.

മെഡിഹ ബാബിക് തൊട്ടടുത്ത് തന്നെയുള്ള ടൗൺഹാളിൽ ആയിരുന്നു ജോലി ചെയ്തിരുന്നത്. അവർ എനിക്കു കാപ്പിയും ബിസ്കറ്റും വീട്ടിൽതന്നെ ഉണ്ടാക്കിയ ബെറിയുടെ വീഞ്ഞും തന്നു സൽക്കരിച്ചു. വലിയ രണ്ടുമുറി അപ്പാർട്ട്മെന്റ് പഴയതാണെങ്കിലും നല്ല വൃത്തിയിൽ സൂക്ഷിച്ചിരുന്നു. ജനാലയിലൂടെ ബർകോ പട്ടണം കാണാം. അല്പം ഉയരത്തിൽനിന്ന് നോക്കുമ്പോൾ ബർകോ താഴെനിന്ന് കാണുന്നതിനേക്കാൾ ഭംഗിയുണ്ടെന്നു തോന്നി.

"ഇവിടുന്നു നല്ല കാഴ്ചയാണ്. പട്ടണം മുഴുവൻ കാണാം."

"ഓ... എനിക്കു പട്ടണം മുഴുവൻ കാണാം. പക്ഷേ എന്റെ കുട്ടി, വ്ളാദൻ, പക്ഷേ എനിക്കിപ്പോൾ തിരിച്ചറിയാൻ കഴിയുന്നില്ല. ആകപ്പാടെ പുതിയ ലോകം. അവർ സെർബുകളാണല്ലോ എന്നോർക്കുമ്പോൾ ഞാൻ അവർക്കു മാപ്പു കൊടുക്കുന്നു. എന്റെ ഭർത്താവ് സെർബ് ആയിരുന്നു. പക്ഷേ അദ്ദേഹം ചുരുങ്ങിയപക്ഷം മനുഷ്യനായിരുന്നു. ഇവരാരും ബർകോ ജനതയെപ്പോലെയല്ല. നിനക്ക് മനസ്സിലാകുന്നുണ്ടല്ലോ വ്ളാദൻ?"

എനിക്കു മനസ്സിലായില്ല. പക്ഷേ എന്റെ അച്ഛന്റെ പേര് ഈ നഗരത്തിൽ ടോമിസ്ലേവ് എന്നായിരുന്നു എന്ന് ഞാനോർത്തു. ഞാനും മെഡിഹയെപ്പോലെ ഒരു സെർബ് വിരുദ്ധനാണെന്ന് അവർ ധരിച്ചിരിക്കുന്നു എന്നെനിക്കു മനസ്സിലായി.

"ഇവർ വ്യത്യസ്തതരം മനുഷ്യരാണ്. എന്തോ കഷ്ടകാലമാണ് അവരെയെല്ലാം ഇവിടെയെത്തിച്ചിരിക്കുന്നത്. എനിക്കതറിയാം. പക്ഷേ അവരുടെ രീതികൾ ചിലപ്പോൾ നമുക്ക് തീരെ പിടിക്കില്ല. അവരല്പം

കൂടി നന്നായി പെരുമാറിയിരുന്നെങ്കിൽ അവർക്ക് അവരുടെ പ്രദേശങ്ങളിൽ നിന്ന് പലായനം ചെയ്യേണ്ടി വരില്ലായിരുന്നു."

"ഒരു അഭയാർത്ഥിയുടെ ജീവിതം വളരെ ദുഷ്കരമാണ്. ആളുകൾക്ക് പലപ്പോഴും അത് കൈകാര്യം ചെയ്യാൻ പറ്റാറില്ല."

"എനിക്കറിയാം. എനിക്കതു നന്നായി മനസ്സിലാകും. റെയ്കോയും ഞാനും ഒരുപാട് പലായനം ചെയ്തിട്ടുണ്ട്, ചിലപ്പോൾ ഞാൻ കാരണം, ചിലപ്പോൾ അദ്ദേഹം കാരണം, ചിലപ്പോൾ ആരെങ്കിലും കാരണം. ഞങ്ങൾക്ക് എവിടെയും ആരുമായും ഒത്തുപോകാൻ കഴിഞ്ഞിട്ടില്ല. അങ്ങനെ ഒടുവിൽ ഞങ്ങൾ ഇവിടെയെത്തി. ഞാനിവിടുത്തുകാരിയായ തിനാലും അദ്ദേഹം ഒരു സെർബ് വംശജനായതിനാലും ഞങ്ങൾ വിചാരിച്ചു ഇവിടെത്തന്നെ കൂടാമെന്ന്... പക്ഷേ നിനക്കറിയുമോ വ്ളാദൻ, അവർ പറയുന്നത് ഒരിക്കൽ നിങ്ങൾ നിങ്ങളുടെ നാട് വിട്ടാൽ പിന്നൊരിക്കലുംഅത് നിങ്ങളുടെ സ്ഥലമാകില്ല എന്ന്."

"അത് ശരിയാണ്. എനിക്കറിയാം."

എല്ലാവരും സ്വയം ചോദിക്കുന്ന ഒരു കാര്യമുണ്ട്. ഇപ്പോൾ നിങ്ങൾ ചെയ്തതുപോലെ ആരുമറിയാത്ത, ആർക്കും നിങ്ങളെ മനസ്സിലാകാത്ത സ്ഥലത്തു പോയാൽ കാര്യങ്ങൾ കുറേക്കൂടി മെച്ചമായിരിക്കുമോ എന്ന്. ഇപ്പോൾ നമ്മൾ രണ്ടാളുംകൂടി ഡെന്മാർക്കിലേക്ക് പോയി അവിടെ ഫഹീറയുടെയും ലാഡന്റെയും കൂടെ കൂടിയാൽ ആരറിയാൻ? പക്ഷേ അവിടെ ഭയങ്കര തണുപ്പാണ്. സഹിക്കാൻപറ്റില്ല."

"എല്ലായിടത്തും പ്രശ്ങ്ങൾ തന്നെ."

"അതെ, നിനക്ക് എന്നേക്കാൾ നന്നായി കാര്യങ്ങൾ അറിയാം. ഞാൻ ടോമിസ്ലേവിനോട് ഒരായിരം തവണയെങ്കിലും ചോദിച്ചിട്ടുണ്ട്, ലോകത്ത് ഇത്രയേറെ നഗരങ്ങൾ ഉണ്ടായിട്ടും ഏതു പിശാച് ബാധിച്ചിട്ടാണ് അയാൾ ഇവിടെ വന്നവസാനിച്ചതെന്ന്."

"അദ്ദേഹം എന്ത് പറഞ്ഞു?"

"ആ പാവം എന്ത് പറയാൻ? അയാൾ പറയുമായിരുന്നു, പ്രിയപ്പെട്ട മെഡിഹ, ഞാനെന്തു മാത്രം സഹിക്കുന്നുവെന്നു നിങ്ങൾക്കറിയുമോ? ഞാനിതിലും മെച്ചമായി ലോകത്തെവിടെ പോയി ജീവിക്കാൻ? എവിടെ പ്പോയാലും ദുരിതം കൂടെയുണ്ടാവും. ദുരിതപൂർണ്ണമായി ജീവിക്കാൻ ഇതിലും നല്ല സ്ഥലം വേറെയേത് എന്ന്. പക്ഷേ... പോയപ്പോൾ അയാൾ എന്നോട് യാത്രപോലും പറഞ്ഞില്ല."

"അദ്ദേഹം എവിടേക്കാണ് പോയതെന്ന് എന്തെങ്കിലും സൂചന യുണ്ടോ?"

"എനിക്കൊരു പിടിയും ഇല്ല. എനിക്കറിയുമെങ്കിൽ ആ സെക്കൻഡിൽ ഞാൻ പറഞ്ഞേനേ കുട്ടീ. സ്ലോവേനിയയിൽ വന്നു നിന്നെ കണ്ടുപിടി ക്കണമെന്ന് അദ്ദേഹം പറയുമായിരുന്നു. പക്ഷേ അദ്ദേഹത്തിന്റെ

കൈയിൽ ആവശ്യം വേണ്ട രേഖകൾ ഇല്ലായിരുന്നു. സരജെവോയിൽ നിന്നും അവ വരാൻവേണ്ടി അദ്ദേഹം കാത്തിരിക്കുകയായിരുന്നു. ആർക്കറിയാം അവസാനം അത് കിട്ടിയപ്പോഴാണോ അദ്ദേഹം പോയതെന്ന്? എന്നാലും സ്ലോവേനിയയിലേക്കാണ് പോയതെങ്കിൽ അദ്ദേഹം എന്നെ ബന്ധപ്പെടേണ്ടതായിരുന്നു. അദ്ദേഹത്തിനറിയാം എനിക്കവിടെ ഒരു കസിൻ ഉണ്ട് എന്ന്."

"അദ്ദേഹം എപ്പോഴെങ്കിലും എന്റെ അമ്മയെക്കുറിച്ച് പറയുമായിരുന്നോ?"

"നിന്റെ അമ്മ ആഗ്നസിനെക്കുറിച്ച്, നിന്നെക്കുറിച്ച്, നിന്റെ സഹോദരൻ സൊറാനിനെക്കുറിച്ച്, നിന്നെ സഹോദരി മിലേനയെക്കുറിച്ച്, എല്ലാവരെപറ്റിയും അദ്ദേഹം പറയാറുണ്ടായിരുന്നു. അദ്ദേഹം എന്റെ വീട്ടിൽ വൈകുന്നേരങ്ങളിൽ എത്രയോ തവണ കാപ്പി കുടിക്കാൻ വന്നിരിക്കുന്നു. അദ്ദേഹം ധാരാളം സംസാരിക്കുമായിരുന്നു. സംസാരിക്കുമ്പോൾ അദ്ദേഹത്തിന് ഒരുപാട് ആശ്വാസം കിട്ടുന്നുണ്ടെന്ന് തോന്നിയിട്ടുണ്ട്. അതുകൊണ്ടു തടസ്സപ്പെടുത്താറില്ല. ചിലപ്പോൾ രാത്രി വൈകിയും ഇവിടെ ഇരിക്കാറുണ്ട്. പക്ഷേ നിനക്കറിയാമല്ലോ ആളുകൾ വെറുതെ അതുമിതും പറഞ്ഞുണ്ടാക്കും. അദ്ദേഹം എല്ലാവരെക്കുറിച്ചും സംസാരിക്കുമായിരുന്നെങ്കിലും കൂടുതലും നിന്നെക്കുറിച്ചായിരുന്നു പറഞ്ഞിരുന്നത്. ഒരുപക്ഷേ നീ മാത്രമേ ഇപ്പോൾ ജീവിച്ചിരിക്കുന്നുവെന്ന കാര്യം അദ്ദേഹത്തിന് അറിയാമായിരിക്കണം."

എങ്ങനെയാണ് എനിക്ക് ഇത്ര നല്ല ഭാവനശേഷി ജന്മസിദ്ധമായി കിട്ടിയതെന്ന് മെഡിഹ എന്നെ ഓർമ്മിപ്പിച്ചു.

ടോമിസ്ലേവ് സ്വന്തം കഥ അതിമനോഹരമായി, വിശ്വസനീയമായി, വളരെ കൃത്യമായി അവരെ പറഞ്ഞു ധരിപ്പിച്ചിരിക്കുന്നു. തലച്ചോറിൽ ഒരു കള്ളം കൃത്യമായി നെയ്തെടുത്ത് അതുകൊണ്ട് സത്യത്തെ ഭംഗിയായി പൊതിഞ്ഞുവച്ചിരിക്കുന്നു. അപ്പോൾ അത് വിനാശകാരിയായ കുറ്റബോധത്തിൽനിന്നും ഭംഗിയായി നിങ്ങളെ സംരക്ഷിക്കുന്നു. ഈ ഒരു ഒറ്റക്കാര്യം നെടെൽകോ ബോറോജെവിക്കിനെയും ടോമിസ്ലേവിനെക്കുറിച്ച് നിരവധി കാര്യങ്ങൾ വിശദീകരിക്കുന്നു. യൂഗോസ്ലാവിൻ ആർമി പഠിപ്പിക്കുന്ന സ്വയം സംരക്ഷണവിദ്യകളെക്കുറിച്ച് എനിക്കറിയില്ലെങ്കിലും ടോമിസ്ലേവിന്റെ ജീവിതത്തിൽ വിസിൻജി എന്ന ഗ്രാമം ഒരിക്കലും ഉണ്ടായിരുന്നില്ല എന്ന് എനിക്കു ബോധ്യമായി.

"എല്ലാ കഥകളും എനിക്കറിയാം, നിന്നെ അദ്ദേഹം പുലയിലെ കടൽതീരത്തുകൊണ്ട് പോകുന്നത്, ജിപ്സി കച്ചവടക്കാരന്റെ കൈയിൽനിന്നും പാവകളെ വാങ്ങിത്തരുന്നത്, അങ്ങനെ എല്ലാം. പാവം മനുഷ്യൻ, അയാൾ നിന്നെയോർത്ത് ഒരുപാടു സങ്കടപ്പെടുന്നുണ്ട്. ഇനിയിപ്പോ നീ മാത്രമേ ബാക്കിയുള്ളൂ എന്നതുകൊണ്ടാണോ അങ്ങനെ എന്നറിയില്ല. പക്ഷേ ചിലപ്പോൾ അദ്ദേഹം നിന്നെക്കുറിച്ചു മാത്രമേ പറയാറുള്ളൂ. എപ്പോഴും എന്റെ

വ്ളാദൻ അങ്ങനയാണ്... എന്റെ വ്ളാദൻ ഇങ്ങനെയാണ്... എന്ന് പറഞ്ഞു കൊണ്ടിരിക്കും. നിങ്ങളെ ഒറ്റയ്ക്കു സെറജെവോയിൽനിന്നും പോകാൻ അനുവദിച്ചതിലും പിന്നാലെ തന്നെ എത്താൻ കഴിയാത്തതിലും അദ്ദേഹം വളരെ ദുഃഖിതനാണെന്നു തോന്നിയിട്ടുണ്ട്. പക്ഷേ അദ്ദേഹം പറഞ്ഞത് പോലെ, എന്താണ് സംഭവിക്കാൻ പോകുന്നതെന്ന് അന്ന് ആർക്കറിയാമായിരുന്നു? എന്നോട് ചോദിച്ചിരുന്നെങ്കിൽ മിലോസെവിക്, ടിറ്റോയേക്കാൾ കാലം ഭരിക്കുമെന്നു ഞാൻ പറയുമായിരുന്നു. അയാൾ, പക്ഷേ നമ്മെ പരസ്പരം പോരടിപ്പിക്കില്ലായിരുന്നു.”

“നമ്മളെല്ലാവരും അങ്ങനെ തന്നെയാണ് കരുതിയിരുന്നത്, പക്ഷേ എന്ത് ചെയ്യാം?”

“നിങ്ങൾക്ക് അദ്ദേഹം താമസിച്ച അപ്പാർട്ട്മെന്റ് കാണണോ?”

ടോമിസ്ലേവിന്റെ അപ്പാർട്ട്മെന്റ് മെഡിഹ ബാബിക്കിന്റെ അപ്പാർട്ട്മെന്റ് പോലെതന്നെയായിരുന്നു. അന്തരീക്ഷത്തിന്റെ വ്യത്യാസം മാത്രം. ഈ അപ്പാർട്ട്മെന്റിൽ ഒരു ജയിൽ അന്തരീക്ഷമാണ് അനുഭവപ്പെടുന്നത്. അടുക്കളയിലെ തറയിലെ തുരുമ്പുപിടിച്ച ആ അടുപ്പിന്റെ മണം ആണെന്ന് തോന്നുന്നു, ഗ്യാസ് ചോരുന്നതുപോലെ ഒരു മണം അന്തരീക്ഷത്തിൽ തങ്ങിനിൽക്കുന്നുണ്ട്. അടുപ്പിനടുത്ത് ഇരിക്കുന്ന ആ ചുവന്ന പാത്രം മൂന്നുവർഷമായി അവിടെത്തന്നെ ഇരിക്കുന്നുവെന്നോ? സ്വീകരണമുറിയുടെ ഒരു മൂലയിൽ പത്രങ്ങൾ കൂടികിടക്കുന്നു. ടി.വിയോ റേഡിയോയോ ഇല്ല. വാതിലോ ജനൽ കർട്ടനുകളോ ഇല്ല. ഡൈനിങ്ങ് ടേബിളിനുമേൽ, ഒരുവിരിയില്ല. സ്വീകരണമുറിയിൽ ഒരു പൂപാത്രം പോലുമില്ല. ആകപ്പാടെ അവിടെ കണ്ടത് ഒഴിഞ്ഞ രണ്ടു സിഗരറ്റു പാക്കറ്റുകളും ഒരു ആഷ്ട്രേയും മാത്രം. ബെഡ്റൂമിൽ തുറന്നുകിടക്കുന്ന അലമാരയിൽ രണ്ടുമൂന്നു പഴയ ഷർട്ടുകൾ കിടക്കുന്നു. തറയിൽ പഴയ രണ്ടു ജീൻസുകൾ അലക്ഷ്യമായി ഇട്ടിരിക്കുന്നു. സ്വീകരണമുറിയിൽ കറപിടിച്ച ഒരു പച്ച പരവതാനി ഉണ്ട്. ബാത്റൂമിൽ ആകട്ടെ നിറം മങ്ങിയ ഒരു കർട്ടൻ മാത്രം. ഈ സ്ഥലത്തു സാധാരണ ഒരു മനുഷ്യൻ മനസ്സോടെ താമസിക്കില്ല.

ടോമിസ്ലേവ് ഇതിനെ ഒരു തടവറയായിട്ടാണോ കണ്ടതെന്ന് ഞാൻ സംശയിച്ചു. അതുകൊണ്ടാവാം അദ്ദേഹം അത് ഒരുവിധത്തിലും നന്നാക്കാൻ ശ്രമിക്കാതിരുന്നത്. ഇങ്ങനെയൊരു സ്ഥലത്തു ജീവിച്ചുകൊണ്ട് സമൂഹത്തോടുള്ള തന്റെ കടം വീട്ടാൻ ശ്രമിക്കുകയായിരുന്നോ അദ്ദേഹം?

തീർത്തും വിരസമായ ഈ അന്തരീക്ഷത്തിലെ താമസം ചെറിയ തരത്തിലുള്ള ഒരു ശിക്ഷയായിട്ടാണോ അദ്ദേഹം കരുതിയിരിക്കുന്നത്? അതോ ഈ ലോകത്തെ വൃത്തികേടുകളും വിരസതയും മനസ്സിലാക്കാൻ കഴിവില്ലാഞ്ഞിട്ടോ? അതെന്തായാലും രണ്ടു മുറികളുള്ള ഒരു അപ്പാർട്ട്മെന്റിലെ ജീവിതത്തെ ഏകാന്തതടവുമായി തുലനം ചെയ്യാൻ കഴിയില്ല.

ടോമിസ്ലേവിന്റെ കഥയിലൂടെയുള്ള സ്വപ്നാടനം മതിയാക്കി ഞാൻ അപ്പാർട്ട്മെന്റിൽ ഒരു സൂക്ഷ്മനിരീക്ഷണം നടത്താൻ തീരുമാനിച്ചു.

അപ്പോഴാണ് ഞാൻ അദ്ഭുതകാഴ്ച കണ്ടത്. സുഡോക്കു! കട്ടിലിനടുത്തുള്ള ചെറിയ മേശയിൽ പത്രങ്ങളിൽനിന്ന് ഭംഗിയായി വെട്ടിയെടുത്തു പെൻസിൽ ഉപയോഗിച്ച് പൂരിപ്പിച്ചു വച്ചിരിക്കുന്ന സുഡോക്കു. സമീപത്തു തന്നെ പെൻസിൽ വര മായ്ക്കാനുപയോഗിക്കുന്ന റബ്ബർ. നെടെൽകോ ബോറോജെവിക് പണ്ട് വോയ്സ് ഓഫ് ഇസ്ട്രിയ പത്രത്തിൽ വരാറുള്ള കണക്കുചോദ്യങ്ങൾ സസൂക്ഷ്മം പെൻസിലും റബ്ബറുമായിരുന്നു ചെയ്തു ത്തീർത്തിരുന്നത് എനിക്കോർമ്മ വന്നു. ചിലപ്പോൾ ഉച്ചയ്ക്ക് ഭക്ഷണം പോലും വേണ്ടെന്നുവച്ച് അതിൽ മുഴുകിയിരിക്കുമ്പോൾ അടുക്കളയിൽ നിന്നും ദുഷ ബഹളം വയ്ക്കും.

“അദ്ദേഹം ഇവിടെനിന്ന് പോയതിനുശേഷം ഞാനിവിടെ വന്നിട്ടില്ല. പലരും വന്നു പല സാധനങ്ങളും എടുത്തുകൊണ്ട് പോകുന്നത് ഞാൻ കണ്ടിട്ടുണ്ട്. പക്ഷേ, എനിക്കെന്തു ചെയ്യാൻ കഴിയും? ഇവിടെ എന്തൊക്കെ ഉണ്ടായിരുന്നുവെന്നുപോലും എനിക്കോർമ്മയില്ല. ഇത് മിക്കവാറും ഒഴിഞ്ഞുകിടക്കുന്നതാണ് ഞാൻ കണ്ടിട്ടുള്ളത്. ഞാൻ അദ്ദേഹത്തിന് ചെടിച്ചട്ടിയിൽ ഒരു ചെടി സമ്മാനിച്ചിരുന്നു. പിന്നെ കുറച്ചു പുസ്തകങ്ങളും ഇവിടെ കണ്ടിരുന്നു. അദ്ദേഹത്തിന്റെ കൈയിൽ ഒരു പെയിന്റിംഗ് ഉണ്ടായിരുന്നു അത് മാർക്കറ്റിന്റെ പിന്നിലുള്ള കടയിൽനിന്നും വാങ്ങിയ താണെന്നാണ് പറഞ്ഞിട്ടുള്ളത്. ആ ചെറുപ്പക്കാരൻ ചിത്രകാരനെ അദ്ദേഹത്തിന് ഏറെ ഇഷ്ടമായിപോലും. അതുകൊണ്ടാണത്രെ ആ ചിത്രം വാങ്ങിയത്.”

മെഡിഹ, തന്റെ പഴയ അയൽക്കാരനെക്കുറിച്ചുള്ള ഓർമ്മകൾ ഉറക്കെ പങ്കുവയ്ക്കുന്നതിനിടെ ഞാൻ ആ സുഡോക്കു കടലാസുകൾ നോക്കുകയായിരുന്നു. അതെല്ലാം ചെയ്തുതീർത്തവയാണ്. അവ ചെയ്തിരിക്കുന്ന ആ സൂക്ഷ്മതയും അടുക്കും അദ്ദേഹത്തിന്റെ അപ്പാർട്ട്മെന്റിന്റെ അവസ്ഥയ്ക്കു നേർവിപരീതമാണ്. ജീവിതത്തിൽ മറ്റെന്തിനേക്കാളും സമയം സുഡോക്കു പ്രശ്നങ്ങൾക്കായി ചെലഴിക്കുന്ന സ്വഭാവമായിരുന്നു ബോറോജെവിക്കിന്. ചെയ്തുകൂട്ടിയിരിക്കുന്ന സുഡോക്കു പ്രശ്ങ്ങളുടെ അടിസ്ഥാനത്തിൽ പറയുകയാണെങ്കിൽ ടോമിസ്ലേവിന് ബർകോയിൽ മറ്റൊന്നിനും സമയമുണ്ടായിട്ടില്ല .

ബർകോ ഈ ജനാലയിൽകൂടി കാണാനാണ് തനിക്ക് ഇഷ്ടമെന്ന് നിന്റെ ഡാഡി പറയാറുണ്ടായിരുന്നു.

മെഡിഹ, പുറത്തെ തെരുവിലേക്ക് നോക്കിനിൽക്കുകയായിരുന്നു. അതുകൊണ്ട് അവർക്കെന്റെ മുഖഭാവങ്ങൾ മനസ്സിലാക്കാൻ കഴിഞ്ഞിട്ടില്ലെന്ന് തോന്നുന്നു. ശാന്തനാകാൻ ഞാൻ ആ സുഡോക്കു കോളത്തിലേക്ക് ശ്രദ്ധിച്ചു. എനിക്ക് ഒട്ടും താത്പര്യമില്ലാത്ത ഒരു വിനോദോപാധിയാണത്. കാരണം കണക്കും ഞാനും ഒരിക്കലും ഒന്നിച്ചുപോകില്ല. അക്കാര്യത്തിൽ ഞാൻ ദുഷയുടെ മകനാണ്. ഒരു ചെറിയ കണക്കു പോലും ദുഷയ്ക്കു പ്രശ്നമായിരുന്നു.

“ഓ, അതാ യെലേന മാർക്കറ്റിലേക്ക് പോകുന്നു എനിക്ക് കുറച്ചു കക്കിരിക്ക വാങ്ങിക്കൊണ്ടു വരുമോയെന്നു ഞാൻ ചോദിക്കാനിരിക്കുകയായിരുന്നു. വേറെന്തൊക്കെയോക്കൂടി വേണമായിരുന്നു. കുറച്ചു കാരറ്റും ഉരുളക്കിഴങ്ങും. പിന്നെന്താണ്? ഞാൻ മറന്നുപോയല്ലോ. സൂപ്പിനുള്ളതെല്ലാം ആയെന്നു തോന്നുന്നു. ഇനിയിപ്പോ അവളോട് നാളെ പറയാം.”

മെഡിഹ, തനിയെ ഉള്ള സംസാരം തുടർന്നുകൊണ്ടിരുന്നു. അതിനിടെ ഞാൻ ആ സുഡോക്കു താളുകൾക്കിടയിൽനിന്ന് പലതായി മടക്കിയ ഒരു കടലാസ് കഷ്ണം തപ്പിയെടുത്തു. ‘എന്റെ പ്രിയപ്പെട്ടവളെ’ എന്ന് തുടങ്ങുന്ന ഒരു കത്തായിരുന്നു അത്. ടോമിസ്ലേവിന്റെ കൈയക്ഷരത്തിന് ബോറോജെവിക്കിന്റേതുമായി നല്ല സാമ്യം. ഈ പറയുന്ന ‘പ്രിയപ്പെട്ടവൾ’ ഇപ്പോഴത്തെ ദുഷ സിറിക് മുൻ മിസ്സിസ് ബോറോജെവിക്, മുൻ മിസ് പോഡ്‌ലോഗർ ആണോ എന്ന ചിന്ത എന്നിൽ വെറുപ്പുളവാക്കി. എന്തുകൊണ്ടാണെന്ന് അറിയില്ല ‘ഔദ്യോഗികമായി’ മരണപ്പെട്ട് ഇത്ര വർഷത്തിനുശേഷവും നെടെൽകോ ദുഷയെ തന്റെ പ്രിയപ്പെട്ടവളായി കാണുന്നു എന്നത് ഒരു വഴിത്തിരിവായി തോന്നി.

എന്തായാലും സംഗതി എനിക്കിഷ്ടപ്പെട്ടു. ഒളിവിൽ ജീവിക്കുന്ന യുദ്ധക്കുറ്റവാളിയും ജുബ്ജാനയിലെ പോളിക്ലിനിക്കിന്റെ ഹ്യൂമൻ റിസോഴ്സ് വിഭാഗം മേധാവിയും തമ്മിലുള്ള തീവ്രപ്രണയം എനിക്കു ഭയാനകമായി തോന്നി. ഈ ‘പ്രിയപ്പെട്ടവൾ’ എന്റെ അമ്മയാകാതിരിക്കുന്നതാണ് കുറെക്കൂടി നന്നാകുക എന്നെനിക്കു തോന്നി. എന്നാൽ ടോമിസ്ലേവിന്റെ കിടക്കയിലിരുന്നു വിറയാർന്ന കൈകളിൽ പിടിച്ചുകൊണ്ട് ആ കത്ത് വായിക്കാൻ തുടങ്ങിയപ്പോൾ എന്തുകൊണ്ടോ ആശ്വാസം തോന്നി. ആ കത്ത് മൂന്നുവർഷങ്ങൾക്കു മുൻപ് ദുഷയ്ക്ക് എഴുതിയതാണ്.

“എന്റെ പ്രിയപ്പെട്ടവളേ, ഞാൻ ഉടൻ യാത്ര തിരിക്കുകയാണ്. അതിനു മുൻപ് ഏതാനും കാര്യങ്ങൾ നിനക്ക് എഴുതാമെന്ന് കരുതി. കാര്യങ്ങൾ ഇങ്ങനെയാണെങ്കിൽ എനിക്കിവിടെ തുടരാനാകില്ല. കാര്യങ്ങൾ മാറുകയാണ്. അവർ പറയുന്നത് എന്നോട് ഇവിടം വിടാനാണ്. മറ്റു സ്ഥലങ്ങളിലെ കാര്യങ്ങൾ എങ്ങനെയാണെന്ന് എനിക്കറിയില്ല. ഇനിയെപ്പോഴാണ് കാണാൻ കഴിയുക എന്നും അറിയില്ല. എന്നെ വിശ്വസിക്കൂ.

നീയും ‘വി’യും സുഖമായി ഇരിക്കുന്നുവെന്നു കരുതുന്നു. ഏഴു ദിവസത്തിനുശേഷം ഇന്നലെയാണ് ഞാൻ പുറത്തേക്കൊന്നിറങ്ങിയത്. വല്ലാത്ത ജലദോഷമായിരുന്നു. അതിനു ചില മരുന്നുകൾ കഴിച്ചിട്ടുണ്ട്. ഇപ്പോൾ അല്പം ഭേദപ്പെട്ടിട്ടുണ്ട്. പരിഭ്രമിക്കേണ്ട. യൂറോയിലേക്ക് മാറിയതിനാൽ നിങ്ങളുടെ രാജ്യത്ത് എല്ലാത്തിനും വില കൂടുതലാണെന്നു കേൾക്കുന്നു. യൂറോയിലേക്ക് മാറിയാൽ ഇവിടെയും അങ്ങനെതന്നെയാകും. ഇവിടെ യൂറോ ഇല്ലെങ്കിലും ജീവിതച്ചെലവ് വളരെ കൂടുതലാണ്. ഇപ്പോൾ എനിക്കു കുഴപ്പമൊന്നുമില്ല. ബോജൻ ക്രിസാജിനെക്കുറിച്ചു വായിച്ചിരുന്നു. അയാൾ ജപ്പാനിലാണെന്നു പറയുന്നു.”

ടോമിസ്ലേവ്, ബോജൻ ക്രിസാജിനെക്കുറിച്ചും ജപ്പാനെക്കുറിച്ചും പ്രാധാന്യത്തോടെയാണ് പറയുന്നത്. അങ്ങനെയാണ് ആ കത്ത് അവസാനിക്കുന്നത്. അതോ അത് അവസാനിപ്പിക്കാൻ അദ്ദേഹം ഉദ്ദേശിച്ചിട്ടല്ലായിരുന്നോ എന്തോ... നെടൽകോ ഒരെഴുത്തുകാരനല്ല. പക്ഷേ, ടോമിസ്ലേവ് കത്തെഴുതുന്നു എന്നത് എനിക്കു കൗതുകകരമായി. ആ കത്തിൽ പരാമർശിച്ചിരിക്കുന്ന പ്രസിദ്ധ സ്കീയിങ് താരം ക്രിസാജിന്റെയും എന്റെയും പിന്നെ 'ഡാർലിംഗ്' എന്ന് സംബോധന ചെയ്യപ്പെടുന്ന എന്റെ അമ്മയും കൂടാതെ മറ്റൊരാളെക്കുറിച്ചുകൂടി പരാമർശിക്കുന്നു അത് ആരെന്ന് എന്റെ അമ്മയ്ക്കറിയാം. ആ കത്തിലേക്ക് തന്നെ നോക്കിക്കൊണ്ട് ഞാൻ എഴുന്നേറ്റു. കുറെനേരം തുറിച്ചുനോക്കിയാൽ ഇനിയും ആ അപൂർണമായ കത്തിൽനിന്നും എന്തെങ്കിലും കൂടി തെളിഞ്ഞുവരുമെന്ന് വിശ്വസിക്കുന്നതുപോലെ.

"എന്തെങ്കിലും താത്പര്യമുള്ള കാര്യം കണ്ടുകിട്ടിയോ?" മെഡിഹ ചോദിച്ചു.

"ഒന്നുമില്ല."

ഒന്നും ഉണ്ടാകില്ല. അവരെല്ലാം മാറ്റിക്കളഞ്ഞു. ഞാനെന്താ അവരെ പറയേണ്ടത്. മന്ദബുദ്ധികൾ."

"നിങ്ങളുടെ കൈയിൽ ഫോൺബുക്ക് ഉണ്ടോ?"

മെഡിഹയ്ക്ക് ഫോൺബുക്ക് ഉണ്ടായിരുന്നില്ല. മെഡിഹയോട് ഇന്റർനെറ്റ് സൗകര്യമുണ്ടോ എന്ന് ചോദിക്കുന്നത് അർത്ഥശൂന്യതയാകും എന്ന് തോന്നി. എല്ലാ സഹകരണത്തിനും നന്ദി പറഞ്ഞു. ടോമിസ്ലേവിനെ എന്നെങ്കിലും കണ്ടാൽ അറിയിക്കാമെന്ന് അവർ പറഞ്ഞു. അവർ ഒരു കടലാസ്സിൽ അവരുടെ ഫോൺനമ്പർ എഴുതി എനിക്കു തന്നു. എന്നിട്ട് ഞാൻ പടവുകളിറങ്ങിപ്പോകുന്നത് നോക്കി അവർ വാതിൽക്കൽതന്നെ നിന്നു. ഞാൻ വാസാ ഡോർഡിക്കിന്റെ ഫ്ളാറ്റ് കടന്നുപോകുമ്പോൾ വെറുതെ തിരിഞ്ഞുനോക്കി. മെഡിഹ വാതിക്കൽ തന്നെയുണ്ട്. അവർ എന്നെ ചില ആന്റിമാരെ ഓർമ്മിപ്പിച്ചു. വല്ലപ്പോഴുമെങ്കിലും തങ്ങളെ തേടി എത്തുന്ന ബന്ധുജനങ്ങളെ സ്നേഹപൂർവ്വം യാത്രയാക്കുന്നു പാവം ഏകാകികളായ സ്ത്രീകൾ. ഇനി ഒരിക്കലും ഈ ആന്റിയെ തേടി ഞാൻ വരില്ല എന്ന നല്ല ഉറപ്പോടെ ഞാനും തിരിഞ്ഞുനോക്കി പുഞ്ചിരിച്ചു.

ബർകോപോലുള്ള ഒരു പട്ടണത്തിൽ ഒരു സൈബർ കഫേ ഒറ്റനോട്ടത്തിൽ കണ്ടെത്താൻ പ്രയാസമാണ്. വഴിയിൽ കാണുന്ന ആരോടെങ്കിലും ചോദിച്ചാൽ സൈബർ കഫേയ്ക്കു പകരം അവർ നിങ്ങളെ പിടിച്ചു പൊലീസിനെ ഏല്പിക്കും. അതുകൊണ്ടു സൂക്ഷിച്ചുവേണം അന്വേഷിക്കാൻ. അതുകൊണ്ടു ഞാൻ ബ്ലാക്ക് ആന്റ് വൈറ്റ് സിനിമകളിൽ നിന്ന് ഇറങ്ങിവരുന്നതുപോലെ തോന്നാത്ത, ആധുനികരായ ചെറുപ്പക്കാരെ നോക്കി നടന്നു.

ആദ്യമൊക്കെ സൈബർ കഫേ അന്വേഷിച്ചപ്പോൾ ചിലർ ചുമലുകൾ ചലിപ്പിച്ച് അറിയില്ലെന്ന് പറയാതെ പറഞ്ഞു നടന്നുനീങ്ങി. മറ്റു ചിലർ എവിടേക്കൊക്കെയോ കൈചൂണ്ടി ദിശ കാണിച്ചുതന്നു. വേറെ ചിലർ "നെറ്റിൽ തിരയാൻ ബർകോ തന്നെ നിങ്ങൾ എങ്ങനെ തെരഞ്ഞെടുത്തു?" എന്ന ചോദ്യമെറിഞ്ഞു. ഒടുവിൽ ചുവന്ന തലമുടിയുള്ള ഒരു സുന്ദരി പറഞ്ഞു അവൾക്കു പരിചയമുള്ള ആരോ അടുത്ത കാലത്ത് ഒരു കഫേ തുറന്നിട്ടുണ്ടെന്ന്. എന്നിട്ട് ഒരു പയ്യനെ കാണിച്ചുതന്നു. ഞാൻ അവനൊപ്പം ബർകോയിലെ ആദ്യത്തെ സൈബർ കഫേയിൽ എത്തി.

"നിങ്ങൾക്കെന്തിനാണ് ഇന്റർനെറ്റ്?"

എനിക്കു ഔ ചാദ്യത്തിന്റെ പൊരുൾ മനസ്സിലായില്ല. പക്ഷേ എന്റെ വഴികാട്ടിക്ക് മനസ്സിലായി, വിദേശികളായതുകൊണ്ടാണ് ആ ചോദ്യമെന്ന്.

"ഈ കംപ്യൂട്ടറിൽ ക്യാമറയുണ്ട്. എന്നാൽ കീബോർഡിൽ ചില അക്ഷരങ്ങൾ ആകെ കുഴപ്പമാണ്. ഇമെയിൽ അയയ്ക്കാനാണെങ്കിൽ അപ്പുറത്തെ കംപ്യൂട്ടർ ഉപയോഗിക്കാം."

""എനിക്ക് ഓൺലൈനിൽ ചിലതു നോക്കാനാണ്."

"ശരി. എന്നാൽ നിങ്ങൾ നോക്കിക്കോളൂ. എവിടെയാണ് സൗകര്യമെന്നുവച്ചാൽ അവിടെ ഇരിക്കാം."

ഞാൻ ക്യാമറയില്ലാത്ത കംപ്യൂട്ടറിന്റെ മുന്നിൽ ഇരുന്നു. എന്നിട്ട് ബ്രൗസറിൽ ലോസ എന്ന പേര് ടൈപ്പ് ചെയ്തു.

ആറ്

"പേടിക്കണ്ട, ലോസ എല്ലാം നോക്കിക്കൊള്ളും." അച്ഛൻ അമ്മയോട് പറഞ്ഞു. ഞങ്ങൾ ബെൽഗ്രേഡിലെ ബ്രിസ്റ്റൾ ഹോട്ടലിലെ റിസപ്ഷനിൽ നിൽക്കുകയായിരുന്നു. പതിനഞ്ചു മിനുട്ടായി ഞങ്ങൾ ആ നിൽപ് തുടങ്ങിയിട്ട്. അവിടെ എന്റെ അച്ഛനെ ആർക്കും മനസ്സിലായില്ല. ഞങ്ങളുടെ താമസസൗകര്യത്തെക്കുറിച്ച് ആരോടാണ് ചോദിക്കേണ്ടതെന്ന് ഞങ്ങൾക്കും അറിയില്ലായിരുന്നു. ഉറക്കംതൂങ്ങിയ ഹോട്ടൽജീവനക്കാർ ആരൊക്കെയോ അങ്ങോട്ടും ഇങ്ങോട്ടും നിർദ്ദേശങ്ങൾ കൊടുക്കുന്നുണ്ടായിരുന്നു. ഓഫീസർമാരുടെ കുടുംബങ്ങളെ മൂന്നാംനിലയിൽ താമസിപ്പിക്കാൻ ആരോ പറയുന്നത് കേട്ടു. പക്ഷേ അതിനായി ആരും ഒന്നും ചെയ്യുന്നത് കണ്ടില്ല. അവരുടെ ഈ മനോഭാവത്തിന് ചില ന്യായങ്ങളുണ്ട്. വിഭജിച്ചു പോകാൻ നിൽക്കുന്ന രാജ്യത്തിലെ സൈനികരോട് ആർക്കെന്തു താത്പര്യം? ഞങ്ങളെ കൂടാതെ വേറെയും ചില ഓഫീസർമാരുടെ കുടുംബങ്ങൾ അവിടെയുണ്ടായിരുന്നു. ഈ ഒരവസ്ഥ അസാധാരണമാണെന്നും ഇത് മറ്റു ചില സമയങ്ങളിൽ അടിയന്തിര കർത്തവ്യനിർവഹണത്തിന് വിളിക്കുന്നത് പോലെയല്ലെന്നുമുള്ള തിരിച്ചറിവാണ് കൂടുതൽ വിഷമം ഉണ്ടാക്കിയത്.

"സാധാരണ ഇത്തരം കാര്യങ്ങളൊന്നും ഒറ്റരാത്രികൊണ്ട് സംഭവിക്കുന്നതല്ല." സഡാറിൽനിന്നുള്ള കേണലിന്റെ ഭാര്യയായ ചുരുണ്ട മുടിക്കാരി പറഞ്ഞു. അവർക്കൊരു രണ്ടു മീറ്റർ നീളമുണ്ട്. കാൾവാകിൽ നിന്നുള്ള മറ്റൊരു കേണലിന്റെ മകൾ, മെലിഞ്ഞു വിളറിയ ഒരു പെൺകുട്ടി തൊട്ടപ്പുറത്തുണ്ട്. കുടുംബങ്ങളോട് ഒപ്പംതന്നെ നീങ്ങാൻ പറഞ്ഞത് വല്ലാത്ത നടപടിയായിപ്പോയി എന്നവൾ പരിഭവിച്ചു.

"സാധാരണ നമുക്കായി അപ്പാർട്ട്മെന്റുകൾ തയ്യാറായി കിടക്കുന്നുണ്ടാവും. ഹോട്ടൽജോലിക്കാരും അല്പംകൂടി ബഹുമാനം കാണിക്കുമായിരുന്നു." ചുരുണ്ട മുടിക്കാരി പറഞ്ഞു. ഞങ്ങളുടെ ഇപ്പോഴത്തെ യജമാനന്മാർ കേൾക്കാനെന്നോണം അവസാനത്തെ വാചകം അവർ അല്പം ഉറക്കെയാണ് പറഞ്ഞത്. പക്ഷേ അവർ പുതിയ തലമുറയാണ്. അതനുസരിച്ചാണ് അവർ പെരുമാറുന്നത്.

ആകപ്പാടെ പരിഭ്രമിച്ച അച്ഛനാകട്ടെ മറ്റുള്ളവരിൽ നിന്നകന്ന് അസ്വസ്ഥനായി അങ്ങോട്ടും ഇങ്ങോട്ടും നടക്കുകയാണ്. ചിലപ്പോൾ എന്റെയും അമ്മയുടെയും അടുത്ത് വന്നു 'പരിഭ്രമിക്കണ്ട, ലോസ എല്ലാം നോക്കിക്കൊള്ളും' എന്നാവർത്തിച്ചുകൊണ്ടിരുന്നു. എന്റെ അച്ഛനും അമ്മയും എമിർ മുസിറോവിക്കിനെ വിളിച്ചിരുന്ന ഓമനപ്പേരായിരുന്നു അത്. അയാൾക്ക് ഇതിനിടയ്ക്ക് കേണലായി സ്ഥാനക്കയറ്റം കിട്ടിയിരുന്നു. ആൾഅവിവാഹിതനാണ്. കുട്ടികളില്ല. തന്റെ ജീവിതം പൂർണമായും യൂഗോസ്ലാവ് പീപ്പിൾസ് ആർമിക്കുവേണ്ടി ഉഴിഞ്ഞുവച്ചിരിക്കുകയാണ്. മേലധികാരികൾ കക്ഷിയെ വല്ലാതെ ഭയപ്പെട്ടിരുന്നു. അതുകൊണ്ടാണ് ജനറലായി സ്ഥാനക്കയറ്റം ലഭിക്കാതിരുന്നത്.

എമിർ അങ്കിൾ എന്റെ അച്ഛനേക്കാൾ അരയടി നീളമെങ്കിലും കൂടുതലുണ്ട്. ബാൾക്കനിലെ ഏറ്റവും വീതികൂടിയ ചുമലുകൾ അദ്ദേഹത്തിന്റേതായിരുന്നു. പുലയിലെ തെരുവിൽകൂടി കോപാകുലനായി അദ്ദേഹം നടക്കുമ്പോൾ ആളുകൾ ഭയന്ന് വഴിമാറുമായിരുന്നു. അദ്ദേഹം ഞങ്ങളുടെ വീട്ടിൽ സന്ദർശനത്തിന് വന്നാൽ എന്റെ കൂട്ടുകാർ നിശ്ശബ്ദരാകും. വീട്ടിൽ, സ്വീകരണമുറിയിൽ പതിവായി ഒരേ കസേരയിലാണ് അദ്ദേഹം ഇരിക്കുക. ഞങ്ങളുടെ വീട്ടിൽ അദ്ദേഹം എന്റെ പ്രിയപ്പെട്ട അങ്കിൾ ആയിരുന്നു. കുറെ പ്ലം ബ്രാണ്ടി കുടിച്ചു കഴിഞ്ഞാൽ അങ്കിൾ അച്ഛന്റെ തോളിൽ കൈ ചുറ്റി ഡാൻസ് തുടങ്ങും. ഇരുവരുടെയും ഡാൻസോടെ മാത്രമാണ് ആ സന്ദർശനങ്ങൾ അവസാനിക്കാറ്.

എമിറിനു മാത്രമാണ് ആണ് ആ സത്യം അറിയാവുന്നത്. അന്തർമുഖനായ അയാൾ അച്ഛനോടുപോലും മനസ്സ് തുറക്കാറില്ല. ദുഷയ്ക്ക് അന്തർമുഖരെ ഇഷ്ടമേയല്ല. എന്നാൽ അച്ഛനോട് എമിർ കാണിക്കുന്ന സ്നേഹം കണക്കിലെടുത്ത് അയാളെ സഹിക്കുന്നതാണ്. പോരാത്തതിന് ലഹരി തലയ്ക്കു പിടിച്ചു കഴിയുമ്പോൾ അയാൾ പ്രഖ്യാപിക്കാറുണ്ട്, നെടെൽകോയും അയാളുടെ സുന്ദരിയായ ഭാര്യയും മിടുക്കനായ മകനും മാത്രമാണ് അയാളുടെ കുടുംബം എന്ന്. അയാൾക്കൊരു സഹോദരനുണ്ടായിരുന്നെങ്കിൽപോലും ഇത്രയും സ്നേഹം അവനോട് തോന്നില്ലായിരുന്നുവെന്നാണ് എമിർ പറയാറ്. അച്ഛൻ എന്ത് മന്ത്രവാദം ചെയ്തിട്ടാണ് ഇത്രയ്ക്ക് അന്തർമുഖനായ ഒരു മനുഷ്യന്റെ സ്നേഹം പിടിച്ചുപറ്റിയതെന്ന് ഞാനും അമ്മയും എപ്പോഴും അദ്ഭുതപ്പെടാറുണ്ട്. പക്ഷേ ഒന്നെനിക്കറിയാം. അവസാനമായപ്പോൾ അമ്മയ്ക്ക് അയാളുടെ സന്ദർശനവും സൗഹൃദവും മടുത്തു തുടങ്ങിയിരുന്നു.

'പേടിക്കേണ്ട, ലോസ നിങ്ങളുടെ കാര്യങ്ങൾ... ഇത് മൂന്നാംതവണയാണ് അച്ഛൻ അതെ കാര്യം പറഞ്ഞുവരുന്നത്."

പക്ഷേ ഇത്തവണ അമ്മയുടെ രൂക്ഷമായ നോട്ടത്തിനു മുന്നിൽ അദ്ദേഹം അത് പൂർത്തിയാക്കിയില്ല. ലോസ ഒരു കാര്യവും അന്വേഷിക്കാൻ പോകുന്നില്ലെന്നും ഇപ്പോൾ വ്യക്തമായി. കാര്യങ്ങൾ അയാളുടെ

നിയന്ത്രണത്തിനും അപ്പുറമാണ്. ഞങ്ങൾക്ക്, മുൻപ് ബിട്ടോലയിലേക്ക് പോകേണ്ടിവരുമായിരുന്നു. ഒരു സന്ദർഭത്തിൽ അയാൾ ഇടപെട്ട് അത് ഒഴിവാക്കിയിരുന്നു. അച്ഛൻതന്നെ സ്വന്തം വാക്കുകളിലും ലോസയുടെ സഹായത്തിലും വിശ്വാസമുണ്ടായിരുന്നോ എന്നെനിക്കറിയില്ല. പക്ഷേ ഒന്നെനിക്കറിയാം സ്വന്തം മേലുദ്യോഗസ്ഥർ പറയുന്നത് അപ്പാടെ വിശ്വസിക്കാൻ മാത്രം നിഷ്കളങ്കനായിരുന്നു അദ്ദേഹമെന്നു കരുതുന്നില്ല. ഒരുപാട് ആലോചനകൾക്കൊന്നും മെനക്കെടാതെ മേലുദ്യോഗസ്ഥരുടെ ഉത്തരവുകൾ അതേപടി അനുസരിക്കാനായിരുന്നു അദ്ദേഹത്തിന് താത്പര്യം. കാരണം അങ്ങനെയായിരുന്നു ആ വ്യവസ്ഥിതി അദ്ദേഹത്തെ വളർത്തിക്കൊണ്ടുവന്നത്. ആ വ്യവസ്ഥയോട് അങ്ങേയറ്റം നന്ദിയുണ്ടായിരുന്ന ബോറോജെവിക് അതിനെ ബഹുമാനിക്കുകയും അത് വച്ചുനീട്ടുന്നതെല്ലാം എതിർപ്പില്ലാതെ സ്വീകരിക്കുകയും ചെയ്തു. അദ്ദേഹത്തിന് ശരിക്കും ലോസയെ വിശ്വസിക്കേണ്ട കാര്യമില്ല. അദ്ദേഹം ഇപ്പോൾ എന്തിനെക്കുറിച്ചെങ്കിലും വേവലാതിപ്പെടുന്നുണ്ടെങ്കിൽ അത് എന്റെ അമ്മയ്ക്കും എനിക്കും യൂണിഫോമില്ല എന്നതിനെക്കുറിച്ചാണ്. യൂണിഫോമിന്റെ ലോകത്ത് എല്ലാ ശരിയാണ്, ശരിയാകും എന്നവർ കരുതുന്നു.

മാറിയ സാഹചര്യങ്ങളുമായി ഞങ്ങൾ എങ്ങനെ പൊരുത്തപ്പെടുമെന്ന നിശ്ശബ്ദമായ ഒരു ഭയവും അദ്ദേഹത്തിനുണ്ട്. ആ ഹോട്ടൽ ലോബിയിൽ തന്നെ ഞങ്ങൾ തുടരുമ്പോൾ ഒരു മിലിറ്ററി ട്രക്ക് പുറത്തുവന്നു നിന്നു. അതിൽനിന്നും പുറത്തിറങ്ങിയ ചെറുപ്പക്കാരനായ ഒരു സൈനികൻ അവിടെയുണ്ടായിരുന്ന നാല് ഓഫീസർമാരുടെയും പേരുകൾ വിളിച്ചു. അവർക്കു ബാരക്കിലേക്ക് പോകാനുള്ള വണ്ടി എത്തിയതായി അറിയിച്ചു. അത് കേട്ടപ്പോൾ കേണൽമാർകോവിക്, യൂഗോസ്ലാവ്ആർമി, ഉദ്യോഗസ്ഥരുടെ കുടുംബങ്ങളെ സുരക്ഷിതസ്ഥാനങ്ങളിൽ ആക്കുകയായിരുന്നു ആദ്യം വേണ്ടതെന്നു പ്രതികരിച്ചു. ഗ്ർബികും ലുകോവാകും വേഗം വണ്ടിക്ക് സമീപത്തേക്കു നടന്നു. എന്റെ അച്ഛൻ അമ്മയെ കെട്ടിപ്പിടിച്ചു, എല്ലാം ശരിയാകുമെന്ന് മന്ത്രിച്ചു. പക്ഷേ അമ്മയുടേത് തീർത്തും തണുത്ത പ്രതികരണമായിരുന്നു.

ഞാനും എന്റെ അമ്മയും ബ്രിസ്റ്റോൾ ഹോട്ടലിൽ താമസം തുടങ്ങി. അവർ അവരുടെ ലോകത്തേക്ക് വലിഞ്ഞു. എന്നാൽ ഞാൻ ഭയങ്കര ആവേശത്തിലായിരുന്നു. ആ ജൂൺ മാസത്തിൽ പുലയിലെ ബീച്ചിൽ കളിച്ചു നടക്കുന്നതിനു പകരം ബെൽഗ്രേഡിലെ ഹോട്ടലിൽ താമസിക്കാൻ കഴിയുക എന്നത് എന്നെ സന്തോഷിപ്പിച്ചു. എന്റെ എല്ലാ വേനൽക്കാല അവധികളും പുലയിലെ അപ്പാർട്ട്മെന്റിൽതന്നെ ജീവിച്ചുമടുത്തിരുന്നു. നീന്തൽക്കുളങ്ങൾ ഉള്ള വലിയ ഹോട്ടലുകളിൽ താമസിക്കാനെത്തുന്ന വിദേശ വിനോദസഞ്ചാരികളെ ഞാൻ അസൂയയോടെ നോക്കിയിരുന്നു. വിശാലമായ കിടക്കയിൽ കിടന്നുകൊണ്ട് വലിയ സ്ക്രീനുള്ള ടി.വി. കാണുകയെന്നത് എന്റെ വലിയ സ്വപ്നമായിരുന്നു. വലിയ

മുറിയും വിശാലമായ ശുചിമുറികളും പരവതാനികളും കർട്ടനും ചാരുകസേരയുമെല്ലാമുള്ള ഹോട്ടൽമുറിയെക്കുറിച്ചുള്ള ആഡംബരചിന്തകൾ എന്നെ കുറച്ചൊന്നുമല്ല കൊതിപ്പിച്ചിട്ടുള്ളത്. ഞങ്ങൾ മൂവരും ഒരുമിച്ച് അത്തരമൊരു ഹോട്ടലിൽ താമസിക്കുന്നത് ഞാൻ മറ്റെന്തിനേക്കാളും അഗ്രഹിച്ചിരുന്നു. പക്ഷേ, ഇന്നിപ്പോൾ ഞാനും അമ്മയും മാത്രമായി ഈ ഹോട്ടലിൽ താമസം തുടങ്ങുന്നു. പക്ഷേ ബ്രിസ്റ്റോൾ ഹോട്ടലിൽ നീന്തൽക്കുളമില്ല. അവസാനം ഞങ്ങൾക്ക് കിട്ടിയ മുറിയാകട്ടെ ഹോട്ടലിന്റെ പരസ്യചിത്രങ്ങളിൽ കാണുന്നതുപോലെയല്ലതാനും. ഞങ്ങളുടെ 211 നമ്പർമുറിയെ വെച്ച് നോക്കുമ്പോൾ പുലയിലെ സാധാരണ അവധിക്കാല ഫ്ളാറ്റുകൾപോലും ആഡംബരപൂർണമാണ്. ഈ മുറിയിൽ രണ്ടു കട്ടിലുകളാണുള്ളത്. അതിനുമേൽ ചാരനിറത്തിലുള്ള കമ്പിളിപുതപ്പുകൾ വിരിച്ചിട്ടുണ്ട്. ഒരു ചെറിയ ടെലിവിഷൻ. പിന്നെ ചെറിയ ഒരു ശുചിമുറിയും.

ഈ ഇടുങ്ങിയ മുറിയിൽ തളച്ചിടപ്പെടാൻ അമ്മയ്ക്കു താത്പര്യമുണ്ടായിരുന്നില്ല. എനിക്കാണെങ്കിൽ പുറത്തിറങ്ങി നടന്നു കാഴ്ച കാണാനും തോന്നിയില്ല. അതുകൊണ്ട് അവർ എന്നെ ഹോട്ടൽമുറിയിൽ വിട്ടു ശുദ്ധവായു കിട്ടാനായി പുറത്തേക്കുപോയി. ഞാൻ കട്ടിലിരുന്നു ചാനലുകൾ മാറ്റിമാറ്റി നോക്കിക്കൊണ്ടിരുന്നു.

അന്ന് മുറിയിലിരുന്ന് മടുത്ത ഞാൻ അമ്മയോടൊപ്പം പുറത്തിറങ്ങാൻ സമ്മതിച്ചു. ഒരേപോലുള്ള കാണാൻ പ്രത്യേകതകളൊന്നുമില്ലാത്ത ഒരു തെരുവിൽനിന്നു മറ്റൊരു തെരുവിലേക്ക് ഞങ്ങൾ നടന്നു. പുകമഞ്ഞു മൂടിയ വീടുകൾ പിന്നിട്ടു, വിളറിയ ഒരു പാർക്കും കടന്നു ഞങ്ങൾ ഒരു നടപ്പാതയിലേക്ക് കയറി. എങ്ങോട്ടാണ് പോകുന്നതെന്ന് ഞാൻ ചോദിച്ചില്ല. എനിക്കൊരു താത്പര്യവും ഉണ്ടായിരുന്നില്ല എന്നതിനാണ് സത്യം. ഒരു മണിക്കൂറോളം നടന്നശേഷം അമ്മ ഒരു കെട്ടിടത്തിന്റെ മുന്നിൽനിന്നു. അവർ അവിടെയെഴുതിവച്ചിരുന്ന പേരുകൾ വായിച്ച് ഒടുവിൽ ലാഡനോവിക് എന്ന പേര് കണ്ടുപിടിച്ചു. പൊടുന്നനെ പിന്നോട്ടു മാറി, എന്ത് ചെയ്യണമെന്നറിയാതെ നിന്നു. പെട്ടെന്ന് ഒരാൺകുട്ടിയും പെൺകുട്ടിയും അവിടേക്കു നടന്നുവരുന്നത് കണ്ട അമ്മ വേഗം തിരിഞ്ഞു നടന്നു. ഞാൻ പിന്നാലെയുണ്ടോ എന്നുപോലും നോക്കാതെ നിരത്തിലേക്ക് നടന്നു.

ഞങ്ങൾ ലക്ഷ്യമില്ലാതെ പിന്നെയും നടന്നു. നടക്കുമ്പോൾ അവർ പറഞ്ഞു, അവരുടെ സുഹൃത്ത് ഗോക, ഇവിടെ ആ അപ്പാർട്ട്മെന്റിലാണ് താമസിച്ചിരുന്നതത്രെ. ഹൈസ്കൂൾ പഠനകാലത്ത് അമ്മ അവിടെ വന്നിട്ടുണ്ട്. അവർ ഇരുവരും ഒരുമിച്ചു പഠിച്ചതാണ്. ആ സുഹൃത്ത് പിന്നീട് ബെൽഗ്രേഡിലേക്ക് താമസം മാറുകയായിരുന്നു. ഇപ്പോൾ അവിടെ അവരുടെ അമ്മ ഡെൻക മാത്രമാണ് താമസം. കൂട്ടുകാരി വിവാഹിതയായി മറ്റെവിടെയോ ആണ്. ഞാൻ മനസ്സിലാക്കണമെന്ന് നിർബന്ധമില്ലാത്തതുപോലെ. അമ്മ തുടർന്നു.

ഒടുവിൽ എനിക്ക് മടുത്തു. അതോടെ നടപ്പവസാനിപ്പിച്ചു ഞങ്ങൾ ഹോട്ടലിലേക്ക് തിരിച്ചു നടന്നു. ഉച്ചഭക്ഷണം കഴിഞ്ഞ് അമ്മ വീണ്ടും പുറത്തേക്കു പോയി. ഞാൻ വൈകുന്നേരംവരെ ഒറ്റയ്ക്കു മുറിയിൽ ഇരുന്നു. അമ്മ തിരികെ വന്നു കുളിച്ചു നിശ്ശബ്ദയായി കിടന്നു. മെല്ലെ അവർ ഉറക്കത്തിലേക്കു വഴുതിവീണു. പുറമെ അമ്മ വലിയ ധൈര്യവും ശക്തിയും ഒക്കെ കാണിക്കുമെങ്കിലും അവർ ഒരു വികാരജീവിയാണെന്ന് എനിക്കറിയാം. അവരുടെ പിടിവാശി പ്രസിദ്ധമാണ്. അച്ഛൻ എന്തെങ്കിലും ഒരു ചെറിയ ഒരു കാര്യത്തിന് ചെറുതായി ശാസിച്ചാൽപോലും ഒരു രാത്രി മുഴുവൻ ഉറക്കമൊഴിച്ചു സങ്കടപ്പെടുന്ന ആളാണ് അമ്മ.

അമ്മയുടെ ഉൾവലിച്ചിൽ കൂടിക്കൂടിവന്നു. എന്നെ ഉണർത്താൻ പോലും മിനക്കെടാതെ അവർ മുറിവിട്ടു പോകാൻ തുടങ്ങി. ചിലപ്പോൾ ഉച്ചഭക്ഷണത്തിന് എത്തും. ചിലപ്പോൾ അത്താഴസമയത്തുപോലും കാണില്ല. ഒരു കാര്യം ഉറപ്പായി, ദുഷയ്ക്ക് ഈ ഹോട്ടൽമുറിൽ ഒരമ്മ യാകാൻ കഴിയുന്നില്ല. ആദ്യത്തെ കുറെ ദിവസങ്ങളിൽ അച്ഛൻ എല്ലാ ദിവസവും വിളിക്കുമായിരുന്നു. അദ്ദേഹം ഒരു റേഡിയോ അനൗൺസറെ പോലെ ഞാനെന്താണ് കഴിച്ചത്, അമ്മ പാർക്കിൽ കൊണ്ടുപോയോ തുടങ്ങി കൊച്ചുകൊച്ചു കാര്യങ്ങൾ അന്വേഷിച്ചുകൊണ്ടിരിക്കും. ഇങ്ങനെ പോയാൽ അദ്ദേഹം എന്നോട് ഒരു കുഞ്ഞിനോട് സംസാരിക്കുന്നതു പോലെ സംസാരിച്ചുതുടങ്ങുമോ എന്ന് ഞാൻ ശങ്കിച്ചു. അമ്മയുമായി ദീർഘനേരം അദ്ദേഹം സംസാരിക്കും. പക്ഷേ എന്താണവരുടെ സംസാര വിഷയമെന്ന് അമ്മയുടെ ഭാഗത്തെ സംസാരത്തിൽനിന്നും എനിക്കു മനസ്സിലാക്കാൻ കഴിഞ്ഞിട്ടില്ല. എന്തായാലും എന്നോട് സംസാരിക്കുന്ന പോലെ വിഡ്ഢിത്തരങ്ങളല്ല. അമ്മ കട്ടിലിന്റെ തലയ്ക്കൽ റിസീവറും പിടിച്ചിരുന്ന് അല്ലെന്നോ അതെയെന്നോ മാത്രം മറുപടി പറഞ്ഞുകൊണ്ടി രിക്കും. ചിലപ്പോൾ തലതാഴ്ത്തി, കണ്ണടച്ച് ദീർഘനിശ്വാസം വിടും. അച്ഛൻ പറയുന്നത് എന്തെങ്കിലും ഇഷ്ടപ്പെടാത്തപ്പോൾ അമ്മയുടെ പതിവ് രീതിയാണത്. ഇതിങ്ങനെ നടന്നുകൊണ്ടിരിക്ക എനിക്കു മറ്റു മാർഗ്ഗമൊന്നുമില്ലായിരുന്നു. അമ്മയുടെ ഉൾവലിയാനുള്ള കഴിവും അച്ഛന്റെ സമ്പന്നമായ ഭാവനാവിലാസങ്ങളുംകൂടി യോജിപ്പിച്ചു ഞാൻ എന്റെ ലോകം നിർമ്മിച്ചു. ആ ഹോട്ടൽ മുറിയിൽ ഒരു ഫുട്ബോൾലോകം സംഘ ടിപ്പിച്ചു. വലിയ ഫുട്ബോൾ മത്സരങ്ങൾ നടത്തി. എവിടുന്നോ കിട്ടിയ ഒരു ചെറിയ റബ്ബർപന്ത് ഫുട്ബോളായി. ഹോട്ടൽമുറിയുടെ വാതിൽ ഗോൾപോസ്റ്റും. എല്ലാം ഞാൻ തന്നെ ചെയ്തു. കമന്ററി മുതൽ കളി ക്കുന്നതുവരെ. ആൾക്കൂട്ടത്തിന്റെ ബഹളങ്ങളും കളിക്കാരുടെ പെരുമാറ്റ ങ്ങളുമെല്ലാം ഞാൻ തന്നെ നിർവഹിച്ചു. മൂന്നോനാലോ കളികൾ ഞാൻ ഒരു ദിവസം കളിക്കും. എന്നിട്ട് വിയർത്തുകുളിച്ചു തളർന്നു കിടക്കയിൽ മലർന്നു കിടക്കും.

ഞാനും അമ്മയും ബെൽഗ്രേഡിൽ, ജീവിച്ചത് രണ്ടു സമാന്തര ലോക ങ്ങളിലാണ്. എനിക്കു ഫുട്ബോൾ ലീഗുണ്ട്. അമ്മയ്ക്ക് അമ്മയുടെ

വിനോദസഞ്ചാരവും. അവരുടെ ലോകം ജനലിനു പുറമെയായിരുന്നു വെങ്കിൽ എന്റെ ലോകം ഉള്ളിൽതന്നെയായിരുന്നു. അവർ എവിടെ പോകുന്നുവെന്നോ ആരെയൊക്കെ കാണുന്നുവെന്നോ ചോദിക്കുന്നത് ഞാൻ നിർത്തി. പകൽ മുഴുവൻ അടച്ചിട്ട ഹോട്ടൽമുറിയിൽ ഞാനെന്തു ചെയ്യുന്നുവെന്ന് അവരും ചോദിക്കാതായി. മുറിയിലുള്ള എന്റെ പന്ത് കളിയും മറ്റും അമ്മയ്ക്കിഷ്ടപ്പെട്ടില്ലെന്ന് അറിയാം. പുലയിലെതന്നെ ഞങ്ങളുടെ വീടിനകത്ത് ഓടിക്കളിക്കാൻ അമ്മ സമ്മതിക്കുമായിരുന്നില്ല. ഞാൻ വാശിപിടിക്കുമ്പോൾ സൂത്രത്തിൽ എന്നെ പുറകുവശത്തെ മുറ്റ ത്തേക്ക് കൊണ്ടുപോകുമായിരുന്നു. ഒരു ദിവസം അമ്മയുടെ പതിവ് സഞ്ചാരം കഴിഞ്ഞ് അവർ വാതിൽ തുറക്കുമ്പോൾ അത്യധികം വാശി യേറിയ ഒരു കളിയുടെ അവസാനത്തിൽ വിയർത്തു തളർന്ന് അവശ നായി തറയിൽ കിടക്കുകയായിരുന്നു ഞാൻ. അവരെന്നെ വഴക്കു പറയു മെന്നാണ് കരുതിയത്. എന്നാൽ അമ്മ എന്നെ കണ്ടതേയില്ല. ഭീതിയോടെ ഞാൻ ഒരു കാര്യം തിരിച്ചറിഞ്ഞു. അവരെ സംബന്ധിച്ചിടത്തോളം ഇന്ന് ഞാനില്ല. ഇപ്പോഴിതാ ഞാൻ തീർത്തും അപ്രത്യക്ഷനുമായിരിക്കുന്നു.

ആ ഹോട്ടൽമുറിയിലെ തറയിൽ കിടന്നപ്പോൾ പെട്ടെന്ന് എനിക്കു ഒരു കാര്യം മനസ്സിലായി, എനിക്ക് അച്ഛനുമില്ല അമ്മയുമില്ല, സുഹൃത്തു ക്കളുമില്ല. ഹോട്ടലിൽതന്നെ എല്ലാവരും എന്നെ മറന്നിരിക്കുന്നു. ഈ ലോകത്ത് ആർക്കും ഇപ്പോൾ എന്നോട് താത്പര്യമില്ല. ദുഷ ശുചിമുറി യിൽനിന്നും ഇറങ്ങുന്നത് കാത്തു ഞാൻ അവിടെത്തന്നെ കിടന്നു. എനിക്കു വല്ലാത്ത ഒറ്റപ്പെടൽ തോന്നി. എന്നെ ആർക്കും വേണ്ടെന്നു തോന്നുന്നു. എന്റെ ജീവിതത്തിലെ അവസാന ഹോട്ടലായിരിക്കും ബ്രിസ്റ്റോൾ എന്ന് ഞാൻ തീർച്ചപ്പെടുത്തി.

ഏഴ്

രാവിലെ ഫോൺ അടിച്ചപ്പോൾ എവിടെയാണ് ഞാൻ എന്ന തിരിച്ചറിവുണ്ടായിരുന്നില്ല. പരിസരമാകെ നോക്കി. മേശപ്പുറത്തെ ആ ചെറിയ സ്ക്രീൻ കണ്ടപ്പോൾ ഓർമ്മ വന്നു, അതൊരു ഹോട്ടൽമുറിയാണെന്ന്. അങ്ങനെ പതിനാറു വർഷം എന്നോട് തന്നെ ചെയ്ത പ്രതിജ്ഞ ലംഘിക്കപ്പെട്ടു.

"നിങ്ങൾ എവിടെയാണ്?"

അത് മറ്റേതോ ലോകത്തുനിന്നുള്ള ശബ്ദംപോലെ തോന്നി. കാരണം ഞങ്ങൾക്കിടയിലെ ദൂരം കിലോമീറ്ററുകളിൽ അളക്കാൻ കഴിയുമായിരുന്നില്ല. ഒരു ദിവസം മുൻപ്, ഉറങ്ങുന്ന നാദിയയെ വിട്ടു ഞാൻ പോന്ന ആ ലോകം ഇനിയൊരിക്കലും എന്റേതല്ല എന്നെനിക്കു തോന്നി. വഴിയിലെവിടെയോ എന്നോ ഞാൻ അദൃശ്യമായ ഏതോ അതിർത്തി കടന്ന് പഴയ, മറക്കപ്പെട്ട ആ ലോകത്തേക്ക് കടന്നിരിക്കുന്നു. നാദിയ ആഗ്രഹിക്കുന്ന പഴയ വ്‌ളാദൻ ആകാൻ ഇനിയെന്നെങ്കിലും എനിക്കു സാധിക്കുമോ എന്നുറപ്പില്ല.

"ഞാൻ ഗോറാസാദിയിലാണ്."

"എവിടെ?"

അവളൊരിക്കലും കേൾക്കുകപോലും ചെയ്യാത്ത ഈ സ്ഥലത്തു ഞാനെന്തു ചെയ്യുന്നു എന്നോ അതിനുള്ള ഉത്തരം കേൾക്കാനോ അവൾ തയ്യാറായില്ല. ഉത്തരം പറയാൻ എനിക്കും കഴിഞ്ഞില്ല. ഇന്നലെ എന്തെങ്കിലും കള്ളക്കഥ അവളോടു പറയാൻ വിട്ടുപോയി എന്ന് ഓർത്തു. വേറെയൊന്നും പറയാനില്ല എന്നതാണ് സത്യം. കെട്ടിച്ചമയ്ക്കാത്ത ഒരേ ഒരു കഥ, വ്‌ളാദൻ ബോറോജെവിക്കിന്റെ ജീവിതകഥ ഇവിടെ തകർന്നു കിടക്കുകയാണ്. ഞാൻ നിശ്ശബ്ദനായി നിന്നു.

ഏതാനും സെക്കന്റുകളുടെ നിശ്ശബ്ദതയ്ക്കുശേഷം അവൾ ഫോൺ കട്ട് ചെയ്തു. പണ്ട് ദുഷ എന്റെ മുന്നിൽ സ്വന്തം മനസ്സ് കൊട്ടിയടച്ച പോലെ ഇന്ന് നാദിയയുടെ മുന്നിൽ സ്വയം കൊട്ടിയടച്ചിരിക്കുന്നു. അന്ന് ആ ഹോട്ടൽമുറിയിലെ മുഷിഞ്ഞ കാർപെറ്റിൽ കിടന്നുകൊണ്ട് അമ്മ

ശുചിമുറിയിൽനിന്നും പുറത്തുവന്നു നിലത്തുകിടക്കുന്ന എന്നെ കെട്ടിപ്പിടിച്ച് ആശ്വസിപ്പിക്കുന്നതു കാത്തുകിടന്നത് ഞാനോർത്തു. അന്നായിരുന്നു ഞാൻ അവസാനമായി കരഞ്ഞത്. ഇന്ന് ഗൊറാസാദിലെ ഈ ഹോട്ടൽമുറിയിൽ ഇരിക്കുമ്പോൾ തന്റെ അമ്മയ്ക്കു തന്നോടുള്ള സ്നേഹം നഷ്ടപ്പെട്ടുകഴിഞ്ഞു എന്ന തിരിച്ചറിവുണ്ടാക്കിയ ഭീതി ഇപ്പോഴും അനുഭവപ്പെടുന്നു. അറിയാത്ത ഏതോ ഒരു സ്ഥലത്തു തീർത്തും ഒറ്റപ്പെട്ടുപോയ ഒരു കൊച്ചുകുട്ടിയുടെ അവസ്ഥ ഭീകരമാണ്. ഇപ്പോൾ നാദിയയും അന്ന് ഞാൻ കരഞ്ഞതുപോലെ കരയുന്നുണ്ടാകും.

അന്ന് ദുഷ ശുചിമുറിയിൽനിന്നും പുറത്തേക്കു വന്നപ്പോൾ എന്നെ നോക്കുകയോ കെട്ടിപ്പിടിച്ച് ആശ്വസിപ്പിക്കുകയോ ചെയ്തില്ല. ഞാൻ അപ്പോഴേക്കും എന്റെ കണ്ണീർ തുടച്ചുകളഞ്ഞിരുന്നു. ഞാൻ നാദിയയെ തിരിച്ചുവിളിച്ചു. ഞങ്ങളുടെ സംഭാഷണം തുടർന്നില്ല. അപ്പുറത്തെ വശത്ത് അവൾ ഫോൺ കൈയിൽ പിടിച്ചു കണ്ണുനീർ തുടയ്ക്കുകയായിരിക്കുമെന്ന് തോന്നി.

ഞാൻ ചാനലുകൾ മാറ്റിമാറ്റി നോക്കിക്കൊണ്ടിരുന്നു. ഒടുവിൽ ജെലീന ടിവിയിൽ നിർത്തി. അതിനു സ്വന്തമായി വിതരണസംവിധാനം ഉണ്ടെന്നുള്ള അതിശയമോ, അതല്ല എന്തെല്ലാം പരിപാടികളാണ് അവർ ഈ സെർബിയൻ പ്രദേശത്തു സംപ്രേഷണം ചെയ്യുന്നതെന്നറിയാനുള്ള ജിജ്ഞാസയോ, എന്താണെന്നറിയില്ല ഞാൻ അത് കാണാൻ തീരുമാനിച്ചു. ഈ ഒരു ചാനലിൽ മാത്രമാണ് പൈങ്കിളി പരിപാടികൾ ഇല്ലാത്തത്. അവരുടെ പരിപാടികൾ തമാശ നിറഞ്ഞതും വിമർശനാത്മകവുമാണ്. ഇതുപോലൊരു ചാനൽ ഉണ്ടെന്നുപോലും കണ്ണുകൊണ്ട് കാണാതെ ഞാൻ വിശ്വസിക്കുമായിരുന്നില്ല.

ജെലീനയ്ക്കടുത്ത് ഒരു ഗ്രാമത്തിൽ, യുദ്ധക്കുറ്റവാളിയായി അന്താരാഷ്ട്രകോടതിയുടെ ശിക്ഷ എട്ടുവർഷം അനുഭവിച്ചശേഷം ഒരാൾ തിരിച്ചുവരുന്നു. അയാൾ നിരപരാധിയാണെന്ന് ബന്ധുക്കളും സുഹൃത്തുക്കളും ആണയിടുന്നു. അവരുടെ അഭിപ്രായത്തിൽ അവരുടെ പ്രിയപ്പെട്ട മിലൻ ഒരു മനുഷ്യസ്നേഹിയാണ്. അന്താരാഷ്ട്ര സമൂഹം അവനെ വെറുതെ കുറ്റവാളിയാക്കുകയാണ്. മിലനോടുള്ള സ്നേഹം പ്രകടിപ്പിക്കാൻ ഗ്രാമവാസികൾ ഒരവസരവും പാഴാക്കിയില്ല. വിവാഹസൽക്കാരങ്ങളിലും ആഘോഷപരിപാടികളിലും എല്ലാ മേശകളിലും മിലനുവേണ്ടി പൂക്കൾ വയ്ക്കുന്നത് അവിടെ ഒരു കീഴ്വഴക്കമായി മാറുന്നു. അന്വേഷണകുതുകിയായ ഒരു പത്രപ്രവർത്തകനും അയാളോട് അസുഖകരമായ ചോദ്യങ്ങൾ ചോദിച്ചില്ല. തണുത്തുറഞ്ഞ ഡച്ച് തടവറയിൽ എട്ടുവർഷം ശിക്ഷ അനുഭവിച്ചുവന്ന അയാളെ സ്നേഹംകൊണ്ട് പൊതിയുകയാണ് എല്ലാവരും.

ഇക്കാലമത്രയും അവരാരുംതന്നെ മിലന്റെ നിഷ്കളങ്കതയെ സംശയിക്കുന്നില്ല എന്നത് വിചിത്രമായി തോന്നാം. മിലനെ അവന്റെ കൂട്ടുകാരും

നാട്ടുകാരുമൊക്കെ മനസ്സിലാക്കുന്നതുപോലെ മനസ്സിലാക്കിയിരുന്നുവെങ്കിൽ, യുദ്ധക്കുറ്റം പോയിട്ട് ഒരു സൈക്കിൾപോലും മോഷ്ടിക്കാൻ അവനു കഴിയില്ല എന്നവർക്ക് മനസ്സിലായേനേ. ഓരോ ഗ്രാമവാസികളും ഇതേ കാര്യമാണ് ആവർത്തിക്കുന്നത്. അതേസമയം അവരെല്ലാവരും പറയുന്നത് അവർ ഇരകളാണെന്നാണ്. ഞാൻ ആ മനുഷ്യനെ അദ്ഭുതത്തോടെ നോക്കി. അയാളുടെ നിരപരാധിത്വത്തിലുള്ള അവരുടെ വിശ്വാസം എന്നെ അതിശയിപ്പിച്ചു. അയാൾ മുറിയുടെ മൂലയിൽ വളരെ മര്യാദയോടെ ഒതുങ്ങിയിരിക്കുന്നു. ഇടയ്ക്കിടയ്ക്ക് ഭയത്തോടെ ചുറ്റും നോക്കുന്നു. ഒറ്റനോട്ടത്തിൽ അയാളെ കണ്ടാൽ ഒരു യുദ്ധക്കുറ്റവാളിയെന്ന് തോന്നുന്നില്ല. പക്ഷേ ഈ ഹോട്ടൽ മുറിയിൽ ഞാൻ ഹേഗിലെ ജഡ്ജിമാരെ വിശ്വസിക്കാനാണ് ഇഷ്ടപ്പെട്ടത്.

ഞാൻ എന്റെ അച്ഛനെ തേടി വന്ന സ്ഥലത്തിന്റെ സ്വഭാവവിശേഷങ്ങൾ എനിക്ക് ഏറെക്കുറെ വ്യക്തമായിത്തുടങ്ങി. പലവിധ നിയമങ്ങൾ ആണിവിടെ. ആളുകളുടെ ചിന്താഗതികളും വ്യത്യസ്തം. എനിക്കിവിടെ നെടെൽകോ ബോറോജെവിക്കിനെയും ടോമിസ്ലേവിനെയും മനസ്സിലാകും. എന്നാൽ ഞാൻ വരുന്നത് മറ്റൊരു ലോകത്തുനിന്നാണ്. ഞാനിപ്പോൾ ടെലിവിഷനിൽ കണ്ടതിൽനിന്നും തികച്ചും വ്യത്യസ്തമായ ലോകത്തുനിന്ന്.

സത്യത്തിൽ അപ്പോൾ എനിക്കു തോന്നിയത് ശരിക്കും ഇവിടെ നടക്കുന്ന കാര്യങ്ങൾ ഉൾക്കൊള്ളാനും അംഗീകരിക്കാനും എനിക്കു കഴിയുമോ എന്നാണ്. ഒരു യുദ്ധക്കുറ്റവാളിയുടെ തിരിച്ചുവരവ് നാണമില്ലാതെ ആഘോഷമാക്കുന്ന ഈ ജനത എനിക്കു തീർത്തും അന്യമാണ്. അവർ അവരുടെ കാഴ്ചപ്പാടുകൾ വല്ലപ്പോഴും മാത്രം ജെലീന ടെലിവിഷൻ കാണുന്ന ഞാനുമായി പങ്കുവയ്ക്കാൻ തയ്യാറായ സ്ഥിതിക്ക് അവർ ലോകത്തോട് എന്തായിരിക്കും പറയുക എന്നോർത്ത് ഞാൻ ശരിക്കും ഭയന്നു.

പരിപാടി അവസാനിക്കുന്നതിനുമുൻപ് ഞാൻ ടിവി ഓഫ് ചെയ്തു. ആ അവതാരകൻ പറയാൻ പോകുന്ന കാര്യങ്ങൾ തുടർന്ന് കേൾക്കാൻ എനിക്കു താത്പര്യം തോന്നിയില്ല. ഞാൻ ആവശ്യത്തിന് വിഷം അകത്താക്കിക്കഴിഞ്ഞിരുന്നു. കൂടാതെ ഇനിയെനിക്ക് ഒരുപാടു ജോലിയുണ്ട്.

ഓ, നിങ്ങൾ അദ്ദേഹത്തെയാണോ അന്വേഷിക്കുന്നത്?"

ബെഹാർ ഹോട്ടലിലെ റിസപ്ഷനിസ്റ്റ് എന്നെ ദയകൊണ്ട് മൂടി. ജുബ്ജാനയിലെ ടൂറിസ്റ്റ് ഡിസ്കോ ഇപ്പോഴുമുണ്ടോ എന്നാണ് അയാൾക്ക് അടുത്തതായി അറിയേണ്ടത്. അദ്ദേഹത്തിന്റെ ദയാവായ്പ് പെട്ടെന്ന് ഗൃഹാതുരത്വമായി മാറി.

"ഞാൻ അവിടെ സൈന്യത്തിൽ ജോലി ചെയ്തിട്ടുണ്ട്." അയാൾ പറഞ്ഞു. എന്നിട്ട് അയാൾ കറങ്ങിനടക്കാൻ ഇഷ്ടപ്പെട്ടിരുന്ന

സ്ഥലങ്ങളുടെ പേരുകൾ പറയാൻ തുടങ്ങി. അയാളുടെ ഗൃഹാതുരത്വം പരന്നൊഴുകാൻ തുടങ്ങി.

കുറെനേരം കേട്ടിരുന്നതോടെ ഞാനും അതിൽ അറിയാതെ ചേർന്നു. അപ്പോഴാണ് ഞാൻ അയാളോട് ചോദിച്ചത്, ഇപ്പോൾ അയാളുടെ പഴയ സുഹൃത്ത് മുസിറോവിക് എവിടെയുണ്ട് എന്ന്. ഞാൻ ആ പേര് പറഞ്ഞതും അയാൾ പെട്ടെന്ന് ഗൗരവത്തിലായി. എന്നെ അദ്ഭുതപ്പെടുത്തിക്കൊണ്ട് അയാൾ യുദ്ധത്തിന് മുൻപുള്ള സൈനികന്റെ വേഷത്തിലേക്ക് മാറി.

"ഞാൻ ചോദിച്ചത് നിങ്ങൾ കേട്ടില്ലേ?"

ഇപ്പോൾ അയാളുടെ ഭാവം തീർത്തും അനാരോഗ്യവാനായ ഒരാൾ ശക്തിമാന്റേതുപോലെ പെരുമാറുന്നതുപോലെയാണ്. പഴയകാല സ്മരണകളും സിനിമ കാണലും എല്ലാം പങ്കുവച്ചപ്പോൾ അയാൾ ശരിക്കും ബാൽകൻ ആയിരുന്നു. ഏതാണ്ട് നാല്പത്തഞ്ചാമത്തെ വയസ്സിൽ അയാൾക്ക് കാണിക്കാൻ പറ്റുന്ന ധിക്കാരം അയാൾ ഇപ്പോൾ മുന്നിൽപെട്ട ഒരു സ്ലോവേനിയക്കാരൻ സഞ്ചാരിയോട് കാണിക്കുന്നു.

"അയാൾ എന്റെ അച്ഛന്റെ ഒരു നല്ല സുഹൃത്തായിരുന്നു."

ബോറോജെവികിന്റെയോ, ടോമിസ്ലേവിന്റെയോ പേര് പറയുന്നതിന് മുൻപ് എനിക്ക് ഒരല്പം തയ്യാറെടുപ്പുകൾ ആവശ്യമായിരുന്നു. പക്ഷേ ഡെസ്കിനു പിന്നിൽ അയാളുടെ വേഷപ്പകർച്ച കണ്ടതുകൊണ്ട്, തത്കാലത്തേക്ക് വീണ്ടും ബോറോജെവിക്കിനെ ഞാൻ എന്റെ അച്ഛനെന്നു പരിചയപ്പെടുത്തി.

"ആരാണ് നിങ്ങളുടെ പിതാവ്?"

ചോദ്യത്തിന്റെ അർത്ഥം എനിക്കു മനസ്സിലായി. എന്റെ പിതാവ് ഭയപ്പെടേണ്ട ആരോ ആണെന്ന തോന്നൽ അയാൾക്കുണ്ടായി എന്ന്.

"ജനറൽ ബോറോജെവിക്."

എനിക്കാണെങ്കിൽ പൊങ്ങച്ചംകൊണ്ട് വീർക്കുകയും പെട്ടെന്നുതന്നെ കാറ്റുപോയ പാവ പോലാകുകയും ചെയ്യുന്ന ആളുകളോട് അല്പം പോലും ക്ഷമയുണ്ടായിരുന്നില്ല.

എനിക്കറിയാമായിരുന്നു ജനറൽ എന്ന വാക്ക് കേൾക്കുമ്പോൾ അയാൾ പതുങ്ങി അയാളുടെ ശരിയായ നിലവാരത്തിലേക്ക് തിരിച്ചു പോകുമെന്ന്. പിന്നെ, വീണ്ടും ഞങ്ങൾക്ക് സുഹൃത്തുക്കളെപ്പോലെ സംസാരം തുടരാം. എന്റെ ഊഹം ശരിയായി.

"നിങ്ങൾ എന്താ ഇങ്ങനെയൊക്കെ പറയുന്നത്? ഇവിടെയെല്ലാ തരത്തിലുള്ള ആളുകളും വരും. പക്ഷേ ജനറൽ മുസിറോവിക് ആരെങ്കിലും വെറുതെ ചെന്ന് വാതിലിൽ മുട്ടുന്നത് ഇഷ്ടമല്ല. അദ്ദേഹത്തിന് പത്രക്കാരെ തീരെ കണ്ടുകൂടാ. അതുകൊണ്ട് അദ്ദേഹത്തതിന് വേണ്ടി

എനിക്കു നിങ്ങളെക്കുറിച്ച് വിശദമായി മനസ്സിലാക്കിയേ പറ്റൂ. ആർക്കും ആരുടെയും അടുത്തേക്ക് ഓടിക്കയറി ചെല്ലാമെന്നത് ലോകത്തു നടപ്പുള്ള രീതിയല്ല. ശരിയല്ലേ വ്ളാദൻ?"

എന്റെ ഭാഗ്യത്തിന് ഇപ്പോഴത്തെ തലമുറയിലെ ബാൽകൻ ജനത ഭ്രാന്തമായ ദേശീയത ഉള്ളവരല്ലെന്നു തോന്നുന്നു. എന്തായാലും അയാൾ ജനറൽ ബോറോജെവിക്കിനെ ഒരു ഭീകരശത്രുവായി കാണുന്നില്ല എന്നാണ് മനസ്സിലാക്കേണ്ടത്. യൂഗോസ്ലാവ്യ ആർമിയിലെ ഉദ്യോഗസ്ഥ നായിരുന്ന ബോറോജെവിക് അവരുടെ നഗരം ചുട്ടുകരിക്കാൻ മുന്നിൽ നിന്നയാളാണെന്നുള്ള കാര്യം അയാൾ ആലോചിക്കുന്നില്ല എന്നതും എനിക്കു സൗകര്യമായി. ജാതിയുടെയും മതത്തിന്റെയും ദേശീയത യുടെയും പേരിൽ മാത്രമല്ല, ശക്തിയുടെയും ദൗർബല്യത്തിന്റെയും പേരിൽകൂടി മനുഷ്യരെ വിഭജിക്കുന്ന ആളാണ് റിസപ്ഷനിസ്റ്റ് എന്നാണ് തോന്നിയത്. ശക്തർ ബഹുമാനിക്കപ്പെടുകയും അവരെ ഭയപ്പെടുകയും വേണം. ഇതേസമയം ദുർബലരെ പരിഹസിക്കാം, ഉപദ്രവിക്കാം, പുച്ഛിക്കാം. ഒരു ജനറൽ, ബോറോജെവിക് ആയാലും ഇനി വേറെയാരെ ങ്കിലും ആയാലും ശക്തരിൽതന്നെ ആഢ്യത്വം കൂടിയുള്ളവരാണ്. അതു കൊണ്ട് അയാൾ ഞങ്ങളുടെ ആളാണ് എന്നാണ് ഇയാൾ ചിന്തിക്കുന്നത്.

അയാൾ ഡസ്കിന്റെ പുറകിൽനിന്നും പുറത്തേക്കു വന്നു. എന്നിട്ട് എന്നെ ഹോട്ടലിന്റെ മുന്നിലേക്ക് കൂട്ടികൊണ്ടുപോയി. മുന്നിലെ പ്രവേശന കവാടത്തിൽവച്ച് ഒരു കൈ എന്റെ തോളിൽ പിടിച്ചുകൊണ്ട് അയാൾ എനിക്ക് എമിർ മുസിറോവിക്കിന്റെ വീട് കാണിച്ചുതന്നു.

"വയലറ്റ് നിറമാണ് വീടിന്, കാണാതെ പോകാൻ വഴിയില്ല", അയാൾ എന്റെ പുറത്തു സൗഹൃദത്തിൽ തട്ടി.

"ജനറലിനോട് എന്റെ വക ഒരു 'ഹായ്' പറയണം. പിന്നെ സാൽക്കോയുടെ അന്വേഷണങ്ങളും."

എമിർ മുസിറോവിക്കിന്റെ വയലറ്റ് നിറമുള്ള വീട് പെട്ടെന്നുതന്നെ കണ്ടെത്തി. വിചിത്രരീതിയിൽ പണികഴിപ്പിച്ച ആ കെട്ടിടത്തിന്റെ നിറം പണ്ട് കഴിച്ചിരുന്ന ഏതോ ഗുളികയുടെ നിറം ഓർമ്മിപ്പിച്ചു. വയലറ്റ് നിറ ത്തിൽ പതിവു രീതിക്ക് വിരുദ്ധമായി നിർമ്മിച്ചിരിക്കുന്ന ആ കെട്ടിടത്തിന്റെ നിർമ്മിതിക്ക് ഒരുപാട് ആർക്കിട്ടെക്ടുകൾ അധ്വാനിച്ചിട്ടുണ്ടാവുമെന്നു തോന്നുന്നു. രണ്ടു കറുത്ത ലിമോസിനുകൾ വീട്ടിലേക്കുള്ള പാതയിൽ കിടപ്പുണ്ട്.

വാതിൽ തുറന്ന ആൾ എന്റെ പ്രതീക്ഷ തെറ്റിച്ചില്ല. നെറ്റിയിൽ വലിയ ചുളിവുകൾ വീണ മൊട്ടത്തലയുള്ള ലെതർ ജാക്കറ്റ് ധരിച്ച ഒരു മനുഷ്യൻ.

"എന്താ?"

"നമസ്കാരം, ഞാൻ മുസിറോവിക്കിനെ അന്വേഷിച്ചു വന്നതാണ്."

"എന്തിന്?"

“ഞാൻ നെടൈൽകോ ബോറോജെവിക്കിന്റെ മകനാണ്.” എന്റെ ഉത്തരത്തിൽ തൃപ്തിയുണ്ടോ എന്ന് സ്വയം പരിശോധിക്കാൻ ഈ കഥാപാത്രം ഏതാനും നിമിഷമെടുത്തു. അത് കുറച്ചു സമയം എടുക്കുമെന്ന് എനിക്കു തോന്നി.

“ബോറോജെവിക്?”

ഞാൻ തലയാട്ടി. എന്താണെന്നറിയില്ല, അയാൾ വാതിൽ എന്റെ മുന്നിൽ കൊട്ടിയടച്ചു. ഒന്നുകൂടി ബെൽ അടിക്കണോ എന്ന് ഞാൻ സംശയിച്ചു.

ആ വയലറ്റ് വീടിനുചുറ്റും കറങ്ങിനടക്കുകയല്ലാതെ ഗൊറാസദിൽ എന്റെ സമയം എങ്ങനെ ചെലവിടണമെന്ന് എനിക്കൊരു ധാരണയും കിട്ടിയില്ല. കുറെനേരം പരിസരങ്ങൾ നിരീക്ഷിച്ചു നടന്നപ്പോൾ ഒരു കാര്യം മനസ്സിലായി. ബോസ്നിയയിൽ രണ്ടുതരം വീടുകളാണുള്ളത്. വിലക്കുറവിൽ കിട്ടുന്ന ചൈനീസ് ബിൽഡിംഗ് സാമഗ്രികൾ ഉപയോഗിച്ച് നിർമ്മിച്ചിട്ടുള്ള പുതിയ വീടുകളും പിന്നെ മനോഹരമായ പഴയ രീതിയിലുള്ള ബോസ്നിയൻ വീടുകളും. അവയുടെ ക്ലിപ്തമായ രൂപങ്ങളും ആർദ്രമായ നിറങ്ങളും അവയെ ആകർഷണീയമാക്കുന്നു. എന്നാൽ കാലപ്പഴക്കം കൊണ്ട് അവയെല്ലാം നശിക്കാൻ തുടങ്ങിയിരിക്കുന്നു. ബോസ്നിയ ഇനിയൊരിക്കലും തിരുത്താനാകാത്തവിധം വിഭജിക്കപ്പെട്ടിരിക്കുന്നു. പാവപ്പെട്ടവർ നല്ല ഭംഗിയുള്ള വീടുകളിലും ധനികർ വൃത്തികെട്ട വീടുകളിലും താമസിക്കുന്നു. ഭരിക്കുന്ന വർഗ്ഗത്തിന്റെ സൗന്ദര്യബോധം, അവർ ഈ നശിച്ച രാജ്യത്തെ എങ്ങോട്ടാണ് നയിക്കുന്നതെന്നു വ്യക്തമാക്കുന്നു.

അത് അകത്തുവന്നു സ്വന്തം വീട്ടിലെപോലെ ഇരിക്കാനുള്ള ഒരു ക്ഷണമായിട്ടാണ് എനിക്കു തോന്നിയത്. ഞാൻ അയാൾ പറഞ്ഞതുപോലെതന്നെ ചെയ്തു. അയാൾ എന്റെ ഷൂ ചുമരിലേക്ക് കാല്കൊണ്ട് തട്ടിനീക്കി. അപകടകരമാംവിധം മുൻകോപിയായ അയാൾ നല്ല വൃത്തിയിലും വെടിപ്പിലുമാണ് നിൽക്കുന്നത് .

പുറത്തെ കടുംചായങ്ങൾക്കു വിപരീതമായി വീടിനകം ലളിതമായാണ് ഒരുക്കിയിരിക്കുന്നത്. തറയിൽ കാർപെറ്റ് വിരിച്ചിട്ടുണ്ട്. ചുമരിൽ ഫ്രെയിം ചെയ്ത ചിത്രങ്ങളുണ്ട്. എവിടെയോ നെരിപ്പോട് എരിയുന്നതിന്റെ സുഖമുള്ള മണം അന്തരീക്ഷത്തിൽ തങ്ങിനിൽക്കുന്നുണ്ട്. ഞാൻ മുകളിലെ മുറിയിലേക്കു നയിക്കപ്പെട്ടു. മുകളിലേക്കു കയറുമ്പോൾ കോണിപ്പടിയുടെ മുകളിൽ ഒരു വാതിൽ തുറക്കുന്ന ശബ്ദം കേട്ടു. ലെതർ ജാക്കറ്റ് ധരിച്ച ഒരാൾ അവിടെ നിൽപ്പുണ്ട്. കോണിപ്പടിയുടെ മുകളിലെ ചുമരിൽ മെക്കയുടെ ഒരു ചിത്രം വച്ചിട്ടുണ്ട്. എമിർ മദ്യപാനം നിർത്തിയെന്നു തോന്നുന്നു. അയാൾ എന്നെ ആ മുറിയിലേക്കു നയിച്ചു. വിശാലമായ മുറിയിൽ ഭീമാകാരമായ ഇരിപ്പിടങ്ങൾ. ഒരു മൂലയിൽ എരിയുന്ന നെരിപ്പോടിനരികെ ഒരാൾ ഇരിക്കുന്നു. അയാൾ വീതികൂടിയ ചുമലുകൾ

ഒരു കമ്പിളിപുതപ്പുകൊണ്ട് മൂടിയിട്ടുണ്ട്. അയാൾ അവിടെയിരുന്നു പുക വലിക്കുകയും ചാരം നെരിപ്പോടിലേക്ക് തട്ടിയിടുകയും ചെയ്യുന്നുണ്ട്.

അയാൾ എന്തോ പറയാൻ ശ്രമിച്ചു. പക്ഷേ വല്ലാത്തൊരു ചുമ അതു തടസ്സപ്പെടുത്തി.

"**നി**ങ്ങളിലധികം പേർക്കും അറിയേണ്ടത് എന്തുകൊണ്ടെന്നല്ലേ?"

എമിർ എന്നെ അതിലേക്ക് പിടിച്ചിട്ടു. ഞാൻ ഈ കഴിഞ്ഞ ഏതാനും ദിവസങ്ങളായി ചോദിച്ചുകൊണ്ടിരുന്ന ചോദ്യങ്ങളിൽ ഇതായിരുന്നു ഇതുവരെ ഇല്ലാതിരുന്നത്. എന്റെ ചിന്തകൾക്ക് അപ്പോഴും ഒരു രൂപം ഉണ്ടായിരുന്നില്ല. എമിർ എന്നെ എന്റെ ആശയക്കുഴപ്പങ്ങളിൽനിന്നും പിടിച്ചുയർത്തി. എന്റേതായ ഒരു വിശദീകരണം രൂപപ്പെടുത്താൻ കഴിയുന്നതിനുമുൻപ് അദ്ദേഹം സ്വന്തം വിശദീകരണം ആരംഭിച്ചിരുന്നു.

എമിർ പറയുന്നതെന്താണെന്നു കേൾക്കാൻ ഞാൻ ആഗ്രഹിക്കുന്നില്ല എന്ന ചിന്ത എന്നെ ഭയപ്പെടുത്തി. വളരെ വേഗത്തിലാണ് ഇത്തരം ചിന്തകളും ഭയങ്ങളും എന്നിലേക്ക് കടന്നുവരുന്നത്. അദ്ദേഹത്തിന്റെ ആ വയലറ്റ് വീട്ടിലിരിക്കുമ്പോൾ കാര്യങ്ങൾ കൈവിട്ടു പോകുകയാണോ എന്ന ആശങ്കയും എനിക്കു തോന്നി. ഞാൻ ശരിക്കും എന്താണ് അന്വേഷിക്കുന്നതെന്ന് അറിയാതെ വെറുതെ ഒരു തോന്നലിന്റെ പുറത്താണ് ഈ യാത്രയ്ക്ക് ഇറങ്ങിപുറപ്പെട്ടത്. ദുരൂഹമായി ഇപ്പോഴും തുടരുന്ന നെടൽകോ ബോറോജെവിക്കിനെ കണ്ടെത്തുക എന്നത് മാത്രമായിരുന്നു ഉദ്ദേശ്യം. "ഒരുതരത്തിൽ ഞാനിതെന്നേ പറഞ്ഞു ധരിപ്പിച്ചിട്ടുണ്ട്. പക്ഷേ അത് എത്രമാത്രം നന്നായി നിങ്ങളെ ധരിപ്പിക്കാൻ കഴിയുമെന്ന് എനിക്കറിയില്ല..."

എമിർ വീണ്ടും തൊണ്ട ശരിയാക്കി. ഒരു യുദ്ധക്കുറ്റവാളിയെ കണ്ടെത്തുക എന്നത് ഈ യാത്രയുടെ ഏറ്റവും നിസ്സാരമായ ആവശ്യമാണ്. യഥാർത്ഥ അന്വേഷണം തുടങ്ങുക ഞാൻ ടോമിസ്ലേവിനു മുന്നിൽ കണ്ണിൽകണ്ണിൽ നോക്കിയിരിക്കുമ്പോൾ മാത്രമാണ്. ആ മനുഷ്യന്റെ ഉള്ളിൽനിന്നും എന്റെ അച്ഛന്റെ അവശിഷ്ടങ്ങൾ അന്വേഷിക്കുമ്പോഴാണ് തുടങ്ങുക.

"നിന്നെക്കണ്ടാൽ മുഴുവനും അദ്ദേഹത്തെപോലെയല്ല. പക്ഷേ എന്നാൽ എന്തൊക്കെയോ ഉണ്ട്. കണ്ണുംപുരികവും എല്ലാം അതുപോലെ തന്നെയുണ്ട്. അതെ, നിനക്ക് അവന്റെ കണ്ണുകൾ കിട്ടിയിട്ടുണ്ട്." എമിർ എന്നെ നോക്കിക്കൊണ്ട് പറഞ്ഞു.

കുട്ടിയായിരുന്നപ്പോൾ തന്നെ എമിറിന്റെ മുന്നിൽ വരുന്നത് എനിക്കു വല്ലാത്ത അസ്വസ്ഥത ഉണ്ടാക്കുന്ന അനുഭവമായിരുന്നു. ഇപ്പോൾ അദ്ദേഹത്തിന്റെ നോട്ടം കുറെക്കൂടി രൂക്ഷമായിരിക്കുന്നു. ചുറ്റുമുള്ളവർ മുൾമുനയിൽ നിൽക്കണമെന്ന് ആ വലിയ ശരീരം ഓർമ്മിപ്പിക്കുന്നുണ്ട്.

"വ്ളാദൻ, എന്റെ കുട്ടീ, അവരെല്ലാവരും യൂഗോസ്ലാവിയക്കാരായിരുന്നു. അവരെല്ലാം കമ്മ്യൂണിസ്റ്റുകാരും ആയിരുന്നു. നിനക്കറിയുമോ ഈ യുദ്ധം ഞങ്ങൾ ആഗ്രഹിച്ചതല്ല. ഞങ്ങളെല്ലാവരും ഒരുമിച്ചുനിന്ന് യൂഗോസ്ലാവിയയെ പ്രതിരോധിച്ചിരുന്നാലും അതിനെ നശിപ്പിക്കാൻ ആഗ്രഹിച്ചവർക്ക് അതൊന്നും ഒരു പ്രശ്നമാകുമായിരുന്നില്ല. ഞങ്ങൾ ഒരേ ദേശീയഗാനം പാടിയവരാണ്. ഒരേ ആയുധങ്ങൾ ഏന്തിയവരാണ്. പക്ഷേ എന്റേതാണെന്നു ഞാൻ കരുതിയതൊന്നും അവരുടേതാണ് എന്ന് അവർ കരുതിയില്ല. ഇത്രമാത്രം ഞാൻ പറയാം, കമ്മ്യൂണിസ്റ്റ് പാർട്ടിയേക്കാൾ വലിയൊരു ദേശീയ ദുരന്തം വേറെ കാണില്ല. കമ്മ്യൂണിസം തകർന്നതിനു പ്രധാന കാരണം അവർ അതിനെ ഒരു പുതിയ ക്രൈസ്തവ സഭയായും ഏതാനും പുരോഹിതരാൽ നയിക്കപ്പെടുന്ന ഒന്നാണെന്നും കരുതിയതുകൊണ്ടാണ്. രാജ്യത്തെക്കാളും വലുത് അവരുടെ താത്പര്യങ്ങളായിരുന്നതുകൊണ്ടാണ് രാജ്യം കീറിമുറിക്കപ്പെട്ടത്. ഈ രാജ്യത്തിനുവേണ്ടിയാണ് ആയിരക്കണക്കിന് ജനങ്ങൾ മരിച്ചുവീണത്. ഒടുവിൽ പരസ്പരം പോരടിച്ചിരുന്ന വിഭാഗങ്ങൾ ഒന്നായി ഞങ്ങൾക്കെതിരെ തിരിഞ്ഞു. യൂഗോസ്ലാവ്യക്കാർ ഒരു രാത്രികൊണ്ട് അപ്രത്യക്ഷമായി. അവർ മതവും ജാതിയും വംശവും തിരിച്ചു വേറെ വേറെ അസ്തിത്വങ്ങളായി മാറി. മിലോസെവിക്കിനെ ഭയന്ന് അവർ ലോകത്തിന്റെ നാനാഭാഗങ്ങളിലേക്കു പലായനം ചെയ്തു. ആ സമയമെല്ലാം ഞങ്ങൾ രാജ്യത്തെ രക്ഷിക്കാൻ പാട്പെടുകയായിരുന്നു. മുപ്പതുവർഷം അകത്തുനിന്നും പുറത്തുനിന്നും ഉള്ള ശത്രുക്കളിൽനിന്നും രാജ്യത്തെ സംരക്ഷിക്കാൻ ഞാൻ പാട്പെട്ടു. പെട്ടെന്ന് ഒരു ദിവസം അതിനെ രക്ഷിക്കാൻ ആരുമില്ലാതായി. അതിൽ വിശ്വസിച്ചിരുന്ന ഞങ്ങൾ വിഡ്ഢികളായി.

ചുമ വീണ്ടും അദ്ദേഹത്തെ ശല്യപ്പെടുത്തി. അദ്ദേഹത്തിന് തുടരാൻ കഴിയുമോ എന്ന് എനിക്കു സംശയം തോന്നി. അദ്ദേഹം കുറച്ചുനേരം നിശ്ശബ്ദനായിരുന്നു. ചിന്തകൾ ക്രോഡീകരിക്കുകയോ ശ്വാസകോശത്തിന് അല്പം ആശ്വാസം കൊടുക്കുകയോ ആണെന്ന് തോന്നുന്നു.

"ഇപ്പോൾ ആലോചിക്കുമ്പോൾ എനിക്കാ വൃദ്ധനെയോർത്തു സങ്കടം തോന്നുന്നു. അദ്ദേഹം സ്വന്തം കൈകൾകൊണ്ട് പടുത്തുയർത്തിയ രാജ്യം, സ്കൂളുകൾ, ആശുപത്രികൾ, പാലങ്ങൾ എല്ലാം നശിപ്പിച്ചു. ഒരു കാര്യത്തിൽ എനിക്കു സമാധാനമുണ്ട്, ഈ നാശങ്ങൾ കാണുന്നതിന് മുൻപ് അദ്ദേഹം മരിച്ചു. അവർ ഞങ്ങളുടെ ഇടയിൽ തന്നെയാണ് ജീവിച്ചത്. ടിറ്റോയുടെ യൂണിഫോം ധരിച്ച ഞങ്ങളെ നോക്കി പുഞ്ചിരിച്ചു. ഞങ്ങൾക്ക് നേരെ പതാകകൾ വീശി. ഒടുവിൽ അവർ ഞങ്ങളെ തമ്മിൽ യുദ്ധം ചെയ്യിച്ചു... നശിച്ചവർ..."

അദ്ദേഹം തന്റെ നെഞ്ചിൽ പിടിച്ചു. പക്ഷേ ചുമച്ചില്ല. അദ്ദേഹം തന്റെ കഥ തുടക്കം മുതൽ പറയാൻ തീരുമാനിച്ചു എന്നെനിക്കു തോന്നി. കാലങ്ങളായി സമയത്തിന് അദ്ദേഹത്തിന്റെ ജീവിതത്തിൽ വലിയ

പങ്കുള്ളതായി തോന്നുന്നില്ല. നേരം വെളുക്കുന്നു, രാത്രി വരുന്നു അതിനിടയിൽ മണിക്കൂറുകൾ കടന്നുപോകുന്നു. അദ്ദേഹം കമ്പിളിയും പുതച്ചു പുക വലിച്ചുകൊണ്ട് നെരിപ്പോടിനരികിൽ ഇരിക്കുന്നു. കഴിഞ്ഞ അഞ്ചുപത്തു വർഷങ്ങളായി അദ്ദേഹത്തിന്റെ ജീവിതം ഇങ്ങനെയാണെന്നു തോന്നുന്നു. അവർക്കെല്ലാം ഒരു ഭൂതകാലമുണ്ട്. വേദന നിറഞ്ഞ ജീവിതകഥയുണ്ട്, അകാലവേർപാടുകളുടെ വേദനകളുണ്ട്. ഗുഹകളിലെ കൂട്ടകുഴിമാടങ്ങളും രണ്ടാംലോകമഹായുദ്ധത്തിലെ കോൺസൻട്രേഷൻ ക്യാമ്പുകളും അവരെ എന്നും വേട്ടയാടുന്നുണ്ട്. അതിനെക്കുറിച്ചെല്ലാം അവർ ശബ്ദം താഴ്ത്തി മാത്രമേ സംസാരിക്കുകയുള്ളൂ. അവർക്കുവേണ്ടി കൊല്ലപ്പെട്ടവരുടെ കഥകൾ ഉറക്കെ പറയാൻ അവർ ഒരവസരം കാത്തിരിക്കുന്നു. അവർ നിശ്ശബ്ദമായി, ഗൂഢമായി അവരുടെ വിദ്വേഷങ്ങളെയും കുറ്റബോധത്തെയും പോറ്റിവളർത്തുന്നു. അവർ ചെയ്ത തെറ്റുകൾക്ക്, ഗ്രാമങ്ങൾചുട്ടെരിച്ചതിന്, സ്ത്രീകളെ ബലാത്സംഗം ചെയ്തതിന്, ഔപചാരികമായി മാപ്പു ചോദിക്കുന്നു. അവരുടെ കഥകൾ അത് ശരിവയ്ക്കുന്നു. കഥകൾഎപ്പോഴും എല്ലാറ്റിനുമുള്ള ഒഴിവുകഴിവുകളാണ്. അവർ അവരുടെ മനഃസാക്ഷിയെയും ആത്മാവിനെയും സമാധാനിപ്പിക്കാൻ ശ്രമിച്ചുകൊണ്ട് ജീവിക്കുന്നു. അവരുടെ കൊല്ലപ്പെട്ട ബന്ധുജനങ്ങളുടെ പേരിൽ അവർ വീണ്ടും കൊല്ലുന്നു. അവരുടെ പേരിലാകുമ്പോൾ അതെല്ലാം പുണ്യപ്രവൃത്തിയായി മാറുന്നു.'

ഞാൻ എന്തോ പറയാൻ വേണ്ടി വായ തുറന്നു. എമിർ അയാളുടെ സംസാരത്തിന് മറുപടി എന്നിൽനിന്നും പ്രതീക്ഷിക്കുന്നുവെന്നു തോന്നി. അതേസമയം തന്നെ എനിക്കു മനസ്സിലായി എനിക്കൊന്നും തന്നെ പറയാനില്ലെന്നും അദ്ദേഹത്തിന് മനസ്സിലായി എന്ന്. കൈയിലെ സിഗരറ്റു കുറ്റി താഴേക്കിട്ടുകൊണ്ട് തന്റെ പോക്കറ്റിൽനിന്നും വെള്ളയും ചുവപ്പും നിറമുള്ള ഒരു പെട്ടി അദ്ദേഹം പുറത്തെടുത്തു. പക്ഷേ അതിൽ ഒന്നുമുണ്ടായിരുന്നില്ല.

"കോണിപ്പടിക്കു സമീപത്തു കാണുന്ന ക്യാബിനറ്റിൽനിന്ന് എനിക്കൊരു പാക്കറ്റ് സിഗരറ്റ് എടുത്തുതരുമോ?"

ഞാൻ എഴുന്നേറ്റു വാതിൽ തുറന്നു പുറത്തിറങ്ങി. കോണിച്ചുവട്ടിൽ ആ ലെതർകുപ്പായക്കാരൻ എന്നെയും നോക്കി നില്പുണ്ട്. ഞാൻ ആ വലിപ്പിൽനിന്നും മാൽബറോ സിഗരറ്റിന്റെ പാക്കറ്റുമായി വീണ്ടും മുറിയിലേക്കു നടന്നു.

എമിർ തിരക്കിട്ട് ഒരു സിഗരറ്റെടുത്തു കത്തിച്ചു. അയാൾ പുക വലിക്കുന്നതും നോക്കി ഞാനിരുന്നു. ആ വലി കണ്ടാൽ തോന്നുക കാലങ്ങളായി സിഗരറ്റുവലി ഉപേക്ഷിച്ചശേഷം ഇന്നിപ്പോൾ വീണ്ടും തുടങ്ങിയതാണെന്ന്. അയാൾ സ്വയം വിഷം കുത്തിക്കയറ്റുകയാണോ എന്ന് ഞാൻ അതിശയിച്ചു. തിരക്കുള്ള ഒരാളെപ്പോലെയാണ് എമിർ പുക വലിക്കുന്നത്.

ടോമിസ്ലേവിന്റെ വീടിനു മുന്നിൽ കണ്ടതുപോലത്തെ ഒരു കുന്നു പത്രങ്ങൾ ഇവിടെയും നിലത്തു കിടക്കുന്നുണ്ട്. ഈ രണ്ടു പഴയ സുഹൃത്തുക്കളും ഒരേതരം പത്രങ്ങളാണല്ലോ വായിക്കുന്നതെന്നു ഞാൻ ആലോചിച്ചു. ഒരുപക്ഷേ അവർ ഇതിലെ ചില പരസ്യങ്ങളിലൂടെ കോഡുകൾ ഉപയോഗിച്ച് ആശയവിനിമയം നടത്തുന്നുണ്ടാവാം. എമിറിന്റെ വാക്കുകളിൽ ആവശ്യത്തിന് ദുരൂഹതയുണ്ട്. സുഗന്ധപൂരിതമായ നെരിപ്പോടുള്ള ഈ മുറി പെട്ടെന്ന് എനിക്ക് റിട്ടയേർഡ് ഓഫീസർമാരുടെ ഒരു രഹസ്യ സങ്കേതമായി തോന്നി.

അദ്ദേഹം എന്നെ നോക്കി. ഇപ്പോൾ ആ നോട്ടം കൂടുതൽ തുളച്ചു കയറുന്നതായി തോന്നി.

"നെടെൽകോയ്ക്ക് അയാളുടെ കഥയുണ്ട്. അയാൾക്ക് അയാളുടെ അച്ഛന്റെ കഥയുണ്ട്. ഒരുപക്ഷേ നിനക്ക് അറിയാമായിരിക്കും."

ഞാൻ തലയാട്ടി, "എനിക്കെങ്ങനെ അറിയാൻ?"

ഞാൻ അയാളെ തുറിച്ചു നോക്കി, നെടെൽകോയുടെ അച്ഛനായ മിലുട്ടിന്റെയും ആഗ്നസിന്റെയും കഥ കേൾക്കാനായി ഞാൻ കാതോർത്തു. നെടെൽകോ എന്നോട് ഒരിക്കലും ആ കഥ പറഞ്ഞിട്ടില്ല. 'അത് വിട്ടുകളയൂ' എന്നായിരുന്നു ദുഷ എപ്പോഴെങ്കിലും അപ്പൂപ്പനെയും അമ്മൂമ്മയേയുംകുറിച്ച് പറയാൻ തുടങ്ങുമ്പോൾ നെടെൽകോയുടെ പ്രതികരണം. അതുകൊണ്ടു ഞാൻ ഒരിക്കലും അവരെക്കുറിച്ചു യാതൊന്നും അറിയാനിടവന്നിട്ടില്ല. നെടെൽകോ കുട്ടിയായിരുന്നപ്പോൾതന്നെ അവർ മരിച്ചുപോയി എന്നാണ് എനിക്കുള്ള അറിവ്.

"ക്ഷമിക്കണം. ഞാൻ പ്രതിജ്ഞ എടുത്തിട്ടുണ്ട്, ഈ കഥകളൊന്നും ആരോടും പറയില്ല എന്ന്. നിന്നോടെന്നല്ല, ആരോടും. ഞാനെന്റെ കഥ തന്നെ ആരോടും പറഞ്ഞിട്ടില്ല. പിന്നെന്തിനു ഞാൻ മറ്റുള്ളവരുടെ കഥ പറയണം? അത്തരം കഥകൾ പറയുന്നവരെ കുട്ടികളുടെയും പേരക്കുട്ടികളുടെയും മനസ്സിൽ വിഷം കുത്തിവെച്ചതിന്റെ പേരിൽ വെടിവച്ച് കൊല്ലും. ഇനിയും നിനക്കതു കേൾക്കണമെങ്കിൽ നീയത് മറ്റാരുടെയെങ്കിലും അടുത്തുനിന്ന് കേൾക്കും. നിന്നെക്കുറിച്ച് ആലോചനയില്ലാത്തവർ മിലുട്ടിൻ ആരായിരുന്നുവെന്നു പറഞ്ഞുതരും. അതെനിക്കറിയാം. പക്ഷേ നീ അതെന്നിൽ നിന്നും കേൾക്കില്ല."

അദ്ദേഹം നിശ്ശബ്ദനായി. വാക്കുകൾക്ക് മൗനംകൊണ്ട് അടിവരയിടുന്നതുപോലെ. ഒരുപക്ഷേ എന്റെ അപ്പൂപ്പന്റെയും അമൂമ്മയുടെയും കഥ അദ്ദേഹത്തിന്റെ മുന്നിൽ ഇപ്പോൾ തെളിയുന്നുണ്ടാവാം. എന്നെ മുന്നിലിരുത്തി അദ്ദേഹം അത് നിരീക്ഷിക്കുകയാണെന്നു തോന്നുന്നു. അദ്ദേഹം കണ്ണടച്ച് മനസ്സിൽ തെളിയുന്ന ചിത്രങ്ങൾ കാണുകയാണ്.

"നിനക്ക് അറിയുമോ? ഞാൻ അന്ന് രണ്ടിനെയും കൊല്ലുമായിരുന്നു. കേണൽ ബാരക്കിനെയും ഹാനയെയും. നിന്റെ അച്ഛനാണ് തടഞ്ഞത്.

അയാൾ അവരെയും എന്നെയും രക്ഷിച്ചു. എനിക്കതറിയാം. പക്ഷേ അയാൾ എവിടെയാണെന്ന് പറയാൻ കഴിയില്ല. എനിക്കറിയാം നീ ഇവിടെ വന്നത് അക്കാര്യം അന്വേഷിച്ചാണെന്ന്. അത് നിന്നോട് പറയേണ്ടത് ഞാനല്ല. ഞാൻ ഒരു വാക്ക് കൊടുത്തിട്ടുണ്ട്. നീയെന്നെ കേൾക്കുമെങ്കിൽ ഞാനൊരു കാര്യം പറയാം, നീ വീട്ടിലേക്കു തിരിച്ചുപോകൂ. എന്നിട്ട് ഇതെല്ലാം മറന്നേക്കൂ. കാരണം അതാണ് നിനക്ക് നല്ലത്. പക്ഷേ എനിക്കറിയാം, നിനക്കതു ചെയ്യാനാകില്ല എന്ന്. അതുകൊണ്ടു നീ അയാളെ എന്നെങ്കിലും കണ്ടെത്തിയാൽ, ഞാൻ അയാളുടെ അവസാന ആഗ്രഹം പൂർത്തീകരിച്ചിട്ടുണ്ടെന്നു പറയണം. അയാൾക്കായി, അയാൾ ആഗ്രഹിച്ചതുപോലെ എല്ലാം തയ്യാറാണെന്ന് പറയണം. ”

വീണ്ടും ചുമ. എന്റെ ചോദ്യങ്ങൾ ഇനി വെറുതെയാകുമെന്ന് മനസ്സിലായി. തന്റെ പഴയ സുഹൃത്തിനുവേണ്ടി നിശ്ശബ്ദനാകാമെന്ന് അദ്ദേഹം പ്രതിജ്ഞ എടുത്തിട്ടുണ്ട്. എമിർ ആകെ അസ്വസ്ഥനായി. സിഗരറ്റിന്റെ ചാരം തട്ടിക്കളഞ്ഞു വീണ്ടും പുകയെടുത്തു. സംഭാഷണം അവസാനിച്ചു എന്ന് മനസ്സിലായി. അയാളുടെ സമീപത്തു പോയിരുന്നാലോ എന്ന് ഒരു വട്ടം ആലോചിച്ചു. പക്ഷേ കാര്യമില്ല. എനിക്കറിയാം ഈ മനുഷ്യനെ. കണക്കുകൾ കൃത്യമായി തീർപ്പാക്കുന്ന ദയ ഒട്ടുമില്ലാത്ത ഒരു മനുഷ്യൻ.

ഇനി അവശേഷിക്കുന്ന ഒരേയൊരു മാർഗം ഡാനിലോ അങ്കിൾ ആണ്.

എട്ട്

അച്ഛനെ അവസാനമായി കണ്ട അന്നാണ് ആദ്യമായി ഡാനിലോ അങ്കിളിനെക്കുറിച്ച് കേൾക്കുന്നത്. അതിനു മുമ്പുള്ള വൈകുന്നേരവും അതിനു ശേഷവും അമ്മ ആ ഫോൺ സംഭാഷണങ്ങൾക്കു നിശ്ശബ്ദയായി ചെവിയോർക്കുന്നതു കണ്ടിരുന്നു. അതിനുശേഷം നാടകീയമായി അവർ പ്രഖ്യാപിച്ചു, കേണൽ ബോറോജെവിക് പിറ്റേദിവസം രാവിലെ പ്രാതലിനു ഞങ്ങൾക്കൊപ്പം ചേരുമെന്ന്. ഒപ്പം ഒരുകാര്യംകൂടി കൂട്ടിച്ചേർത്തു. ഈ കേണൽ ഇനി ഒരിക്കലും അവരുടെ ഭർത്താവോ എന്റെ പിതാവോ ആയിരിക്കില്ല. മറിച്ചു യൂഗോസ്ലാവ്യ ആർമിയിലെ ഒരു ഓഫീസർ മാത്രം.

അമ്മയുടെ പാതിരാത്രി സവാരിയും കഴിഞ്ഞു റെസ്റ്റോറന്റിൽ ചെന്നപ്പോൾ പ്രാതലിനു ചീസ് കഷ്ണങ്ങളും സലാമിയും മാത്രമേ ഉണ്ടാകൂ എന്ന കാര്യം ഉറപ്പായിരുന്നു. ആ പാതിരാത്രിയിൽ അവർ നടത്തം കഴിഞ്ഞു റെസ്റ്റോറന്റിൽ ഒരു പായ്ക്കറ്റ് സിഗരറ്റും മദ്യവുമായി ഇരുന്നു. കുറെ കഴിഞ്ഞു റിസപ്ഷനിൽനിന്ന് മുറിയിലായിരുന്ന എന്നെ വിളിച്ചു താഴേക്കു വരാൻ പറഞ്ഞു. അപ്പോഴേക്കും സമയം വെളുപ്പിന് ഒരുമണി കഴിഞ്ഞിരുന്നു. ഞാൻ റെസ്റ്റോറന്റിൽ ചെന്ന് അമ്മയുടെ അടുത്തിരുന്നു കോക്ക് ആസ്വദിച്ച് കുടിച്ചു. അവരാകട്ടെ നിരന്തരം സിഗരറ്റു പുകച്ചുകൊണ്ടിരുന്നു. അവർ വീണ്ടും മദ്യം ആവശ്യപ്പെട്ടു. എനിക്കെന്തെങ്കിലും ആവശ്യമുണ്ടോ എന്ന് ചോദിച്ചില്ല. അപ്പോൾ സമയം വെളുപ്പിന് രണ്ടു മണിയായിരിക്കുന്നു. ഉറക്കച്ചടവുള്ള വെയ്റ്റർ മദ്യവുമായി വന്നു. എനിക്ക് എന്തെങ്കിലും ആവശ്യമുണ്ടോഎന്ന് ചോദിക്കാൻ അയാളും വിട്ടുപോയി. രണ്ടര മണിയായപ്പോൾ അമ്മ പറഞ്ഞു, സിഗരറ്റു വലിച്ചു തീർന്നാലുടൻ ഉറങ്ങാൻ പോകാമെന്നു. ഏതാണ്ട് മൂന്നുമണിയായപ്പോൾ ഞങ്ങൾ മുറിയിലേക്കു പോയി. ഞാൻ ഉറക്കത്തിലേക്കു വഴുതിവീണു.

പിറ്റേദിവസം രാവിലെ നെടൈൽകോ എന്റെ തലയിൽ തടവിക്കൊണ്ട് അടുത്തു വന്നിരുന്നപ്പോഴേക്കും ഞങ്ങൾ ഭക്ഷണം കഴിച്ചു കഴിയാറായിരുന്നു. എന്റെ അച്ഛന് പകരം ഇപ്പോൾ വന്നിരിക്കുന്നത് ടെലിഫോണിൽക്കൂടി മണ്ടൻ ചോദ്യങ്ങൾ ചോദിക്കുന്ന ആ ശബ്ദമാണെന്ന് എനിക്കു തോന്നി. ചോദ്യങ്ങൾ എല്ലാ തീർന്നപ്പോൾ അദ്ദേഹം ഞങ്ങളുടെ സമീപം

നിശ്ശബ്ദനായിരുന്നു. എന്റെ ഒരേയൊരു ചോദ്യമായ 'എപ്പോഴാണ് നമ്മൾ വീട്ടിലേക്കു മടങ്ങുക' എന്നതിന് അദ്ദേഹം ചുമൽ ചലിപ്പിക്കുക മാത്ര മാണ് ചെയ്തത്. കുറച്ചു സമയത്തെ മൗനത്തിനുശേഷം 'അമ്മ' എന്നോട് മുകളിലെ മുറിയിലേക്കു പോകാൻ' ആവശ്യപ്പെട്ടു. അതായത് അവർക്കു രഹസ്യമായി എന്തോ സംസാരിക്കാനുണ്ട് എന്നർത്ഥം. അതിലെ ഒരു വാചകംപോലും ഏറെക്കാലത്തേക്ക് എനിക്ക് അപരിചിതമായിരുന്നു. ഞാൻ ചെറുതായിരുന്നപ്പോൾ അവർ എന്റെ മുന്നിൽവച്ചു ശണ്ഠ കൂടു വാൻ ഇഷ്ടപ്പെട്ടിരുന്നില്ല. എന്നെ മുറിയിലേക്കു പറഞ്ഞയയ്ക്കുമായി രുന്നു. എന്നാൽ ഞാൻ മുതിർന്നതോടെ എന്റെ മുന്നിൽവച്ച്, അതെവിടെ യായിരുന്നാലും അവർ ശണ്ഠകൂടാൻ മടിക്കാറുമുണ്ടായിരുന്നില്ല. അതി നവർക്ക് കാരണമുണ്ടായിരുന്നു. എങ്ങനെയാണ് ജീവിതമെന്നു മനസ്സി ലാക്കാൻ എനിക്കു പ്രായമായി എന്നതായിരുന്നു അതിനുള്ള ന്യായം. ഗൗരവതരമായ കാര്യങ്ങൾ ഇപ്പോൾ പതിവിലും കൂടുതൽ ഗൗരവമുള്ള തായിരിക്കുന്നു എന്ന് മനസ്സിലായി. അതുകൊണ്ട് അവർക്കു ശാന്തമായി സംസാരിക്കണം. ഇനിസ ആന്റി ആശുപത്രിയിൽകിടന്നപ്പോൾ അവർ പരസ്പരം സംസാരിച്ചതിലും സ്വരം താഴ്ത്തി വേണം ഇപ്പോൾ സംസാരി ക്കാൻ എന്ന് തോന്നുന്നു.

ഞാൻ മെല്ലെ എഴുന്നേറ്റു മുറിയിലേക്കു നടന്നു. അച്ഛനോട് ശരിക്ക് യാത്രപോലും പറയാതെയാണ് മുറിയിലേക്കു നടന്നത്. ഒരു മണിക്കൂറോള മെങ്കിലും മുറിയിലെ കട്ടിലിൽ ചാനലുകൾ മാറ്റിമാറ്റി ഇരുന്നു. അവസാനം അമ്മ മുറിയിലേക്കു വന്നു. അവർ നേരെ ശുചിമുറിയിലേക്ക് പോയി അല്പം കഴിഞ്ഞ് ഇറങ്ങിവന്ന അവർ പെട്ടിയിലെന്തോ തിരയാനുണ്ടെന്നു പറഞ്ഞു. ഞങ്ങൾ നാളെ നോവിസാദിലേക്ക് പോകുകയാണത്രെ, അങ്കിൾ ഡാനിലോയുടെ അടുത്തേക്ക് ഞാൻ തലയാട്ടി, അങ്കിൾ ഡാനിലോ ആരാണെന്നു ചോദിച്ചില്ല. ഇപ്പോൾ ചോദ്യങ്ങൾ ചോദിക്കാ നുള്ള സമയമില്ലെന്ന് എനിക്ക് നന്നായി അറിയാം.

ഞങ്ങളുടെ സാധനങ്ങൾ അടുക്കിപെറുക്കി വയ്ക്കുമ്പോൾ എന്റെ അമ്മ യ്ക്ക് എതിർക്കാനും അവരുടെ വാദങ്ങൾ നിരത്താനുമൊക്കെ ഒരു എതിരാളി വേണമായിരുന്നു. നോവിസാദിലെ അച്ഛന്റെ അടുത്ത ബന്ധു ഡാനിലോയാണോ ഇപ്പോൾ ഞങ്ങൾക്ക് കിട്ടാവുന്ന നല്ല ബന്ധു എന്ന് അവർക്ക് അവരെത്തന്നെ വിശ്വസിപ്പിക്കണമായിരുന്നു. അവർക്ക് അങ്ങേ യറ്റത്തെ ദേഷ്യമുണ്ടായിരുന്നു, അച്ഛനോട്, ഇത്തരമൊരു സാഹചര്യ ത്തിൽപെട്ടതിനോട്, അപരിചിതരെ ആശ്രയിക്കേണ്ടി വരുന്നതിൽ ഒക്കെ. ഞാനും ഭയപ്പെട്ടു നിശ്ശബ്ദനായി നിൽക്കുകയായിരുന്നു. അറിയാത്ത ആളുകളുടെ വീട്ടിൽ ഞാനിതുവരെ പോയിട്ടില്ല. ഇനി ഞങ്ങൾ പോകുന്ന സ്ഥലത്ത് സ്വന്തമായി ഒരു മുറി കിട്ടുമോ എന്നതായിരുന്നു ആശങ്ക. അവി ടുത്തെ മറ്റു കുട്ടികൾ എന്നെ കാണുമെന്നതിലായിരുന്നു ഭയം കൂടുതൽ. എന്നെ അടിമുടി നോക്കി എന്റെ പ്രവർത്തികൾ വിലയിരുത്തി അവർ

എന്നെ ബുദ്ധിമുട്ടിക്കുമെന്നു ഞാൻ ഉറപ്പിച്ചു. ഞാനവരുമായി യുദ്ധം ചെയ്യേണ്ടിവരുമോ എന്തോ? അമ്മ അമ്മയുടേതായ ആശങ്കകളുടെ ലോകത്താണ്. അവർക്ക് എന്നെ ആശ്വസിപ്പിക്കാൻ കഴിഞ്ഞില്ല. അവർ സ്വയം ആശ്വസിപ്പിക്കുന്ന തിരക്കിലായിരുന്നു. ഡാനിലോ സ്വന്തം കുടുംബം തന്നെയെന്ന് ബോധ്യപ്പെടുത്തുന്ന തിരക്കിലായിരുന്നു. അവർ ദയാലുക്കളായിരിക്കും. ഞങ്ങൾ നന്ദിയുള്ളവരായിരിക്കണം. ഈയൊരു വല്ലാത്ത സാഹചര്യം കടന്നുപോകുന്നതുവരെ കാത്തിരിക്കുകയല്ലാതെ ഞങ്ങൾക്കിപ്പോൾ വേറെ മാർഗ്ഗങ്ങൾ ഒന്നുമില്ലായിരുന്നു. അച്ഛൻ തിരിച്ചുവന്നു ഞങ്ങൾ പുലയിലേക്ക് മടങ്ങുംവരെ ഈ സാഹചര്യങ്ങളുമായി പൊരുത്തപ്പെടേണ്ടിയിരിക്കന്നു.

പക്ഷേ അന്ന് വൈകുന്നേരം അച്ഛൻ വിളിച്ചു. അദ്ദേഹത്തിന് ഉടൻ യുദ്ധമുന്നണിയിലേക്ക് പോകണമെന്നും രാവിലെ പറഞ്ഞതുപോലെ ഞങ്ങളെ യാത്രയാക്കാൻ ബെൽഗ്രേഡിലേക്ക് വരില്ലെന്നും പറഞ്ഞതോടെ അമ്മ തകർന്നുപോയി. അവർ തറയിൽ വീണു കരയാൻ തുടങ്ങി. എനിക്കവരെ കെട്ടിപ്പിടിച്ച് ആശ്വസിപ്പിക്കണമെന്നുണ്ട്. അവരുടെ വേദനകൾ എന്താണെന്നറിയില്ലെങ്കിലും അതിൽ കുറച്ച് ഏറ്റെടുത്ത് അവരുടെ വേദനകൾ ലഘൂകരിക്കണമെന്നുണ്ട്. പക്ഷേ അവർ എന്നിൽ നിന്നും അകന്നുമാറി. അവരുടെ നിരാശകളും വേദനകളും എന്നെയും ബാധിക്കുമോഎന്ന് ഭയക്കുംപോലെ. അവരുടെ അവശേഷിക്കുന്ന ധൈര്യവും ആ ഹോട്ടൽ മുറിയിൽവച്ച് നഷ്ടപ്പെട്ടു എന്നെനിക്കു തോന്നി. അവർ പരാജയപ്പെട്ട സ്ത്രീ മാത്രമല്ല, അവരുടെ കഥയിൽ അവർ ഒറ്റയ്ക്കാണെന്ന തിരിച്ചറിവുണ്ടായ വ്യക്തി കൂടിയാണ്. ഈ അസാധാരണ സാഹചര്യം എന്നെങ്കിലും അവസാനിക്കും എന്ന തോന്നൽ അവർക്ക് ഉണ്ടായിരുന്നോഎന്നെനിക്കറിയില്ല. അവരുടെ വഴി തടസ്സപ്പെടുത്തുന്ന ഭീകരതകളെക്കുറിച്ച് അവരുടെ ആറാമിന്ദ്രിയം മുന്നറിയിപ്പ് നൽകിയതായാണ് തോന്നിയത്. പെട്ടികൾക്കും ബാഗുകൾക്കും നടുവിൽ ഇരിക്കുന്ന അവർ ഇന്ന് പലായനം ചെയ്യുന്ന ഒരു സ്ത്രീയാണ്.

എന്റെ അമ്മ യാഥാർത്ഥ്യങ്ങളുമായി പൊരുത്തപ്പെട്ടു. നോവിസാദിലെ മാർക്കറ്റിനു സമീപമുള്ള ഡാനിലോയുടെ അഞ്ചാംനിലയിലെ ഫ്ളാറ്റിലേക്ക് കയറാൻ കാത്തുനിൽക്കുമ്പോൾ ഭയംകൊണ്ട് എന്റെ ട്രൗസർ നനഞ്ഞിരുന്നു. അവിടെ കുത്തിയിരുന്നു കരയാനാണ് എനിക്കു തോന്നിയത്. പക്ഷേ അതിനുമുൻപ് തന്നെ ഡാനിലോ ഓടിയെത്തി എന്നെ വാരിയെടുത്തു. ഞങ്ങളെ ഇരുവരെയും കെട്ടിപ്പുണർന്നു. അദ്ദേഹം ഉച്ചത്തിൽ എന്തൊക്കെയോ വിളിച്ചുപറയുന്നുണ്ട്. ആ ശീലം ഞങ്ങൾ അവിടുന്ന് പോരുംവരെയുണ്ടായിരുന്നു. ഞങ്ങളുടെ സാധനങ്ങളൊക്ക അദ്ദേഹം കൊണ്ടുവന്നുകൊള്ളാമെന്നും പറഞ്ഞു എന്നെയും എടുത്തുകൊണ്ട് അമ്മയോടൊപ്പം ഒറ്റശ്വാസത്തിൽ ആ മനുഷ്യൻ അഞ്ചാംനിലയിലേക്ക് ഓടിക്കയറി.

അമ്മയും ഞാനും റാഡോവിക് കുടുംബത്തിലെ താത്കാലിക അംഗങ്ങളായിമാറി. ഞാൻ കാണുന്ന ആദ്യത്തെ ബന്ധുക്കളാണ് അവർ. ഡാനിലോ അങ്കിളിനെ കൂടാതെ അദ്ദേഹത്തിന്റെ ഭാര്യ സാവ, ഏഴു വയസ്സുള്ള മകൾ ജോവാന, പത്തുവയസ്സുള്ള മകൻ മിഷോ എന്നിവരായിരുന്നു അവിടുത്തെ താമസക്കാർ. എല്ലാവരും ഞങ്ങളെ വീട്ടിലേക്കു സ്വാഗതം ചെയ്യാനായി കാത്തുനിൽക്കുകയായിരുന്നു. ഈ ഉത്സവാന്തരീക്ഷത്തിൽ ചേരാൻ അയൽക്കാരായ കോസയും ഭർത്താവ് റിസ്റ്റോയും മകൾ നടാഷയും അവിടെയുണ്ടായിരുന്നു. നടാഷാ എന്നേക്കാൾ അല്പംകൂടി മുതിർന്ന കുട്ടിയാണ്. അയൽക്കാർ അധിക സമയവും ഡാനിലോയുടെ ഫ്ളാറ്റിൽ തന്നെയാണുണ്ടാകാറ് എന്ന് അധികം വൈകാതെ മനസ്സിലായി. അതിലേക്ക് എട്ടാമത്തേയും ഒൻപതാമത്തെയും അംഗങ്ങളായി ഞങ്ങളും ചേർന്നു. അവർ ഓരോരുത്തരും എന്നെ മൂന്നു തവണ വീതം ചുംബിച്ചു. ഞങ്ങൾക്ക് വിശക്കുന്നുണ്ടോ, കുടിക്കാനെന്താണ് വേണ്ടത് തുടങ്ങിയ ചോദ്യങ്ങൾ മാറിമാറി ചോദിച്ചു. മിഷോയുടെയും ജോവാനയുടെയും മുറി ഞങ്ങൾക്കായി ഒഴിവാക്കി. അവർ ഡാനിലോയുടെയും സാവോയുടെയും കൂടെ അവരുടെ മുറിയിൽ തിങ്ങിക്കൂടി. ഈ ഒരുക്കങ്ങളെല്ലാം നടക്കുന്നത് ഉച്ചത്തിലുള്ള ചോദ്യങ്ങൾക്കും ഉത്തരങ്ങൾക്കുമിടയിലൂടെയാണ്. അവർ പുലയെക്കുറിച്ചും എന്റെ അച്ഛനെക്കുറിച്ചും ബെൽഗ്രേഡിനെക്കുറിച്ചും തിരിച്ചുംമറിച്ചും സംസാരിച്ചുകൊണ്ടേയിരുന്നു.

ഞങ്ങളുടെ ഗൃഹപ്രവേശനചടങ്ങുകൾ കഴിഞ്ഞതോടെ പലതരം പലഹാരങ്ങളെത്തി. അപ്പോഴേക്കും വൈകുന്നേരത്തെ വാർത്തയായി. അത് കാണാൻ എല്ലാവരും ടെലിവിഷന് മുന്നിൽ എത്തി. കുറച്ചുനേരത്തേക്ക് എല്ലാവരും നിശ്ശബ്ദരായി. സ്ലോവേനിയയിലെ പ്രശ്നത്തിൽ ഉൾപ്പെട്ടിട്ടുള്ള വ്യത്യസ്ത വിഭാഗങ്ങളുമായി ഒത്തുതീർപ്പിനു യൂഗോസ്ലാവിയൻ സൈന്യം ശ്രമിക്കുന്നുവെന്ന കാര്യം എനിക്കു മനസ്സിലായി. അവിടെയാണ് അച്ഛൻ യുദ്ധത്തിന് പോയിരിക്കുന്നത്. ഏതൊക്കയാളുകളാണ് പ്രശ്നമുണ്ടാക്കുന്നതെന്നോ അതെന്തിനാണെണോ എനിക്കു മനസ്സിലായില്ല. കാരണം അതൊന്നും കേൾക്കാൻ കഴിയാത്തവിധത്തിൽ ഡാനിലോയും ക്രിസ്റ്റോയും തമ്മിൽ തർക്കം നടക്കുകയാണ്. സാവയും കോസയും ഒട്ടും മോശമാക്കുന്നില്ല. അവരും രൂക്ഷമായ വാദപ്രതിവാദത്തിൽതന്നെ. അവരുടെ ഒച്ചപ്പാടിൽനിന്നും എനിക്കൊരു കാര്യം മനസ്സിലായത് റിസ്റ്റോയും കോസയും റിസ്റ്റോയുടെ മാതാപിതാക്കളെ നോവിസാദിലേക്ക് കൊണ്ടുവരണമെന്നാണ് ഡാനിലോയും സാവയും ആവശ്യപ്പെടുന്നത്. 'ഗോജോവിക്' കുടുംബം അവർ ജനിച്ച മണ്ണിൽതന്നെ ജീവിക്കുമെന്ന്' പ്രസ്താവിച്ചുകൊണ്ട് റിസ്റ്റോ അത് നിരസിച്ചു. എനിക്കു കാര്യമായി ഒന്നുംതന്നെ മനസ്സിലായില്ല. കാരണം അതെല്ലാം രാഷ്ട്രീയത്തെക്കുറിച്ചും സെർബുകളെക്കുറിച്ചും ക്രൊയേഷ്യക്കാരെയും ഒക്കെയായിരുന്നു. ചുരുക്കത്തിൽ അവരുടെ ബഹളം ഈ രാജ്യങ്ങളെല്ലാം

തമ്മിൽ നടക്കുന്ന ഏതോ സ്പോർട്സ് മത്സരത്തിന്റെ ദൃക്സാക്ഷി വിവരണംപോലെയാണ് തോന്നിയത്. ആവേശം കൂടുംതോറും പറയുന്ന തൊന്നുംതന്നെ പിടികിട്ടാതായി. ഞാൻ എപ്പോഴും വിചാരിച്ചിരുന്നത് ഉച്ചത്തിൽ പറഞ്ഞാൽ കൂടുതൽ വ്യക്തമാകുമെന്നാണ്. ഞാൻ സോഫയിൽ ആകെ ഭയന്ന് അമ്മയോട് കൂടുതൽ ഒട്ടിച്ചേർന്നിരുന്നു. അമ്മ യാകട്ടെ, വളരെ കഷ്ടപ്പെട്ട് വാർത്ത കേൾക്കാൻ ശ്രമിക്കുകയായിരുന്നു. അപ്പോഴാണ് ഡാനിലോ തന്റെ ഭാഗം സ്ഥാപിക്കാനായി മേശയിൽ ആഞ്ഞടിച്ചത്. ജോവാന എന്റടുത്തിരുന്നു ബ്രെഡും ചീസും കഴി ക്കുന്നുണ്ടായിരുന്നു. മുറിയിലെല്ലാം ബ്രെഡ്തരികൾ വീഴുന്നുണ്ട്. എന്റെ അമ്മയെപോലെതന്നെ പ്രത്യേകമായി ഒന്നും സംഭവിക്കുന്നില്ല എന്ന ഒരു ഭാവമാണ് അവൾക്ക്. ഡാനിലോയുടെ മേശമേലുള്ള ഇടി അതിന്റെ മേലിരുന്ന അവളുടെ പാൽഗ്ലാസ് മറിഞ്ഞുവീഴാനിടയാക്കി. അവൾ അച്ഛനോട്തന്നെ അതെല്ലാം വൃത്തിയാക്കാൻ ആജ്ഞാപിച്ചത് എല്ലാ വരെയും ചിരിപ്പിച്ചു. ഡാനിലോ വാത്സല്യത്തിൽ മകളെ ഇറുകെപ്പുണർന്ന് ഉമ്മവച്ചു. മുറിയുടെ അങ്ങേ അറ്റത്താണ് മിഷോ ഇരിക്കുന്നത്. അവൻ താത്പര്യപൂർവം തന്റെ മാതാപിതാക്കളുടെ തർക്കങ്ങൾ വീക്ഷിക്കുക യാണ്. ഒപ്പം എന്നെയും അമ്മയെയും മാറിമാറി നോക്കുന്നുമുണ്ട്.

ടി.വി. സ്ക്രീനിൽ നിറയുന്ന പൊലീസുകാർ, പട്ടാളക്കാർ, രാഷ്ട്രീയ ക്കാർ. എന്തോ ഗൗരവതരമായ കാര്യങ്ങളാണ് നടക്കുന്നതെന്ന് മനസ്സി ലായി. ഇടയിലുടനീളം റിസ്റ്റോയും ഡാനിലോയും വിമർശനാത്മകവും നിന്ദാത്മകവുമായ അഭിപ്രായങ്ങൾ പറഞ്ഞുകൊണ്ടേയിരുന്നു. ഇടയ്ക്കിട യ്ക്ക് ഭാര്യമാരെ വിളിച്ച് ഓരോരോ നിർദ്ദേശങ്ങൾ കൊടുക്കുന്നുമുണ്ട്. ഈ കലാപരിപാടി രാത്രി വൈകിവരെ നീണ്ടു. ഗോഗോവിക് കുടുംബം അവർ ജനിച്ച മണ്ണിൽതന്നെ തുടരുമെന്ന് റിസ്റ്റോ ഇടയ്ക്കിടയ്ക്ക് പ്രസ്താവിക്കുന്നുണ്ട്. അതിനിടെ 'എന്തുകൊണ്ടാണ് സ്ലോവേനിയക്കാരെ പ്പോലെ സെർബുകൾക്കും സ്വന്തം കാര്യം നോക്കിക്കൂടെ എന്ന് ഡാനിലോ അഭിപ്രായപ്പെടുന്നുണ്ട്.

ഏതോ സമയത്ത് സ്ലോബോദൻ മിലോസെവിക് സ്ക്രീനിൽ പ്രത്യക്ഷപ്പെട്ടു. അപ്പോൾ റാഡോവിക് കുടുംബം നിശ്ശബ്ദമായി. എല്ലാവരും അദ്ദേഹത്തിന്റെ വാക്കുകൾക്ക് ചെവിയോർത്തു. അദ്ദേഹ ത്തിന്റെ വാക്കുകൾ എല്ലാവരും അംഗീകരിച്ചു. രിസ്റ്റോയും ഡാനിലോയും ചിന്തിക്കുന്നതുപോലെ തന്നെയാണ് ഇപ്പോൾ മിലോസെവിക് സംസാരിച്ച തെന്ന് തോന്നും അവർ അത് ആവേശത്തോടെ ആവർത്തിക്കുമ്പോൾ. എന്നാൽ സാവ മാത്രം ഇഷ്ടക്കേടിൽ തലയാട്ടി. തനിക്കെന്തോ ആ സംസാരത്തിൽ ക്രൂരത മറഞ്ഞിരിക്കുന്നതായി തോന്നുന്നുവെന്നാണ് അവർ പറഞ്ഞത്. അദ്ദേഹത്തെ കാണുമ്പോഴൊക്കെ ഭയം തോന്നുന്നു വെന്നും ഒരുപക്ഷേ മിടുക്കരായ എല്ലാവരെയും തനിക്ക് ഭയമായതു കൊണ്ടാകുമെന്നും സാവ വിശദീകരിച്ചു. ഡാനിലോ എല്ലാവരോടും

മിണ്ടാതിരിക്കാൻ ആജ്ഞാപിച്ചു. എന്നാലെ മിലോസെവിക് പറയുന്നത് വ്യക്തമായി കേൾക്കാൻ കഴിയൂ.

സ്ലോബോ ടെലിവിഷനിലെത്തിയതോടെ കുട്ടികളെല്ലാം രാത്രിഭക്ഷണത്തിനായി അടുക്കളയിലേക്ക് പോയി. അപ്പോഴാണ് മിഷോയും ഞാനും ആദ്യമായി സംസാരിച്ചത്. ഞാൻ ആ വേനൽക്കാലത്തു നീന്താൻ പോയിരുന്നോ എന്നാണവന് ആദ്യം അറിയേണ്ടിയിരുന്നത്. ഒരേ ഒരു തവണ മാത്രമേ നീന്താൻ കഴിഞ്ഞുള്ളൂ എന്ന് ഞാൻ പറഞ്ഞു. അവൻ കടൽത്തീരത്തായിരുന്നു താമസിച്ചിരുന്നതെങ്കിൽ ദിവസം രണ്ടുതവണയെങ്കിലും നീന്തുമായിരുന്നുവെന്നും അവധിക്കാലം മുഴുവൻ ബീച്ചിൽ തന്നെ കഴിയുമായിരുന്നുവെന്നും പറഞ്ഞു. വെറുതെ വിടുവാ പറയാതെ എന്ന് നടാഷ ശാസിച്ചു. കടൽത്തീരത്ത് താമസിക്കുകയെന്നു പറഞ്ഞാൽ എന്താണെന്ന് അവനറിയില്ല എന്നവൾ അധിക്ഷേപിച്ചു. അതിനെച്ചൊല്ലി ഇരുവരും തമ്മിൽ വാക്ക് തർക്കമായി. ബ്രെഡും ചീസും തിന്നുകൊണ്ടിരിക്കുകയായിരുന്ന ജോവാന പറഞ്ഞു. അവൾ ഒരിക്കലും കടൽത്തീരത്തു പോയിട്ടില്ല എന്ന്. അവളുടെ മാതാപിതാക്കൾ കൊണ്ടുപോയില്ലെങ്കിൽ തീർച്ചയായും അടുത്തവർഷം അവൾ തനിയെ പോകുമെന്ന് പ്രഖ്യാപിച്ചപ്പോൾ എല്ലാവരും ചിരിച്ചു. ഇത്തവണ അവളുടെ കവിളിൽ ഉമ്മ വച്ചത് അയൽക്കാരുടെ അടുക്കളയിൽ അത്താഴം വിളമ്പിക്കൊണ്ടിരുന്ന കോസയാണ്. റിസ്റ്റോയും ഡാനിലോയും അപ്പോഴും നിർത്തിയിട്ടില്ല. ഞങ്ങൾ ഭക്ഷണം കഴിഞ്ഞു സ്വീകരണ മുറിയിലെത്തിയപ്പോഴും ഇരുവരും മദ്യലഹരിയിൽ തങ്ങളുടെ അഭിപ്രായങ്ങൾ വിളമ്പിക്കൊണ്ടിരിക്കുകയായിരുന്നു. അന്ന് രാത്രിയോടെ എനിക്കു ഒന്നുരണ്ടു കാര്യങ്ങൾ മനസ്സിലായി. ഗോഗോവിക് കുടുംബം അവരുടെ ജന്മനാട്ടിൽ തന്നെ ജീവിക്കും. മറ്റൊന്ന് സ്ലോവേനിയക്കാർ സെർബുകളെ ഓടിക്കും. എന്നാൽ ചിലപ്പോൾ ക്രോയേഷ്യക്കാർക്ക് സാധിച്ചെന്നു വരില്ല. ടിവിയുടെ മുന്നിൽ അമ്മയുടെ ദേഹത്ത് ചാരി ഇരുന്ന ഞാൻ പലപ്പോഴും ഉറങ്ങിപ്പോയി. ടിറ്റോ സെർബുകളെ എന്നും വെറുത്തിരുന്നുവെന്നു രണ്ടു സെറ്റ് ഭാര്യാഭർത്താക്കന്മാരും അംഗീകരിക്കുന്ന സമയത്തു ഞാൻ മെല്ലെ ഉറക്കത്തിലേക്കു വഴുതിവീഴുകയായിരുന്നു. എന്റെ "അമ്മ ഇരിക്കുന്ന കാര്യം ഓർക്കാതെ അപ്പോഴാണ് ഡാനിലോ, "സ്ലോവേനിയക്കാർ നശിക്കട്ടെ" എന്ന് ശപിച്ചത്.

അടുത്ത ദിവസം രാവിലെ ഞാൻ ഉണർന്നു കണ്ണ് തുറക്കുമ്പോൾ മുറി ശൂന്യമായിരുന്നു. എന്റെ അമ്മ ഉറങ്ങിയിരുന്ന സ്ഥലത്തു ജോവാന കിടന്നുറങ്ങുന്നുണ്ട്. അവളുടെ നീണ്ടമുടി പുതപ്പിനിടയിൽനിന്നും പുറത്തേക്കു വീണു കിടക്കുന്നു. ഞാൻ നേരെ അടുക്കയിലേക്ക് ഓടി. അവിടെ മറ്റു ഏഴുപേരും ഉണ്ട്. എല്ലാവരും നിശ്ശബ്ദരായി കാപ്പി കുടിക്കുന്നു. വളരെ താഴ്ന്ന ശബ്ദത്തിലാണ് സംസാരം. അതിനിടയിൽ ശബ്ദമുണ്ടാക്കാതെ ഓരോരുത്തരായി ശുചിമുറിയിലേക്കു പോകുന്നു.

എന്തെങ്കിലും ശബ്ദം പുറത്തേക്കു വരുന്നത് നടാഷയിൽനിന്ന് മാത്രമാണ്. ഹെഡ് ഫോൺ വച്ച് അവൾ വാക്മാൻ കേൾക്കുകയാണ്. ഹെഡ്ഫോൺ ഉണ്ടെങ്കിലും ശബ്ദം പുറത്തേക്കു വരുന്നുണ്ട് .

ഭക്ഷണമെടുക്കട്ടെ എന്ന് സാവ എന്നോട് ശബ്ദം താഴ്ത്തി ചോദിച്ചു. മുട്ടയും ബേക്കണും പാലും അടങ്ങിയ പ്രാതൽ എന്നെ കാത്തു മേശപ്പുറത്തുണ്ട്. സിറിലിക് ലിപിയിലുള്ള പത്രം വായിക്കുകയാണ് ഡാനിലോ. എനിക്ക് അത് പിടിയില്ല. അതിനാൽ ഞാൻ ആദ്യപേജിലെ തലക്കെട്ട് വായിച്ചുതീരും മുൻപേ എന്റെ ഭക്ഷണം പൂർത്തിയാക്കി. ഡാനിലോ, ഇടയ്ക്കിടയ്ക്ക് പത്രത്തിലെ ഓരോ വർത്തകളിലേക്ക് റിസ്റ്റോയുടെ ശ്രദ്ധ ക്ഷണിക്കുന്നുണ്ട്. ഓരോ തവണയും റിസ്റ്റോ പത്രത്തിലേക്ക് നോക്കും. ശരിയെന്ന അർത്ഥത്തിൽ തലകുലുക്കും.

എട്ടുപേർ നിശ്ശബ്ദരായി ഊണുമേശയ്ക്കു ചുറ്റും ഇരിക്കുന്നു. സമയം പതിനൊന്നു മണിയായിട്ടുണ്ട്. രാവിലെ ഏഴുമണിക്ക് ഉണർന്ന ഇവർ എത്രയോ നേരമായി ഈ ഇരിപ്പു തുടങ്ങിയിട്ട്. എന്നെയും ജോവാനയെയും ഉണർത്താതിരിക്കാൻ വേണ്ടിയാണ് ഇവർ ഇത്ര നിശ്ശബ്ദരായി ഇരിക്കുന്നതെന്നു വിശ്വസിക്കാൻ പ്രയാസം. ഇന്നലെ വൈകുന്നേരം ടെലിവിഷന്റെ മുന്നിലെ പ്രകടനങ്ങൾ വച്ച് നോക്കുമ്പോൾ ഈ ഇരിപ്പ് അവർക്കൊട്ടും യോജിക്കുന്നില്ല എന്ന് എനിക്കു തോന്നി. ഇന്ന് ഈ അടുക്കളയിൽ കൂടിയിരിക്കുന്നവർ ഇന്നലെ കണ്ട ആളുകളെയാണെന്നു തോന്നുന്നില്ല. ജീവിതത്തിന്റെ ക്രൂരയാഥാർത്ഥ്യങ്ങൾ തങ്ങളുടെ മക്കളെ പരിചയപ്പെടുത്തേണ്ടതില്ല എന്ന് കരുതുന്നവരല്ല അവർ. മറിച്ച്, ഉറങ്ങാൻ കഴിയുന്ന കാലത്ത് പാവങ്ങൾ ഉറങ്ങട്ടെ എന്ന് വിചാരിക്കുന്നവരാണ്. ശാന്തമായ ഉറക്കമാണ് ഇപ്പോൾ അവരുടെ മക്കൾക്ക് അവർക്കു നല്കാൻ കഴിയുന്ന സവിശേഷ അവകാശം. അതുകൊണ്ടായിരിക്കും അവർ മണിക്കൂറുകളോളം വീട്ടിൽ ശബ്ദമുണ്ടാക്കാതെ വിരലിലൂന്നി നടന്നത്. പാത്രങ്ങൾ കഴുകിയതും പത്രം വായിച്ചതും എല്ലാം ശബ്ദമുണ്ടാക്കാതെയാണ്. വീട്ടിലെ ഉപകരണങ്ങളെല്ലാം രാവിലത്തെ ഏതാനും മണിക്കൂറുകൾ നിശ്ശബ്ദമാകുന്ന ഒരു പ്രത്യേക ലോകം അവർ മക്കൾക്കായി നിർമ്മിച്ചിരിക്കുന്നു.

റാഡോവിക്, ഗോജ്കോവിക് കുടുംബങ്ങളുടെ ദുരൂഹ സ്വഭാവങ്ങളുടെ കുരുക്കഴിക്കാനുള്ള ശ്രമമാണ് നോവിസാദിൽ ചെലവഴിച്ച ദിവസങ്ങളിൽ ഞാൻ നടത്തിക്കൊണ്ടിരുന്നത്. രാവിലെ ഇത്രയേറെ സ്നേഹസമ്പന്നരും സഹിഷ്ണുതയോടെ പെരുമാറുന്ന അവർ വൈകുന്നേരങ്ങളിൽ ടെലിവിഷൻ വാർത്തയുടെ മുന്നിൽ തങ്ങളുടെ മക്കളെയും മറന്നു ബഹളം വയ്ക്കുന്ന കടുത്ത ദേശീയവാദികളാകുന്നു. ഇടയ്ക്കിടയ്ക്ക് മദ്യം അകത്താക്കി അവർ വെല്ലുവിളികളിലും വാഗ്വാദങ്ങളിലും ഏർപ്പെടുന്നു. അപ്പോൾ അവർക്കു സ്ലോവേനിയക്കാരും മുസ്ലിങ്ങളും സെർബുകളും ക്രോട്ടുകളും ജിപ്സികളും അൽബേനിയക്കാരും ജൂതന്മാരും

എല്ലാം മോശക്കാരാണ്. മിഷോയോടും നടാഷയോടും സംസാരിച്ചതിൽ നിന്നും ഇത് പതിവ് പരിപാടിയാണെന്ന് മനസ്സിലായി. സത്യത്തിൽ എന്റെ ചോദ്യം കേട്ട് അവരാണ് ഞെട്ടിയത്.

ഞങ്ങൾ നോവിസാദിൽ വന്നതിനുശേഷം അച്ഛന്റെ വിളികൾ കുറഞ്ഞു വന്നു. അദ്ദേഹം അമ്മയോട് മാത്രമേ സംസാരിച്ചിരുന്നുള്ളൂ. അമ്മ ആ സംഭാഷണങ്ങൾ ചുരുക്കത്തിൽ എന്നോടും വിശദീകരിക്കുമായിരുന്നു. പലപ്പോഴും തനിക്ക് ശരിക്ക് കേൾക്കാൻ കഴിഞ്ഞില്ല എന്നും സുഖമായിരിക്കുന്നുവെന്നും ഉടൻതന്നെ തിരിച്ചെത്തും എന്നുമാണ് പറഞ്ഞതെന്ന് അവർ കൂട്ടിച്ചേർക്കും. സുഖമായിരിക്കുന്നു എന്ന് പറയുന്നതിനപ്പുറമുള്ള ഏതോ സ്ഥലത്താണ് എന്നാണ് അമ്മയ്ക്ക് ഏറെക്കുറെ മനസ്സിലായത് എന്നാണെനിക്കു തോന്നിയത്. അദ്ദേഹം ഉടനെയെങ്ങും തിരികെ വരാൻ പോകുന്നില്ലെന്ന് അവർക്കു മനസ്സിലായി എന്ന് തോന്നുന്നു. അച്ഛൻ തീർത്തും മറ്റെന്തോ പറഞ്ഞിരിക്കാനുള്ള സാധ്യതയും ഉണ്ട്. പക്ഷേ അദ്ദേഹത്തിന്റെ യഥാർത്ഥ വാക്കുകൾ അമ്മ എന്നോട് പറയാത്തതുമായിരിക്കാം. ഞങ്ങളുടെ ആതിഥേയരോട് അതിലും കുറച്ചു മാത്രമാണ് അമ്മ പങ്കുവച്ചിരുന്നത്.

അവരാകട്ടെ എന്റെ അമ്മയോട് ഇത്തരം കാര്യങ്ങൾ നേരിട്ട് സംസാരിക്കുന്നത് ഒഴിവാക്കാൻ പ്രത്യേകം ശ്രദ്ധിച്ചിരുന്നു. അത് അമ്മയ്ക്കു വേദനിച്ചേക്കുമോ എന്നവർ കരുതിയിരുന്നുവെന്നു തോന്നുന്നു, ക്രൊയേഷ്യയിൽനിന്നുള്ള ഒരു സ്ലോവേനിയനുമായി രാഷ്ട്രീയസംവാദങ്ങൾ അപകടകരമായ മേഖലയിലേക്ക് കാര്യങ്ങളെ കൊണ്ടെത്തിച്ചേക്കാമെന്നും അവർ കരുതിക്കാണും. അമ്മയ്ക്ക് എല്ലാത്തിലും അവരുടേതായ അഭിപ്രായങ്ങൾ ഉണ്ടാകാമെന്ന് അവർ ഊഹിച്ചിരുന്നു. പക്ഷേ അവരുടെ അഭിപ്രായങ്ങളെ, ഒരു സ്ലോവേനോ ക്രൊയേഷ്യന്റെ വളച്ചൊടിച്ച അഭിപ്രായങ്ങളായിട്ടാണ് ഈ സെർബുകൾ വിലയിരുത്തിയിരിക്കുന്നത്. അമ്മയ്ക്ക് ഒന്നും തോന്നാതിരിക്കാൻ അവർ എപ്പോഴും അമ്മയുടെ സുഖസൗകര്യങ്ങളിൽ ഏറെ ശ്രദ്ധ ചെലുത്തി. രാത്രിയിൽ തണുപ്പ് കൂടുതലുണ്ടോ, സ്വീകരണമുറിയിലെ സോഫയിൽ ഉറങ്ങിക്കോളൂ, ഫോൺ ഉപയോഗിക്കണോ, ചുറ്റുമുള്ള മനോഹരഗ്രാമങ്ങൾ കാണാൻ പോയാലോ തുടങ്ങി അവർ ദുഷയെ സന്തോഷിപ്പിക്കാനായി നൂറു ചോദ്യങ്ങൾ ചോദിക്കുമായിരുന്നു. എന്നാൽ വൈകുന്നേരങ്ങളിൽ അവരുടെ സാന്നിധ്യം തീർത്തും മറന്നുകൊണ്ടായിരുന്നു അവരുടെ രാഷ്ട്രീയസംവാദങ്ങൾ. അവർ ഒരിക്കലും ദുഷയുടെ അഭിപ്രായങ്ങൾ ആരാഞ്ഞില്ല. സ്ലോവേനിയക്കാരോ ക്രോട്ടുകളോ സംഭാഷണത്തിൽ കടന്നുവന്നാൽ ദുഷ ഇതിൽ രണ്ടിലുംപെടാത്ത ആളെന്ന മട്ടിലായിരുന്നു പെരുമാറ്റം. ചിലപ്പോൾ ദുഷയ്ക്ക് താത്പര്യമുള്ള ഏതെങ്കിലും പരിപാടികൾ വെയ്ക്കണോ എന്ന് ഉപചാരപൂർവം ചോദിക്കും.

മിഷോയും ഞാനും കൂടുതൽ സമയം അടുക്കളയിൽ ചിലവഴിക്കാൻ തുടങ്ങി. ജോവാന ബെഡ്റൂമിൽ സമയം ചെലവഴിച്ചു, അവൾക്കു ഞങ്ങളുടെ കൂട്ട് ഇഷ്ടപ്പെട്ടില്ല. ഞങ്ങൾ ചീട്ടുകളിച്ചും വർത്തമാനം പറഞ്ഞും സമയം ചെലവഴിച്ചു. എന്നേക്കാൾ ഒന്നര വയസ്സ് ഇളയതാണ് മിഷോ. അവൻ എല്ലാക്കാര്യത്തിലും വളരെ ജിജ്ഞാസുവുമാണ്. അസാധാരണമായ കാര്യങ്ങളിലാണ് അവന് താത്പര്യം കൂടുതൽ. വലിയ കുഴപ്പങ്ങളുടെ നടുവിൽ നിൽക്കുന്ന ഞങ്ങളുടെ രാജ്യത്തിന് ചേരുന്ന തായിരുന്നില്ല അതൊന്നും. പുലയിലെ ഉച്ചാരണമാണ് ഇന്ന് അവന് അറിയേണ്ടത്. അവന് അറിയാത്ത ഏതൊക്കെ വാക്കുകളാണ് ഞങ്ങൾ പുലയിൽ ഉപയോഗിക്കുന്നതെന്നും അവനറിയണം. പുലയിലെ ആളുകൾ സംസാരത്തിനിടയ്ക്ക് ഇറ്റാലിയൻ വാക്കുകൾ ഉപയോഗിക്കുന്നതു കേൾക്കാൻ നല്ല രസമാണെന്നാണ് അവന്റെ അഭിപ്രായം. ഞങ്ങൾ ടവൽ എന്നതിനുപയോഗിക്കുന്ന 'സുഗമാൻ' എന്ന വാക്ക് കേൾക്കാൻ നല്ല രസമെന്നുപറഞ്ഞ് അവൻ എന്നെക്കൊണ്ട് പലതവണ ആവർത്തിപ്പിച്ചു.

അടുത്തുള്ള മാർക്കറ്റിൽനിന്നും പച്ചക്കറി വാങ്ങാനും അയല്പക്കത്തെ വീട്ടിൽനിന്നും തേനും കൂണും വാങ്ങാനും എല്ലാം ഞാനും മിഷോയും ആണ് നിയോഗിക്കപ്പെടാറ്. ഞങ്ങളുടെ ഈ യാത്രകളിൽ മിഷോ അവിടെ കാണാൻ കിട്ടുന്ന എല്ലാ അദ്ഭുതങ്ങളും എനിക്കു പരിചയപ്പെടുത്തിത്തന്നി രുന്നു. ഞങ്ങൾ സ്ഥിരമായി നോക്കിനിൽക്കാറുള്ള ഒരു സ്ഥലം പട്ടണ ത്തിനു നടുക്കുള്ള ഒരു പുസ്തകക്കടയാണ്. മിഷോ, അവൻ വാങ്ങി ക്കാൻ ആഗ്രഹിക്കുന്ന വിദേശഭാഷകളിലെ നിഘണ്ടുവെല്ലാം എനിക്കു കാണിച്ചുതരും. എനിക്കു ഹിമാൻ കാർട്ടൂൺ കഥാപാത്രങ്ങൾ എത്രമാത്രം പ്രിയപ്പെട്ടതാണോ അത്രമാത്രം പ്രിയപ്പെട്ടതാണ് മിഷോയ്ക്കു ഫ്രഞ്ച് സെർബ് ക്രോയേഷ്യൻ നിഘണ്ടു. അച്ഛനായ ഡാനിലോയെക്കൊണ്ട് അതൊന്നു വാങ്ങിപ്പിക്കാൻ അവൻ എല്ലാ അടവും പയറ്റിക്കഴിഞ്ഞു. പ്രശ്നം എന്തെന്നുവെച്ചാൽ എന്റെ ആക്ഷൻ ഹീറോയുടെ വില കേവലം എട്ടു ദിനാർ ആണെങ്കിൽ മിഷോയുടെ നിഘണ്ടുവിന് നാൽപതു ദിനാറാണ് വേണ്ടത്. മിഷോ പാവമാണ്. എന്റത്രയും സാമർത്ഥ്യവുമില്ല. അതുകൊണ്ട് അവന്റെ അമ്മൂമ്മ ബോസ്നിയയിൽനിന്ന് അവന്റെ ഒൻപതാം ജന്മദിനത്തിൽ അയച്ചുകൊടുത്ത ഇംഗ്ലീഷ് സെർബിയ ക്രൊയേഷ്യൻ പോക്കറ്റ് നിഘണ്ടുവാണിപ്പോൾ അവനുള്ളത്.

ഒരു ബുധനാഴ്ച ദിവസം ഞങ്ങളുടെ പതിവ് പട്ടണസവാരിക്കിടയ്ക്കു മത്സ്യമാർക്കറ്റിലെ കടയിൽ ഇരിക്കുകയായിരുന്നു. അന്നൊരു ബുധാഴ്ച യായിരുന്നു. അത് കൃത്യമായി ഞാൻ ഓർക്കാൻ കാരണം അന്നാണ് അച്ഛൻ അവസാനമായി ഞങ്ങളെ വിളിച്ചത്. അതിനുശേഷം വീട്ടി ലെല്ലാവരും 'കഴിഞ്ഞ ബുധനാഴ്ചയ്ക്കുശേഷം നെടെൽകോ വിളിച്ചി ട്ടില്ലല്ലോ' എന്ന് ഇടയ്ക്കിടെ പറയുമായിരുന്നു. അന്ന് വല്ലാത്ത ചൂടുള്ള ഒരു ദിവസമായിരുന്നു. ഞങ്ങൾ മാർക്കറ്റിൽ ഇരുന്നു ജീൻസ് വില്പന

നടത്തുന്ന ഹംഗറിക്കാരിയുടെ വാചാലത കേട്ട് നിൽക്കുകയായിരുന്നു. ഞങ്ങൾക്ക് ഹംഗറിക്കാരായ ആരെങ്കിലും ജീൻസ് അന്വേഷിച്ചുവരുമ്പോൾ അവർ സംസാരം മാതൃഭാഷയിലേക്ക് മാറ്റും. അത് കേട്ടുകൊണ്ടിരുന്ന മിഷോ പറഞ്ഞു ലോകത്തെ ഏറ്റവും രസകരമായ ഭാഷ ഹംഗേറിയൻ ആണെന്ന്.

ഞങ്ങൾ മാർക്കറ്റിൽ വെറുതെ അലഞ്ഞുതിരിഞ്ഞു നടന്നു. ആ ജീൻസ് വില്പനക്കാരി വീണ്ടും ഹംഗേറിയൻ പറയുന്നത് കേൾക്കാനായി ഞങ്ങൾ അവരുടെ പരിസരത്തുതന്നെ നിന്നു. അപ്പോഴതാ അവർ ഞങ്ങളെ വിളിക്കുന്നു. പക്ഷേ നല്ല ഒന്നാന്തരം സെർബിയക്കാരിയെപ്പോലെ. 'ഇതാ വന്നുനോക്കൂ ഈ ജീൻസ് ധരിച്ച് ഒരു പുരുഷനാകൂ' എന്ന് ഞങ്ങളോട് വിളിച്ചുപറഞ്ഞ അതേ വേഗതയിൽ അവർ വിളിച്ചുകൂവി, അടുത്തുകൂടി പോയ ഒരു വൃദ്ധന്റെ നേരെ തിരിഞ്ഞു, "വരൂ സഹോദരാ, നിങ്ങൾക്ക് കാലത്തിനനുസരിച്ചു മാറാം. വരൂ സഹോദരീ, നിങ്ങളുടെ ഭർത്താവിനും മകനും കാമുകനും എല്ലാം പറ്റിയ ജീൻസുണ്ട്' അവർ ഒരു സ്ത്രീയുടെ നേരെ തിരിഞ്ഞു. ഞങ്ങൾ കൊടുംചൂടിൽ അവിടെത്തന്നെ ചുറ്റിക്കറങ്ങി. അപ്പോഴേക്കും ആ സ്ത്രീ തളർന്നു കുഴഞ്ഞു വിളിച്ചുപറച്ചിൽ നിർത്തിയിരുന്നു.

അപ്പോഴാണ് കണ്ടാൽ നല്ല തറവാടിയെന്നു തോന്നുന്ന കോട്ട് ധരിച്ച ഒരു മനുഷ്യൻ അവരുടെ അടുത്തെത്തി ജീൻസ് തിരയാൻ ആരംഭിച്ചത്. മിഷോ എന്നെ തോണ്ടി. അവൻ ചിരിക്കാനുള്ള പുറപ്പാടാണെന്ന് എനിക്കു മനസ്സിലായി. അവൻ അത് ആ ജീൻസ് വില്പനക്കാരിയും അവരുടെ പുതിയ കസ്റ്റമറും കാണാതിരിക്കാൻ ശ്രമിക്കുന്നുമുണ്ട്. അപ്പോഴാണ് വില്പനക്കാരിയും അയാളും തമ്മിൽ ശബ്ദം താഴ്ത്തി സംസാരിക്കുന്നതു ഞാൻ ശ്രദ്ധിച്ചത്. മിഷോ അല്പംകൂടി അവരുടെ അടുത്തായിരുന്നതിനാൽ അവനെന്തോ കേൾക്കുന്നുണ്ട്. എന്നാൽ ഞാനാകെ കേൾക്കുന്നത് മാർക്കറ്റിലെ ബഹളങ്ങളും വണ്ടികളുടെ ശബ്ദവും മാത്രം. അതിനിടെ അയാൾ ജീൻസും വാങ്ങിപ്പോയി. എനിക്കാകെ മനസ്സിലായത് സെർബിയനല്ലാത്ത ഏതോ ഭാഷയിലാണ് അവർ സംസാരിച്ചതെന്ന് മാത്രമാണ്.

വീട്ടിലേക്കു തിരിച്ചുപോകുമ്പോഴും അടക്കിച്ചിരിച്ച് ആസ്വദിച്ചാണ് മിഷോയുടെ നടപ്പ്. നടക്കുംവഴി അവൻ 'ആഹ്ലാദം' എന്ന വാക്കിന്റെ ഹംഗേറിയൻ ഭാഷയിലെ പദം എന്നെ പഠിപ്പിക്കാൻ ശ്രമിച്ചുകൊണ്ടിരുന്നു. ഹംഗേറിയൻ കള്ളുകുടിയന്മാരെപോലെ അഭിനയിച്ചു. അവന്റെ അഭിനയം കണ്ടു ഞാൻ പൊട്ടിച്ചിരിച്ചു. പുലയിലെ എന്റെ സുഹൃത്തുക്കൾക്ക് കൗതുകം തോന്നാത്തതൊക്കെ അവനു വലിയ കൗതുകങ്ങളായി. മിഷോ അവനറിയാവുന്ന ഏക ഹംഗേറിയൻ വാക്ക് ഇരുപതാമത്തെ തവണയും ആവർത്തിച്ചപ്പോൾ, പുല, നോവിസാദിനെക്കാൾ എത്രയോ രസകരമാണ് എന്ന് ഞാൻ തീർച്ചപ്പെടുത്തി. അപരിചിതഭാഷ സംസാരിക്കുന്ന ഈ

നാടിനേക്കാൾ രസം പുലയിലെ ബീച്ചിൽ തലയേക്കാൾ വലിയ മുഴയുള്ള ആ മനുഷ്യനെയും നോക്കിയിരിക്കുന്നതാണെന്ന് തോന്നി. എനിക്കും അമ്മയ്ക്കും എത്രയും വേഗം അവിടേക്കു തിരികെ പോകാൻ കഴിഞ്ഞിരുന്നെങ്കിൽ എത്ര നന്നായിരുന്നു എന്ന് ഓർത്തു.

ഞങ്ങൾ അപ്പാർട്ട്മെന്റിന്റെ പരിസരത്ത് എത്തിയപ്പോൾ പ്രവേശന കവാടത്തിൽതന്നെ രണ്ടുമുതിർന്ന ആൺകുട്ടികൾ നില്പുണ്ടായിരുന്നു. ബേസ്ബോൾ തൊപ്പി ധരിച്ച ഒരുത്തൻ പുകവലിക്കുന്നുണ്ട്. മറ്റെയാൾ പൊടിമീശക്കാരനാണ്. വടിച്ചുകളഞ്ഞാൽ പിന്നെ തിരികെ വന്നില്ലെങ്കിലോ എന്ന ഭയം കൊണ്ടാണെന്നു തോന്നുന്നു അവൻ അതങ്ങനെ വികൃത രൂപത്തിൽതന്നെ നിർത്തിയിട്ടുണ്ട്. ആദ്യത്തെയാൾ വളരെ നല്ലവനെപ്പോലെ എന്നെ നോക്കിയപ്പോൾ രണ്ടാമത്തെയാൾ മിഷോയെ തടഞ്ഞു നിർത്തി. ഹംഗേറിയൻഭാഷയെക്കുറിച്ചാലോചിച്ചു നടന്നിരുന്ന മിഷോ അപ്പോൾ മാത്രമാണ് അവനെ ശ്രദ്ധിച്ചത്.

“മിഷോ, ഇതാണോ നിന്റെ ക്രോയേഷ്യക്കാരൻ?”

ആ ചോദ്യത്തിന്റെ ഉദ്ദേശ്യം എനിക്കു മനസ്സിലായി. ഞാൻ ഒരു നിമിഷം മരവിച്ചുപോയി. മുൻപെങ്ങുമില്ലാത്തവിധം ഇത്തവണ മിഷോയുടെ ഉത്തരം എന്നെ അദ്ഭുതപ്പെടുത്തിക്കളഞ്ഞു.

“അവൻ ക്രോയേഷ്യനല്ല, അവന്റെ അച്ഛൻ ക്രോയേഷ്യക്കാരെ കൊല്ലുന്ന ആളാണ്.”

എന്നിട്ടു മിഷോ രണ്ടുപേരെയും പിടിച്ചു തള്ളിമാറ്റി മുന്നോട്ടു നടന്നു. ഞാൻ അവന്റെ പിന്നാലെയും. അവൻ പറഞ്ഞതിന്റെ പൊരുൾ എനിക്കപ്പോഴും വ്യക്തമായില്ല.

ഒൻപത്

പതിനാറു വർഷങ്ങൾക്കിപ്പുറവും മിഷോയുടെ ഉത്തരം ഒരു അസ്വാരസ്യമായി എന്റെ കൂടെത്തന്നെയുണ്ടായിരുന്നു. ഗൊരാഡെയിൽനിന്നും നോവിസാദ്‌ലെയ്ക്കും ബോസ്നിയയിലെയും സെർബിയയിലെയും പൊട്ടിപ്പൊളിഞ്ഞ റോഡുകളിലൂടെയുള്ള യാത്രകളിലുമെല്ലാം അതെന്നോടൊപ്പം ഉണ്ടായിരുന്നു. അന്ന് എന്നേക്കാൾ ഒന്നരവയസ്സ് ഇളയ, കേവലം പത്തുവയസ്സുകാരനായ മിഷോയ്ക്ക് അവൻ എന്താണ് സംസാരിക്കുന്നതെന്നു വ്യക്തമായി അറിയാമായിരുന്നു. പക്ഷേ, എനിക്ക് അറിയില്ലായിരുന്നു. എല്ലാ കുട്ടികൾക്കും അവർ ഏതു പ്രായക്കാരായിരുന്നാലും യൂഗോസ്ലാവ്യൻ സൈന്യം ക്രോട്ടുകളെ കൊല്ലാൻ വേണ്ടി മാത്രമാണ് സ്ലോവേനിയയിൽ പോയതെന്ന് അറിയാമായിരുന്നു എന്നാൽ. റാഡോവിക്കിന്റെ വീട്ടിലെ ടെലിവിഷൻ, സെർബുകൾ അപകടത്തിലാണെന്ന വാർത്ത മാത്രമേ പുറത്തുവിടാറുള്ളൂ. ദുഷയ്ക്ക് അന്നിതെല്ലാം അറിയാമായിരുന്നു എന്നുവേണം മനസ്സിലാക്കാൻ. മാത്രമല്ല, കൊലകൾ കൊല്ലപ്പെട്ടവരുടെ അവസാനം കുറിക്കുമെങ്കിലും കൊന്നവർക്ക് ഒരവസാനവും കൊടുക്കില്ല എന്നും ദുഷയ്ക്ക് അറിയാമായിരിക്കണം. എനിക്കറിയാം, അന്നത്തെ ആ ആഗസ്റ്റ് മാസത്തിൽ, ഭീകരമായ വാർത്തകൾക്കു നടുവിൽ ഓരോ രാത്രിയും അവർ ഭർത്താവിനോട് യാത്ര പറയുകയായിരുന്നു. റാഡോവിക്, ഗോജ്കോവിക് കുടുംബങ്ങൾക്കിടയ്ക്കു സോഫയിൽ ചുരുണ്ടുകൂടിയിരുന്ന് ഒരു പുതിയ ജീവിതം കരുപ്പിടിപ്പിക്കാനുള്ള ശക്തി സമാഹരിക്കുകയായിരുന്നു അമ്മയെന്ന് എനിക്കിന്നു തോന്നുന്നു.

പെട്രോവരാദിൻകോട്ട കടന്നു മുന്നോട്ടു പോകുമ്പോൾ കുതിച്ചൊഴുകുന്ന ഡാന്യൂബ് നദിയിലേക്ക് എന്റെ നോട്ടം നീണ്ടു. അങ്ങകലെ മനോഹരിയായ നോവിസാദ് നഗരം എന്നെയും കാത്തിരിക്കുന്നു. പൊടിപിടിച്ച തെരുവുകളിൽകൂടി പതിനാറുവർഷം മുൻപ് ഞാൻ കണ്ട സ്ഥലം തേടി നടന്നു. വെറുതെ നഗരം ചുറ്റിക്കറങ്ങിയ ഞാൻ എന്റെ ലക്ഷ്യമായ ഡാനിലോയുടെ വീട്ടിലേക്ക് എത്തിയില്ല. പകരം, മഞ്ഞണിഞ്ഞ നോവിസാദിനെ, അവിടുത്തെ ജനങ്ങളെ നോക്കി എന്റെ കാറിൽ ഇരുന്നു. കമ്പിളിവസ്ത്രങ്ങളിൽ പൊതിഞ്ഞ് അവർ മാർക്കറ്റിലും ബേക്കറിയിലും ചുറ്റിക്കറങ്ങുന്നതു കാണാൻ രസമുണ്ട്. ഞാൻ അവരെ ഇങ്ങനെ

മൂടിപ്പൊതിഞ്ഞു കണ്ടിട്ടില്ല. അതുകൊണ്ട് എന്റെ ഓർമ്മകളിലുള്ള ആരെയും കണ്ടുപിടിക്കാൻ കഴിഞ്ഞില്ല.

മനുഷ്യമുഖങ്ങളിൽനിന്നും എന്റെ നോട്ടം നോവിസാദിന്റെ ഒരിക്കൽ മനോഹരമായിരുന്ന, ഇപ്പോൾ കുത്തിവരച്ചു വൃത്തികേടാക്കിയിരിക്കുന്ന മതിലുകളിലേക്കായി. ജനത്തിരക്കുകളിൽ മറയുന്ന മതിലിൽ എല്ലാവർക്കുമെതിരെ ഭീഷണികൾ കുത്തിവരച്ചു വച്ചിട്ടുണ്ട്. അതിൽ ഹംഗറിക്കാരും ക്രോട്ടുകളും ജിപ്സികളും എല്ലാം പെടും.നോവിസാദിലെ മതിലുകൾ വിശ്വസിക്കുന്നത് കൊസോവോയാണ് സെർബിയ എന്നാണ്. ജനറൽ മാൽഡിക് ഒരു വലിയ നേതാവാണെന്നും ഐക്യമുണ്ടെങ്കിൽ മാത്രമേ സെർബുകൾക്കു രക്ഷപ്പെടാനാകൂ എന്നും ആ മതിലുകൾ ഓർമ്മിപ്പിക്കുന്നു. ഈ ചുമരുകളിൽ ഒരു പുതിയ യുദ്ധം നടക്കുകയാണ്. നാസി സ്വസ്തിക ചിഹ്നവും ചെട്ണിക് ചിഹ്നവും എല്ലാം ചുമരുകളിൽ ഏറ്റുമുട്ടുമ്പോൾ, ഇത് കണ്ടു പരിചയിച്ച ആളുകൾ അതെല്ലാം അവഗണിച്ചു കൊണ്ട് നടന്നുനീങ്ങുന്നു. 'ചുവരെഴുത്തുകളെ അവയുടെ പാട്ടിനു വിട്ടേക്കൂ" എന്ന മട്ടിൽ അവർ അവയിൽനിന്നും നോട്ടം മാറ്റി ഇതൊന്നും തങ്ങളെ ബാധിക്കുകയേയില്ല എന്ന മട്ടിൽ നിസ്സംഗതയോടെ അതിനു മുന്നിലൂടെ കടന്നുപോകുന്നു.

ഒരിക്കൽ ഡാനിലോ എന്നെയും കൈയിലെടുത്തുകൊണ്ട് ഓടിക്കയറിയ പടവുകളിൽകൂടി ഞാൻ സാവകാശം കയറി. ആ പടിക്കെട്ടുകൾ അന്നത്തെപോലെതന്നെ അലങ്കോലമായി കിടക്കുന്നു, ഇത്ര വർഷങ്ങൾക്കുശേഷവും ഒന്നും മാറിയിട്ടില്ല. ഓർമ്മകൾ കൺമുന്നിലൂടെ കടന്നുപോയി, ഇന്നലെത്തേതുപോലെ എല്ലാം വ്യക്തമായി കാണാം. ഓരോ പടികൾ കയറുമ്പോഴും എന്റെ ഉള്ളിൽ വർഷങ്ങൾക്കുമുൻപ് അനുഭവിച്ച ഭീതിയുടെ പ്രതിധ്വനികൾ മുഴങ്ങുന്നു.

ഇത്തവണത്തെ എന്റെ വരവ് ആരെയും മുൻകൂട്ടി അറിയിക്കാതെയാണ്. ഞാനിപ്പോൾ നെടെൽകോ ബോറോജെവിക്കിന്റെ ഓമനപുത്രനല്ല. റാഡോവിക് കുടുംബവുമായുള്ള എന്റെ ബന്ധം വർഷങ്ങൾക്കു മുൻപേ അറ്റുപോയിരുന്നു. ഞാനിപ്പോൾ ഈ അപ്പാർട്ട്മെന്റിലേക്ക് നടന്നടുക്കുന്നത് ഒരു അപരിചിതനെപ്പോലെയാണ്. ബാല്കനിലെ നാട്ടുനടപ്പനുസരിച്ചു ഞാൻ കൈയിൽ എന്തെങ്കിലും സമ്മാനപ്പൊതി കരുതേണ്ടതാണ്. ബാല്കനിലുള്ളവർക്ക് എഴുതപ്പെട്ട നിയമങ്ങളേക്കാൾ എഴുതപ്പെടാത്ത നിയമങ്ങളോടാണ് പ്രിയം. പക്ഷേ ഈ പ്രദേശത്തെ നിയമങ്ങൾ എനിക്കു ബാധകമല്ലല്ലോ എന്ന് ഞാൻ എന്നോട്തന്നെ പറഞ്ഞു. എന്നിലെ അതിഥിമര്യാദയുടെ അഭാവം ഞാൻ വരുന്ന തലതിരിഞ്ഞ പ്രദേശത്തിന്റെ മേൽ അവർ പഴിചാരിക്കൊള്ളുമെന്നു മനസ്സിൽ കരുതി. 'സ്ലോവേനിയയിൽ കാര്യങ്ങൾ ഇങ്ങനെയൊക്കെയാണ്' എന്ന് അവർ ആശ്വസിക്കും. അല്ലെങ്കിൽ പിന്നെ അവരോടൊപ്പം ജീവിച്ചിരുന്ന

മിടുക്കനായ കുട്ടി എങ്ങനെ ഒരു സ്‌കീയർ ആയി മാറി എന്ന് അവർ അദ്ഭുതപ്പെടും, അതും സ്ലോവേനിയയിലെ സമതലത്തിൽനിന്നും.

എന്നെ പിന്നോട്ട് വലിക്കുന്നത് എന്തായിരിക്കും? സെർബുകൾ മൂന്ന് തവണ കവിളിൽ ചുംബിച്ചുകൊണ്ടാണ് സ്വീകരിക്കുക എന്നത് മറന്നു കൊണ്ട് രണ്ടാമത്തെ ചുംബനത്തോടെ ഞാൻ പിന്നോട്ടുമാറുമോ? എന്റെ കസിൻജോവാനയെ കാണുമ്പോൾ ഇവിടുത്തെ ശീലമനുസരിച്ചു ഞാൻ ഇറുകെ കെട്ടിപ്പിടിക്കണോ അതോ വെറുതെ ഒരു ബാങ്ക് മാനേജരെ പ്പോലെ കൈപിടിച്ചു കുലുക്കിയാൽ മതിയോ എന്ന ചിന്ത എന്നെ ആശയക്കുഴപ്പത്തിലാക്കി. ഡാനിലോയെയും സാവോയെയും ഞാൻ വളരെ ഔപചാരികമായി വേണോ അഭിസംബോധന ചെയ്യാൻ എന്നത് എന്റെ വേറൊരു പ്രശ്നമായി. ഈ സ്ലോവേനിയൻ വിവരക്കേട് നിർത്താൻ അവർ പറഞ്ഞേക്കും. കാരണം ഞാൻ അവരിൽ ഒരാളാണ്. അതു കൊണ്ടുതന്നെ ഞാൻ അവരെ അനൗപചാരികമായി മാത്രമേ അഭി സംബോധന ചെയ്യേണ്ടതുള്ളൂ. ഇത്തരത്തിൽ നൂറുനൂറു ആശയക്കുഴപ്പ ങ്ങൾ എന്നെ വലച്ചു. ഇത്തരത്തിലുള്ള അനേകം കാര്യങ്ങൾ എന്നെ ഇവരിൽനിന്നും വ്യത്യസ്തനാക്കുന്നു എന്നെ ഒരു വിദേശിയാക്കുന്നു. ഡാനിലോയുടെ ഫ്ളാറ്റിനു മുന്നിൽ നിന്നപ്പോൾ ഞാൻ മുൻപെന്നത്തെ ക്കാളും ഒരു സ്ലോവേനിയൻ ആയി മാറി. അടിമുതൽ മുടിവരെ ഒരു തികഞ്ഞ സ്ലോവേനിയൻ.

ഞാൻ വാതിലിനപ്പുറത്തുനിന്ന് യാതൊരു ശബ്ദവും കേട്ടില്ല. അതിന്റെ അർത്ഥം വീടിനുള്ളിൽ ആരുമില്ലെന്ന് തന്നെയെന്ന് ഞാൻ തീർച്ച പ്പെടുത്തി. കാരണം ബാല്കനിൽ ഏറ്റവും ശബ്ദമയമായ കുടുംബത്തിൽ ആരെങ്കിലും ഞാൻ ബെല്ലടിച്ചതു കേൾക്കാതിരിക്കില്ല. ഞാൻ തിരിഞ്ഞ് അയൽവാസിയുടെ വാതിലിൽ തട്ടാൻ തുടങ്ങുമ്പോഴേക്കും അകത്തു നിന്ന് ആരോ പതുക്കെ ചുവടുവച്ച് വരുന്ന ശബ്ദം കേട്ടു. പിന്നാലെ താക്കോൽ തിരിയുന്ന ശബ്ദവും. ഒരു ശബ്ദത്തോടെ വാതിൽ തുറന്നു മെലിഞ്ഞ ഒരു മനുഷ്യൻ പുറത്തേക്കു തലനീട്ടി. അത് ഡാനിലോ ആകാനേ തരമുള്ളൂ. പക്ഷേ ഈ ഡാനിലോയ്ക്ക് എന്റെ ഓർമ്മയിലെ ഡാനിലോയുമായി വിദൂരബന്ധംപോലും തോന്നുന്നില്ല.

“എന്താണ് വേണ്ടത്?”

“ഡാനിലോ?”

“അതെ, ഞാൻ ഡാനിലോ ആണ്.”

“ഇത് ഞാനാണ്, വ്ളാദൻ ബോറോജെവിക്, നെടെൽകോയുടെ മകൻ.”

ആ വൃദ്ധനിൽനിന്ന് ഒരു പ്രതികരണവും ഉണ്ടായില്ല. ആ ചുളുങ്ങിയ മുഖത്തെ ഭാവം എന്താണെന്നു മനസ്സിലാകുന്നുമില്ല. അയാൾ എന്നെ വിശദമായി പഠിക്കുകയാണെന്നു തോന്നുന്നു. ഇപ്പോഴും വാതിലിനു

പിന്നിൽ തന്നെയാണ് ആൾ നിൽക്കുന്നത്. പിന്നെ സാവകാശം എന്റടുത്തേക്ക് നീങ്ങി. ഡാനിലോയുടെ അസുഖകരമായ നിശ്വാസവായു എന്റെ മുഖത്ത് പതിക്കുംവിധം അടുത്ത് വന്നുനിന്നു. തന്റെ ഓർമ്മകളുടെ ശേഖരത്തിൽ മുങ്ങിത്തപ്പുകയാണെന്നു തോന്നുന്നു. പക്ഷേ ഫലമുണ്ടായതായി തോന്നുന്നില്ല. അദ്ദേഹത്തിന്റെ ഓർമ്മകൾ നഷ്ടപ്പെട്ടുപോകുകയോ അല്ലെങ്കിൽ അവയിൽനിന്ന് ഞാൻ വഴുതിമാറിപ്പോകുകയോ ചെയ്തുകാണുമെന്ന് തോന്നി.

എന്നാൽ പെട്ടെന്ന് അദ്ദേഹം എന്നെ ഇറുകെ ആലിംഗനം ചെയ്തു. ഞാൻ തിരികെ പുണരുംവരെ ഞാൻ ആ മെലിഞ്ഞ കൈകളുടെ ആലിംഗനത്തിൽതന്നെ നിൽക്കേണ്ടി വന്നു.

"വ്ളാദൻ, നീയെവിടെയായിരുന്നു? നീയെന്തേ വരുമെന്ന കാര്യം വിളിച്ചുപറഞ്ഞില്ല?"

ജീവിതം ഡാനിലോ റാഡോവിക്കിന്റെ വീട്ടിൽ നിശ്ചലമായി നിൽക്കുകയാണ്. ഒരു വസ്തുവിനും അന്നത്തേതിൽനിന്നും യാതൊരു സ്ഥാനചലനവും സംഭവിച്ചിട്ടില്ല. അവയൊന്നിലും ഇതുവരെ ആരും സ്പർശിച്ചിട്ടേയില്ലാത്തതുപോലെ എല്ലാം അതാതു സ്ഥാനങ്ങളിൽതന്നെ കിടക്കുന്നു. പഴയ ഒരു കലണ്ടർ അലമാരയുടെ വാതിലിൽ കിടക്കുന്നതുപോലും അങ്ങനെത്തന്നെ അവിടെയുണ്ട്. ഫോൺ ഇപ്പോഴും അതേ സ്റ്റൂളിനുമേൽ തന്നെയുണ്ട്. കണ്ണാടി ഇപ്പോഴും ചുമരിൽചാരിവച്ചിരിക്കുന്നു. ആ വീട്ടിലാകെ അസുഖകരമായ ഒരു നിശ്ശബ്ദത. അന്നത്തെ ഉറങ്ങുന്ന ജോവാനയും അടുക്കളയിലെ അടക്കിപ്പിടിച്ച സംസാരങ്ങളും ഇന്നത്തെ ഈ നിശ്ശബ്ദതയുടെ ആഴംകൂട്ടുന്നു.

ഞാൻ ഡാനിലോയുടെ പിന്നാലെ അടുക്കളയിലേക്ക് നടന്നു. അവിടെ, ഊണുമേശയിൽ ബാക്കിയായ ഭക്ഷ്യവസ്തുക്കളെന്തോ ഉച്ചഭക്ഷണത്തിനായി മൂടിവച്ചിട്ടുണ്ട്. ഭക്ഷണത്തിന്റെ മണത്തിന് ഒരാഴ്ചത്തെ പഴക്കമുണ്ട് .

"വ്ളാദൻ, നീയിരിക്കൂ... നീ എന്തേ വരുന്ന കാര്യം അറിയിച്ചില്ല?"

ചോദിക്കുന്നതിനിടയിൽതന്നെ ഡാനിലോ വേഗത്തിൽ പാത്രങ്ങൾ മേശമേൽ നിന്നെടുത്ത് അടുക്കളയിലെ സിങ്കിൽ നിക്ഷേപിച്ചു. അതിൽ നേരത്തെതന്നെ നിറയെ പാത്രങ്ങൾ ഉണ്ട്. എങ്ങനെയൊക്കെയോ പാത്രങ്ങൾ സിങ്കിൽ നിക്ഷേപിച്ച് തറയിൽ വീണുകിടന്ന ഭക്ഷണാവശിഷ്ടങ്ങൾ തൂത്തുവാരി വൃത്തിയാക്കി.

"ഞാനിപ്പോൾ എന്താണ് നിനക്ക് തരിക?"

"എനിക്കിപ്പോൾ ഒന്നും വേണ്ട അങ്കിൾ, എനിക്ക് വിശക്കുന്നില്ല. അങ്കിൾ ഇരിക്കൂ."

"ഞാൻ അല്പം കാപ്പി ഉണ്ടാക്കട്ടെ?"

“ആയിക്കോട്ടെ.”

“കാപ്പി വേണോ അതല്ല അല്പം മദ്യമായാലോ?”

“അങ്കിൾ എനിക്കുവേണ്ടികൂടി കഴിച്ചോളൂ. ഞാൻ കുടിക്കാറില്ല. പക്ഷേ നമുക്ക് ഓരോ കാപ്പിയാകാം.”

അദ്ദേഹം അടുക്കളയിൽ ആകെ തപ്പിത്തിരഞ്ഞു നടന്നു. എവിടെയാണ് കാപ്പിപ്പാത്രമെന്നും എവിടെയാണ് പഞ്ചസാരയെന്നും മറന്നുപോയ പോലെ തോന്നുന്നു. കൂട്ടിയിട്ട പാത്രങ്ങൾക്കിടയിൽനിന്നും ഒരു സ്പൂൺ തപ്പിയെടുക്കാനുള്ള ശ്രമം വിജയിച്ചില്ല. അതെല്ലാം നോക്കിയിരുന്ന ഞാൻ അദ്ദേഹത്തിന് എന്താണ് സംഭവിച്ചതെന്ന് ആലോചിക്കുകയായിരുന്നു. ഞാനറിയുന്ന ഡാനിലോ അല്ല ഇപ്പോൾ ഞാൻ കാണുന്ന ഡാനിലോ. കണ്ടാൽ തിരിച്ചറിയാൻ കഴിയാത്തവിധം ആ രൂപം മാറിപ്പോയിരിക്കുന്നു. ഒരിക്കൽ വട്ടമുഖമുള്ള ആകർഷണീയനായിരുന്ന ഈ മനുഷ്യൻ ഇന്നാകെ പരവശനായിരിക്കുന്നു.

അദ്ദേഹത്തെ നോക്കിയിരിക്കുമ്പോൾ എനിക്ക് വല്ലാത്ത സങ്കടം തോന്നി. ഗ്യാസ് സ്റ്റൗവിന്റെ നോബ് തിരിക്കുമ്പോൾ, കാപ്പി കപ്പിലേക്ക് പകരുമ്പോൾ, തന്റെ മദ്യഗ്ലാസ് നിറയ്ക്കുമ്പോൾ എല്ലാം ആ കൈകൾ വിറയ്ക്കുന്നത് കണ്ടു. എനിക്കു നേരെ കാപ്പി നീട്ടുമ്പോൾ അവിടെ വേറെയൊന്നും എനിക്കു തരാനില്ലല്ലോ എന്ന് ക്ഷമാപണസ്വരത്തിൽ പറഞ്ഞു. അദ്ദേഹത്തിന്റെ പാന്റ് വളരെ വലുതായിരുന്നു. അതിനുള്ളിലേക്ക് പ്രാകൃതമായി ഷർട്ട് കുത്തിത്തിരുകി വച്ചിരിക്കുന്നു. അദ്ദേഹത്തിന്റെ പഴയ ആ കാടൻരീതികൾ തീർത്തും ഇല്ലാതായിരിക്കുന്നു. അന്നത്തെ ആ ഉരുക്കുമനുഷ്യൻ ആകെ ഒടിഞ്ഞു ചുരുങ്ങി ഇപ്പോഴത്തെ ഈ ചെറിയ രൂപത്തിലേക്ക് ഒതുങ്ങിയിരിക്കുന്നു. തന്റെ ദുരിതം അപ്രതീക്ഷിതമായി വന്നു കയറിയ സന്ദർശകനോട് മടിയില്ലാതെ വിവരിക്കുന്നു.

“വ്ളാദൻ, എന്റെ കുട്ടി, നീയിവിടെ എന്ത് ചെയ്യുന്നു?”

“ഞാൻ നെടെൽകോയെ അന്വേഷിച്ചു വന്നതാണ്.”

“എന്ത്? ഇവിടെ?”

“എല്ലായിടവും.”

“പക്ഷേ അയാൾ നോവിസാദിൽ ഇല്ല.”

“ഞാൻ വിചാരിച്ചതു നിങ്ങൾക്ക് അദ്ദേഹത്തെക്കുറിച്ച് എന്തെങ്കിലും അറിയാമായിരിക്കും എന്നാണ്.”

ഡാനിലോ കാപ്പി, കപ്പുകളിലേക്ക് ഒഴിച്ചുകൊണ്ട് എന്റെ സമീപം വന്നിരുന്നു. ഒരു യുദ്ധക്കുറ്റവാളിയെ അന്വേഷിച്ചു നടക്കുന്ന മനുഷ്യനിൽ നിന്നും അദ്ദേഹം തന്റെ ദൃഷ്ടികൾ ഒളിപ്പിക്കാൻ തുടങ്ങി. ഞാൻ അദ്ദേഹത്തെ ഭയപ്പെടുത്തി എന്നാണ് തോന്നിയത്.

"അയാൾ ഒരിക്കൽ ഇവിടെ വന്നിരുന്നു. പക്ഷേ അത്... കുറെ മുൻപാണ്."

"അദ്ദേഹം അങ്കിളുമായി ബന്ധപ്പെടുമായിരുന്നോ?"

"നിനക്ക് വിശക്കുന്നുണ്ടോ? ഞാൻ കടയിൽപോയി എന്തെങ്കിലും വാങ്ങിവരാം."

"വേണ്ട, എനിക്കു വിശക്കുന്നില്ല."

"കാപ്പികൊള്ളാമോ?"

"കുഴപ്പമില്ല."

"കുറച്ചു പാൽകൂടി ആയാലോ?"

"വേണ്ട , ഇതുമതി."

"ഇതാ പഞ്ചസാര."

"വേണ്ട, എനിക്കു കയ്പുള്ള കാപ്പിയാണിഷ്ടം.'

"നെടെൽകോയെപോലെ."

ഞാൻ ആ മനുഷ്യനെ വീണ്ടും നോക്കി. അദ്ദേഹം ദുർബലമായ കൈകൾ എന്റെ കൈകളിൽവച്ച് മെല്ലെ അമർത്തി. ഞാൻ വന്നതിൽ തന്റെ സന്തോഷം അറിയിക്കാനെന്നപോലെ.

"നെടെൽകോ എന്നെങ്കിലും നിങ്ങളുമായി ബന്ധപ്പെട്ടിരുന്നോ, പിന്നീട് എപ്പോഴെങ്കിലും?"

"നിങ്ങൾ ഇതെല്ലാം വിശ്വസിക്കുന്നില്ലെന്നു ഞാൻ പ്രതീക്ഷിക്കുന്നു."

"എന്തെല്ലാം?"

"അയാളെക്കുറിച്ചുള്ള കഥകൾ."

ഞാൻ ചുമൽ കുലുക്കുകമാത്രം ചെയ്തു. ഡാനിലോയുടെ വാക്കുകൾ എന്നെ വല്ലാതെ അസ്വസ്ഥനാക്കി. ഇങ്ങനെ ഒരു സാധ്യതപോലും മനസ്സിൽ വന്നില്ലല്ലോ എന്ന കുറ്റബോധം ഉള്ളിൽ തിങ്ങി. ഞാൻ സഹജവാസനയോടെ പിതാവിനെ പ്രതിരോധിക്കാൻ ശ്രമിച്ചിട്ടില്ല. അദ്ദേഹത്തെക്കുറിച്ചുള്ള ധാരണകളെപോലും ഒരിക്കലും വിശ്വസിച്ചില്ല. നിരവധി നിരപരാധികളുടെ മരണത്തിന് എന്റെ പിതാവ് ഉത്തരവാദിയാണെന്ന തോന്നൽ അടിമുടി ഉലച്ചിരുന്നു. ഒരിക്കലും ആ ധാരണ തിരുത്താൻ ശ്രമിച്ചിട്ടില്ല. ഒരിക്കലും നിഷേധിച്ചിട്ടില്ല. അതൊരു നുണയായിരിക്കുമെന്ന് എന്നെത്തന്നെ വിശ്വസിപ്പിക്കാനും ശ്രമിച്ചിട്ടില്ല.

എന്നെപ്പോലെയല്ല, ഡാനിലോ എന്റെ അച്ഛന്റെ പക്ഷമാണ്.

"അതൊന്നും വിശ്വസിക്കരുത്. വ്ളാദോ. ദയവായി വിശ്വസിക്കരുത്. അതെല്ലാം അവരുടെ പദ്ധതിയുടെ ഭാഗമാണ്."

എന്തുകൊണ്ടോ ഡാനിലോയുടെ വാക്കുകൾ എനിക്ക് ഏറെ ആശ്വാസമായി തോന്നി. അവയിൽ വിശ്വസിക്കാനുള്ള എന്റെ ആഗ്രഹത്തിന് അത് പ്രോത്സാഹനമായി. എന്റെ ഭയങ്ങളെയും സംശയങ്ങളെയും ആ വാക്കുകൾക്ക് പിന്നിൽ ഒളിപ്പിക്കാൻ ഞാൻ ആഗ്രഹിച്ചു.

"അവർക്കു തോന്നുന്നവരെയെല്ലാം അവർ ഓടിക്കുന്നു. നിനക്കറിയാമല്ലോ, ഇരകളില്ലാതെ യുദ്ധമില്ല. നെടെൽകോയുടെ സൈന്യത്തിൽ കുറെ യഥാർത്ഥ സൈനികർ ഉണ്ടാകാം. പക്ഷേ ബഹുഭൂരിപക്ഷവും സാധാരണക്കാരായിരുന്നു. അവരുടെ കുടുംബങ്ങളെ കൊല്ലുകയും വീടുകൾ അഗ്നിക്കിരയാക്കുകയും ചെയ്തു. ആ പാവങ്ങൾ ആരുമില്ലാതെ, ഒന്നുമില്ലാതെ അനാഥരായി. അവരെ പ്രതികാരം ചെയ്യുന്നതിൽ എങ്ങനെയാണ് വിലക്കുക?"

താൻ പറയുന്ന കാര്യങ്ങളിൽ ഡാനിലോയ്ക്കു പൂർണവിശ്വാസമുണ്ട് അത് മാത്രമല്ല, ഡാനിലോ ഇപ്പോൾ പറഞ്ഞതെല്ലാം ജനങ്ങൾക്കിടയിൽ രൂഢമൂലമായ വിശ്വാസങ്ങൾ കൂടിയാണ്.

"അവർ ഈ യുദ്ധക്കുറ്റങ്ങളുടെ കഥ വിൽക്കാൻ ആഗ്രഹിക്കുന്നെങ്കിൽ തുടക്കം മുതൽ പറയണം. നെടെൽകോയുടെ സൈനികരുടെ കുടുംബങ്ങളെ ഇല്ലായ്മ ചെയ്തതും ഗ്രാമങ്ങൾ അഗ്നിക്കിരയാക്കിയതും ആരാണെന്ന് അവരോട് ചോദിക്കൂ. പക്ഷേ അവർ അത് ചെയ്യില്ല. കാരണം അവർ കെട്ടിപ്പൊക്കിയ നുണകളുടെ അടിത്തറ തകരും. അതുകൊണ്ടു നിരാലംബരായ പാവങ്ങളെ കൊന്നൊടുക്കിയ കൊലപാതകിയായി അവർക്കു നെടെൽകോയെ വേണം. അവർക്കൊരു വില്ലനെ ആയിരുന്നു ആവശ്യം. അതും ഒരു സെർബിയൻ ജനറലിനെ. എവിടെനിന്നോ വന്ന്, ഒരു കാരണവുമില്ലാതെ കുട്ടികളെയും സ്ത്രീകളെയും ഉൾപ്പെടെ കൂട്ടക്കുരുതി നടത്തിയ ഒരു സെർബിയൻ ജനറൽ. കാരണം അങ്ങനെ മാത്രമേ അവർക്ക് അവരുടെ ഭാഗമാണ് ശരിയെന്നും സെർബിയക്കാർ മാത്രമാണ് യുദ്ധം ചെയ്തതെന്നും കൊന്നുതള്ളിയതെന്നും സ്ഥാപിക്കാൻ പറ്റൂ. അതിനുവേണ്ടിയാണ് അവർ അവരുടെ ഹേഗ് ട്രിബ്യൂണൽ ഉണ്ടാക്കിയത്. അങ്ങനെ അവർക്ക് ഓരോ സെർബിയക്കാരനെയായി ജയിലിൽ അടയ്ക്കാം. ക്രൂരന്മാരമായ സെർബുകളെക്കുറിച്ചുള്ള ഈ കഥയിലൂടെ അവർക്ക് അവരുടെ താത്പര്യങ്ങൾ സംരക്ഷിക്കാൻ കഴിയും. യഥാർത്ഥത്തിൽ എന്ത് സംഭവിച്ചുവെന്നറിയാൻ ആർക്കും താത്പര്യമില്ല. അങ്ങനെ ചെയ്താൽ ശരിക്കും അവർ ആരാണെന്നും അവർ ചെയ്തത് എന്താണെന്നും എല്ലാവർക്കും മനസ്സിലാകും."

ഞാനീ അപ്പാർട്ട്മെന്റിൽ എത്തിയതിനുശേഷം ആദ്യമായി ഡാനിലോ ജീവന്റെ തുടിപ്പുകൾ കാണിച്ചു. കണ്ണുകൾ തിളങ്ങി. തന്റെ ജീവിതത്തിന്റെ അർത്ഥം ഒരിക്കൽകൂടി ഡാനിലോ കണ്ടെത്തി.

"ഈ യുദ്ധത്തിൽ തുടക്കം മുതൽ അവസാനംവരെ ഉള്ള ഒരു കാര്യവും ഇതുവരെ പറഞ്ഞിട്ടില്ല. അവർ എപ്പോഴും സെർബിയൻ

ഐക്യത്തെക്കുറിച്ചു പറയുന്നു. എന്നാൽ അതിനപ്പുറമുള്ള സെർബിയൻഗ്രാമങ്ങളെക്കുറിച്ചു മിണ്ടുന്നില്ല. അവിടെ കൊലപാതകം നടത്തിയവരെയും ബലാത്സംഗം ചെയ്തവരെയും ഗ്രാമങ്ങൾ ചുട്ടവരെയും കുറിച്ച് പറയുന്നില്ല.”

ഡാനിലോ അല്പം മദ്യംകൂടി ഗ്ലാസിലേക്ക് പകർന്ന് ഒറ്റവലിക്ക് അകത്താക്കി. അദ്ദേഹം പൂർണമായും ഈ കഥയിൽ മുഴുകിക്കഴിഞ്ഞിരിക്കുന്നു. ഓരോ കഥയും സ്വയം വീണ്ടും ബോധ്യപ്പെടുത്തുന്നു.

“തുടക്കംമുതലേ അവരുടെ ലക്ഷ്യം എന്തായിരുന്നുവെന്ന് നീ അറിയണം. അതായതു കൊസോവോ മുതൽ അവരുടെ ലക്ഷ്യം യൂഗോസ്ലാവിയയെ തകർക്കുക എന്നതായിരുന്നു. എന്നിട്ടതിനെ കപ്പലണ്ടിയുടെ വിലയ്ക്കു സ്വന്തമാക്കുക. ടിറ്റോയോ മിലോസെവികോ അതൊരിക്കലും അനുവദിക്കുമായിരുന്നില്ല. നല്ല രീതിയിൽ ആ പരിപാടി നടക്കാതെ വന്നപ്പോൾ കഠിനമായ രീതിയിൽ അവർ അത് നടത്തിയെടുത്തു. അവർക്കു യൂഗോസ്ലാവ്യ മൊത്തമായി വാങ്ങാൻ കഴിഞ്ഞില്ല. കാരണം നമ്മൾ വളരെ ശക്തരായിരുന്നു. അതുകൊണ്ട് അവർ അതിനെ കഷണങ്ങളാക്കി മാറ്റി. ഈ ചെറിയചെറിയ കഷണങ്ങൾ വാങ്ങുന്നതിനേക്കാൾ എളുപ്പമെന്തുണ്ട്? ആദ്യം കൊസോവോയും സ്ലോവേനിയയും വാങ്ങി. നാളെ ചിലപ്പോൾ മോണ്ടിനെഗ്രോയും വൊജോവോഡിനയും ഹെർസിഗ് ബോസ്നിയയും അങ്ങനെ വാങ്ങിയേക്കാം. വിഭജിച്ചു ഭരിക്കുക എന്നതായിരുന്നു എക്കാലത്തെയും അവരുടെ പരിപാടി. എന്നാൽ സെർബിയ, ഏറ്റവും വലുതും ശക്തവുമായ റിപ്പബ്ലിക്ക്, അങ്ങനെ വിൽക്കപ്പെടാൻ തയ്യാറായില്ല. അതുകൊണ്ട് അവർ ഞങ്ങളെ അക്രമികൾ എന്ന് മുദ്ര കുത്തി. പിന്നെ ഞങ്ങളെ ഫാസിസ്റ്റ് എന്ന് വിളിച്ചു. ലക്ഷക്കണക്കിന് യുദ്ധക്കുറ്റങ്ങൾ ഞങ്ങളുടെ തലയിൽ കെട്ടിവച്ചു. ഞങ്ങളുടെ പ്രസിഡന്റിനെ തട്ടികൊണ്ടുപോയി ഞങ്ങൾ തകർന്നുവീഴുമ്പോൾ സൗജന്യമായി കിട്ടുമെന്ന് അവർ കരുതി. എന്നിട്ട് ഒരു പാവ പ്രധാനമന്ത്രിയെ പ്രതിഷ്ഠിച്ചു. അവർ സെർബിയയെ രക്ഷിക്കുകയാണെന്ന് അഭിനയിച്ചു. ഇതെല്ലാം അവരുടെ പദ്ധതികളുടെ ഭാഗമാണ് വ്ളാദൻ. അവർ നമ്മെ എല്ലാം വാങ്ങിക്കഴിഞ്ഞു. അവർ നമ്മെ നെടെൽകോയെപോലുള്ളവരിൽനിന്നും രക്ഷിക്കുകയാണത്രേ. പക്ഷേ എനിക്കും നിനക്കും ദൈവത്തിനും ജനങ്ങൾക്കും അറിയാം നെടെൽകോയെപോലുള്ളവരിൽനിന്നും നമുക്കു രക്ഷപ്പെടേണ്ട എന്ന്. കാരണം അവരെല്ലാം രാജ്യത്തിനുവേണ്ടി പൊരുതിയ ധീരസൈനികരാണ്. നിനക്കറിയുമോ, സെർബുകൾക്കൊഴിച്ച് എല്ലാവർക്കും അവരുടെ രാജ്യത്തിനുവേണ്ടി പോരാടാൻ അവകാശമുണ്ട്. രാജ്യത്തിനുവേണ്ടി പോരാടുന്ന നമ്മളെ അക്രമകാരികളും കുറ്റവാളികളുമായി മുദ്രകുത്തുന്നു.”

ഡാനിലോയുടെ ശബ്ദം വീണ്ടും ദുർബലമായി. അദ്ദേഹത്തിന്റെ ആവേശം കെട്ടുപോയി. ആ നീണ്ട വിവരണങ്ങൾ അദ്ദേഹത്തിലേക്ക്

ജീവിതം തിരികെ കൊണ്ടുവന്നെങ്കിലും അത് അദ്ദേത്തെ വല്ലാതെ തളർത്തുകയും ചെയ്തു. ആ ക്ഷീണിതരൂപവും അതിൽനിന്നുയർന്ന വിദ്വേഷകരമായ വാക്കുകളും തമ്മിൽ യാതൊരു പൊരുത്തവുമില്ലാത്തതുപോലെ. ഇപ്പോൾ അദ്ദേഹത്തെ കണ്ടാൽ തന്റെ നല്ലകാലത്തെ അനുഭവങ്ങൾ കൊച്ചുമക്കളോട് വിവരിക്കുന്ന നിസ്സഹായനായ ഒരു വൃദ്ധനെപോലെ തോന്നിക്കുന്നു. ചുളിവ് വീണ മുഖത്ത് ഒരു വല്ലാത്ത ശാന്തത കളിയാടുന്നു. അതേസമയം രോഷാകുലമായി സംസാരിച്ചപ്പോൾ ആ മനുഷ്യന് ഒരുപാട് ആശ്വാസം അനുഭവപ്പെട്ടുവെന്നും എനിക്കു തോന്നി. എത്ര കൂടുതൽ അദ്ദേഹം സംസാരിച്ചുവോ അത്രയും അദ്ദേഹം സന്തോഷവാനായി കാണപ്പെട്ടു. ചില സമയത്ത്, അദ്ദേഹം ഈ സംസാരം നിർത്തുമോ എന്നുപോലും സംശയം തോന്നി.

“നെടെൽകോ എന്നെങ്കിലും താങ്കളെ ബന്ധപ്പെട്ടിട്ടുണ്ടോ?”

“അവസാനമായി ഒരു വർഷം മുൻപാണ് വിളിച്ചത്. എന്റെ ഫ്ളാറ്റ് നിരീക്ഷണവലയത്തിലാണെന്നു നേരത്തെതന്നെ നെടെൽകോയ്ക്കു തോന്നിയിരുന്നു. നിങ്ങൾ പറയുന്നത് നിങ്ങൾക്കുതന്നെ ഫോണിൽ കേൾക്കാൻ കഴിയുന്നത് എപ്പോഴാണെന്ന് അറിയുമോ? നെടെൽകോ വിളിക്കുമ്പോഴൊക്കെ ഇത് സംഭവിച്ചിട്ടുണ്ട്. അതിന്റെ അർഥം നിങ്ങളുടെ ഫോൺവിളികൾ ചോർത്തപ്പെടുന്നു എന്നാണ്. അതുകൊണ്ട് പിന്നീട് വിളിച്ചിട്ടില്ല. പിന്നെ ആകെ വിളിച്ചത് സാവ മരിച്ചപ്പോഴാണ്. മരണാനന്തര ചടങ്ങുകളിൽ പങ്കെടുക്കാൻ സാധിക്കാത്തതിന് അന്ന് നെടെൽകോ ഖേദം പ്രകടിപ്പിച്ചിരുന്നു, അയാളുടെ കഷ്ടസ്ഥിതി എനിക്ക് അറിയാത്തതുപോലെ.”

“ഇപ്പോൾ അദ്ദേഹം എവിടെയാണെന്ന് അങ്കിളിനറിയുമോ? എവിടെയെന്ന് എന്നോട് പറയുമെന്നാണ് ഞാൻ പ്രതീക്ഷിച്ചത്.”

“ഞാൻ എന്തിനു പറയണം?”

“അതെ, അതായിരുന്നു നല്ലത്.”

“നീയെന്താണ് ഉദ്ദേശിക്കുന്നത്?”

“ഞാൻ കരുതിയത് അയാൾ സ്ലോവേനിയയിലേക്ക് പോയിക്കാണും എന്നാണ്.”

“അതെന്താ അങ്ങനെ കരുതാൻ?”

എനിക്കറിയില്ല. അങ്ങനെ തോന്നി, അങ്ങനെ തോന്നത്തക്ക വിധത്തിൽ എന്തോ പറഞ്ഞിരുന്നു... പക്ഷേ... എന്താണെന്നു ഞാൻ ഓർക്കുന്നില്ല.”

“ഉറപ്പാണോ?”

“എനിക്ക് എന്തറിയാം? ഇവിടെനിന്ന് പുറത്തുകടക്കണമെന്നു പറഞ്ഞിരുന്നു. അതെനിക്കറിയാം. പിന്നെ നിന്നെക്കുറിച്ചും പറഞ്ഞു. അപ്പോൾ ഞാൻ കരുതി...”

“എന്നെക്കുറിച്ച് എന്താണ് പറഞ്ഞത്?”

“വ്ളാദൻ, അത് കുറെ മുൻപാണ്.”

“ദയവായിപറയൂ.”

അദ്ദേഹം ഓർക്കാൻ ശ്രമിച്ചു. നെടെൽകോയുടെ വാക്കുകൾ ഓർമ്മയിൽനിന്നും തപ്പിയെടുക്കാൻ ഡാനിലോ ഏറെ ശ്രമിച്ചുനോക്കി. പക്ഷേ അത് കഴിയുന്നില്ല എന്ന അർത്ഥത്തിൽ തലയാട്ടി. എന്നെയോർത്ത് അദ്ദേഹത്തിന് ദുഃഖം തോന്നി. അതിനേക്കാൾ വിഷമം അദ്ദേഹത്തിനു തന്നോടുതന്നെ തോന്നിക്കാണും. വളരെ നേരത്തെ തന്നെ ബാധിച്ച വാർദ്ധക്യത്തെ ഓർത്തു, ഓർമ്മകൾ വളരെ വേഗം തന്നിൽനിന്നും കൈവിട്ടുപോകുന്നതോർത്ത് അദ്ദേഹം നിസ്സഹായനാകുന്നു എന്ന് എനിക്കു മനസ്സിലായി. എന്റെ പ്രതീക്ഷകളും മങ്ങി. ഞാൻ പോകുന്നതിനുമുൻപ് അദ്ദേത്തിന്റെ സ്വാഭിമാനബോധം അല്പമെങ്കിലും വീണ്ടെടുക്കാൻ സഹായിക്കണമെന്ന് എനിക്കു തോന്നി.

“ജോവാനയും മിഷോയും എന്ത് പറയുന്നു?”

“ജോവാന അമേരിക്കയിലാണ്.”

“അതെയോ?”

“അതെ.”

“അവൾ സുഖമായിരിക്കുന്നോ?”

“അതെ എന്ന് കരുതുന്നു .”

“അമേരിക്കയിൽ എവിടെയാണ്? ഏതു നഗരത്തിൽ?”

“ആർക്കറിയാം? പിന്നെയും എവിടേക്കോ മാറിയിട്ടുണ്ട്. സിയാറ്റിലിലോ മറ്റോ ആണെന്ന് തോന്നുന്നു.”

ഡാനിലോ വീണ്ടും ഉള്ളിലേക്ക് വലിഞ്ഞു. അല്പം മുൻപ് സ്വരുക്കൂട്ടിയ ഊർജ്ജം കുറഞ്ഞു. മകളെക്കുറിച്ചുള്ള പരാമർശം അദ്ദേഹത്തിൽ പുതിയ ചലനങ്ങൾ ഒന്നും ഉണ്ടാക്കിയില്ല.

“മിഷോ എന്ത് പറയുന്നു?”

“അവൻ ബെൽഗ്രേഡിലാണ്. പുസ്തകവുമായി ബന്ധപ്പെട്ട എന്തോ ചെയ്യുന്നു.”

“അവൻ സുഖമായിരിക്കുന്നോ?”

“എനിക്കറിയാമെന്നു നീ കരുതുന്നുണ്ടോ? അവനോട് എന്തെങ്കിലും ചോദിക്കാൻ എനിക്ക് അനുവാദമില്ല.”

ഇപ്പോൾ തന്റെ നിരാശ മറച്ചുവയ്ക്കാൻ ഡാനിലോയ്ക്കു കഴിഞ്ഞില്ല. അദ്ദേഹത്തിന്റെ ജീവിതത്തിന്റെ യഥാർത്ഥ ചിത്രം മെല്ലെ തെളിഞ്ഞു വരാൻ തുടങ്ങി. വളരെ നേരത്തെ വാർദ്ധക്യം ബാധിച്ച ആ തളർന്ന മുഖം അത് പറയാൻ തുടങ്ങി. വർഷങ്ങളോളം ജീവിതം എല്ലാ

ശബ്ദഘോഷങ്ങളോടും തുളുമ്പിനിന്നിരുന്ന ആ ഫ്ളാറ്റ് നഷ്ടസ്വപ്നങ്ങളുടെ മുഷിഞ്ഞ മണം പേറുന്ന ഒരു ശ്മശാനഭൂമിപോലെ തോന്നി. കനം തൂങ്ങിനിൽക്കുന്ന നിശ്ശബ്ദതയിൽ ഡാനിലോയുടെ ജീവിതവും നിശ്ചലമായിരിക്കുന്നു. നാളെയെക്കുറിച്ചുള്ള ഭീതി മുന്നോട്ടു തുഴയാനുള്ള ശക്തിയും അദ്ദേഹത്തിൽനിന്ന് ചോർത്തിക്കളഞ്ഞിരിക്കുന്നു. യുദ്ധകാലത്ത് ഏറ്റവും സുരക്ഷിതമേഖലയിൽ ജീവിച്ചിരുന്ന ഈ മനുഷ്യൻ അതിന്റെ അവസാനം കാണാതെ പോയതെങ്ങനെയെന്നു ഞാൻ ആലോചിച്ചു. ജോവാനയെപോലെ ലോകത്തിന്റെ മറ്റൊരു കോണിലേക്ക് രക്ഷപ്പെടാനുള്ള പ്രായം അദ്ദേഹത്തിന് കഴിഞ്ഞിരിക്കുന്നു. ഏതെങ്കിലും കുറ്റകൃത്യം അദ്ദേഹം ചെയ്തിരുന്നോ എന്ന് ഇപ്പോൾ പറയുക അസാധ്യം. അദ്ദേഹം ഇപ്പോൾ ജീവിക്കുന്ന ഈ ജീവിതം അദ്ദേഹം അർഹിക്കുന്നതാണോ എന്ന് പറയാനും കഴിയില്ല. കാരണം ഡാനിലോയെ അത്ര വ്യക്തമായി അറിയില്ല. പക്ഷേ എന്റെ മുന്നിൽ ഇപ്പോൾ ഇരിക്കുന്ന ഈ മനുഷ്യൻ അവസാനിക്കാത്ത യുദ്ധഭ്രാന്തിന്റെ അനേകായിരം നിഷ്കളങ്കരായ ഇരകളിൽ ഒരാളായിട്ടാണ് തോന്നിയത്.

“അല്പനേരംകൂടി ഇരിക്കൂ.”

“പറ്റില്ല അങ്കിൾ. എനിക്കു ജുബ്ജാനയിലെത്തണം. ഒരുപാട് ദൂരമുണ്ട്.”

ഡാനിലോ പുഞ്ചിരിച്ചുകൊണ്ട് തലയാട്ടി.

“മെല്ലെ പോണം. റോഡിൽ പൊലീസുകാർ കാണും.”

“തീർച്ചയായും.”

ഞാൻ എഴുന്നേറ്റു വാതിൽ ലക്ഷ്യമാക്കി നടന്നു. ഡാനിലോ ഇരിപ്പിടത്തിൽതന്നെ തുടർന്നു. എന്നെ യാത്ര അയയ്ക്കാൻ എഴുന്നേറ്റു വരാനുള്ള ശക്തി പോലും അദ്ദേഹത്തിനില്ലെന്ന് തോന്നി. ഞാൻ വാതിൽ തുറക്കാൻ ഭാവിച്ചുകൊണ്ട് ഒരിക്കൽകൂടി അദ്ദേഹത്തെ തിരിഞ്ഞുനോക്കി.

“അങ്ങേയ്ക്ക് മിലൂട്ടിന്റേയും ആഗ്നസിന്റെയും കഥ അറിയുമോ?”

ഡാനിലോ എന്നെ നോക്കാതെ ഇരിപ്പിടത്തിൽനിന്നും എഴുന്നേറ്റു. അദ്ദേഹം എന്റെ സമീപത്തേക്കു നടന്നടുക്കുമ്പോൾ ഞാൻ ഹാളിലെ മൂലയ്ക്ക് സ്റ്റൂളിനു മേലിരിക്കുന്ന ആ പച്ചനിറമുള്ള ടെലിഫോണിലേക്ക് നോക്കി. അവിടെനിന്നാണ് ദുഷ നെടൈൽകോയുമായി സംസാരിച്ചിരുന്നത്. അടുക്കളയിലേക്ക് പോകുംവഴി ദിവസങ്ങളായി നിശ്ചലമായി കിടക്കുന്ന ടെലിഫോണിലേക്ക് നോക്കുന്ന ദുഷയെ ഞാൻ കണ്ടു. ആ ഫോണിനെ കുറ്റപ്പെടുത്തുംവിധം ദേഷ്യത്തിൽ അതിനെ നോക്കുന്ന ദുഷ. അന്ന് ഞാൻ ദുഷയെ അങ്ങനെ കണ്ടപ്പോൾ, എനിക്കു തോന്നിയിരുന്നു ഇനി ഏറെ നാൾ ആ ഫോൺബെല്ലിനായി കാക്കേണ്ടി വരില്ലെന്ന്.

പത്ത്

അന്ന് ആ ബുധനാഴ്ച അച്ഛൻ അവസാനമായി വിളിച്ചതിനുശേഷം എത്ര ദിവസങ്ങൾ കടന്നുപോയി എന്ന് ഓർമ്മയില്ല. അന്ന് വിളിച്ചപ്പോൾ ഉടനെ തന്നെ ഞങ്ങളുടെ അടുത്തേക്ക് എത്തുമെന്ന് വാഗ്ദാനം ചെയ്തിരുന്നു. അമ്മയോട് എന്തൊക്കെ പറഞ്ഞുവെന്ന് അറിയില്ല. അമ്മ തലയാട്ടിയും ശബ്ദം താഴ്ത്തി സംസാരിച്ചുംകൊണ്ട് ആ ഹാളിൽ ഏറെനേരം നിന്നിരുന്നു. പക്ഷേ ഇനിയൊരു ഫോൺവിളിക്കായി കാത്തുനിൽക്കേണ്ട തില്ല എന്ന് അമ്മ അവസാനമായി തീരുമാനിച്ചിരുന്നു. രാജ്യത്തെ അസ്വസ്ഥതകൾ വലിയ യുദ്ധത്തിലേക്ക് നീങ്ങുകയാണെന്നു അമ്മ അന്ന് തിരിച്ചറിഞ്ഞിരിക്കാം. 'യുദ്ധമേഖല' എന്നത് യൂഗോസ്ലാവ്യൻ സൈന്യം 'യുദ്ധം' എന്നതിന് പകരം ഉപയോഗിക്കുന്ന മൃദുപദമാണെന്നും അമ്മ തിരിച്ചറിഞ്ഞിരുന്നുവെന്നു വേണം കരുതാൻ. അതൊരിക്കലും സംഭവിക്കില്ല എന്നാണ് തങ്ങളുടെ സൈനികരെ അവർ ധരിപ്പിച്ചിരുന്നത്. അമ്മയുടെ മനസ്സിൽ കുന്നുകൂടിയിരുന്ന സംശയങ്ങളും ആശങ്കകളും തുറന്നുപറയാൻ കഴിയുന്ന സാഹചര്യമായിരുന്നില്ല അവരുടേത്. അപ്പുറത്തുനിന്നും ഇടയ്ക്കിടെ തടസ്സപ്പെട്ടും അവ്യക്തമായും വരുന്ന ശബ്ദത്തോട് അവർക്ക് തന്റെ പ്രശ്നങ്ങൾ പങ്കുവയ്ക്കാനും കഴിയു മായിരുന്നില്ല. പ്രത്യേകിച്ചും ഒമ്പതോളം പേർ കൈകാര്യം ചെയ്തിരുന്ന വീടിന്റെ ഹാളിൽനിന്ന്കൊണ്ട്. അവർ സംസാരിക്കുന്നതിന്റെ ഓരോ നിമിഷത്തിലും ആരെങ്കിലും ഒരാൾ ആ ഫോണിന് സമീപത്തുകൂടി കടന്നുപോകുമായിരുന്നു.

ഞങ്ങൾ അവിടെ ചിലവഴിച്ച അവസാനദിവസം വരെ അമ്മയുടെ സങ്കടങ്ങൾ കുറച്ചെങ്കിലും കുറയ്ക്കാൻ റാഡോവി കുടുംബവും ഗോജ്കോവിക് കുടുംബവും അവരാലാകുംവിധം ശ്രമിച്ചിരുന്നു. പക്ഷേ ഒരു യുദ്ധം, അതിന്റെ കാലയളവ്, മരണസംഖ്യ, ആരൊക്കെ ഉൾപ്പെട്ടു, അതിന്റെ അവസാനഫലം ഇതിനൊക്കെ അപ്പുറം ദുഷയ്ക്ക് ഇത്രയേറെ നിർണായകമാകുന്നത് എങ്ങനെയെന്ന് അവർക്കു മനസ്സിലാക്കാൻ കഴിഞ്ഞില്ല. എന്നാൽ ഒരു സെർബിയൻ ഓഫീസറുടെ ഭാര്യ തന്റെ ഭർത്താവിനെ കാത്തിരിക്കേണ്ടത് സെർബിയയിലാണെന്നു ദുഷ ബോറോ ജെവിക്കിന് അറിയാമായിരുന്നു. അതിന്റെ അർത്ഥം അവർ സെർബിയ

തന്റെ മാതൃഭൂമിയായി അംഗീകരിക്കണമെന്നാണെന്നും അവർക്കറിയാമായിരുന്നു. പക്ഷേ അവർ എങ്ങനെയെങ്കിലും വിട്ടുപോകാൻ ആഗ്രഹിച്ചിരുന്ന സ്ഥലമായിരുന്നു സെർബിയ. ഇനിയത് ഒളിച്ചുവെയ്ക്കാൻ സാധിക്കില്ല എന്നവർക്ക് ബോധ്യമായിരുന്നു. ഒരു ദിവസം അസഹ്യമായ ചൂടുള്ള ഒരു രാത്രി ഉറങ്ങാൻ കിടക്കുമ്പോൾ ദുഷ പറഞ്ഞു “എനിക്കു സാധിച്ചാൽ ഞാൻ ജുബ്ജാനയിലേക്കാണെങ്കിലും പോകും.” നോവിസാദിൽ അവർക്കു ജീവിതം എത്രമാത്രം ആശാരഹിതവും നിയന്ത്രിതവുമായി തോന്നിയിരുന്നുവെന്നു മനസ്സിലാക്കാൻ വേറെ തെളിവൊന്നും ആവശ്യമുണ്ടായിരുന്നില്ല.

ഇതെല്ലാം അച്ഛനോട് പറയാൻ അമ്മ ആഗ്രഹിച്ചിരുന്നുവെന്നു വേണം കരുതാൻ. ബ്രിസ്റോൾ ഹോട്ടലിൽവച്ചും പിന്നെ റാഡോവിക് കുടുംബത്തിന്റെ വീട്ടിൽവച്ചും നടത്തിയ നീണ്ട ഫോൺ സംഭാഷണങ്ങളിൽ ഇതെല്ലാം പറയാൻ അമ്മ ആഗ്രഹിച്ചിട്ടുണ്ടാവാം. പക്ഷേ അപ്പോഴേക്കും അദ്ദേഹം യുദ്ധമുന്നണിയിലേക്ക് പുറപ്പെട്ടുകഴിഞ്ഞിരുന്നു. താനെത്തിപ്പെട്ട സാഹചര്യത്തിൽ പിന്നീട് പുറത്തുകടക്കാൻ നെടെൽകോയ്ക്കു കഴിഞ്ഞിട്ടുണ്ടാവില്ല. ഒരു ഘട്ടത്തിലും യൂണിഫോം ഉപേക്ഷിക്കാൻ തനിക്ക് കഴിയില്ല എന്ന് അമ്മയോട് പറയാൻ അദ്ദേഹം ധൈര്യപ്പെട്ടില്ല. യൂഗോസ്ലാവിയയോ യൂഗോസ്ലാവിൻ ജനതയോ ഇല്ലാതായപ്പോഴും താൻ യൂഗോസ്ലാവ് സൈന്യത്തിൽ തന്നെ തുടരുമെന്നും അദ്ദേഹം പറഞ്ഞില്ല. അവർ പറഞ്ഞതൊന്നും വിശ്വസിക്കാൻ അദ്ദേഹം തയ്യാറായിരുന്നില്ല എന്നു വേണം മനസ്സിലാക്കാൻ. തന്റെ മേലുദ്യോഗസ്ഥരുടെ ചിറകിനടിയിൽ ഒതുങ്ങാനാണ് നെടെൽകോ ഇഷ്ടപ്പെട്ടത്. അവരുടെ അഭിപ്രായങ്ങൾക്കു ദുഷയുടേതിനേക്കാൾ പ്രാധാന്യം നെടെൽകോ നൽകി. കാരണം അയാൾ കേൾക്കാനിഷ്ടപ്പെട്ട കാര്യം അവരായിരുന്നു പറഞ്ഞുകൊണ്ടിരുന്നത്. എല്ലാം ശരിയാകുമെന്നും എല്ലാം വീണ്ടും പഴയതുപോലെയാകുമെന്നും അവർ നെടെൽകോയെ വിശ്വസിപ്പിച്ചുകൊണ്ടിരുന്നു.

‘നിനക്ക് പറ്റുമ്പോൾ ഓടിപ്പോകൂ’ എന്ന് ഉപദേശിച്ചു ധൈര്യം പകരേണ്ട കേണൽ എമിർ മുസിറോവിക് എവിടെയായിരുന്നുവെന്ന് ആർക്കറിയാം.

ഇനി എമിർ നെടെൽകോയെ അങ്ങനെ ഉപദേശിച്ചിരുന്നോ എന്ന് ആർക്കറിയാം? നെടെൽകോ പക്ഷേ ഉപദേശങ്ങൾ കേൾക്കുന്ന ആളല്ല, ഉത്തരവുകൾ അനുസരിച്ചാണ് ശീലം. നിർഭാഗ്യവശാൽ എന്റെ പിതാവ് ഭീരു എന്ന് വിളിക്കപ്പെടുമോ എന്ന ആശങ്ക എപ്പോഴും ഉള്ള ആളായിരുന്നു. ആ ദിവസങ്ങളിൽ സൈന്യം വിട്ട് ഓടി രക്ഷപ്പെടുന്നതായിരുന്നു ഏറ്റവും ധീരമായ നടപടി എന്ന് നെടെൽകോ ഒരിക്കലും മനസ്സിലാക്കിയില്ല. സ്വയം രക്ഷിക്കേണ്ട തീരുമാനങ്ങൾ എടുക്കേണ്ട സമയത്തു നെടെൽകോ തീർത്തും അലസനായിരുന്നു. ഒരു നിമിഷമെങ്കിലും

യൂണിഫോമിൽ അല്ലാത്ത ഒരു ജീവിതത്തെക്കുറിച്ച്, ഒരു പുതിയ ജീവിതത്തെക്കുറിച്ചു സങ്കല്പിക്കാൻ കഴിഞ്ഞിരുന്നെങ്കിൽ ജീവിതം മറ്റൊന്നാകുമായിരുന്നു. യൂറോപ്പിലെ മൂന്നാമത്തെ വലിയ സൈന്യത്തിൽ ഉയർന്ന ഉദ്യോഗസ്ഥനായ നെടെൽകോയ്ക്ക് ന്യൂയോർക്കിൽ ഒരു ടാക്സി ഡ്രൈവർ ആയോ സ്റ്റോക്ഹോമിലെ വെയർഹൗസ് മാനേജരായോ ടൊറോന്റോയിലെ ഫർണിച്ചർ വില്പനക്കാരനായോ സ്വയം സങ്കല്പിക്കാൻ കഴിയുമായിരുന്നില്ല. നെടെൽകോയ്ക്ക് എല്ലാം സങ്കല്പിക്കാൻ കഴിയും. പക്ഷേ, തന്റെ യൂണിഫോമില്ലാതെ ഒന്നും കഴിയില്ല.

ഭാവിയിലെ ജനറൽ ബോറോജെവിക് തന്റെ യൂണിഫോം ഉപേക്ഷിക്കില്ല എന്ന യാഥാർത്ഥ്യം എന്റെ അമ്മ എപ്പോഴാണ് തിരിച്ചറിഞ്ഞത് എന്ന് എനിക്കറിയില്ല. പക്ഷേ അവർ ഒരു കാര്യം മനസ്സിലാക്കിയിരുന്നു എന്നുറപ്പാണ്, യുദ്ധമുന്നണിയിൽനിന്ന് എന്നെങ്കിലും തിരിച്ചുവന്നേക്കാവുന്ന ആ മനുഷ്യൻ തന്റെ ഭർത്താവായിരിക്കില്ല എന്ന്. എന്തിന്, അതൊരു മനുഷ്യൻതന്നെ ആയിരിക്കുമോയെന്നും അവർ സംശയിച്ചു. മറ്റു ഓഫീസർമാരുടെ ഭാര്യമാരെപ്പോലെ രക്തസാക്ഷിത്വത്തിന്റെ ഭാരം പേറി അർപ്പണമനോഭാവത്തിന്റെയും സ്നേഹത്തിന്റെയും കുടുംബത്തിന്റെ സംരക്ഷണത്തിന്റെയും കഥകൾ പറയാതെ പ്രായോഗികമായി ചിന്തിക്കേണ്ടി വന്നതിൽ ദുഷ ഒരു ക്ഷമാപണം നടത്താനുള്ള ശ്രമത്തിലായിരുന്നുവെന്നു തോന്നുന്നു. പക്ഷേ അവർക്ക് എന്നെങ്കിലും അതിനു കഴിഞ്ഞിട്ടുണ്ടോ? അങ്ങേയറ്റത്തെ നിരാശയുടെ നിമിഷങ്ങളിൽ ദുഷ പോഡ്ലോഗർ യുക്തിയാൽ നയിക്കപ്പെടുന്ന ഒരു മനുഷ്യജീവിയായി മാറി. വികാരങ്ങൾ മരവിച്ച പ്രായോഗിക കണക്കുകൂട്ടലുകൾ മാത്രം നടത്തുന്ന ഒരു വ്യക്തി. സ്വന്തം നിലനില്പിനായുള്ള യുദ്ധം മാത്രമായിരുന്നു അവരുടെ മുന്നിൽ പിന്നീട് ഉണ്ടായിരുന്നത്. അവരുടെ അച്ഛന്റെ അടുത്തുനിന്ന് ഇറങ്ങിപ്പോന്ന ആ നിമിഷം അവർ തീരുമാനിച്ചതാണ്, സ്വന്തം ജീവിതകഥയിൽ താനൊരു രക്തസാക്ഷി വേഷം അണിയില്ല എന്ന്.

ഒടുവിൽ സ്ലോവേനിയയിലേക്ക് തിരിച്ചുപോകാനുള്ള തീരുമാനം തീർത്തും പ്രായോഗികവും ഏറെ ആലോചിച്ചു തീരുമാനിച്ചതുമാണ്. അമ്മ അതെന്നോട് അങ്ങനെതന്നെ അവതരിപ്പിച്ചു. അതോടെ ഇത്രനാളും കാത്തിരുന്ന പുലയിലെ വേനൽക്കാലവും കൂട്ടുകാരും ഇനിയൊരിക്കലും ജീവിതത്തിലേക്ക് മടങ്ങിവരില്ല എന്ന് ഞാൻ തിരിച്ചറിഞ്ഞു. പിന്നെ അമ്മ തന്റെ പദ്ധതി ഡാനിലോയോടും സാവോയോടും പങ്കുവച്ചു. വളരെ ചെറിയ വാചകങ്ങളിൽ, ചുരുക്കിയാണ് അവർ തന്റെ ആതിഥേയരോട് കാര്യങ്ങൾ വിശദീകരിച്ചത്. അവർ അങ്ങേയറ്റത്തെ മര്യാദയോടെ പെരുമാറിയിരുന്ന അതിഥിയുടെ പരിപാടിയെ അവർ എതിർത്തില്ല.

അടുത്ത ദിവസം രാവിലെ ഡാനിലോ ഓടിക്കിതച്ചു കയറി വന്നു. എന്നിട്ട് ഹാളിൽ നിന്നുകൊണ്ട് ബസ് അഞ്ചുമണിക്ക് പുറപ്പെടുമെന്ന് ഉറക്കെ

വിളിച്ചു പറഞ്ഞു. അടുക്കളയിൽ രാവിലത്തെ കാപ്പികുടിക്കാനായി കൂടി യവർ, ബോംബാക്രമണ സൈറൺ കേട്ടതു പോലെയായി. ഒറ്റനിമിഷം കൊണ്ട് എല്ലാവരും എഴുന്നേറ്റു. സത്യത്തിൽ അമ്മയും ഞാനും മാത്രമാണ് പോകാൻ തയ്യാറിയിരിക്കുന്നതെങ്കിലും മറ്റുള്ളവർ ഞങ്ങൾ ഈ പരിപാടിയുമായി മുന്നോട്ടു പോകുമെന്ന് ഒന്നുകിൽ വിശ്വസിച്ചില്ല അല്ലെങ്കിൽ വിശ്വസിക്കാൻ ഇഷ്ടപ്പെട്ടില്ല. ആ ദിവസം എല്ലാവരും ആകപ്പാടെ ഉന്മാദം ബാധിച്ചതുപോലെയായിരുന്നു. കരച്ചിലും വിതുമ്പലും കെട്ടിപ്പിടുത്തങ്ങളും ചുംബനങ്ങളും പിന്നെ ഓർത്തഡോക്സ് വിശ്വാസി കളുടെ ശവസംസ്കാരചടങ്ങുകളിൽ വൃദ്ധസ്ത്രീകൾ നടത്തുന്നതു പോലുള്ള കൃതിമമായ, പൊലിപ്പിച്ച വിടവാങ്ങൽ വാക്കുകളും. അപ്പോഴും റാഡോവിക്/ഗോജ്കോവിക് കുടുംബങ്ങളുടെ വികാരപ്രകടനങ്ങളിൽ കളങ്കമറ്റ ദുഃഖം എനിക്ക് അനുഭവപ്പെട്ടു. അത് അവരാരും മറച്ചുവച്ചില്ല.

വികാരഭരിതമായ ഈ യാത്രപറച്ചിൽ പടവുകളിറങ്ങുമ്പോൾ, എന്നെ മാത്രമല്ല, അമ്മയെയും തെല്ല് ആശയക്കുഴപ്പത്തിലാക്കിയെന്നു പറയാതെ വയ്യ. അവരെല്ലാവരും ഞങ്ങളുടെ പിന്നാലെ കരഞ്ഞുകൊണ്ട് യാത്ര യാക്കാൻ ഇറങ്ങിവന്നു. ഇവരാരും എന്റെ കുടുംബം എന്ന് എനിക്കിതു വരെ തോന്നിയിരുന്നില്ല . എന്നാൽ ഡാനിലോ ആറാമത്തെ തവണ ഞങ്ങളുടെ പെട്ടികൾ തന്റെ കാറിന്റെ ഡിക്കിയിൽ അടുക്കിവച്ചപ്പോൾ, കരഞ്ഞുകൊണ്ട് നിൽക്കുന്ന ആ മനുഷ്യരെ കണ്ടപ്പോൾ പക്ഷേ എനി ക്കാദ്യമായി അങ്ങനെ തോന്നി. എനിക്കൊരിക്കലും ഇല്ലാതിരുന്ന എന്റെ ബന്ധുക്കളായി അവർ. അവരെ വിട്ടുപോകുന്നതിൽ എനിക്കു വല്ലാത്ത വിഷമം തോന്നി.

പതിനൊന്ന്

ഡാനിലോ പറയുന്നതനുസരിച്ച് എന്റെ മുത്തച്ഛൻ മിലുട്ടിൻ വാഹനാപകടത്തിൽ മരിക്കുമ്പോൾ പ്രായം മുപ്പത്തിരണ്ട്. താൻ ജോലി ചെയ്തിരുന്ന സ്ഥാപനത്തിന്റെ വാഹനം ഓടിച്ചുകൊണ്ടിരിക്കെ ഹൃദയാഘാതം ഉണ്ടായി വണ്ടിയുടെ നിയന്ത്രണം തെറ്റി അപകടം സംഭവിക്കുകയായിരുന്നു. അതോടെ ഹംഗറിക്കാരിയായ ഭാര്യ ആഗ്നസും പത്തുവയസ്സുകാരൻ മകൻ നെടെൽകോയും തനിച്ചായി.

മിലുട്ടിന്റെ സുഹൃത്ത്, അദ്ദേഹത്തെപ്പോലെതന്നെ യുദ്ധാനന്തരം ഹെർസിഗോവിനയിൽ നിന്ന് വൊജോവോഡിനയിലേക്ക് വന്ന ഡോക്ടർ മിറോസ്ലാവ് , ആഗ്നസിനോട്, ഇത്ര ചെറുപ്രായത്തിലേ ഹൃദയസ്തംഭനം ഉണ്ടാവുക എന്നത് അസാധാരണമാണെന്നു പറഞ്ഞു. ഒപ്പം, കണ്ണുകൾ കണ്ട കാഴ്ച അനുസരിച്ചാണ് ഹൃദയത്തിനു പ്രായം കൂടുന്നതെന്നുകൂടി കൂട്ടിച്ചേർത്തു. ദുഃഖമറിയിച്ചുതന്നെ കാണാൻ വരുന്നവരോടെല്ലാം ആഗ്നസ് അത് പറയുമായിരുന്നു. എന്നാൽ അതിന്റെ ശരിയായ അർത്ഥമെന്തെന്ന് അവർക്കറിഞ്ഞുകൂടായിരുന്നു. തന്റെ കണ്ണുകൾ എന്താണ് കണ്ടതെന്ന് മിലുട്ടിൻ ഒരിക്കലും അവരോട് പറഞ്ഞിരുന്നില്ല. അതിനുശേഷം രണ്ടുവർഷം കഴിഞ്ഞപ്പോൾ ആഗ്നസ് ക്യാൻസർ ബാധിച്ചു മരിച്ചു. അതും നെടെൽകോ ഒരിക്കലും എന്നോട് പറഞ്ഞിരുന്നില്ല. അസുഖങ്ങളെക്കുറിച്ചുള്ള കാര്യങ്ങൾ എന്തോ രാജ്യസുരക്ഷയെ ബാധിക്കുന്ന കാര്യങ്ങൾ എന്ന മട്ടിൽ ആയിരുന്നു അദ്ദേഹം സൂക്ഷിച്ചിരുന്നത്. ആഗ്നസ് മരിച്ചതിനുശേഷം എല്ലാവരും പറഞ്ഞിരുന്നത് ആ പാവം പെൺകുട്ടി ദുഃഖം താങ്ങാനാവാതെ മരിച്ചുവെന്നാണ്. 'ആഗ്നസ്' എന്ന സുന്ദരിയായ സ്ത്രീയെക്കുറിച്ച് ആരും ഓർക്കുന്നില്ലെങ്കിലും 'ആഗ്നസിനെപ്പോലെ ദുഃഖിച്ചിരിക്കുന്ന' എന്ന ഒരു പ്രയോഗംതന്നെ അവരുടെ ഗ്രാമത്തിൽ ഇന്നും ഉണ്ടത്രേ.

പിതാവ് വഴിക്കുള്ള തന്റെ ഒരേ ഒരു ബന്ധു വിഡയുമൊത്തു നോവിസാദിൽ എത്തുമ്പോൾ നെടെൽകോയ്ക്കു പ്രായം പന്ത്രണ്ടുമാത്രം. വർഷങ്ങൾക്കുശേഷം വിഡ, നേടെൽകോയ്ക്കു ടോമിസ്ലാഗ്രാഡ്‌ലെ സിലിക്ക ഗ്രാമത്തിൽ ജീവിച്ചിരുന്ന ബോറോജെവിക് കുടുംബത്തിന്റെ

കഥ പറഞ്ഞുകൊടുത്തു. 1942ലെ ഒരു പ്രഭാതത്തിൽ ഉസ്തഷ ക്രൊയേറ്റിൻ ഫാസിസ്റ്റ് സൈന്യം ബോറോജെവിക് കുടുംബത്തെ കൂട്ടക്കുരുതി നടത്തിയ കഥ. വെട്ടിയരിഞ്ഞു വീഴ്ത്തിയ പതിനൊന്നു പേരുടെ ശരീരങ്ങൾ കുന്നുപോലെ കൂട്ടിയിട്ടു. അതിനു മുന്നിൽ അവരുടെ കത്തുന്ന വീടുകൾ നോക്കി ഏറെനേരം നിന്നു. ആ സെർബിയൻ ചാരത്തിന്റെ മണം ആസ്വദിച്ച് ഏറെ നേരം അവിടെ നിന്നു അവർ.

ഡാനിലോ തന്റെ അമ്മ പറഞ്ഞ കഥ ചുരുക്കത്തിൽ ഇങ്ങനെയാണ് എന്നോട് പറഞ്ഞുതന്നത്. അവരോട് മാത്രമാണ് എന്റെ മുത്തച്ഛൻ ഈ കഥകൾ പറഞ്ഞിരുന്നത്. തന്റെ അമ്മയും സഹോദരിയും ബന്ധുക്കളും ഉൾപ്പെടെയുള്ള പതിനൊന്നുപേരുടെ ശവങ്ങൾ അഗ്നിക്കിരയാകുന്നത് കാണുമ്പോൾ എന്റെ മുത്തച്ഛന് പ്രായം പത്തുവയസ്സുമാത്രം.

ആ ചുവന്ന മുടിക്കാരൻ കുട്ടി പുൽമേടുകളിൽ കളി കഴിഞ്ഞു തിരിച്ചു വരുന്ന വഴിയായിരുന്നു. പത്തുവർഷങ്ങൾക്കുശേഷം കൃത്യമായി ആ സംഭവം ആ കുട്ടി വിവരിച്ചു. എങ്ങനെയാണ് കറുത്ത യൂണിഫോം ധരിച്ച ഘാതകരെ അവൻ തിരിച്ചറിഞ്ഞതെന്നും കൊലയാളികളിൽനിന്ന് അവൻ മറഞ്ഞുനിന്നത് എങ്ങനെയെന്നും വ്യക്തമായി ഓർത്തുവച്ചു. അവർ മാറിയ സമയത്ത് അവൻ ആ മൃതശരീരങ്ങൾക്കു മുന്നിൽ വന്നുനിന്ന് രക്തമൊലിക്കുന്ന അമ്മയുടെ മുഖത്ത് മൃദുവായി സ്പർശിച്ച് താൻ കാണുന്നത് ഒരു സ്വപ്നമല്ലെന്നു സ്വയം ഉറപ്പിക്കാൻ ശ്രമിച്ചു. ആ രംഗം നോക്കി അവൻ ഏറെനേരം നിന്നു. അതൊരു കളിയാണെന്നും അത് കഴിയുമ്പോൾ അവർ എല്ലാവരും ജീവനോടെ എഴുന്നേൽക്കുമെന്നും ആ കുട്ടി വിശ്വസിച്ചു.

ഈ കഥ നെടെൽകോ മനസ്സിലാക്കിയത് വിഡയിൽനിന്നാണ്. ഇപ്പോൾ അവരുടെ മകൻ ഡാനിലോ അതെന്നോട് പറയുന്നു. ലോകത്തെ ബാധിച്ച ഏറ്റവും മോശം രോഗത്തെക്കുറിച്ചുള്ള കഥയാണിത്. ഈ കഥ എന്നോടൊപ്പം ഇനി ജുബ്ജാനയിലേക്ക് വരും. എനിക്കറിയാം, ഈ കഥ, ഞാൻ പോകുന്നിടത്തെല്ലാം എന്നെ പിന്തുടരും.

“മനുഷ്യൻ ഓർക്കും. അതാണ് അവന്റെ ഏറ്റവും വലിയ ശാപം.” ഡാനിലോ പറഞ്ഞു.

ആ വാക്കുകൾ ഫ്രസ്ക ഗോര മലനിരകളിലൂടെ രുമയുടെ സമതലങ്ങളിലൂടെ ഒരു ക്രോയേഷ്യൻ കസ്റ്റംസ് ഓഫീസർ എന്നെ തടഞ്ഞു നിർത്തുന്നതുവരെ പിന്തുടർന്നു. ഒരു ബോട്ടിൽ സെർബിയൻ മദ്യം തന്റെ രാജ്യത്തേക്കു കടത്തുന്നത് തടയുന്നതിലാണ് തന്റെ നിലനിൽപ് എന്ന് തിരിച്ചറിയുന്ന ഉദ്യോഗസ്ഥൻ പക്ഷേ നോവിസാദ് എന്നപേര് കേട്ടതോടെ രാജ്യത്തോടുള്ള ഉത്തരവാദിത്വം ഒരു നിമിഷത്തേക്ക് മറന്നു.

“നിങ്ങൾ നോവിസാദിൽനിന്നും വരികയാണോ?”

“അതെ.”

"അവിടെ ഇപ്പോൾ എങ്ങനെയാണ് കാര്യങ്ങൾ?"

"നന്നായിരിക്കുന്നു."

അന്നത് ഒരു മനോഹര നഗരമായിരുന്നു. ഇപ്പോഴും ആളുകൾ ഡാന്യൂബ് നദിക്കരയിലൂടെ നടക്കാറുണ്ടോ?"

"ഉണ്ടെന്നു തോന്നുന്നു."

അതെന്തൊരു ഭംഗിയുള്ള നഗരമായിരുന്നുവെന്നു നിങ്ങൾക്കറിയുമോ? അവിടുത്തെ സ്ത്രീകൾ!! അതുപോലുള്ള സ്ത്രീകൾ ഇപ്പോൾ അവിടെയുണ്ടാവില്ലെന്നുറപ്പാണ്. എല്ലാം തകർന്നുപോയി. പക്ഷേ പണ്ട്... ഡാന്യൂബ് നദി ടെലിവിഷനിൽ കാണുമ്പോൾ ഞാനിപ്പോഴും അവിടെയാണെന്നു തോന്നാറുണ്ട്. അവിടെയുണ്ടായിരുന്നതെല്ലാം ഞാൻ കാണും. അതൊന്നും ഇനിയൊരിക്കലും കാണാൻ കഴിയില്ല, അമേരിക്കയിൽ പോലും കാണാൻ കഴിയില്ല.

അയാൾ എന്റെ പാസ്പോർട്ട് തിരിച്ചുതന്നു. ഓർമ്മകൾ ഇരമ്പിവരുന്ന ഈ നിമിഷംതന്നെ ഞാൻ പോകുന്നത് ശരിയാകുമോ എന്ന് ശങ്കിച്ചു. ഒടുവിൽ അയാൾ പൊയ്ക്കൊള്ളാൻ എന്നോട് ആംഗ്യം കാണിച്ചു. ആ നിമിഷം എന്റെ പഴഞ്ചൻ കാർ പണിമുടക്കാൻ തീരുമാനിച്ചില്ലായിരുന്നുവെങ്കിൽ സന്തോഷത്തോടെ എന്റെ വഴിക്കുപോയേനെ. പക്ഷേ കാർ നിന്നതോടെ ആ ഓഫീസർ തന്റെ നോവിസാദ് ഓർമ്മകളിൽ നിന്നുണർന്നു പെട്ടെന്ന് ലോകത്തിന്റെ മുഴുവൻ രക്ഷകവേഷമണിഞ്ഞു.

"ഇനിയെന്ത് ചെയ്യും?"

സന്ദർഭത്തിന്റെ ഗൗരവം കാറിനു മനസ്സിലായെന്നു തോന്നുന്നു. ഞങ്ങൾ തമ്മിൽ ഒരു തർക്കത്തിന് ഇട നൽകാതെ കാർ രക്ഷിച്ചു. എന്തുകൊണ്ടാണെന്നറിയില്ല, ഇത്തരത്തിൽ വികാരപ്രകടനം നടത്തുന്ന ആളുകളെ എന്നും എനിക്കു പേടിയായിരുന്നു. കണ്ടാൽ കാഠിന്യമുള്ളവരെന്നു തോന്നിക്കുന്ന, ആ ആൽകൻകാർ പക്ഷേ നല്ലൊരു പാട്ടു കേട്ടാൽ ചിലപ്പോ കരയുന്നവരാണ്... പക്ഷേ, അവർ ഈ ചുറ്റുപാടിൽ കണ്ടുകിട്ടാവുന്ന ഏറ്റവും ക്രൂരന്മാരാണെന്ന ഒരു തോന്നൽ എന്റെ മനസ്സിൽ വേരുറപ്പിച്ചിട്ടുണ്ട്. വികാരജീവികളല്ലാത്ത മനുഷ്യർക്കുപോലും ചിന്തിക്കാൻ കഴിയാത്ത ക്രൂരതകൾ ചെയ്യാൻ ഈ പാട്ടുപ്രേമികൾക്ക് കഴിയും എന്നാണ് ഞാൻ കരുതുന്നത്. ഇപ്പോൾ കണ്ട ഈ കസ്റ്റംസ് ഓഫീസർ തന്നെ ഒരു തംബുരുവിന്റെ മനോഹരതാളത്തിന്റെ പശ്ചാത്തലത്തിൽ നോവിസാദിൽ നിന്നുള്ള ഒരു പതിമൂന്നുകാരിയെ ബലാത്സംഗം ചെയ്യുന്നത് എനിക്കു സങ്കല്പിക്കാൻ കഴിയും. ആ ക്രൂരതയ്ക്ക് അയാളുടെ ന്യായംചിലപ്പോൾ, അയാൾക്ക് കാമുകിയുമൊത്തു ഡാന്യൂബ് നദിക്കരയിൽ നടക്കാൻ കഴിയാത്തതിന് ഉത്തരവാദി ആ പെൺകുട്ടി ആണെന്നതായിരിക്കും.

ഒരിക്കൽ ഞാൻ നാദിയയോട് ഈ കൊലപാതകഭ്രാന്തിനെക്കുറിച്ചു വിവരിക്കാൻ ശ്രമിച്ചിരുന്നു. ഞാൻ അതിനെ 'ഇൻഫന്റയിൽ ബാൽകാൻ സെന്റിമെന്റ് സിൻഡ്രോം' എന്ന് വിളിച്ചു. എല്ലാ അമ്പതുവർഷങ്ങൾ കൂടുമ്പോഴും ഒരു ആചാരംപോലെ നടക്കുന്ന വംശഹത്യകളുടെ ഒരു പ്രധാനചേരുവയെന്നാണ് ഞാനിതിനെ നിർവചിച്ചു വെച്ചിട്ടുള്ളത്. അവസാനം നടന്ന ചില വംശഹത്യകൾ കൃത്യമായി ആസൂത്രണം ചെയ്ത് അതിക്രൂരമായി നടപ്പാക്കിയിട്ടുള്ളതാണ്. പക്ഷേ, കൊലപതാകം ജന്മവാസനയിലുള്ളവർ ഇത്തരത്തിൽ ഗൃഹാതുരസ്മരണകൾ താലോലിക്കുന്നവരും പാട്ടുകേട്ട് കരയുന്നവരും ആയിരിക്കും എന്നാണ് എന്റെ കണ്ടെത്തൽ.

ബാൾക്കൻ കൂട്ടക്കൊലകൾ ഞാൻ എന്നും അങ്ങനെയാണ് കണ്ടിട്ടുള്ളത്. മുകളിൽനിന്നുള്ള ഉത്തരവുകൾ അനുസരിക്കുന്ന യാന്ത്രികരായ ആരാച്ചാരന്മാരല്ല അവർ. എന്റെ ചിന്തകളിൽ അവർ മദ്യപന്മാരായ, തങ്ങളുടെ ഇരകൾക്കു പ്രിയകരമായ, എന്തിനു തങ്ങളുടെ വിവാഹത്തിന് പോലും ആലപിച്ച പാട്ടുകളുടെ പശ്ചാത്തലത്തിൽ അവരെ കൊന്നു തള്ളുന്ന സംഘമാണ് .

തീവ്രാഭിലാഷങ്ങളുടെ പേക്കിനാവ്, മനോവേദനകളുടെ രക്തപങ്കിലമായ മദിരോത്സവം ബോസ്നിയയിലെ യുദ്ധത്തെ ഞാൻ അങ്ങനെയാണ് താരതമ്യം ചെയ്യുന്നത്.

ആരാണ് ഞങ്ങളെ യഥാർത്ഥത്തിൽ കൊണ്ടുപോയതെന്ന് എനിക്ക് അറിയില്ല. ഇതും ഡാനിലോയുടെ മനസ്സിൽ സെർബുകൾക്കും സെർബിയയ്ക്കും എതിരെയുള്ള നിരവധി സാങ്കല്പിക ഗൂഢാലോചന സിദ്ധാന്തങ്ങളിൽ ഒന്നാണോ എന്ന് ഞാൻ സംശയിക്കാതിരുന്നില്ല നെടെൽകോ ഇപ്പോൾ വേട്ടയാടപ്പെട്ടുകൊണ്ടിരിക്കുന്ന കാര്യങ്ങളിൽ ചിലതിലെങ്കിലും അദ്ദേഹം കുറ്റക്കാരനാണെന്നുള്ളതുകൊണ്ടാണോ ഇത്തരത്തിലൊരു വ്യാഖ്യാനം എന്നും എനിക്കുതോന്നി.

പെട്ടെന്ന്, നെടെൽകോ നേരത്തെ വിവരിച്ച തരത്തിൽപെട്ട ഒരുതരം മനോരോഗിയായിരിക്കുമെന്ന് തോന്നി. തന്നെപ്പോലെതന്നെയുള്ള കുറെ മനോരോഗികളായ ഉദ്യോഗസ്ഥർക്കൊപ്പം കൂട്ടക്കൊലപാതകങ്ങൾക്കു നേതൃത്വം കൊടുത്തുകാണും. ഒരുപക്ഷേ അദ്ദേഹത്തിന്റെ മനസ്സുനിറയെ കുടുംബത്തെ പിരിയേണ്ടിവന്നതിന്റെ വേദനയിൽനിന്നുദ്ഭവിച്ച ഭ്രാന്തായിരിക്കാം. ആ അവസ്ഥയിൽ മുന്നോട്ടുപോകുകയല്ലാതെ ഒന്നും ചെയ്യാൻ കഴിയാത്ത ഗതികേടിലായിരുന്നിരിക്കാം അദ്ദേഹം. ആ വേദനയെ അടക്കി നിർത്തനായിരുന്നോ ഒരു കൊലപാതകഭ്രാന്തിലേക്ക് നെടെൽകോ പോയത്?

സ്ത്രീകളും കുട്ടികളും അടങ്ങിയ ഒരു ഗ്രാമത്തെ നാമാവശേഷമാക്കിയതിൽ നെടെൽകോയ്ക്കു പങ്കില്ലെന്ന ധാരണ ശരിയാണെന്ന് ഇപ്പോൾ തോന്നുന്നില്ല. കോപാകുലനായ തന്റെ സൈനികരെ നിറകണ്ണുകളോടെ

നോക്കിനിൽക്കുന്ന നെടൈൽകോയെ ഞാൻ കാണുന്നു. മരണശിക്ഷയ്ക്കു വിധിക്കപ്പെട്ട തടവുപുള്ളികളുടെ ആർത്തനാദങ്ങൾക്കും ഏതോ ഒരു നാടൻപാട്ടുകാരന്റെ മൂളിപ്പാട്ടുകൾക്കും നെടൈൽകോ കാതോർക്കുന്നു. ദയ യാചിച്ചുള്ള അപേക്ഷകൾ, പക്ഷേ പ്രണയഗാനത്തിലേക്ക് ശ്രദ്ധ തിരിച്ചിരിക്കുന്ന ചെവികളിൽ പതിക്കുന്നില്ല. ആ കരച്ചിലുകൾ നെടൈൽകോയുടെ വൈകാരിക മോഹനിദ്രയുടെ ആക്കം കൂട്ടുകയാണ് ചെയ്തത്. പച്ചമനുഷ്യരെ എങ്ങനെയാണു ചുട്ടെരിച്ചത് എന്ന് നെടൈൽകോയ്ക്ക് ഒരുപക്ഷേ അറിയാമായിരിക്കും. കുഞ്ഞുങ്ങൾ മരിച്ചുവീഴുന്നത് അമ്മമാർ എങ്ങനെ നോക്കിനിന്നുവെന്നും പട്ടാളക്കാർ പ്രായമായവരെ എങ്ങനെ വെട്ടിയരിഞ്ഞുവെന്നും നെടൈൽകോയ്ക്ക് അറിയാമായിരിക്കും. പക്ഷേ താത്ക്കാലികമായ ആ ഭ്രാന്തിൽനിന്ന് നെടൈൽകോയ്ക്ക് ഒഴിഞ്ഞുമാറാൻ കഴിഞ്ഞില്ല. ചതിക്കപ്പെട്ടതിന്റെയും സംശയിക്കപ്പെട്ടതിന്റെയും വേദനയിൽ മുങ്ങിത്താഴുകയായിരുന്നു അദ്ദേഹം. തന്നിൽനിന്ന് അടർത്തിമാറ്റിയ ജീവിതത്തെ ശിക്ഷിക്കാൻ അദ്ദേഹം മരണം വിതച്ചു. അദ്ദേഹം, തന്റെ സന്തോഷങ്ങളെ ഇല്ലാതാക്കിയ കൊലയാളിയെ, വേട്ടയാടുന്ന ചതിക്കപ്പെട്ട ഒരു കാമുകനും ഭർത്താവും പിതാവുമായിരുന്നു. ഒരുപക്ഷേ സ്ലോവേനിയയിലെ വിസൻജിസി ഗ്രാമത്തിൽ നെടൈൽകോ അന്ന് കൊല്ലാൻ ആഗ്രഹിച്ചത് യുദ്ധത്തെതന്നെയായിരുന്നിരിക്കണം. യുദ്ധത്തെ വെട്ടിമുറിച്ചു, പീഡിപ്പിച്ചു, അംഗഭംഗം വരുത്തി ഇല്ലായ്മ ചെയ്യാനായിരിക്കണം നെടൈൽകോ ശ്രമിച്ചത്. അതിലേക്ക് നയിച്ച കാര്യങ്ങളെ, വ്യക്തികളെ, അതിനായി ആഗ്രഹിച്ചവരെ, എല്ലാം നശിപ്പിക്കാൻ അദ്ദേഹം ആഗ്രഹിച്ചു കാണും. നെടൈൽകോ അന്നു രാത്രി എല്ലാവരെയും കൊന്നു കത്തിച്ചു കാണണം.

എപ്പോഴാണ് നെടൈൽകോ തന്റെ സ്വപ്നാടനത്തിൽ നിന്നുണർന്നു താൻ സ്വയം രക്തത്തിൽ കുളിച്ചുനിൽക്കുകയാണെന്ന് മനസ്സിലാക്കിയതെന്ന് ആർക്കറിയാം. താൻ കൊന്നത് യുദ്ധത്തെ അല്ല, മുപ്പത്തിയഞ്ചു സാധുമനുഷ്യരെയാണെന്ന് എപ്പോഴാണ് നെടൈൽകോ മനസ്സിലാക്കിയതെന്നും അറിയില്ല. തന്റെ മനസ്സിലെ കനലുകൾ കെട്ടടങ്ങിയപ്പോഴേക്കും ആ ഗ്രാമത്തിൽനിന്നും പടർന്ന അഗ്നി സാവ നദി കടന്ന് എല്ലായിടവും വ്യാപിച്ചുകഴിഞ്ഞിരുന്നു.

റോഡ് രണ്ടായിതിരിയുന്നിടത്തു ഞാൻ കാർ നിർത്തി പുറത്തിറങ്ങി. എനിക്കു ശ്വാസം കഴിക്കാൻ വല്ലാത്ത ബുദ്ധിമുട്ടു തോന്നി. ഇത്രനേരവും ഞാൻ നെടൈൽകോയുടെ ചെരിപ്പിടാനുള്ള ശ്രമത്തിലായിരുന്നു, അദ്ദേഹത്തിന്റെ മാനസികാവസ്ഥകളിലേക്ക് കടന്നുകയറാനുള്ള ശ്രമത്തിൽ എന്റെ ഹൃദയം വലിഞ്ഞു മുറുകി. ഞാനാകെ വിറയ്ക്കുകയായിരുന്നു. കണ്ണ് നിറഞ്ഞു. പല്ലുകൾ ഞെരിച്ചു. കാറിന്റെ വാതിൽ ആഞ്ഞടച്ചു ഞാനതിൽ ആഞ്ഞുതൊഴിച്ചു. എന്റെ കാൽ വേദനിക്കുംവരെ അത് തുടർന്നു. ഞാൻ ഹംഗേറിയൻ അതിർത്തിയിലേക്ക് നോക്കി അലറി.

അവിടെ അങ്ങിങ്ങായി വീടുകളിൽനിന്നും വരുന്ന വെളിച്ചം ചിതറിക്കിടക്കുന്നു. നോക്കെത്താദൂരം പരന്നുകിടക്കുന്ന സമതലത്തിലൂടെ വീശിയടിക്കുന്ന കാറ്റിന്റെ ഹുങ്കാരം മാത്രമേ കേൾക്കാനുള്ളൂ. റോഡ് വിജനമായി കിടക്കുന്നു. അന്നത്തെ ആ നവംബർ പതിമൂന്ന് ഇതുപോലൊരു ദിവസമായിരിന്നിരിക്കണം. പുക മഞ്ഞുമൂടിയ ചക്രവാളത്തിൽ ഒന്നോ രണ്ടോ വിളക്കുകളുടെ വെളിച്ചം മിന്നിനിന്നിരുന്ന ആ ഗ്രാമം അന്ന് അതിന്റെ അന്ത്യത്തിനായി കാത്തുനിൽക്കുകയായിരുന്നു.

ഒരിക്കൽ എനിക്കെല്ലാമായിരുന്ന ആ മനുഷ്യനോട് അടക്കാനാവാത്ത ദേഷ്യം തോന്നി. അദ്ദേഹം ഒറ്റദിവസംകൊണ്ട് ഒരു ഭീകരജീവിയായി മാറുകയായിരുന്നു. ആ മാറ്റത്തിന് ഞാൻ കണ്ടെത്തുന്ന വിശദീകരണം തന്നെ വിശ്വസിക്കാൻ ഇഷ്ടപ്പെട്ടില്ല, കാരണം ഇപ്പോഴും ആ മനുഷ്യനെ മനസ്സിലാക്കാൻ ആഗ്രഹിക്കുന്നില്ല. മനസ്സിലാക്കുക എന്നുവെച്ചാൽ ന്യായീകരിക്കുക. പക്ഷേ ആ മനുഷ്യന്റെ പ്രവർത്തികളെ ന്യായീകരിക്കാനായി എന്തുതന്നെ തന്നാലും കഴിയില്ല. കാരണം വ്യക്തിപരമായ ഒരു ദുഃഖവും അത്തരമൊരു ക്രൂരകൃത്യത്തെ ന്യായീകരിക്കാൻ മാത്രം ഭീകരമായിരിക്കില്ല.

ഞാൻ നെടെൽകോയെ ആത്മാർത്ഥതയുള്ള ഒരു പട്ടാളക്കാരനായി സങ്കൽപ്പിക്കാൻ നോക്കി. തന്റെ സൈന്യത്തിന്റെ വിജയത്തിന് ആ ഗ്രാമം ഇല്ലാതാകേണ്ടത് നിർണായകമാണെന്ന് കരുതുന്ന ഒരു പട്ടാളമേധാവി. തന്റെ സൈനികർ ഏല്പിച്ച ജോലി കൃത്യമായി ചെയ്തുവോ എന്ന് പരിശോധിച്ചുകൊണ്ട് കത്തിനശിക്കുന്ന വീടുകൾക്കിടയിലൂടെ നടക്കുന്ന, ഏതെങ്കിലും വീടുകളിൽ പ്രായമായ ആരെങ്കിലും കൊല്ലപ്പെടാതെ ബാക്കിയുണ്ടോ എന്ന് പരിശോധിക്കുന്ന സൈനിക ഉദ്യോഗസ്ഥനെ കുറിച്ചാലോചിച്ചപ്പോൾ അല്പം സമാധാനം തോന്നി. നെടെൽകോ ബോറോജീവിക് ഒറ്റ ദിവസംകൊണ്ട് തീർത്തും മനുഷ്യത്വം നഷ്ടപ്പെട്ട ഒരു കൊലപാതകയന്ത്രമായി മാറിയെന്നും ആ മനുഷ്യൻ ഇനിയൊരിക്കലും എന്റെ പിതാവല്ല എന്നും ചിന്തിക്കുന്നത് കുറച്ചുകൂടി എളുപ്പമായി തോന്നി. ജനങ്ങൾ മരിച്ചുവീണപ്പോൾ ആ മനുഷ്യൻ തന്റെ ഭാര്യയെയും മകനെയും കുറിച്ചോർക്കുകയായിരുന്നു.

അദ്ദേഹത്തെ കണ്ടുപിടിക്കണമെന്ന കാര്യത്തിൽ സംശയമുണ്ടായിരുന്നില്ല. കാരണം അദ്ദേഹത്തിനു മാത്രമേ ഈ വിവരംകെട്ട തത്ത്വങ്ങൾ തള്ളിക്കളഞ്ഞു സത്യം പറയാൻ കഴിയൂ. ഒരു കൂട്ടക്കൊലപാതകം നടക്കുമ്പോൾ എന്താണ് മനസ്സിൽ ഉണ്ടാവുക എന്ന് വിശദീകരിക്കാൻ നെടെൽകോയ്ക്കു മാത്രമേ കഴിയൂ. എന്റെ ഈ ഭീകര അവസ്ഥയിൽ നിന്ന് എന്നെ മോചിപ്പിക്കാൻ അദ്ദേഹത്തിന് മാത്രമേ കഴിയൂ. അല്ല, അദ്ദേഹത്തിന് അതിനു ബാധ്യതയുണ്ട്.

പന്ത്രണ്ട്

ജുബ്ജാനയിലേക്കുള്ള യാത്രയിൽ എന്റെ ഓർമ്മയിൽ ഇപ്പോഴും തങ്ങി നിൽക്കുന്ന കാര്യം ആളുകളുടെ കണ്ണിമചിമ്മാതെയുള്ള ഇരിപ്പായിരുന്നു. അന്ന് രാത്രി ആരും ഉറങ്ങാൻ ശ്രമിച്ചതേയില്ല. ക്ഷീണംകൊണ്ട് ആരുടെയും ശിരസ്സ് ഒരു നിമിഷംപോലും കുനിഞ്ഞില്ല. എല്ലാവരും തങ്ങളുടെ സീറ്റിൽ നിവർന്നിരുന്നു, പുറത്തെ ഇരുട്ടിലേക്ക് തുറിച്ചുനോക്കിക്കൊണ്ട്. തങ്ങളുടെ ലക്ഷ്യത്തിലേക്ക് എത്രയും വേഗം എത്താനുള്ള തിരക്കിൽ ആയിരുന്നു എല്ലാവരും. അമ്മയും മറ്റുള്ളവരെപോലെ ഉണർന്നുതന്നെയിരുന്നു. ഇടയ്ക്കിടയ്ക്ക് എന്നോട് ഉറങ്ങാൻ നിർബന്ധിച്ചുകൊണ്ട് അവർ പറഞ്ഞത് അതൊരു നീണ്ട യാത്രയാണെന്നും ഉറങ്ങാതിരുന്നാൽ ഏറെ ദിവസം കഴിഞ്ഞേ ക്ഷീണംമാറുകയുള്ളൂവെന്നും ആണ്. പക്ഷേ എന്റെ പതിനൊന്നാമത്തെ വയസ്സിൽ അപ്പൂപ്പനെയും അമ്മൂമ്മയേയും കിട്ടാൻ പോകുന്നുവെന്നതും അവർ ഞങ്ങൾക്കായി കാത്തിരിക്കുകയാണെന്ന കാര്യവും കുറച്ചൊന്നുമല്ല സന്തോഷിപ്പിച്ചത്. മറ്റു യാത്രക്കാർ എന്നെ സാകൂതം നോക്കിയിരുന്നു. കൊച്ചുകുട്ടിയായ ഞാൻ അവരോടൊപ്പം ഉറക്കമിളയ്ക്കുന്നതെന്തിനെന്ന് അവർക്കു മനസ്സിലായില്ല. അവർ എന്ത് പ്രശ്നങ്ങളിൽ നിന്നാണ് ഓടി രക്ഷപ്പെടുന്നതെന്നു മനസ്സിലാക്കാൻ പ്രായമാകാത്ത ഞാൻ എന്തിനാണ് ഉറങ്ങാതിരിക്കുന്നതെന്നായിരിക്കും അവർ അദ്ഭുതപ്പെടുന്നത്.

പതിമൂന്നു മണിക്കൂർ നീണ്ട യാത്രയുടെ അവസാനം 1991 ആഗസ്റ്റിൽ ഞങ്ങൾ ജുബ്ജാനയിൽ എത്തുമ്പോൾ ആ നഗരം അതിസുന്ദരമായി തോന്നി. അന്നത്തെ ആ മനോഹാരിത ആ നഗരത്തിനു പിന്നീടൊരിക്കലും തോന്നിയിട്ടില്ല. വേനൽക്കാലം അപ്പോഴും കഴിഞ്ഞിട്ടില്ല. അവിടുത്തെ കാറ്റിന് ഒരല്പം കടുപ്പം കൂടുതലുണ്ടെന്ന് തോന്നി. അമ്മയുടെ ഗ്രാമത്തിലേക്കുള്ള ബസ്സിനു സമീപം മണിക്കൂറുകൾ ഞങ്ങൾ നിന്നു. ഞങ്ങൾ അകത്തു കയറാൻ സമ്മതിക്കാതെ ബസ്സിലിരുന്ന് ഉറക്കം തൂങ്ങുന്ന ഡ്രൈവറോട് കടുത്ത ദേഷ്യം തോന്നി. കൃത്യം ഏഴര ആയപ്പോൾ അയാൾ ബസ്സിന്റെ വാതിൽ തുറന്നു. അയാൾ പുറത്തിറങ്ങി ഒരു സിഗരറ്റ് കത്തിച്ചു. ഞങ്ങൾ വളരെ കഷ്ടപ്പെട്ട് ഞങ്ങളുടെ സാധന സാമഗ്രികൾ ബസ്സിൽ കയറ്റുന്നത് നോക്കി ആസ്വദിച്ച് നിന്നു. എന്നിട്ട്

അയാൾ ഞങ്ങളുടെ ലഗ്ഗേജിന് അധികചാർജ്ജ് വാങ്ങുകയും ചെയ്തു. ഇവിടെ, ഈ നഗരത്തിൽ, സ്ലോവേനിയൻ ട്രാൻസ്പോർട്ടിലെ ഉദ്യോഗസ്ഥനുമായി അമ്മ, ഞാൻ ഒരിക്കലും കേട്ടിട്ടില്ലാത്ത ഭാഷയിൽ, സ്ലോവേനിയൻ ഭാഷയിൽ. സംസാരിക്കുന്നതു കേട്ടു. അമ്മ സ്വന്തം മാതാപിതാക്കളോടുള്ള ദേഷ്യത്തിൽ സ്ലോവേനിയൻ ആയ എല്ലാറ്റിൽ നിന്നും വാശിയോടെ മാറി നിന്നില്ലായിരുന്നെങ്കിൽ അത് എന്റെ മാതൃ ഭാഷ ആകേണ്ടതായിരുന്നു. തന്റെ ജീവിതം അവർ തനിക്ക് വലിയ പിടിയില്ലാത്ത സെർബോക്രോയേഷ്യൻ ഭാഷയിലാണ് കരുപിടിപ്പിക്കാൻ ശ്രമിച്ചത്. എന്തിനു തന്റെ കുഞ്ഞിനോടുപോലും അവർ ആ ഭാഷയിൽ തന്നെ സംസാരിച്ചു. ദുഷ തന്റേതായ ഉച്ചാരണത്തിൽ പാട്ടുകൾ പാടിയും കഥകൾ പറഞ്ഞും അത് എന്റെ ഭാഷയാക്കി. അച്ഛനാകട്ടെ അവരുടെ ഭാഷാപരമായ തെറ്റുകൾ ആവർത്തിച്ച് അതൊരു തമാശയാക്കുകയും ചെയ്തു. അമ്മ സ്ലോവേനി ഭാഷയിൽ ആ ബസ് ഡ്രൈവറോട് ചോദിച്ച തൊന്നും മനസ്സിലായില്ല. ആ ദിവസം മുഴുവൻ അവർക്കുള്ളിൽനിന്നും സംസാരിക്കുന്ന ആ വ്യക്തിയെപ്പോലും എനിക്കു മനസ്സിലായില്ല. അന്നാദ്യ മായി അമ്മ എനിക്കു തീർത്തും അന്യയായി അനുഭവപ്പെട്ടു. യാത്ര യ്ക്കൊടുവിൽ ബസ്സിൽനിന്നും മറ്റു ചിലരോടൊപ്പം ആ ഗ്രാമത്തിൽ ഇറങ്ങുമ്പോൾ അമ്മ അവരിലൊരാൾ മാത്രമായിട്ടാണ് തോന്നിയത്. അന്യമായ ഏതോ ഭാഷ സംസാരിക്കുന്ന ഒരുകൂട്ടം മനുഷ്യരിൽ ഒരാൾ.

വാതിൽക്കൽ ഞങ്ങളെ കണ്ടപ്പോൾ ദുഷൻ പോഡ്ലോഗറുടെ ഭാവം ഇതെല്ലം ഒരു സ്വപ്നം എന്ന നിലയിൽ പെട്ടെന്ന് വാതിൽ അടയ്ക്കാൻ വെമ്പുന്ന ഒരാളുടേതായിരുന്നു. താൻ ശരിയെന്നു കരുതുന്ന കാര്യത്തിൽ അനിഷേധ്യമായ തെളിവുകളുണ്ടെങ്കിൽപോലും സന്തുഷ്ടനാകുന്ന ആളല്ല പോഡ്ലോഗർ. താൻ ശരിയെന്നു കരുതുന്ന കാര്യങ്ങൾ ഉറപ്പിക്കാൻ തെളിവുകൾ ആവശ്യമുള്ള ആളും ആയിരുന്നില്ല എന്റെ മുത്തച്ഛൻ. വളരെ കൃത്യമായ ദിനചര്യകൾ പാലിക്കുന്ന അദ്ദേഹത്തിന് അപ്രതീക്ഷിതമായി തന്റെ ദിനചര്യകൾ തെറ്റിക്കാനെത്തുന്ന അതിഥികളോട് വലിയ താത്പര്യം ഉണ്ടാവാറില്ല . എന്നാൽ അതേസമയം സ്ത്രീകളെയും കുട്ടി കളെയും തന്റെ വാതിൽപ്പടിയിൽ അഗതികളായി നിർത്താനും ഇഷ്ട പ്പെട്ടില്ല. അത് അയൽക്കാർ ശ്രദ്ധിച്ചേക്കുമോ എന്നതായിരുന്നു അദ്ദേഹത്തിന്റെ പ്രശ്നം. അതേതായാലും ഞങ്ങൾക്ക് രക്ഷയായി. അദ്ദേഹത്തിന്റെ ശിരസ്സിന്റെ ചലനത്തിൽനിന്നും അകത്തേക്കു വരാനുള്ള ക്ഷണം മനസ്സിലാക്കിയ അമ്മ കിട്ടിയ അവസരത്തിൽ വേഗം സർവ സാധനങ്ങളും, എന്നെയും, ഉൾപ്പെടെ അകത്തേക്കു കയറി.

അപ്പോഴാണ് ആരാണ് വന്നതെന്നറിയാനുള്ള അടക്കാനാകാത്ത ആകാംക്ഷയുമായി മരിയ പോഡ്ലോഗർ മുൻവശത്തേക്ക് വന്നത്. ഞങ്ങളെ ആംഗ്യത്തിലൂടെ അകത്തേക്ക് ക്ഷണിച്ചു സ്ഥലംവിട്ട ഭർത്താ വിനെപ്പോലെയായിരുന്നില്ല അവർ. അവർ ആകെ ദുഃഖിതയായിട്ടാണ്

കാണപ്പെട്ടത്. നിശ്ശബ്ദയായി പിന്മാറിയാൽ ഞങ്ങളെ എന്നെന്നേക്കുമായി നഷ്ടപ്പെടുമോ എന്ന വേവലാതി കാരണം അവർ അവിടെത്തന്നെ നിന്നു. ഞാൻ സ്ലോവേനി ഭാഷ സംസാരിക്കില്ല. പക്ഷേ അമ്മ പതിമ്മൂന്നു വർഷങ്ങൾക്ക്ശേഷം എങ്ങനെ സംഭാഷണം ആരംഭിക്കുമെന്നും ആരംഭിച്ചാൽ തന്നെ അത് നല്ലനിലയിൽ അവസാനിക്കുമോയെന്ന സന്ദേഹത്തിലും നിന്നു. മരിയ പോഡ്‌ലോഗർ ഞങ്ങൾക്ക് രണ്ടു ചെരുപ്പുകൾ എടുത്തു തന്നിട്ട് ഞങ്ങളെയുംകൊണ്ട് അടുക്കളയിലേക്ക് നടന്നു. അവിടെ തന്റെ കർക്കശമായ പൊലീസ്മുഖവുമായി ദുഷൻ ഇരിപ്പുണ്ട്. ഞങ്ങൾ ചോദ്യം ചെയ്യപ്പെടാൻ പോകുകയാണെന്ന് ആ മുഖഭാവം വ്യക്തമാക്കി. ഉടൻ തന്നെ വിധിയും വരുമെന്ന് ഉറപ്പായി. അമ്മയ്ക്ക് ആ മുഖം നല്ല പരിചയമുണ്ട്. അവർ പെട്ടെന്ന് നിരായുധയായതുപോലെ. പേടിച്ചരണ്ട കൊച്ചുകുട്ടിയെപ്പോലെ അവർ മേശയുടെ ഒരു മൂലയ്ക്ക് ഇരുന്നു. അദ്ദേഹം എന്നോട് തന്റെ സമീപത്തായി ഇരിക്കാൻ ആംഗ്യം കാണിച്ചു.

"നിന്റെ പേരെന്താണ്?" അല്പനേരത്തെ മൗനത്തിനുശേഷം ഒരു സംഭാഷണം ആരംഭിക്കാനെന്നമട്ടിൽ അദ്ദേഹം ചോദിച്ചു. വിറയാർന്ന സ്വരത്തിൽ എനിക്കു സ്ലോവേനി ഭാഷ അറിയില്ല എന്ന് ദുഷ പറഞ്ഞു. പക്ഷേ ദുഷാ പറഞ്ഞത് ശ്രദ്ധിക്കാതെ അതേ സ്വരത്തിൽ പോഡ്‌ലോഗർ തന്റെ ചോദ്യം ആവർത്തിച്ചു.

"നിന്റെ പേരെന്താണ്?"

ഞാൻ എന്റെ പേര് പറഞ്ഞു, "വ്ളാദൻ."

അദ്ദേഹം പുഞ്ചിരിച്ചു. എന്റെ നേരെ കൈനീട്ടി, ആ പരുക്കൻ കൈകൊണ്ട് പുറത്തു തട്ടി. അന്ന് മുതൽ അദ്ദേഹത്തിന്റെ മരണംവരെ, കടുപ്പക്കാരനായ ആ പൊലീസുദ്യോഗസ്ഥൻ, അദ്ദേഹത്തിൽനിന്നും ആർക്കും ലഭിക്കാതിരുന്ന വാത്സല്യം എന്നിലേക്ക് ചൊരിഞ്ഞു.

"നിനക്ക് കഴിക്കാൻ എന്തെങ്കിലും വേണോ?" അടുത്ത ചോദ്യം.

ഞാൻ തലയാട്ടി, അദ്ദേഹം ശാന്തമായി. എന്നാൽ കർക്കശസ്വരത്തിൽ പറഞ്ഞു. "നീ ദയവായി എന്നുകൂടി ചേർക്കണം", എന്നെ നല്ല ശീലങ്ങൾ പഠിപ്പിക്കാത്ത എന്റെ മാതാപിതാക്കളെ കുറ്റപ്പെടുത്തുന്ന സ്വരം. മൂർച്ചയുള്ള നോട്ടം എന്റെ അമ്മയുടെ നേരെ എറിയുന്നത് കണ്ടപ്പോൾ ഞാൻ അതുറപ്പിച്ചു.

അങ്ങനെ എന്റെ ആദ്യത്തെ സ്ലോവേനിയൻ വാക്ക് 'പ്രൊസിം' എന്നു വച്ചാൽ 'പ്ലീസ്' ആയി. ഞാൻ ആ വാക്ക് മുത്തച്ഛൻ പറഞ്ഞത് ആവർത്തിച്ചു. അതോടെ ഞാൻ അദ്ദേഹത്തിന് പ്രിയങ്കരനായി. അത് അദ്ദേഹം ലോകത്തോട് പ്രഖ്യാപിക്കുംവിധം ശിരസ്സാട്ടി. അതെന്റെ അമ്മയ്ക്ക് ഒരിക്കലും മനസ്സിലായില്ല എന്ന് മാത്രമല്ല, അതവർക്ക് സ്വീകരിക്കാനും ബുദ്ധിമുട്ടായി. സ്വാഭാവികമായും ദുഷ അത് അംഗീകരിക്കാനും തയ്യാറായില്ല. മറ്റൊരുപാട് കാര്യങ്ങൾക്കൊപ്പം ദുഷൻ പോഡ്‌ലോഗർ എന്നോട്

കാണിച്ച വാത്സല്യം അതൊരിക്കലും ലഭിക്കാതിരുന്ന എന്റെ അമ്മയെ അലോസരപ്പെടുത്തി.

ആദ്യമായാണ് ഞാൻ ആ വീട്ടിൽ എത്തുന്നത്. അതുകൊണ്ടുതന്നെ നഷ്ടപ്പെട്ട സമയങ്ങൾ തിരിച്ചുപിടിക്കാനുള്ള ശ്രമത്തിലായിരുന്നു എല്ലാവരും. യൂഗോസ്ലാവിയയിൽനിന്നും സ്വാതന്ത്ര്യം നേടാൻ സ്ലോവേനിയ നടത്തിയ യുദ്ധത്തിന്റെ കഥകൾ ഓരോന്നായി ദുഷൻ പറഞ്ഞു. സ്വകാര്യമായിട്ടാണെങ്കിലും ദുഷയെ ഒരു രാജ്യദ്രോഹിയെന്ന നിലയിൽ സംശയനിഴലിലായിരുന്നു അദ്ദേഹം നിർത്തിയത്. പുതിയ രാജ്യമായ സ്ലോവേനിയയെ അക്രമിക്കാൻ വന്ന ഒരാളായിട്ടാണ് ദുഷൻ അമ്മയോട് പെരുമാറിയിരുന്നത്. സ്വയംനിയന്ത്രിത സോഷ്യലിസ്റ്റ് ഭരണസംവിധാനത്തിൽ ദുഷൻ പോഡ്ലോഗർക്കു വിശ്വാസം നഷ്ടപ്പെട്ടു കഴിഞ്ഞു എന്നാണ് തോന്നുന്നത്.

തന്റെ ഒരേ ഒരു മകൾ ഒരു യൂഗോസ്ലാവിൻ സൈനിക ഉദ്യോഗസ്ഥനോടൊപ്പം ഒളിച്ചോടിയ നിമിഷം മുതൽ അദ്ദേഹത്തിന് ടിറ്റോയിലും പാർട്ടിയിലും സഹോദര്യത്തിലും ഐക്യത്തിലും തൊഴിലാളി വർഗവ്യവസ്ഥിതിയിലും എല്ലാമുള്ള വിശ്വാസം നഷ്ടപ്പെട്ടിരുന്നു. സോഷ്യലിസ്റ്റ് വ്യവസ്ഥയെ വെല്ലുവിളിക്കുന്നവർക്കു പേടിസ്വപ്നമായിരുന്ന ആ പൊലീസ് ഓഫീസർ യൂഗോസ്ലാവിയയുടെ തകർച്ചയെ സർവാത്മനാ സ്വാഗതം ചെയ്തു. ഇന്നദ്ദേഹം കറ തീർന്ന ഒരു സ്ലോവേനിയൻ ദേശീയവാദിയാണ്. പത്തുദിവസം നീണ്ട ആ യുദ്ധത്തിൽ ടെലിവിഷൻ സ്ക്രീനിന്റെ മുന്നിലിരുന്നു അദ്ദേഹം അക്രമകാരികളെ നേരിട്ടു. എന്നാൽ വഞ്ചകിയായ തന്റെ സ്വന്തം മകളുടെ രൂപത്തിൽ അക്രമികൾ നാണമില്ലാതെ തന്റെ വീടിനകത്തേക്ക് കടന്നുവന്നതോടെ ദേശഭക്തിയുടെ അവസാന ആയുധവും അവർക്കു നേരെ ഉപയോഗിക്കുകയായിരുന്നു ദുഷൻ. ഡാനിലോയുടെയും റിസ്റ്റോയുടെയും ആക്രമണങ്ങളിൽ സഹികെട്ട ദുഷയ്ക്ക് പോഡ്ലോഗറുടെ ഒളിഞ്ഞും തെളിഞ്ഞുമുള്ള ആക്രമണങ്ങൾ സഹിക്കാവുന്നതിലും അപ്പുറമായിരുന്നു. അദ്ദേഹത്തെ സംബന്ധിച്ചിടത്തോളം ദുഷ ശത്രുക്കളുടെ പ്രതിനിധിയായിരുന്നു. മിലോസെവിക്കിന്റെ സെർബുകളിൽ ഒരാൾ. ഇപ്പോൾ തന്റെ വീട്ടിൽ അഭയം തേടിയിരിക്കുന്ന ആ വ്യക്തി തന്റെ എല്ലാ അഭിപ്രായങ്ങളും ചിന്തകളും കേൾക്കാൻ വിധിക്കപ്പെട്ടവളും അപമാനം അർഹിക്കുന്നവളുമാണ്. അദ്ദേഹം തന്റെ ശത്രുവിന്റെ വേഷം സ്ലോബോദാൻ മിലോസെവിക്കിനും നെടെൽകോ ബോറോജെവിക്കിനും ആയി വീതംവച്ച് കൊടുത്തു. പക്ഷേ ആ രണ്ടുപേരുകളും അദ്ദേഹം ഉച്ചരിക്കുമായിരുന്നില്ല. അദ്ദേഹത്തിന്റെ നിരന്തരഅക്രമങ്ങൾ ദുഷയെ ബാധിച്ചതായി എനിക്കു തോന്നിയില്ല. പക്ഷേ മരിയയുടെ നിസ്സംഗതയാണ് ദുഷയെ ഏറെ വലച്ചത്. അടച്ചിട്ട അടുക്കള വാതിലിനപ്പുറം ദുഷ തന്റെ വേദനകൾ മരിയയുടെമേൽ ചൊരിയുന്നത് ഞാൻ കേട്ടിട്ടുണ്ട്. ദുഷന്റെ പെരുമാറ്റത്തിന് പ്രോത്സാഹനമാകുന്നത് മരിയയുടെ മൗനമാണെന്നാണ് ദുഷയുടെ വാദം.

അമ്മയ്ക്ക് അവരുടെ പിതാവിനെ ഭയമായിരുന്നിരിക്കണം. അമ്മ ഒരിക്കലും അദ്ദേഹത്തെ സ്നേഹിച്ചിരുന്നുവെന്നു തോന്നുന്നില്ല. പക്ഷേ മരിയയോട് പെരുമാറുന്നതുപോലെ ദുഷ അച്ഛനോടുള്ള വെറുപ്പ് ഒരിക്കലും പ്രകടിപ്പിക്കുന്നതു കണ്ടിട്ടില്ല. ദുഷന്റെ വാക്കുകൾ കുത്തിത്തുളയ്ക്കുന്നതാണെങ്കിൽ മരിയയുടെ നിശ്ശബ്ദത വല്ലാത്ത പ്രഹരമായിരുന്നു. ആ ചതി ദുഷയ്ക്ക് സഹിക്കാനാവുമായിരുന്നില്ല. അമ്മ ഈ വീട്ടിൽനിന്നും രാജ്യത്തുനിന്നും ഓടിപ്പോയത്. ദുഷനിൽ നിന്നല്ല മറിച്ച് മരിയയിൽനിന്നും അവരുടെ പരിപൂർണമായ കീഴടങ്ങലിൽ നിന്നുമാണെന്ന് എനിക്കു തോന്നി. ദുഷയുടെ വാശിക്കും കലഹപ്രിയത്തിനും അവരുടെ ഈ സ്വഭാവവുമായി യോജിച്ചുപോകാൻ കഴിയുമായിരുന്നില്ല.

കുറച്ചു ദിവസങ്ങൾ കഴിഞ്ഞപ്പോൾ അപ്രതീക്ഷിതമായി ദുഷ തനിക്കൊരു ജോലി ശരിയായി എന്നും ജുബ്ജാനയ്ക്കടുത്ത് ഫൂസിനിൽ ഒരു അപ്പാർട്ട്മെന്റ് വാടകയ്ക്ക് എടുത്തിട്ടുണ്ടെന്നും പ്രഖ്യാപിച്ചു. അത് കേട്ടപ്പോൾ ദുഷൻ എന്തോ പറഞ്ഞു. എന്നാൽ മരിയ അടുക്കളയിലേക്ക് അപ്രത്യക്ഷയായി. കണ്ണീരടക്കാൻ പ്രയാസപ്പെട്ടുകൊണ്ട് അവർ അവിടെ നിൽക്കുന്നത് ഞാൻ കണ്ടു. വീണ്ടും സ്വീകരണമുറിയിലേക്ക് വരും മുൻപ് തന്നെ ജീവിക്കാൻ പ്രാപ്തയാക്കുന്ന ആ നിസ്സംഗഭാവം അവർ എടുത്തണിഞ്ഞു.

അങ്ങനെ ഞാനും അമ്മയും മരിങ്കൊ സ്ക്വയറിലെ ചെറിയ അപ്പാർട്ടുമെന്റിലേക്ക് താമസത്തിനെത്തി. അത് ഞങ്ങളുടെ വീടാകും എന്നാണ് കരുതിയിരുന്നതെങ്കിലും അതൊരിക്കലും നടന്നില്ല. ആ ചെറിയ ലോകം എന്നെ ഒരു മൂലയിലേക്ക് ഒതുക്കി. ഏകാന്തത എന്നെ വേട്ടയാടി. ഞാൻ ദുഷയോടു യാത്ര പറഞ്ഞുപിരിയുംവരെ അതങ്ങനെതന്നെ തുടർന്നു. അതിനെ ഒരു വീടെന്നു വിളിക്കണമെങ്കിൽ അവിടെ എനിക്കു സ്വന്തമെന്നു പറയാൻ ആരെങ്കിലും വേണമായിരുന്നു. പക്ഷേ, ആകെ ക്ഷീണിതയായ സ്വയം നഷ്ടപ്പെട്ട ഏതോ ഒരു സ്ത്രീയോടൊപ്പം താമസിക്കുന്നു എന്ന തോന്നൽ മാത്രമാണ് എനിക്കുണ്ടായിരുന്നത്. ദുഷയാണെങ്കിൽ എന്നിൽനിന്നും അവരിൽനിന്നുതന്നെയും നിരന്തരം ഒളിച്ചോടുകയായിരുന്നു. ഡ്രാഗൻ സിറിക് ജീവിതത്തിലേക്ക് കടന്നുവരുംവരെ ദുഷ അത് തുടർന്നു.

ഞങ്ങൾ സാധനസാമഗ്രികളുമായി പുതിയ സ്ഥലത്തു താമസത്തിനെത്തി. നല്ല സൗഹൃദത്തിൽ ഇടപെട്ട ടാക്സിഡ്രൈവർ ഇർഫാൻ എല്ലാം എടുത്തു വീടിനുള്ളിൽ വയ്ക്കാൻ ഞങ്ങളെ സഹായിച്ചു. പല മുൻ യൂഗോസ്ലോവിയക്കാരെയുംപോലെ അയാൾക്ക് പുല നഗരത്തെക്കുറിച്ച് ഒരുപാട് നല്ല സ്മരണകൾ ഉണ്ടായിരുന്നു. അയാൾ അവിടെ സൈനിക സേവനം നടത്തിയിരുന്നു. എന്നെ കാത്തിരിക്കുന്ന ജീവിതം എന്താണെന്ന് എനിക്കു പെട്ടെന്നുതന്നെ മനസ്സിലായി. ഇനി മുതൽ സ്ലോവേനി ഭാഷ

മാത്രമേ സംസാരിക്കൂ എന്ന തീരുമാനം ദുഷ പ്രഖ്യാപിച്ചു. അവരതിന് സാമൂഹികവും മനഃശാസ്ത്രപരവുമായ ഒരുപാട് ന്യായങ്ങൾ നിരത്തി. പക്ഷേ ഒരു വാക്കുപോലും ദുഷയോട് സ്ലോവേനി ഭാഷയിൽ സംസാരിക്കില്ലെന്നു ഞാനും തീരുമാനിച്ചു. പോഡ്ലോഗർ നിർബന്ധബുദ്ധികൾ ഇവിടെ ഏറ്റുമുട്ടൽ ആരംഭിച്ചു. ദുഷയ്ക്ക് അവരുടെ പിതാവിൽനിന്നും എനിക്ക് എന്റെ അമ്മയിൽനിന്നും പാരമ്പര്യമായി കിട്ടിയ വാശികൾ തമ്മിൽ ആദ്യമായി നേർക്കുനേർ നിന്നു. അതോടെ അമ്മയും മകനും ഒരേ ഭാഷയിൽ സംസാരിക്കാതായി. ഞങ്ങൾ ഇരുവരും സംസാരിക്കുകയും ജീവിതം മുന്നോട്ടുപോകുകയും ചെയ്തു. ഇടയ്ക്ക്, ഞാൻ സ്ലോവേനി പഠിക്കേണ്ടതിന്റെ ആവശ്യകത എന്നെ ബോധ്യപ്പെടുത്താൻ അമ്മ ശ്രമിക്കാതിരുന്നില്ല. സ്ലോവേനിയൻ കുട്ടികൾ പഠിക്കുന്ന സ്ലോവേനിയൻ സ്കൂളിലാണ് ഞാൻ ചേരാൻ പോകുന്നതെന്നും അതുകൊണ്ട് ആ ഭാഷ പഠിക്കേണ്ടത് അത്യാവശ്യമാണെന്നും എന്നെ മനസ്സിലാക്കിക്കാൻ അവർ ഏറെ പണിപ്പെട്ടു.

ഞങ്ങളുടെ ചെറിയ വീട്ടിൽ വഴക്കുകൾ പതിവായി. ലിഫ്റ്റിലും ലോബിയിലും കടയിലുംവച്ച് ഞങ്ങൾ പോരടിച്ചു. നിർഭാഗ്യവശാൽ എനിക്കു വേണ്ടത് ഒരു സുഹൃത്തിനെയാണെന്ന്, അമ്മയെയാണെന്ന് ദുഷയ്ക്ക് ഒരിക്കലും മനസ്സിലായില്ല. പക്ഷേ അവരാകട്ടെ ഒരു സ്ലോവേനി ടീച്ചറെപ്പോലെ സ്കൂൾ ആരംഭിക്കും മുൻപ് ഞാൻ സ്ലോവേനി ഭാഷയിൽ സാങ്കല്പികലേഖനങ്ങൾ എഴുതുന്നതും ജ്യോഗ്രഫി ഗൃഹപാഠങ്ങൾ ചെയ്യുന്നതും ആണ് പ്രധാനം എന്ന് കരുതി. എന്റെ ആദ്യ പതിനൊന്നു വർഷങ്ങളിൽ ഒരു സ്ലോവേനി വാക്ക് പോലും പഠിപ്പിക്കാതിരുന്നതിനു പരിഹാരം ചെയ്തില്ലെങ്കിൽ ഞാൻ ഭാഷാപരമായ പ്രതിസന്ധി നേരിടുമെന്ന് ദുഷ ഭയപ്പെട്ടിരുന്നു. അവർ എന്നെ അവരുടെ സ്ലോവേനിയൻ കുട്ടിയാക്കാനുള്ള കഠിനശ്രമത്തിലായിരുന്നു. ഇന്ന് എനിക്കു മനസ്സിലാകുന്നു ഒരമ്മയുടെ സ്നേഹത്തോടെ, കരുതലോടെ അവർ എന്നെ ആ സ്ലോവേനിയൻ ലോകത്തെ പരിചയപ്പെടുത്തുകയായിരുന്നു എന്ന്. അങ്ങനെയൊരു പതിയ തുടക്കം എന്നെ പുലയിലെപോലെതന്നെ സന്തോഷവാനായ കുട്ടിയാക്കി മാറ്റുമെന്നവർ കരുതി. ആ നീക്കങ്ങളോട് വെറുപ്പ് കാട്ടാതിരിക്കാൻ മാത്രമുള്ള വിവരവും വിവേകവും എനിക്കുണ്ടായിരുന്നില്ല. അവരെന്നെ തള്ളിയിട്ടിരിക്കുന്ന ഈ പുതിയ സമുദ്രത്തിൽ നീന്താൻ എനിക്കെത്രയോ ആഗ്രഹമുണ്ടെന്ന് ഞാൻ ഒരിക്കലും സമ്മതിച്ചുകൊടുത്തില്ല.

ഭാഷ പഠിക്കാൻവേണ്ടി ഞാൻ സ്ലോവേനിയൻ ടെലിവിഷൻ കാണുന്നതും അവതാരകർ പറയുന്ന വാക്കുകൾ സ്വയം ആവർത്തിച്ചിരുന്നതും അവരിൽനിന്നും ഞാൻ മറച്ചുവച്ചു. ലിഫ്റ്റിലും കടയിലും എല്ലാം ആളുകൾ സംസാരിക്കുന്നത് ഞാൻ ശ്രദ്ധിച്ചുകേട്ടിരുന്നുവെന്നും അതിന്റെ അർത്ഥം മനസ്സിലാക്കാൻ ശ്രമിച്ചിരുന്നുവെന്നും എന്തിന് അമ്മയുടെ

വാക്കുകൾ തന്നെ ശ്രദ്ധയോടെ കേട്ട് അർത്ഥം മനസ്സിലാക്കാൻ ശ്രമിച്ചിരുന്നുവെന്നും ഉള്ള വസ്തുതകൾ ഒരിക്കലും അവരോടു പങ്കുവച്ചില്ല.

എന്റെ താത്പര്യം അവർ മനസ്സിലാക്കാതിരിക്കാൻ അതീവശ്രദ്ധ പുലർത്തി. വാതിൽ തുറക്കുന്ന ശബ്ദം കേൾക്കുമ്പോൾതന്നെ ടെലിവിഷൻ ചാനൽ മാറ്റും. ഞാൻ സ്ലോവേനിയൻ പരിപാടികൾ കാണുന്നത് മനസ്സിലാക്കിയാൽ അവർ സന്തോഷിക്കുമെന്ന് എനിക്കറിയാം. അതോടെ ഞങ്ങൾ തമ്മിലുള്ള യുദ്ധത്തിൽ വിജയം അവരുടെ ഭാഗത്താകും. അത് ഞാൻ ആഗ്രഹിച്ചില്ല. ഞാൻ ഓരോ സ്ലോവേനി വാക്കുകളും എത്ര നന്നായി ഉച്ചരിക്കാൻ പഠിച്ചുവെന്നു ദുഷ ഒരിക്കലും കേട്ടില്ല. ലിഫ്റ്റിൽ പോകുമ്പോൾ ആളുകളോട് സംസാരിക്കാൻ ശ്രമിച്ചു. പിന്നെ പിന്നെ ലിഫ്റ്റിൽ ആരെങ്കിലും വരാൻവേണ്ടി കാത്തുനിന്നു തുടങ്ങി. അപ്പോൾ അവരോട് സ്ലോവേനി സംസാരിക്കാൻ അവസരം കിട്ടുമെന്ന് എനിക്കറിയാം.

ഇവിടെ എല്ലാവരും സ്ലോവേനി സംസാരിക്കുന്നവരായിരുന്നില്ല. മുൻ യൂഗോസ്ലാവിൻ പ്രദേശങ്ങളിൽനിന്ന് കുടിയേറിയ അവരെല്ലാവരും തന്നെ അവരുടെ മാതൃഭാഷയിലായിരുന്നു സംസാരിച്ചിരുന്നത്. 'നെസ്വിടെഞ്ഞെ' എന്ന സ്ലോവേനി വാക്ക് അവരേക്കാൾ ബുദ്ധിമുട്ടിച്ചത് എന്നെയായിരുന്നു. ആദ്യകാലങ്ങളിൽ ലിഫ്റ്റിലെ സഞ്ചാരം എനിക്കു ഹരമായിരുന്നു. പുലയിലെ ഞങ്ങളുടെ അപ്പാർട്ട്മെന്റിൽ അങ്ങനെയൊരു സൗകര്യം ഉണ്ടായിരുന്നില്ല. ലിഫ്റ്റിൽവച്ച് ആളുകൾ സ്ലോവേനി സംസാരിക്കാൻവേണ്ടി കഷ്ടപ്പെടുന്നതു കണ്ട് ഞാൻ പലപ്പോഴും ചിരിയടക്കാൻ പാടുപെട്ടിട്ടുണ്ട്. പലപ്പോഴും എനിക്കവരോട് സഹതാപം തോന്നിയിട്ടുണ്ട്. അപ്പോഴൊക്കെ ഞാൻ എന്നോടുതന്നെ പ്രതിജ്ഞ ചെയ്തു, ഞാൻ സ്ലോവേനി സംസാരിക്കാൻ തുടങ്ങുമ്പോൾ ഉച്ചാരണത്തിൽനിന്നും ഞാൻ എവിടെനിന്ന് വന്നുവെന്ന് ആർക്കും മനസ്സിലാക്കാൻ കഴിയാത്ത വിധത്തിൽ സംസാരിക്കുമെന്ന്.

ഞങ്ങളുടെ ജീവിതം വീണ്ടും ബെൽഗ്രേഡിലെ ബ്രിസ്റ്റോൾ ഹോട്ടലിലേതിന് സമാനമായി. അച്ഛന്റെ വൈകിയുള്ള ഫോൺവിളികൾ ഇല്ല എന്നൊരു വ്യത്യാസം മാത്രം. അമ്മ പതിവായി പോളിക്ലിനിക്കിൽ ജോലിക്കു പോകും. അവർ എന്താണ് ചെയ്യുന്നതെന്ന് സത്യത്തിൽ എനിക്കു വലിയ പിടിയില്ലായിരുന്നു. പോളിക്ലിനിക് എന്താണെന്നും മനസ്സിലായില്ല. ഏതോ സ്ലോവേനിയൻ കമ്പനിയുടെ പേരാണ് അതെന്നു കരുതി. തീർത്തും താത്പര്യമില്ലാതിരുന്ന ഒരു കുട്ടിയോട് അത് വിശദീകരിക്കാൻ അവർ മിനക്കെട്ടുമില്ല. സ്കൂൾ തുറക്കുന്ന ദിവസം അടുത്ത് വരുന്നില്ലായിരുന്നെങ്കിൽ ആ ഹോട്ടൽമുറിയിലെ അതേ അവസ്ഥയിൽ ജീവിതം മുന്നോട്ടു പോകുമായിരുന്നു. അവിടെ ലോകം പിന്നോട്ടു തിരിയുന്നതും പുലയിലെ എന്റെ വീട്ടിലേക്കും കൂട്ടുകാരുടെ അടുത്തേക്കു തിരിച്ചു പോകുന്നതും കാത്ത് അങ്ങനെ ദിവസങ്ങൾ കഴിച്ചേനേ.

അമ്മ പതിവായി ടിവിയിലെ വാർത്തകൾ ശ്രദ്ധാപൂർവം കാണും. ഞാൻ ആ സമയം ഏതെങ്കിലും പുസ്തകത്തിൽ മുഖം പൂഴ്ത്തിയിരുന്നു പുതിയ വാക്കുകൾ മനഃപാഠമാക്കാൻ ശ്രമിക്കും. എല്ലാ വൈകുന്നേരങ്ങളിലും വാർത്തകളുടെ ഒടുവിൽ അമ്മയിൽനിന്നും ഒരു ദീർഘനിശ്വാസം ഉയരും. അതാണ് അവരുടെ ഒരേയൊരു പ്രതികരണം. യുദ്ധത്തിന്റെ നേതൃനിരയിൽ ഉള്ളവരുടെ പേരുകൾ പഴയതുതന്നെ. എന്നാൽ അവ ഞാൻ പരിചയിച്ചതിൽനിന്നും വ്യത്യസ്തമായിട്ടാണ് ഉച്ചരിക്കപ്പെട്ടിരുന്നത്. ദിവസം ചെല്ലുന്തോറും എന്താണ് നടക്കുന്നതെന്ന് എനിക്കു വ്യക്തമല്ലാതായി മാറി. അമ്മയുടെ ദീർഘനിശ്വാസങ്ങളും സ്ലോവേനിയൻ വാർത്താ അവതാരകരുടെ ശബ്ദത്തിലെ വ്യതിയാനങ്ങളും കാര്യങ്ങൾ കൂടുതൽ വഷളാകുകയാണെന്ന തോന്നൽ എന്നിലുണ്ടാക്കി. അച്ഛനെക്കുറിച്ചുള്ള എന്റെ വേവലാതികൾ വർദ്ധിച്ചുവന്നു. അദ്ദേഹത്തിന്റെ പേര് ഒരിക്കലും വാർത്തകളിൽ കേട്ടില്ല. അതുകൊണ്ട് ഗുണമാണോ ദോഷമാണോ ഉള്ളതെന്ന് മനസ്സിലായില്ല.

പുതിയ അന്തരീക്ഷത്തിൽ സ്കൂൾ തുറക്കുന്ന വേവലാതിയും അച്ഛന്റെ അസാന്നിധ്യവും വേവലാതികൾ വർദ്ധിപ്പിച്ചു. അന്ന് ഞാൻ അമ്മയോടു ചോദിച്ചു, "എന്നാണ് അച്ഛൻ മടങ്ങിവരുന്നത്?" ഒട്ടും പ്രതീക്ഷിക്കാത്ത ആ ചോദ്യം അമ്മയെ അമ്പരപ്പിച്ചുകളഞ്ഞു, "എന്നാണ് അച്ഛൻ മടങ്ങി വരുന്നതെന്നാണോ നീ ചോദിച്ചത്?"

പെട്ടെന്നുതന്നെ ദുഷ ചോദ്യം പിൻവലിച്ചു മാപ്പുപറയാൻ ശ്രമിച്ചു. വെറുപ്പോടെയുള്ള ഒരു തുറിച്ചുനോട്ടത്തിൽ ഞാൻ പ്രതിഷേധം പ്രകടിപ്പിച്ചു. എന്നെ എത്തിപ്പിടിക്കാൻ ശ്രമിച്ച അവരുടെ കൈകളിൽനിന്നും തെന്നിമാറി ഞാൻ കുളിമുറിയിൽ കയറി വാതിലടച്ചു. അവിടെ വച്ച് ഇനിയൊരിക്കലും അച്ഛനെക്കുറിച്ച് അമ്മയോടു ചോദിക്കില്ല എന്ന ഉറച്ച തീരുമാനമെടുത്തു. അടച്ച വാതിലിനപ്പുറം നിന്ന് ദുഷ എന്തൊക്കെയോ പറയുന്നുണ്ടായിരുന്നു. ഇതെല്ലാം എന്ന് അവസാനിക്കുമെന്നു തനിക്കറിയില്ലെന്നും എന്നാൽ അച്ഛൻ വേഗംതന്നെ തിരികെ വരുമെന്നും അവർ പറഞ്ഞു. അദ്ദേഹത്തിന്റെ ജോലിയാണ് അദ്ദേഹം ചെയ്യുന്നതെന്നും ജോലി കഴിഞ്ഞാൽ ഉടനെതന്നെ തിരികെ എത്തുമെന്നും അവർ പറഞ്ഞു. അവർ സ്ലോവേനിയാണ് സംസാരിച്ചത്. അതുകൊണ്ട് എന്താണ് പറയുന്നതെന്ന് ഞാൻ ഊഹിക്കുകയായിരുന്നു. ഞാൻ ഉറക്കെ വിളിച്ചുകൂവി, 'എനിക്കു നിങ്ങൾ പറയുന്നത് മനസ്സിലാകുന്നില്ല" എന്ന്. അവർ സംസാരം നിർത്തി പരാജിതയായി കുളിമുറിയുടെ വാതിലിനു മുന്നിൽനിന്നും പോകുംവരെ ഞാൻ അലറിക്കൊണ്ടിരുന്നു. അന്നുമുതൽ ഞങ്ങൾ അകലാൻ തുടങ്ങി.

പതിമ്മൂന്ന്

ജുബ്ജാനയിൽ പതിനാറു വർഷങ്ങൾ ജീവിച്ചിട്ടും ഇന്നും അവിടേക്ക് തിരിച്ചുവരുമ്പോൾ അന്ന് പതിനാറു വർഷങ്ങൾക്കു മുൻപുണ്ടായ അതേ വികാരങ്ങളാണ് തോന്നിയത്. ആട്ടിപ്പായിക്കാനെന്നപോലെ വീശുന്ന തണുത്ത പരുക്കൻകാറ്റ്. എവിടെയും പോകാനില്ലാത്തപ്പോൾ ഞാനും ദുഷയും സമയം ചെലവഴിക്കാൻ എത്തിയിരുന്നത് ഇവിടെയാണ്. യാത്ര കഴിഞ്ഞ് ഇവിടേക്ക് തിരിച്ചെത്തുമ്പോൾ അന്ന് തോന്നിയ അതേ കാര്യങ്ങൾ തന്നെയാണിന്നും തോന്നുന്നത്. കാത്തിരിക്കാൻ ആരുമില്ലാത്ത, എന്റെ അസാന്നിധ്യം വേദനിപ്പിക്കാൻ ആരുമില്ലാത്ത ഒരിടം. എന്നെങ്കിലും ഒരിക്കൽ, ഒരു പക്ഷേ വർഷങ്ങൾക്കുശേഷം ഏതെങ്കിലും യാത്രയ്ക്കൊടുവിൽ തിരികെ എത്തുമ്പോൾ വീട്ടിലേക്കു മടങ്ങുന്നതുപോലെ എനിക്കും തോന്നിയേക്കുമെന്ന് പ്രതീക്ഷിച്ചിരുന്നു. പക്ഷേ അതൊരിക്കലും സംഭവിച്ചില്ല. ഇന്ന് ഞാൻ ജീവിക്കുന്ന നഗരം കൺമുന്നിൽ മെല്ലെ തെളിയവേ ആ ഏകാന്തമായ അപ്പാർട്ട്മെന്റിനെക്കുറിച്ച് ഓർത്തുപോയി. രാത്രിയിൽ ഉറങ്ങാൻ കൊള്ളാവുന്ന ഒരു നഗരമാണിത്. ഏതായാലും അന്നു രാത്രി അപ്പാർട്ട്മെന്റിൽ ചെന്ന് നാദിയയെ ഉണർത്തണ്ട എന്ന് കരുതി റെയിൽവേ സ്റ്റേഷനടുത്തുള്ള കിയോസ്കിൽ ബുറേക് വിൽക്കുന്ന പയ്യനെ വിളിച്ചുണർത്തി. തടിയന്മാരായ അൽബേനിയക്കാർക്ക് നഗരത്തിലെ കള്ള് കുടിയന്മാർക്കും ഭക്ഷണം വിളമ്പി ജീവിതം കഴിക്കുകയാണ് പാവം.

“അല്പം തൈര് കൂടി വേണോ?”

ഞാൻ തലയാട്ടി. ആദ്യത്തെ കഷ്ണം കഴിച്ചു കഴിഞ്ഞപ്പോൾ വീണ്ടും ബുറേക് തരാൻ ആവശ്യപ്പെട്ടു. അയാൾ പുഞ്ചിരിയോടെ എന്റെനേരെ ഒരെണ്ണം കൂടി നീട്ടി. ഒരു അൽബേനിയൻ അടിമയും അയാളുടെ കസ്റ്റമറും തമ്മിലുള്ള ആശയവിനിമയം അത്രമാത്രമേ ഉള്ളൂ. അയാൾ കിയോസ്ക് അടച്ച് അതിനകത്തേക്ക് വലിഞ്ഞു. ഞാൻ രണ്ടാമത്തെ ബുറേക് തിന്നുകൊണ്ട്, ആ കിയോസ്കിൽനിന്നും പുറത്തുകടക്കാൻ അയാൾക്ക് എന്തെങ്കിലും വഴി വേറെ കാണുമോ എന്ന് വെറുതെ ആലോചിച്ചു.

വർഷങ്ങൾക്കു മുൻപ് പതിനാറു വയസ്സുകാരനായ എന്റെ ആദ്യ ശമ്പളവുമായി മദ്യപിച്ച് ആഘോഷിക്കാനെത്തിയപ്പോഴും എന്നെ

സ്വാഗതം ചെയ്തത് ഇതേആൾ തന്നെയായിരുന്നു. അന്നായിരുന്നു ഞാൻ ആദ്യമായി മദ്യപിച്ചത്. എന്റെ മുൻകാല കാമുകിമാരൊത്തു മദ്യപിച്ചു വന്നപ്പോഴും മൂന്നുനാല് തവണ ഇയാളെ കണ്ടിട്ടുണ്ട്. കിട്ടിയ നല്ലൊരു ജോലി എന്റെ വിവരക്കേടുകൊണ്ട് നഷ്ടപ്പെട്ടപ്പോഴും അയാൾ എന്നെ സ്വീകരിച്ചിരുന്നു. പക്ഷേ ഇക്കാലമത്രയും ഒരു പുഞ്ചിരിക്കപ്പുറം ഞങ്ങളുടെ സൗഹൃദം മുന്നോട്ടുപോയില്ല.

"വിശപ്പുണ്ടല്ലേ?"

വായ നിറയെ ഭക്ഷണവുമായി ഞാൻ തലയാട്ടി.

"സെർബിയ... സെർബിയ... ഞങ്ങൾ ഇതാ സെർബിയൻ ബർഗർ കഴിക്കാൻ പോകുന്നു." റോഡിനപ്പുറത്തെ വശത്തുനിന്ന് മൂന്നു കള്ളുകുടിയന്മാർ കിയോസ്കിലെ ആളുടെ നേരെ കൈവീശി കാണിക്കുന്നു. സെർബിയൻ ഐക്യദാർഢ്യത്തിന്റെ സൂചകമായി മൂന്നു വിരലുകൾ ഉയർത്തി കാണിക്കുന്നു. വിലകൂടിയ വസ്ത്രങ്ങൾ ധരിച്ച അവരുടെ ഈ കോപ്രായങ്ങൾ എനിക്കു കൗതുകമായി തോന്നി. അവർ കരുതിയിരിക്കുന്നത് കിയോസ്കിലെ മനുഷ്യനും അവരോടൊപ്പം ആഹ്ലാദിക്കുന്നു എന്നാണെന്നു തോന്നുന്നു. എന്റെ പിന്നിലേക്ക് മാറിനിന്ന് ആ മനുഷ്യൻ എനിക്ക് സമ്മാനിച്ചതുപോലെ ഒരു വിളറിയ ചിരി അവർക്കും സമ്മാനിച്ചു. അയാളുടെ മുന്നിലേക്ക് നീങ്ങിനിന്ന് അയാളെ സൂക്ഷിച്ചുനോക്കി. അയാളിൽനിന്ന് എന്തെങ്കിലും പ്രതികരണം ഉണ്ടാകുമെന്നു കരുതി കാത്തു. അയാളുമായി കുറെക്കൂടി ആശയവിനിമയം നടത്താൻ ഞാൻ ആഗ്രഹിച്ചു. എന്നാൽ അയാളുടെ മുഖഭാവം കണ്ടപ്പോൾ ഇനിയും അയാളെ ബുദ്ധിമുട്ടിക്കേണ്ട എന്ന് തോന്നി. അപ്പോഴേക്ക് അയാൾ കിയോസ്കിന്റെ മൂലയിലെ ഒരു സ്റ്റൂളിൽ ചെന്ന് ഇരിപ്പായി. ഇപ്പോൾ അയാളുടെ മുടി മാത്രമേ എനിക്കു കാണാൻ കഴിയുന്നുള്ളൂ. ആ രാത്രി അങ്ങനെ അവസാനിച്ചു.

നേരം ഏറെ വൈകിയതുകൊണ്ട് വീട്ടിൽ ചെന്ന് നാദിയയെ ഉണർത്താൻ ധൈര്യം വന്നില്ല. അവളുടെ കണ്ണുകളിലെ ചോദ്യശരങ്ങളെയും വാക്കുകളിലെ മൂർച്ചയെയും ശരിക്കും ഞാൻ ഭയപ്പെട്ടു. അതുകൊണ്ടു തൊട്ടടുത്തുള്ള കെട്ടിടത്തിന്റെ വരാന്ത ലക്ഷ്യമാക്കി നടന്നു. ഒരു കാപ്പി കുടിച്ച് അവിടെ എവിടെയെങ്കിലും ചുരുണ്ടുകൂടാമെന്നു കരുതി. ആ കാപ്പിക്കടയിലുള്ള ആരും എന്നിൽ താത്പര്യം കാണിക്കില്ല എന്ന് ആശ്വസിച്ചു. എന്നെ കണ്ടാൽ ആർക്കും ഭീഷണി ഉയർത്തുന്ന ആളാണെന്നു തോന്നില്ല. നിസ്സഹായനായ ഒരു മനുഷ്യജീവിയാണെന്നു കരുതി തെരുവ് ഗുണ്ടകൾ പ്രലോഭിപ്പിക്കാനും സാധ്യതയില്ല. എന്റെ രൂപഭാവങ്ങൾ ഇത്തരക്കാർ അവഗണിക്കാനാണ് സാധ്യത കൂടുതൽ.

ബാറിനടുത്തേക്ക് ചെന്നപ്പോൾതന്നെ കാതടിപ്പിക്കുന്ന സംഗീതത്തിന്റെ ബഹളം കേൾക്കാം. അകത്തേക്കു നോക്കിയപ്പോൾ ട്രാക്ക് സ്യൂട്ട് ധരിച്ച കുറെ ചെറുപ്പക്കാർ മദ്യക്കുപ്പികൾ വച്ച ഒരു മേശയ്ക്കു ചുറ്റും

നിന്ന് നൃത്തം ചവിട്ടുന്നു. സെർബിയൻ ബർഗർ ചോദിച്ചു നേരത്തെ കിയോസ്കിലേക്ക് വന്ന ആ മൂന്നുപേരും അവിടെ ഉണ്ട്. ഞാനിവിടെ ചെലവഴിക്കേണ്ട സമയം വളരെ കുറച്ചാണെങ്കിലും മധ്യയൂറോപ്പിന് നേരിട്ട തളർച്ചയിൽ കഷ്ടപ്പെടുന്ന ഈ നഗരത്തിൽ രാത്രി ജീവിതത്തിനു പറ്റിയ ഇടങ്ങൾ തീരെ കുറവാണെന്നു പറയാതെ വയ്യ. അവശേഷിക്കുന്ന മറ്റ് ബാറുകളിൽ പോയാലും ഈ സാംസ്കാരിക അപചയങ്ങൾ തന്നെ അവിടെയും കാണേണ്ടിവരും. ഞാൻ രണ്ടു ബിയർ ഓർഡർ ചെയ്ത് ഒഴിഞ്ഞ ഒരു മേശയുടെ മുന്നിൽ ഇരുന്നു. ബാറിലെ സംഗീതവും നൃത്ത ബഹളങ്ങളും അതിന്റെ ഉച്ചസ്ഥായിയിലാണ്. മുന്നിൽ മേശയിലിരുന്ന ആഷ്ട്രേപോലും ബഹളത്തിൽ വിറകൊള്ളുന്നുണ്ട്.

ഈ ഭ്രാന്തന്മാരെ പേടിച്ച് ഏതായാലും തൽക്കാലം പുറത്തേക്കു പോകാനില്ലെന്നു തീർച്ചപ്പെടുത്തി ബിയർ കുടിച്ചുതീർത്തു. അവിടെയിരുന്ന് ആ കത്ത് പുറത്തെടുത്തു. ടോമിസ്ലേവിന്റെ ബർകോയിലെ അപ്പാർട്ട്മെന്റിൽനിന്നും കിട്ടിയ ആ കത്ത് വീണ്ടും സാവകാശം വായിച്ചു. നിരാശകൊണ്ടായിരിക്കാം അതു തുടക്കം മുതൽ ഒടുക്കംവരെ അക്ഷരങ്ങളായി വായിച്ചു തീർത്തത്. നഷ്ടപ്പെട്ടുപോയ പിതാവുമായി ഇന്നെന്നെ ബന്ധിപ്പിക്കുന്ന ഒരേ ഒരു കണ്ണിയാണ് ഈ കത്ത്. എന്നാലും അതെന്നെ ജനറൽ ബോറോജെവിക്കിലേക്ക് എത്തിക്കാൻ പര്യാപ്തമാകുമെന്ന് ഇപ്പോഴും വിശ്വസിക്കാൻ കഴിഞ്ഞിട്ടില്ല.

വീണ്ടും വായിച്ചപ്പോൾ ബോജൻക്രിസാജ് എന്ന പേരിൽ തന്നെ വീണ്ടും വീണ്ടും നോക്കി. നെടെൽകോയും ഞാനും ക്രിസാജിനുവേണ്ടി ഒരുമിച്ച് ആർത്തുവിളിച്ചത് ഇന്നും ഓർക്കുന്നു. എന്തിനു സ്ലോവേനിയക്കാരൻ ക്രിസാജ് വെൻഗേനിലെ സ്കീയിങ് മത്സരത്തിൽ ജയിച്ചാൽ അടുത്ത മഞ്ഞുകാലത്ത് എന്നെ ക്രാൻസ്ക ഗോറയിലെ സ്ലോവേനിയൻ റിസോർട്ടിൽ സ്കീയിങ്ങിനു കൊണ്ടുപോകാമെന്നുവരെ നെടെൽകോ വാഗ്ദാനം ചെയ്തിരുന്നു.

വീണ്ടും ആദ്യംമുതൽ വായിക്കാൻ തുടങ്ങി. ബാറിൽ ഡാൻസ് ചെയ്തുകൊണ്ടിരുന്നവർ ഇനി മേശയുടെ മുകളിൽ കയറി ഡാൻസ് കളിക്കാം എന്ന് ഉറക്കെ പ്രഖ്യാപിച്ചപ്പോൾ വായന നിർത്തി.

പെട്ടെന്ന് ആ കത്തിൽ ഞാനിതുവരെ കാണാതിരുന്ന ഒരാൾ കൂടി പ്രത്യക്ഷപ്പെട്ടു. “പ്രിയപ്പെട്ടവളേ, ഞാൻ ഉടൻതന്നെ ഇറങ്ങുകയാണ്” എന്ന് കത്ത് പറയുന്നു. ആ കത്ത് ആരോ നേരിട്ട് ദുഷയ്ക്ക് എത്തിച്ചു കൊടുക്കാൻ ഉദ്ദേശിച്ചുള്ളതാണ്.

കള്ളുകുടിച്ചു ബോധം നഷ്ടപ്പെട്ടവർ മേശയുടെ മുകളിൽ നൃത്തവും കൂത്തും തുടരുകയാണ്. അവർ സെർബിയൻ സിനിമകളിലെ സംഭാഷണങ്ങൾ വിളിച്ചു പറയുന്നുണ്ട്. എന്റെ ഹൃദയം ഉച്ചത്തിൽ മിടിക്കാൻ തുടങ്ങി. എനിക്കു തല കറങ്ങുന്നതുപോലെ തോന്നി. ദുഷയ്ക്കും അവരുടെ മുൻഭർത്താവിനും ഇടയിലുള്ള ആ കണ്ണി ആരാണെന്ന് അവർ

എന്നോട് പറയാൻ ആഗ്രഹിച്ചിരുന്നെങ്കിൽ അവർ എന്നോട് പറയുമായിരുന്നു. 'ജെ' എന്ന അക്ഷരംകൊണ്ട് ആരെയാണ് ഉദ്ദേശിക്കുന്നതെന്ന് ഒന്നുകിൽ അവർക്കറിയില്ല. അല്ലെങ്കിൽ അതാരാണെന്ന് എന്നോട് പറയാൻ അവർ ആഗ്രഹിക്കുന്നില്ല. എങ്ങനെയായാലും ഞാനിപ്പോഴും പഴയ വള്ളത്തിൽതന്നെ. അവസാനമായി ദുഷയെ സെക്കന്റ് എയ്ഡ് ബാറിൽവച്ച് കണ്ടതിനുശേഷം അച്ഛനെക്കുറിച്ച് എന്തെങ്കിലും സംസാരിക്കാൻ എനിക്കവരെ സ്വസ്ഥമായി കിട്ടിയതുമില്ല.

വീണ്ടും ഒരു ബിയർ കൂടി കുടിച്ചു. ഇത് അവസാനത്തേതാകില്ല എന്ന് തോന്നി. പകൽ മുഴുവൻ നീണ്ട യാത്രയ്ക്കൊടുവിൽ ആകെ തളർന്നിരുന്നു. ആദ്യത്തെ ബിയർ ഒന്ന് ഉണർത്തിയെങ്കിൽ രണ്ടാമത്തേത് പിടിച്ചുകുലുക്കി. ഇനിയൊരെണ്ണംകൂടി കഴിച്ചാൽ അത് അപകടകരമാകുമെന്ന് തോന്നി. ആരോഗ്യത്തിനും എന്റെ പരിസരത്തുള്ളവരുടെ ആരോഗ്യത്തിനും അത് നന്നായിരിക്കുമെന്നു തോന്നുന്നില്ല.

ആ സമയത്താണെന്നു തോന്നുന്നു മേശപ്പുറത്തു കയറി നൃത്തം ചവിട്ടുന്ന കോമാളികളുടെ ആവശ്യപ്രകാരം വെയ്റ്റർ വീണ്ടും സംഗീതത്തിന്റെ ശബ്ദംകൂട്ടി. ആവേശം മൂത്തപ്പോൾ രണ്ടു ഗ്ലാസ്സുകൾ തറയിൽ വീണുടഞ്ഞു. അവരിൽ ആരോ ഏതോ സെർബിയൻ സിനിമയിലെ രംഗം അഭിനയിച്ചതാണ്. അതോടെ രംഗം ഒന്നുകൂടി ഉഷാറായി. മറ്റേതു സമയത്താണെങ്കിലും ഞാൻ ഇതെല്ലാം ഒരു തമാശയായി മാത്രമേ കാണുമായിരുന്നുള്ളൂ. എന്നാൽ ഈ രാത്രി ഇവർ എനിക്ക് അങ്ങേയറ്റം അസഹനീയമായി തോന്നി. അവർ എല്ലാവരുംകൂടി ഒരു പതിനാറുപേര് കാണും. ഏതോ കല്യാണപാർട്ടിയിൽ നൃത്തം ചെയ്യുന്നതുപോലെയാണ് അവരുടെ ഭാവഹാവാദികൾ.

ബാൽകൻ എന്ന ആശയത്തെ ഭ്രാന്തമായി കൊണ്ടുനടക്കുന്നവരാണ് അവരെന്ന് വ്യക്തമാണ്. എന്നാൽ അതേസമയം അവർ എല്ലാത്തിനെയും കൂട്ടിക്കുഴയ്ക്കുന്നവരുമാണ്. നല്ലതും ചീത്തയും യുദ്ധവും സമാധാനവും നന്മയും തിന്മയും എല്ലാം അവർക്ക് ഒരുപോലെയാണ്. അവരുടെ വസ്ത്രധാരണവും സംസാരവും പെരുമാറ്റവുമെല്ലാം പഴയ യൂഗോസ്ലാവിയയുടെ തെക്കൻഭാഗത്തുള്ളവരുടേതു പോലെയാണ്. അവർക്ക് യുദ്ധത്തെയും യുദ്ധക്കുറ്റവാളികളെകുറിച്ചും ചിന്തിക്കാതിരിക്കാൻ കഴിയില്ല. അവർക്കു ലോകത്തുള്ള ഒന്നിനെയും അവഗണിക്കാൻ കഴിയില്ല. എല്ലാറ്റിനോടും പ്രതികരിക്കണം.

"ശബ്ദം കൂട്ടിവച്ച് നൃത്തം ചെയ്യൂ." നൃത്തക്കാരുടെ ആക്രോശം. ഞാൻ എഴുന്നേറ്റുചെന്ന് വീണ്ടുമൊരു ബിയർ ആവശ്യപ്പെട്ടുകൊണ്ട് വെയിറ്ററോട് ശബ്ദം കുറയ്ക്കാൻ പറഞ്ഞു. എന്നെ അദ്ഭുതപ്പെടുത്തികൊണ്ട് അയാൾ അതനുസരിച്ചു. അപ്പോൾ പുറകിൽനിന്ന് ഒരു ഹലോ വിളി. അതാ നിൽക്കുന്നു കുടിയേറ്റക്കാരുടെ പതിനാറാമത്തെ തലമുറയുടെ പ്രതിനിധി. ഉയരം എന്നേക്കാൾ ഒരുപാട് ഇഞ്ചുകൾ താഴെയാണ്. തന്റെ

ബാൽകൻ വികാരം ചങ്ങാതിമാരുടെ മുന്നിൽ പ്രദർശിപ്പിക്കാൻ ഉദ്ദേശിച്ചുള്ള നിൽപ്പാണ്. തന്റെ ജനിതക സങ്കീർണതകൾ പ്രദർശിപ്പിക്കാനുള്ള തയ്യാറെടുപ്പിലാണ് കക്ഷി. അവൻ ഗ്ലാസ് പിടിച്ചിരിക്കുന്നതുകണ്ടാൽ എനിക്കു തോന്നണം അവൻ അതുകൊണ്ട് എന്റെ തലയ്ക്കടിക്കാൻ പോകുകയാണെന്ന് .

"ആരാ അത് നിർത്തിയത്?"

ബിയർ കുടിച്ച് എന്റെ തലയ്ക്കും നന്നായി ലഹരി പിടിച്ചിരുന്നു. എന്നെ ചോദ്യം ചെയ്യാൻ വന്ന ആ കൗമാരക്കാരനോട് ക്ഷമിക്കാനുള്ള സഹിഷ്ണുതയൊന്നും ഉണ്ടായിരുന്നില്ല. അവനെ ആഞ്ഞുതള്ളി. അവൻ അടുത്തുകിടന്ന കസേരയിൽ തട്ടി തല്ലിയലച്ചുനിലത്തുവീണു.

"നിനക്ക് സ്വയംഭോഗിച്ചൂടെ?" ഞാൻ അലറി.

ഞാൻ ആ വാക്കുകൾ ഉച്ചരിച്ച നിമിഷം ചുറ്റും നിശ്ശബ്ദമായി. ഒറ്റ നിമിഷംകൊണ്ട് ഞാൻ അവന്മരെയെല്ലാം നിശ്ശബ്ദമാക്കി. ഇത് നെടെൽകോയുടെ ശാപവാക്കാണ്. നെടെൽകോ എന്നിലൂടെ സംസാരിക്കുന്നതുപോലെ തോന്നി. ഇത്രയും വർഷങ്ങൾക്കുശേഷം അദ്ദേഹത്തിന്റെ സ്വരം കേട്ടതുപോലെ. പെട്ടെന്ന് അദ്ദേഹത്തെ കാണാൻ കഴിയുന്നതുപോലെ തോന്നി. അതെ, എന്റെ വലതുകൈയിൽ മുറുകെ പിടിച്ചുകൊണ്ട് അരീന തിയേറ്ററിന്റെ വാതിൽക്കൽ കാവൽക്കാരനോട് തർക്കിച്ചു നിൽക്കുന്ന നെടെൽകോ.

പുല ഫിലിം ഫെസ്റ്റിവൽ നടക്കുന്ന സമയമായിരുന്നു അത്. വോളന്റീർസ് എന്ന സിനിമ കണ്ടു ചിരിച്ചുചിരിച്ചു മടുത്ത എനിക്കു ശുചിമുറിയിൽ പോകാൻ തോന്നി. നെടെൽകോ പോകാൻ പറഞ്ഞിട്ടും സിനിമയിൽ ഹരംമൂത്ത ഞാൻ കൂട്ടാക്കാതെ ഇരുന്നു. ഒടുവിൽ പോകാൻതന്നെ തീരുമാനിച്ചു. അവിടെ ചെന്നപ്പോൾ ശുചിമുറിയുടെ മുന്നിൽനീണ്ട ക്യൂ. പുറത്തെവിടെയെങ്കിലും ആളൊഴിഞ്ഞ സ്ഥലത്തു പോയി കാര്യം സാധിക്കാൻ അദ്ദേഹം പറഞ്ഞെങ്കിലും കൂട്ടാക്കിയില്ല. കുട്ടിയായതുകൊണ്ട് കുഴപ്പമില്ല എന്നായിരുന്നു നെടെൽകോയുടെ വാദം. പക്ഷേ തലയിൽ അമ്മയുടെ വാക്കുകൾ മുഴങ്ങി. വൃത്തികെട്ട ബോസ്നിയക്കാർ മാത്രമേ പരസ്യമായി മൂത്രമൊഴിക്കൂ എന്ന ദുഷയുടെ വാക്കുകളിൽ കടിച്ചുതൂങ്ങി. ഒടുവിൽ നെടെൽകോ എന്നെയുംകൊണ്ട് അടുത്തുള്ള ബാറിലേക്ക് നടന്നു. അവിടെ ചെന്ന് കാര്യം സാധിച്ചു തിരിച്ചെത്തുമ്പോഴേക്കും രണ്ടു സെക്കന്റ് വൈകിപ്പോയി. അപ്പോഴേക്കും തിയേറ്റർ കവാടം അടച്ചിരുന്നു. നെടെൽകോ ടിക്കറ്റ് എപ്പോഴേ വലിച്ചെറിഞ്ഞിരുന്നു. ഞങ്ങളുടെ ന്യായങ്ങൾ വാതിൽക്കൽ നിന്ന ആൾ തള്ളിക്കളഞ്ഞു. ഇത്തരം കഥകളുമായി പലരും വരാറുണ്ടെന്നായിരുന്നു അയാളുടെ ന്യായം. ഇങ്ങനെ എട്ടു വയസ്സുള്ള ഒരാൺകുട്ടിയുമായി ടിക്കറ്റില്ലാതെ ആരൊക്കെയോ അകത്തു കയറിയോ എന്ന് സംശയിച്ചു. ആദ്യമൊക്കെ നെടെൽകോ വളരെ നല്ല ഭാഷയിൽ ഞങ്ങളുടെ നിഷ്കളങ്കത ബോധ്യപ്പെടുത്താൻ ശ്രമിച്ചു.

എന്നാൽ അപ്പോഴേക്കും സിനിമ തുടങ്ങിയിരുന്നു. അതോടെ നെടൈൽകോയുടെ സമനിലതെറ്റി. അപ്പോഴാണ് ആദ്യമായി അദ്ദേഹം തന്റെ ആറു വാക്കുള്ള ആ ചീത്ത ഉരുവിട്ടത്. പെട്ടെന്നുതന്നെ ശാന്തനായി എന്നെയും കൊണ്ട് പുറത്തേക്കു നടക്കുകയും ചെയ്തു.

അന്ന് രാത്രി ഞങ്ങൾ, കണ്ട രണ്ടാമത്തെ സിനിമ ഇപ്പോൾ ഓർക്കാൻ കഴിയുന്നില്ല. പക്ഷേ ഇപ്പോൾ നെടൈൽകോയെ കാണുകയും കേൾക്കുകയും ചെയ്തിരിക്കുന്നു. എന്തായാലും ആ ശാപവചനത്തോടെ എന്റെ എതിരാളികളെല്ലാം നിശ്ശബ്ദരായി.

വർത്തമാനകാലത്തേക്ക് തിരിച്ചുവന്നപ്പോൾ കാണുന്നത് വെയ്റ്റർ ആ കൗമാരക്കാരെ എല്ലാം തള്ളിമാറ്റുന്നതാണ്. ഒപ്പം എന്നെ ആരോ പുറത്തേക്കു പിടിച്ചു വലിച്ചുകൊണ്ട് പോകുന്നുമുണ്ട്. ഞാനയാളെ തള്ളിമാറ്റാൻ നോക്കിയെങ്കിലും അയാൾ എന്നേക്കാൾ കരുത്തനായിരുന്നു. അതുകൊണ്ടു ഞാൻ പുറത്തു തന്നെയെത്തി. തെരുവ്‌വിളക്കിന്റെ വെളിച്ചത്തിൽ കണ്ട മുഖം പക്ഷേ സുപരിചിതമായി തോന്നി.

“പ്രശ്നങ്ങൾ ഉണ്ടാക്കാൻ പറ്റിയ സ്ഥലമേതെന്നു നിനക്ക് കൃത്യമായിട്ട് അറിയാം, അല്ലേടാ?”

“ഓ... ഇത് നീയായിരുന്നു എന്ന് എനിക്കു മനസ്സിലായില്ല.”

“ഞാൻ നിന്നെ ഒരു നൂറുതവണയെങ്കിലും ഒരു കമ്പനിക്കു വിളിച്ചിട്ടുണ്ട്. അവസാനം വന്നപ്പോൾ നീ കുറെ പയ്യന്മാരുമായി നൃത്തം കളിക്കുന്നോ?”

ഞങ്ങൾ അങ്ങോട്ടും ഇങ്ങോട്ടും അട്ടഹസിച്ചു. അത്രയ്ക്കായിരുന്നു ആവേശം. പൊടുന്നനെ ഡാനിയേൽ എന്നെ കെട്ടിപ്പിടിച്ചു തനതായ രീതിയിൽ പൊട്ടിച്ചിരിക്കാൻ തുടങ്ങി. ഞാൻ കാലുകൾ നിലത്തുറച്ചു പോയതുപോലെ അവിടെത്തന്നെ നിന്നു. ഏതായാലും പയ്യന്മാർ ഞങ്ങളുടെ പിന്നാലെ വന്നില്ല . എന്നാൽ പിന്നിൽ ബാറിൽനിന്നും വീണ്ടും എന്തൊക്കെയോ ശബ്ദങ്ങൾ കേൾക്കുന്നുണ്ടായിരുന്നു. അതോടെ ഡാനിയേൽ അകത്തേക്കു പാഞ്ഞു. കുറച്ചുനേരം അവൻ അവന്റെ കസ്റ്റമേഴ്സിനോട് എന്തൊക്കെയോ പറയുന്നത് കേൾക്കാമായിരുന്നു. ഞാൻ കാറിനുനേരെ നടന്നു. അപ്പോഴേക്കും പിന്നിൽനിന്നും ഡാനിയൽ വിളിക്കുന്നത് കേട്ടു. തിരിഞ്ഞുനോക്കിയപ്പോൾ അവൻ അവന്റെ ചില കസ്റ്റമേഴ്സിനെ യാത്രയയച്ചുകൊണ്ട് നിൽക്കുന്നുണ്ട്.

“നീ നാളെ എന്നെ വിളിക്കൂ. എനിക്കു നിന്നോട് ഒരു കാര്യം പറയാനുണ്ട്.”

“എന്താ?”

“പറയാം. നാളെ രാവിലെ വീവ്കിയിയിൽ വാ. അപ്പോൾ നമുക്ക് സംസാരിക്കാം. നീ നിർബന്ധമായും വരണം.”

മറുപടി പറയണമെന്നുണ്ടായിരുന്നു. എന്നാൽ അപ്പോഴേക്കും അവൻ ബാറിനകത്തു കയറി. അവന്റെ പിന്നിൽ വാതിലടഞ്ഞു. ഒരു സുഹൃത്ത് എന്ന് വിളിക്കാവുന്ന അത്ര അടുപ്പമുള്ള വ്യക്തി ഡാനിയൽ മാത്രമായിരുന്നു. കുറെ കാലമായി ഞങ്ങൾ അകലുകയാണെന്നും ഇരുവർക്കും അറിയാം. എനിക്കവന്റെ ഒളിഞ്ഞും തെളിഞ്ഞുമുള്ള ബിസിനസ്സിൽ താത്പര്യമില്ല, അവന് എന്റെ ലക്ഷ്യമില്ലാത്ത അലയലിലും താത്പര്യമില്ല. ഇക്കണ്ട വർഷങ്ങൾക്കിപ്പുറം ഞങ്ങൾ ഇപ്പോഴും പങ്കുവയ്ക്കുന്ന ഒരേ ഒരു കാര്യം അഞ്ചാംക്ലാസ്സിലെ ആ ഡെസ്ക് മാത്രമാണെന്ന് തോന്നാറുണ്ട്. ഗൃഹാതുരസ്മരണകൾ മുട്ടിവിളിക്കുമ്പോൾ അവൻ വിളിക്കാറുണ്ട്. ഞങ്ങളുടെ പഴയ കൂട്ടുകാരെക്കുറിച്ചും സഹപാഠികളെക്കുറിച്ചും അവന്റെ പഴയ കാമുകിയെക്കുറിച്ചും എല്ലാം സംസാരിക്കും. ചിലപ്പോൾ അവന്, എന്നെ അവൻ വാങ്ങിയ പുതിയ കാർ കാണിക്കണമെന്നു തോന്നും. അവന്റെ ഹോംവർക്കുകൾ മുഴുവൻ ചെയ്തിരുന്ന എന്നേക്കാൾ അവൻ ഇപ്പോൾ മെച്ചപ്പെട്ട നിലയിലാണ്. ഞാൻ എന്റെ ഇരുപതുവർഷം പഴക്കമുള്ള കാർ ഓടിക്കുമ്പോൾ അവൻ പുതിയ കാറിൽ സഞ്ചരിക്കുന്നു. അവന്റെ പുതിയ അപ്പാർട്ട്മെന്റ് കാണാനും അവൻ എന്നെ വിളിച്ചിരുന്നു. തിരക്ക് പിടിച്ചൊരു കാപ്പി കുടിക്കാൻ കൂടുമ്പോൾ പക്ഷേ ഞങ്ങൾ അധികവും പങ്കുവച്ചിരുന്നത് പരദൂഷണങ്ങളായിരുന്നു ഏതാനും മാസങ്ങൾക്കു മുൻപ് അവൻ എന്നെ അവന്റെ പുതിയ ബാറിലേക്ക് ക്ഷണിച്ചിരുന്നു. വരാമെന്നു പറഞ്ഞെങ്കിലും എനിക്കെന്തോ പോകാൻ തോന്നിയിരുന്നില്ല.

പതിന്നാല്

അന്ന് സ്കൂളിൽവച്ച് കുറെ കുട്ടികൾക്ക് നടുവിലൂടെ തിക്കിത്തിരക്കി മുന്നോട്ടു നടക്കുമ്പോഴാണ് ആദ്യമായി ഡാനിയലിനെ കണ്ടത്. തല കുനിച്ചു പിടിച്ച് എന്നെ ആരും നോക്കരുതെന്ന ആഗ്രഹത്തോടെ മുന്നോട്ടു കുതിക്കുകയായിരുന്നു. സ്കൂൾ തുറന്ന ദിവസമാണ്. അവധിക്കാലത്തിനു ശേഷം പരസ്പരം കണ്ട സന്തോഷം പങ്കുവയ്ക്കുന്ന തിരക്കിലാണ് എല്ലാവരും. അഞ്ചാംക്ലാസ് അന്വേഷിച്ചു സ്കൂൾ മുഴുവൻ ചുറ്റിനടന്നു. ഒടുവിൽ അതിന്റെ മുന്നിലെത്തിയപ്പോൾ വേഗംഅകത്തേക്കു കയറി ഒരു മൂലയ്ക്ക് പോയി നിന്നു. സ്ലോവേനി സംസാരിക്കാൻ ശ്രമിച്ചില്ല. മാതൃ ഭാഷയും ഞാൻ സംസാരിച്ചില്ല. സഹപാഠികളിൽ മിക്കവർക്കും സർബോ ക്രൊായേഷ്യൻ അറിയാമെന്നു മനസ്സിലായി.

പുതിയ സഹപാഠികൾ എന്റെ പിന്നാലെ ക്ലാസ്സിലേക്ക് കയറി. എല്ലാവരും അദ്ഭുതത്തോടെ എന്നെ നോക്കി. ആരെങ്കിലും പുതിയ കുട്ടിയെ പരിചയപ്പെടുത്താൻ വേണ്ടി എല്ലാവരും കാത്തുനിൽക്കുകയാണ്. അടുത്ത പത്തുമിനുട്ടുകൾ എനിക്കു ഭീകരമായിരുന്നു. ടീച്ചർ എത്താതെ ക്ലാസിൽ കയറിയതിൽ എന്നെത്തന്നെ ശപിച്ചു. മറ്റു കുട്ടികൾ എന്റെ നേരെ ചൂണ്ടി എന്തൊക്കെയോ പറയുന്നുണ്ട്. അവരുടെ ക്ലാസിൽ അപരിചിതനായ ഞാൻ എങ്ങനെ കയറിക്കൂടി എന്നാണ് അവർ ചർച്ച ചെയ്യുന്നതെന്ന് തോന്നി. ഭാഗ്യത്തിന് ആരും എന്റടുത്തേക്ക് വന്നില്ല. ഭയ ന്നുള്ള നിൽപ് കണ്ടിട്ടാവണം അവർ എന്റെ അടുത്തേക്കു വരാതിരു ന്നത്. എന്റെമേൽ വീഴുന്ന നിരവധി കണ്ണുകളിൽ ഞാൻ മാറിമാറി നോക്കി. അപ്പോഴേക്കും ക്ലാസ്ടീച്ചർ മിസ്സിസ് ജുവാൻ എത്തി.

“ഓ, വ്ളാദൻ ഇവിടെയുണ്ടോ? നീയാണ് വ്ളാദൻ, അല്ലേ? എന്താ സ്റ്റാഫ് റൂമിൽ വന്ന് എന്നെ കാണാതിരുന്നത്? സ്ലോവേനി മനസ്സിലാകു മല്ലോ അല്ലേ?”

മിസ്സിസ് ജുവാൻ ചരിത്രമാണ് പഠിപ്പിക്കുന്നത്. പക്ഷേ അവരുടെ ഇഷ്ടവിഷയം ഞങ്ങളെ നല്ല പെരുമാറ്റരീതികൾ പഠിപ്പിക്കുന്നതാണ്. അവർ ഞങ്ങളോട് നിലത്തു തുപ്പരുതെന്നും ചെറിയ കുട്ടികളുമായി ശണ്ഠ കൂടരുതെന്നും അധ്യാപകരെ ഇരട്ടപ്പേരുകൾ വിളിക്കരുതെന്നും തുടങ്ങി

നിരവധി നിരവധി പെരുമാറ്റമര്യാദകൾ നിരന്തരം ഓർമ്മിപ്പിച്ചുകൊണ്ടിരുന്നു. അവർ എന്നെ ക്ലാസിനു പരിചയപ്പെടുത്തി. ഞാൻ പുലയിൽനിന്നും വന്നതാണെന്നും ഇപ്പോഴും സ്ലോവേനി പഠിച്ചുകൊണ്ടിരിക്കുകയാണെന്നും അവർ പറഞ്ഞു. സ്ലോവേനി പഠിക്കാൻ എന്നെ സഹായിക്കണമെന്നു പറഞ്ഞപ്പോൾ, എന്തുകൊണ്ടെന്നറിയില്ല ക്ലാസ്സിൽ ചിരി ഉയർന്നു. അവർ എന്നെ മൂന്നാമത്തെ വരിയിൽ ഡാനിയേലിന്റെ അടുത്ത് കൊണ്ടിരുത്തി.

ഡാനിയേൽ എന്നെ സ്ലോവേനി പഠിപ്പിച്ചില്ല. സ്കൂളിൽ ആരോടെങ്കിലും ബോസ്നിയൻ സംസാരിക്കാൻ വെമ്പി നടക്കുകയായിരുന്നു അവൻ. ഞാൻ ഒരു സാധുവാണെന്നു തോന്നിയതുകൊണ്ട് അവൻ എന്നിൽ നല്ലൊരു സുഹൃത്തിനെ കണ്ടു. അതുകൊണ്ടുതന്നെ എത്ര ദേഷ്യം പിടിച്ചാലും അവൻ എന്നെ ഉപദ്രവിക്കുമായിരുന്നില്ല. സ്ലോവേനി പഠിപ്പിക്കുന്നതിനുപകരം അവൻ ഞങ്ങളുടെ മാതൃഭാഷയുടെ ബോസ്നിയൻ പതിപ്പ് പഠിപ്പിച്ചുതന്നു. അത്ര പരിചിതമല്ലാത്ത പദപ്രയോഗങ്ങൾ വിവർത്തനം ചെയ്തുതന്നു. ഒപ്പം എന്റെ ക്രോയേഷ്യൻ പരിജ്ഞാനത്തെ ഒരേസമയം പുച്ഛിക്കുകയും അഭിനന്ദിക്കുകയും ചെയ്തു. അവൻ എന്റെ അസാധാരണമായ ക്രോയേഷ്യൻ വാക്കുകൾ ക്ലാസ്സിലെ സുഹൃത്തുക്കളുമായി പങ്കുവച്ചു. പ്രത്യേകിച്ചും എർമിനും ബോറീസുമായി. അവർ എന്റെ വിചിത്രമായ ഉച്ചാരണത്തെ കളിയാക്കും. എന്റെ ഭാഷയിൽ നിന്നുള്ള ഏതാനും വാക്പ്രയോഗങ്ങൾക്കു മാത്രമേ ഇവിടെ സ്വീകാര്യതയുള്ളൂ. ടർക്കിഷ് ഭാഷ സ്വീകാര്യമായിരുന്നെങ്കിലും ഇറ്റാലിയൻ വാക്കുകൾ അനുചിതമായിട്ടാണ് കണക്കായിരുന്നത്. എപ്പോഴൊക്കെ ഞാൻ അവരുടെ നോട്ടത്തിൽ തെറ്റായ ഒരു വാക്ക് ഉച്ചരിച്ചുവോ അപ്പോഴൊക്കെ ഡാനിയേലും എർമിനും ബോറീസും എന്നെ പരിഹസിച്ചു.

ഡാനിയൽ പക്ഷേ എന്നെ ദേശീയതയുടെ കുറെ പാഠങ്ങൾ പഠിപ്പിച്ചു. അതിൽ അവൻ അഗ്രഗണ്യനായിരുന്നു. ആദ്യത്തെ ദിവസം തന്നെ അവൻ എന്റെ അച്ഛന്റെ പേര് ചോദിച്ചു. അച്ഛന്റെ പേരായ നെടൈൽകോ ഒരു സെർബിയൻ പേരായതിനാൽ ഞാനൊരു സെർബ് ആണെന്ന് അവൻ പറഞ്ഞു. അതുപോലെതന്നെ വ്ളാദൻ എന്ന എന്റെ പേരും സെർബിയൻ ആണത്രേ. അമ്മയുടെ പേര് ദുഷ ആയതുകൊണ്ട് പ്രത്യേകിച്ച് വിശേഷമൊന്നുമില്ല, കാരണം ദേശീയത നിശ്ചയിക്കുന്നത് അച്ഛന്റെ പേരാണ്. ഡാനിയേൽ മുസ്ലീമാണ്. കാരണം അവന്റെ അച്ഛൻ മുസ്ലീമാണ്. ഡാനിയൽ വേണമെങ്കിൽ മുസ്ലീം പേരാക്കാം. അവന്റെ പേര് ശരിക്കും അദ്നാൻ എന്നാകേണ്ടതായിരുന്നുവത്രെ. പക്ഷേ അവന്റെ അമ്മയ്ക്ക് അതിഷ്ടമുണ്ടായിരുന്നില്ല. ക്ലാസ്സിൽ ഏഴു സ്ലോവേനിയക്കാരും രണ്ടു ക്രൊയേഷ്യക്കാരും മൂന്നു മുസ്ലീംങ്ങളും എട്ടു സെർബുകളും ഒരു മാസിഡോണിയക്കാരനും ഒരു ആൽബീനിയാനും ഏതാനും അടിമകളും ഉണ്ടായിരുന്നു. അവരെ അങ്ങനെ കരുതാൻ കാര്യം അവർക്ക് അവരുടെ പിതാക്കന്മാർ ആരെന്നോ രാജ്യമേതെന്നോ അറിയില്ല എന്നതാണ്.

അവരെ ആരും പരിഹസിക്കാതിരിക്കാൻ അവർ ഒളിച്ചു നടക്കുകയാണത്രെ.

ഇതെല്ലാം പുതിയ അറിവുകളായിരുന്നു. കാരണം പുലയിൽ ഞങ്ങൾക്ക് അറിയാവുന്ന കാര്യം ചിലർക്ക് 'നോന'മാരും ചിലർക്ക് 'ഗ്രാൻഡ്മദർസും' ചിലർക്ക് 'ഗ്രാനി'മാരും ആണ് ഉള്ളതെന്നാണ്. പക്ഷേ ആരോടും ഞങ്ങൾ അവരുടെ അച്ഛന്റെ പേരെന്താണെന്ന് അന്വേഷിക്കാറില്ലായിരുന്നു. 'നോന'മാർ ഉള്ളവർ ഇറ്റാലിയൻ നന്നായി സംസാരിക്കുമെന്നും അവർ ഉച്ചഭക്ഷണ സമയത്ത് 'നോന'യുടെ വീട്ടിലേക്കു പോകുമെന്നും ഗ്രാനിമാർ ഉള്ളവർ അവധിക്കാലങ്ങളിൽ സെർബിയയിൽ അവരെ കാണാൻ പോകുമെന്നും ആയിരുന്നു ഞങ്ങളുടെ അറിവ്. ഇവിടെ നിയമങ്ങൾ വേറെയാണ്. ഡാനിയേലിന് അതെല്ലാം കൃത്യമായി അറിയാം. അവന് ഓരോരുത്തരുമെവിടെ നിന്നാണ് വരുന്നതെന്നും അവരുടെ ബോസ്നിയൻ/സെർബിയൻ/ക്രൊയേഷ്യൻ ഗ്രാമങ്ങൾ ഏതാണെന്നും അറിയാം. അവന് അറിയാത്തത് എന്തെങ്കിലും ഉണ്ടെങ്കിൽ അവന്റെ അച്ഛൻ സമീർ അതെല്ലാം അവനു വിശദമായി പറഞ്ഞുകൊടുക്കുകയും ചെയ്യും.

തകർന്നുകൊണ്ടിരിക്കുന്ന യൂഗോസ്ലാവിയയിൽ ശരിക്കും എന്താണ് നടക്കുന്നതെന്ന് പറഞ്ഞുതന്നതും ഡാനിയേൽ ആണ്. സെർബുകൾ അവരുടെ രാജ്യം ഗ്രേറ്റ് സെർബിയ എന്ന പേരിൽ വിശാലമാക്കാനും അതിനെ കാർലോബാഗ്വരെ എത്തിക്കാനുമായിരുന്നു ലക്ഷ്യമിട്ടത്. ഈ കാർലോബാഗ് എവിടെയാണെന്ന് ആർക്കും ഒരു ധാരണയും ഇല്ലായിരുന്നു. എന്നാലും ഈ പദ്ധതി അതിഭീകരമാണെന്നു ഡാനിയൽ പറയുന്നു. ഒരു സെർബ് ആണെങ്കിൽകൂടി ഞാനും അങ്ങനെതന്നെ കരുതണമെന്ന് അവൻ പറഞ്ഞു. ബോറിസ്നും അത് ഭീകരമായിട്ടാണ് തോന്നിയത്. അവന്റെ അമ്മ സെർബിയയിൽ നിന്നാണ്. സഹപാഠികളായ സ്രെക്കോയും നേനാദും സ്ലോബോഡാൻ മിലോസെവിക് വളരെ ശാന്തനായ നേതാവാണെന്നും ഗ്രേറ്റ് സെർബിയ കാർലോബാഗ് വരെ പോരാ അവരുടെ വീട്ടുപടിക്കൽവരെ എത്തണമെന്നും വാദിക്കുന്നവരാണ്. സെർബുകൾ വിഡ്ഢികളാണെന്നു പറഞ്ഞതിന് സ്രെക്കോ ഞങ്ങളുടെ ക്ലാസ്സിലെ അൽമായെ ഇടിക്കുകയും ചെയ്തു. നേനാദ് ഡെന്നിസ്നോട് സംസാരിക്കുകയില്ല. കാരണം അവന്റെ കൈയിൽ സ്വസ്റ്റികയുടെ സെർബിയൻ പതിപ്പായ സിറിലിക് അക്ഷരങ്ങൾ ഉണ്ട്.

ഒരു ചെറുകിട ആഭ്യന്തരയുദ്ധം ക്ലാസ്സിൽ പതിവാണെങ്കിലും കാർലോബാഗിനെക്കുറിച്ചുള്ള തർക്കങ്ങൾ ഉണ്ടെങ്കിലും കായികവിനോദത്തിന്റെ സമയമായാൽ ഞങ്ങൾ എല്ലാ തർക്കങ്ങളും മറന്നു മൈതാനത്തേക്ക് ഓടും. ഫുട്ബോൾ മൈതാനത്തെത്തിക്കഴിഞ്ഞാൽ ആര്, എന്ത് എന്നതൊന്നും വിഷയമല്ല. എല്ലാവർക്കും മികച്ച ഡ്രിബ്ബ്ലർ ആയ മിലന്റെ ടീമിൽ എത്തുക എന്നതാണ് ആവശ്യം. എല്ലാവർക്കും ഗോളി ആയി

തടിയനായ അഡിസനെയും വേണം. അവന്റെ തടിയൻ ശരീരം എതിർ ടീമിന്റെ ഗോളടിക്കാനുള്ള മോഹം ഇല്ലാതാക്കിക്കൊള്ളും. ഡാനിയേലിന്റെ ഉത്സാഹംകൊണ്ട് ഞാൻ പുലയിൽനിന്ന് വന്ന ഒരു കുട്ടി എന്നതിനേക്കാൾ ക്ലാസ്സിലെ ഒൻപതാമത്തെ സെർബ് എന്ന നിലയിലേക്ക്മാറി. വളരെ വേഗം ഞാൻ സ്കൂളുമായി ഇണങ്ങി. ഇപ്പോൾ കാലങ്ങളായി അവിടെത്തന്നെ പഠിക്കുന്നു എന്ന് തോന്നുംവിധത്തിൽ സ്കൂളുമായി ഞാൻ ഇഴുകിച്ചേർന്നു. അധികം വൈകാതെ ക്ലാസ്സിലെ മികച്ച കളിക്കാരൻ എന്ന സ്ഥാനത്തിന് മിലനുമായി മത്സരിക്കാൻ എനിക്കു സാധിച്ചു. ഡിവിഷനുമായി നടന്ന മത്സരത്തിൽ ഒരു ഗോൾ അടിച്ചത് ഞാനാണ്. അഭിനന്ദനങ്ങളുമായി കൂട്ടുകാർ പൊതിഞ്ഞപ്പോൾ ഞാനും അവരിൽ ഒരാളായി എന്ന് തോന്നി.

പ്രാദേശികജീവിതവുമായി ഉള്ള കൂടിച്ചേരൽ പൂർത്തിയാകണമെങ്കിൽ ഞങ്ങളുടെ അപ്പാർട്ട്മെന്റിന് മുന്നിൽ വെറുതെ ചുറ്റിപ്പറ്റി നിൽക്കുന്ന സംഘങ്ങളുമായി ബന്ധം സ്ഥാപിക്കണമായിരുന്നു. എന്റെ പുതിയ അയൽക്കാരായിരുന്നു സംഘത്തിൽ അധികവും. എന്നാൽ അവർ ആരുമായുംതന്നെ ഒരു ബന്ധവും ഉണ്ടാക്കിയിരുന്നില്ല. എന്നേക്കാൾ ഒന്നോ രണ്ടോ വയസ്സ് പ്രായക്കൂടുതലേ അവർക്കെല്ലാം ഉണ്ടായിരുന്നുള്ളൂ. അവർ ബൈക്കുകൾ സൂക്ഷിക്കുന്ന സ്ഥലം അവരുടെ സ്വന്തമാക്കി വെച്ചിരിക്കുകയായിരുന്നു. ബൈക്കുകൾ സ്ഥിരമായി മോഷണം പോകാൻ തുടങ്ങിയതോടെ ആളുകൾ ബൈക്ക് അവരുടെ താമസസ്ഥലത്തേക്ക് മാറ്റി, ആ സ്ഥലം അപ്പാർട്ട്മെന്റിലെ പ്രശ്നക്കാരായ കുട്ടികൾക്ക് വിട്ടുകൊടുത്തു.

ഓരോ തവണയും ഞാൻ സ്കൂളിൽനിന്നോ കടയിൽനിന്നോ മടങ്ങിവരുമ്പോൾ ലിഫ്റ്റിലേക്കുള്ള വഴിയിൽ അവർ എന്നെ സൂക്ഷ്മമായി നിരീക്ഷിച്ചുകൊണ്ട് നിൽക്കുന്നത് കാണാം. എന്നെ തത്കാലം ഉപദ്രവിക്കാതെ വിടുന്നു എന്ന ഭാവമാണ് മുഖത്ത്. പകൽ അവർ കൂടുതൽ ശത്രുതാമനോഭാവം ഉള്ളവരായി തോന്നിച്ചിരുന്നു. ഞാൻ കഴിയുന്നതും അവരെ ഒഴിവാക്കാൻ ശ്രമിച്ചിരുന്നു. അവർ ഉണ്ടെങ്കിൽ അവരുടെ കണ്ണിൽ പെടാതെ ഞാൻ വീട്ടിലേക്കു കയറാൻ എപ്പോഴും ശ്രദ്ധിച്ചു.

ആയിടയ്ക്ക് ഒരു പൊലീസ് വണ്ടി സ്ഥിരമായി ഞങ്ങളുടെ അപ്പാർട്ട്മെന്റ് പരിസരത്തു കറങ്ങി നടക്കാറുണ്ടായിരുന്നു. അവർ ഏതോ അസീസി സഹോദരന്മാരെ അന്വേഷിച്ചാണ് വന്നിരുന്നത്. അതിനിടെ ഡ്യൂറിക് സഹോദരന്മാർ എന്തോ പരാതി പറഞ്ഞ അയൽക്കാരെ തല്ലിയതായും ഒരു വാർത്ത പരന്നിരുന്നു. രസകരമായ സംഭവം അസീസി സഹോദരന്മാരുടെ ഒരു ബന്ധുവിനെ തേടി, അതും ഒരു കുങ്ഫു കോച്ചായ വ്യക്തിയെത്തേടി കൈയിലൊരു വടിയും പിടിച്ചു ബൈക്ക് പാർക്കിംഗ് സ്ഥലത്തെത്തിയ ഒരു വൃദ്ധന്റെ കാര്യമാണ്. അയാൾ ബിഗ് വിഗ് എന്ന പേരുള്ള, അസീസി സഹോദരന്മാരുടെ ബന്ധുവിനോട്

കയർത്തു. "വലുപ്പം കൂടുന്നതിനനുസരിച്ചു വീഴ്ചയുടെ കാഠിന്യവും കൂടും." എന്ന പഴഞ്ചൊല്ല് ആ വൃദ്ധൻ വിളിച്ചുപറഞ്ഞു. അതിന് മറുപടിയായി ബിഗ് വിഗ് ഇങ്ങനെ പറഞ്ഞുവെന്നാണ് സാക്ഷികൾ പറയുന്നത്. "എന്റെ പഴഞ്ചൊല്ല് ഇതാണ്, എന്നെ ശല്യം ചെയ്യാൻ വരുന്നവർ കൃത്രിമക്കാലിൽ നടക്കും."

മദ്യത്തിനും മയക്കുമരുന്നിനും യാതൊരു പഞ്ഞവുമില്ലാതിരുന്ന ഒരു നാഗരികജീവിതത്തിന്റെ നേർക്കാഴ്ചയായിരുന്നു ഞങ്ങളുടെ അപ്പാർട്ട്മെന്റിന് മുന്നിലുണ്ടായിരുന്നത്. പഴയ ബൈക്ക് പാർക്കിംഗ് സ്ഥലത്തുനിന്നുള്ള കാതടപ്പിക്കുന്ന സംഗീതം വേറൊരു ശല്യമായിരുന്നു. റസിഡന്റ്സ് കൗൺസിൽ യോഗങ്ങളിൽ അവസാന ഇനമായിരുന്ന ഈ തട്ടുപൊളിപ്പൻ സംഗീതം, പിന്നീട് അപ്പാർട്ട്മെന്റിലെ ഏറ്റവും വലിയ പ്രശ്നമായി മാറി. അപ്പോഴാണ് സിഗിയുടെ റേഡിയോ പൊട്ടിപ്പോയതും അപ്പാർട്ട്മെന്റിൽ ഒരാഴ്ചത്തേക്ക് ശാന്തത പരന്നതും. ഞാനീ പ്രാദേശിക ഗുണ്ടാസംഘത്തിലേക്ക് ഒരുവിധം നുഴഞ്ഞുകയറിയ സമയത്താണ് അസീസി സഹോദരന്മാരിൽ ഇളയവനായ ഹാഷിം എന്നെ തടഞ്ഞുനിർത്തിയത്.

"നിന്റെ പേരെന്താണ്?" എന്നു ചോദിച്ചുകൊണ്ട് അവൻ എന്റെ അടുത്തേക്കു വന്നു. അവന്റെ പോക്കറ്റിൽനിന്നും പച്ചനിറമുള്ള ഒരു പായ്ക്കറ്റ് പുറത്തെടുത്തു. ഞാൻ അവന്റെ കൈയിൽനിന്നും അത് വാങ്ങി സ്കൂളിലെ എന്റെ സുഹൃത്തുക്കൾക്ക് വിൽക്കാൻ ഉപദേശിച്ചു. ഞങ്ങൾ ഒരേ കെട്ടിടത്തിൽ താമസിക്കുന്നവരായതുകൊണ്ട് അവൻ ആറാംനിലയിലും ഞാൻ ഒൻപതാംനിലയിലും എനിക്ക് അവൻ വിലക്കുറവും വാഗ്ദാനംചെയ്തു. എനിക്ക് ഈ കച്ചവടത്തിലൂടെ ധാരാളം പണമുണ്ടാക്കാമെന്ന് അവൻ പറഞ്ഞു. ഒടുവിൽ അവൻ തന്റെ മറ്റു പതിവുകാർക്കു കൊടുക്കുന്നതിലും വില കുറച്ച് എനിക്കു തന്നു.

ഞാനീ അപ്പാർട്ട്മെന്റ് സംഘത്തിൽ അംഗമാകാൻ ആഗ്രഹിച്ചിരുന്നു. അതിനു കാരണം വേറൊന്നുമല്ല. അവരെയെല്ലാം മനസ്സിലാക്കി വച്ചിരുന്നാൽ, കണ്ടാൽ തിരിച്ചറിയുന്ന അടുപ്പം ഉണ്ടാക്കിയെടുത്താൽ അവരാരും എന്നെ ഉപദ്രവിക്കില്ലല്ലോ എന്നതായിരുന്നു എന്റെ ധാരണ. അതുകൊണ്ടുതന്നെ ഹാഷിം തന്ന പാക്കറ്റിലെ വസ്തുക്കൾ വിൽക്കാൻ പറ്റില്ല എന്നൊന്നും അവനോട് പറഞ്ഞില്ല. അവന്റെ അങ്കിൾ ഇറ്റലിയിൽനിന്നും കള്ളക്കടത്തായി എത്തിക്കുന്നതാണ്പോലും അത്. ഡാനിയൽ കാര്യങ്ങൾ എനിക്ക് അല്പംകൂടി വിശദീകരിച്ചുതന്നു. ആൽബിനിയാക്കാരായ അസീസി സഹോദരന്മാരും ആ വിഭാഗത്തിൽപെട്ടവരാണ്. പൊലീസ് പിടികൂടി വെയർഹൗസിൽ സൂക്ഷിച്ചിരിക്കുന്ന വസ്തുക്കൾ അവിടെനിന്നും പകുതിവിലയ്ക്കു വാങ്ങി ഇരട്ടിവിലയ്ക്കു പുറത്തു വിൽക്കും. അതാണ്പോലും അവരുടെ ബിസിനസ്സ്. എന്തായാലും അപ്പാർട്ട്മെന്റിലെ ഈ സംഘത്തിന്റെ ഭാഗമാകുന്നതാണ് നല്ലതെന്നു ഡാനിയൽ ഉപദേശിച്ചു. അവരുടെ സാധനം വാങ്ങാത്തവരെ അവർ

ഉപദ്രവിക്കും. അതിൽനിന്നും രക്ഷപ്പെടാൻ അവരുമായി ഒത്തുപോകുന്ന താണ് നല്ലത്. അതുകൊണ്ടു ഞാൻ ഹാഷിമിനോട് തർക്കിക്കാൻ നിന്നില്ല. എന്റെ കൈയിൽ അത് വാങ്ങാനുള്ള പണമില്ലെന്നും പറഞ്ഞില്ല. പകരം അവൻ അതെനിക്കു തത്കാലം കടമായി തരുന്നുവെന്നും അത് വിറ്റു പണം കിട്ടുമ്പോൾ എന്റെ ലാഭം എടുത്തിട്ട് അവനു ബാക്കി കൊടു ത്താൽ മതിയെന്നും അവൻ ധരിപ്പിച്ചു. അവൻ എനിക്കു വലിയൊരു സൗജന്യം ചെയ്യുന്നതുപോലെയാണ് കാര്യങ്ങൾ അവതരിപ്പിച്ചത്.

ഞാൻ അവന്റെ കൈയിൽനിന്നും പണം കൊടുത്തുതന്നെ ആ പാക്കറ്റുകൾ വാങ്ങി. അതിനുവേണ്ടി രാവിലത്തെ ഭക്ഷണം കഴിക്കാ നുള്ള പണം അവന്റെ പാക്കറ്റ് വാങ്ങാൻ ഉപയോഗിച്ചു. രാവിലെ ഞാൻ പട്ടിണിയായി. അവന്റെ പടക്കപാക്കറ്റ് ഞാൻ കിടയ്ക്കക്കടിയിൽ ഒളി പ്പിച്ചുവച്ചു. അത് ഒരു ദിവസം പൊട്ടിത്തെറിക്കുമെന്നു ഭയന്നു. എന്റെ പദ്ധതികൾ പക്ഷേ പരാജയപ്പെട്ടു. ഞാനും ഹാഷിമും ഒരിക്കലും സുഹൃത്തുക്കളായില്ല. അവന്റെ പാക്കറ്റ് വാങ്ങാൻ തുടങ്ങിയഅന്ന് മുതൽ കാണുമ്പോൾ പരസ്പരം തലയാട്ടുക എന്നതിൽ മാത്രം ഞങ്ങളുടെ സൗഹൃദം ഒതുങ്ങി.

വിശപ്പ് സഹിക്കാതാവുമ്പോൾ സ്വയം ആശ്വസിപ്പിച്ചു. നൂറു പാക്കറ്റ് പടക്കം ഞാൻ വാങ്ങിയ സ്ഥിതിക്ക് ഇനി അസീസി സഹോദരന്മാർ എന്നെ ഉപദ്രവിക്കില്ല. ഞാൻ സുരക്ഷിതനാണെന്ന ആശ്വസിക്കലിൽ വിശപ്പിനെ മറക്കാൻ ശ്രമിച്ചു. ഞാനിപ്പോൾ അവരുടെ ബിസിനസ് പങ്കാളിയാണ്. ബിസിനസ് പങ്കാളിയെ എന്തായാലും അവർ ഉപദ്രവിക്കില്ല എന്ന് ആശ്വാസം കൊള്ളുമ്പോൾ, ഡാനിയേൽ, സൂക്ഷിക്കണം എന്ന മുന്നറി യിപ്പാണ് തന്നത്. കാരണം ഞാൻ സെർബ് ആണ്. ആൽബിനിയക്കാർക്ക് സെർബ് വംശജരെ ഇഷ്ടമല്ലപോലും. അതിന്റെ കാരണം കൊസോവോ യാണ്. കൊസോവോ എന്ന് ആരെങ്കിലും പറയുമ്പോഴെല്ലാം ഞാൻ ഓർത്തത് മികച്ച കൊസോവൻ ഫുട്ബോൾ കളിക്കാരനായ ഫെഡിൽ വോക്കറിയെക്കുറിച്ചാണ്. അയാളുടെ പിതാവിന് എന്നോട് ഏറെ വാത്സല്യ മായിരുന്നു. ഒരുപക്ഷേ അദ്ദേഹം ഇടപെട്ടാൽ ഈ അസീസി സഹോദര ന്മാർ എന്നെ വെറുതെവിടുമായിരിക്കും. പക്ഷേ അയാൾ എവിടെ? എത്ര വേഗമാണ് മനുഷ്യൻ മാഞ്ഞുപോകുന്നത്. പെട്ടെന്ന് ഞാൻ എന്റെ അച്ഛനെ ഓർത്തു. അദ്ദേഹവും ഇതുപോലെ മാഞ്ഞുപോകുകയായിരു ന്നില്ലേ?

പതിനഞ്ച്

ദുഷയെക്കുറിച്ചും ആ കത്തിലെ 'ജെ' എന്ന അക്ഷരത്തെക്കുറിച്ചും ആലോചിച്ചുകൊണ്ടു വീട്ടിലേക്കു നടക്കുമ്പോൾ രാത്രി ഒരുപാടു വൈകിയിരുന്നു. വഴിയിൽനിന്ന് നോക്കിയാൽ കാണാവുന്ന ഞങ്ങളുടെ വീടിന്റെ ജനാലയിലേക്ക് പ്രതീക്ഷയോടെ നോക്കി. അതിൽ വെളിച്ചം കണ്ടേക്കാമെന്ന പ്രതീക്ഷയുണ്ടായിരുന്നു. വെളിച്ചമുണ്ടെങ്കിൽ നാദിയ എന്നെയും കാത്തു ഉണർന്നിരിക്കുന്നു എന്നർത്ഥം. ആ രാത്രി ഞങ്ങളുടെ നിശ്ശബ്ദമായ അപ്പാർട്ട്മെന്റിലേക്ക് കയറാൻ ഞാൻ ഒട്ടും ആഗ്രഹിച്ചിരുന്നില്ല. കാരണം അവിടെ എന്നെക്കാത്തിരിക്കുന്ന നാദിയയുടെ ദേഷ്യത്തെക്കുറിച്ച് നല്ല ബോധ്യമുണ്ട്. നീണ്ട ഒരു സംഭാഷണത്തിനുള്ള സാധ്യത കാണുന്നുണ്ട്. അപ്പോൾ ഞാനിതുവരെ ആരോടും പറയാത്ത ഒരുപാട് കാര്യങ്ങൾ പറയേണ്ടിവരുമെന്നും അറിയാം. അന്നു രാത്രി എന്നോട് സഹതാപം ഉള്ള, എന്നെയോർത്തു ദുഃഖിക്കുന്ന നാദിയയെയാണ് കാണാൻ ആഗ്രഹിച്ചത്. പക്ഷേ പാതി ഉറക്കത്തിൽ വാതിൽക്കൽ നിൽക്കുന്ന അവളെ കണ്ടപ്പോൾ ഞാൻ നിശ്ശബ്ദനായി. നെടെൽകോയെക്കുറിച്ച് എന്തെങ്കിലും പറയണമെന്ന് ആഗ്രഹിച്ചു. നീണ്ട വർഷങ്ങൾ അടക്കിപ്പിടിച്ച കണ്ണുനീർ പൊട്ടിയൊഴുകുമെന്നു തോന്നിയതുകൊണ്ട് നേരെ അടുക്കളയിലേക്ക് നടന്നു.

"എന്താ ഇത്? വ്ളാദൻ, ഇവിടെ വരൂ."

കത്തിയേക്കാൾ മൂർച്ചയുള്ള നോട്ടവുമായി കിടക്കയിൽ നിന്നെഴുന്നേറ്റപടി നിൽക്കുകയാണ് നാദിയ. അവൾ, ഒരിക്കലും ഞാൻ ആഗ്രഹിച്ചതുപോലെയാകില്ല. ഒരു പങ്കാളിയെപ്പോലെ അവൾ എന്നെ മനസ്സിലാക്കാൻ പോകുന്നില്ല. ഒരുപാട് വിശദീകരണങ്ങൾ ഇല്ലാതെ എന്റെ അവസ്ഥ ഉൾക്കൊള്ളാനും പോകുന്നില്ല.

"എന്താ നിങ്ങൾക്ക്? എന്ത് ഭ്രാന്തിന്റെ പിന്നാലെയാണ് പോയത്?"

സ്വന്തം പങ്കാളി ഒരു മുന്നറിയിപ്പുമില്ലാതെ അപ്രത്യക്ഷനായിട്ടു രണ്ടു ദിവസം കഴിഞ്ഞുവീട്ടിൽ തിരികെ കയറിവന്ന് ഒന്നും മിണ്ടാൻ കഴിയാതെ നിൽക്കുമ്പോൾ എങ്ങനെ പെരുമാറണമെന്നതിനെക്കുറിച്ച് എന്തെങ്കിലും നിയമാവലികൾ ഉള്ളതായി എനിക്കറിയില്ല. മറ്റുള്ളവർ നമ്മുടെ മനസ്സ് വായിച്ചു മനസ്സിലാക്കണമെന്നും എവിടെയും പറഞ്ഞിട്ടില്ല. സത്യത്തിൽ

ഇപ്പോൾ ഞാൻ അതാണ് ആഗ്രഹിക്കുന്നത്. ഞാൻ പറയാതെതന്നെ നാദിയ എന്നെ മനസ്സിലാക്കിയിരുന്നെങ്കിൽ!

"നിങ്ങൾക്ക് പറയാമോ ?"

"എന്റെ... അച്ഛൻ..."

"എന്താ അച്ഛന്?"

"...മരിച്ചിട്ടില്ല."

"എന്ത്? എന്താ നിങ്ങൾ ഉദ്ദേശിക്കുന്നത്?"

"പിന്നെ എന്താണ്?"

"എനിക്കറിയില്ല... ഒളിവിലാണെന്ന് തോന്നുന്നു."

"ഒളിവിലോ? എന്താണുദ്ദേശിക്കുന്നത്?"

"കരാഡ്സിക്കിനെപ്പോലെ അല്ലെങ്കിൽ മ്ളാഡിക്കിനെപ്പോലെ."

"ഒരു നിമിഷം... അപ്പോൾ നിങ്ങൾ പറയുന്നത്...

"അതെ..."

"എവിടെനിന്നാണ് നിങ്ങൾക്ക് ഈ വിവരം കിട്ടിയത്?"

"അതങ്ങനെയാണ്."

"എവിടെനിന്ന്?"

"ഇൻറർനെറ്റിൽ."

"നിങ്ങൾ അത് വിശ്വസിച്ചു?"

"അതൊക്കെ ശരി. ഈ കഴിഞ്ഞ രണ്ടുദിവസവും നിങ്ങൾ എവിടെയായിരുന്നു?"

"ഞാൻ അദ്ദേഹത്തെ തേടിപ്പോയതാണ്."

"അദ്ദേഹത്തെ തേടിയോ? എവിടെ?"

"ബോസ്നിയയിൽ... സെർബിയയിൽ."

അവളുടെ മുഖത്തെ ഭാവങ്ങളിൽനിന്നും എന്റെ പ്രവർത്തിയുടെ തീവ്രത എനിക്കു മനസ്സിലായി. നാദിയ പ്രതിഷേധിച്ചു മുറിവിട്ട് പോകുമെന്നും കോപാക്രാന്തയായി എന്നെ ഉപദ്രവിക്കുമെന്നുമാണ് കരുതിയത്. പക്ഷേ അങ്ങനെ രൂപമാറ്റം വരുന്ന നാദിയ അന്നു രാത്രി ഇല്ലായിരുന്നു. ഇപ്പോൾ എന്റെ മുന്നിൽ ഞാൻ കാണുന്നത് വളരെ പക്വമതിയായ ഒരു സ്ത്രീയെയായിരുന്നു. ഞാൻ കളിക്കുന്ന കളി അവൾക്കു വ്യക്തമായി മനസ്സിലായിരിക്കുന്നു. എന്നാൽ അവൾ അതിലേക്ക് വരാൻ താത്പര്യപ്പെടുന്നുമില്ല.

"ഞാൻ കാത്തിരിക്കാം."

"എന്തിന്?"

"നിങ്ങൾ എല്ലാം പറയുന്നതുവരെ. എപ്പോഴാണോ പറയാൻ തോന്നുന്നത് അതുവരെ."

ഷൂകൊണ്ട് തലയ്ക്കടി കിട്ടുന്നതിലും കഠിനമായിരുന്നു അത്. തീർത്തും അസാധ്യമായ ചില സാഹചര്യങ്ങളിൽ എങ്ങനെ പെരുമാറണമെന്നും എന്ത് പറയണമെന്നും അവൾക്കു നന്നായി അറിയാം. അവൾ എന്നെ ചേർത്തുപിടിച്ചു സമാധാനിപ്പിക്കാൻ പോകുകയാണെന്ന് എനിക്കു തോന്നി. അവൾ ഞാനുമായി വഴക്കുപിടിക്കാൻ ആഗ്രഹിക്കുന്നുണ്ട്. എന്നാലും ഒരുപാട് വർഷങ്ങൾക്കുശേഷം എന്നോടൊപ്പം ആരോ ഉണ്ടെന്ന തോന്നലുണ്ടായി. ആദ്യം അവളുടെ ഭാവം എന്നെ ഭയപ്പെടുത്തി. പക്ഷേ അവളുടെ സാമീപ്യം വല്ലാത്ത ഒരാശ്വാസം തന്നു എന്ന് പറയാതെ വയ്യ. നിശ്ശബ്ദനായി അവളുടെ അടുത്ത് ഇരിക്കുമ്പോൾ ഒന്നും സംസാരിച്ചില്ലെങ്കിലും ഒരുപാട് സമാധാനം തോന്നി.

എത്ര നേരം അങ്ങനെ ഇരുന്നുവെന്ന് അറിയില്ല. മൂന്നുവർഷമായി ഞങ്ങളുടെ ബന്ധത്തിനിടെ ആദ്യമായി നാദിയ എന്റെ ജീവിതകഥ ഞാൻ അവളോട് പറയുന്നത് കേൾക്കാനായി കാത്തിരുന്നു.

എന്റെ ശരിയായ പേര് വെളിപ്പെടുത്തിക്കൊണ്ട് എന്നെ അവൾക്ക് പരിചയപെടുത്തുന്നതിനായിട്ടാണ് അവൾ കാത്തിരിക്കുന്നത്. ഞാൻ ആരെന്നു വെളിപ്പെടുത്താൻ ശ്രമിക്കുമ്പോഴാണ് അതെനിക്കു തന്നെ അറിയില്ലല്ലോ എന്ന തിരിച്ചറിവുണ്ടാകുന്നത്. ഞാൻ എന്താണെന്നു തീർച്ചപ്പെടുത്തുന്ന, ചുരുങ്ങിയപക്ഷം എന്നെ വിവരിക്കുകയെങ്കിലും ചെയ്യുന്ന ഏറ്റവും നല്ല വാക്കുകൾക്കായ് ഞാൻ പരതി. പക്ഷേ എന്റെ കഥ മുന്നോട്ടു പോകുംതോറും അത് യഥാർത്ഥ എന്നിൽനിന്നും ഒരുപാടകലെയായി. ഓരോ പുതിയ അധ്യായവും ഒരുപാട് പുതിയ ചോദ്യങ്ങൾ ഉയർത്തി. ഞാൻ അവളുടെ കണ്ണിൽ തീർത്തും അപരിചിതനായി മാറി.

എങ്കിലും നാദിയ തലകുലുക്കി കേട്ടുകൊണ്ടിരുന്നു. മനസ്സിലാക്കാൻ ശ്രമിച്ചുകൊണ്ടിരുന്നു. ഞാൻ അവരെയെല്ലാം സ്നേഹിച്ചിരുന്നുവെന്ന് ആരോടും പറഞ്ഞിരുന്നില്ല അത് പറയുമ്പോൾ ആ വാക്കുകൾ കേൾക്കുന്നയാൾക്ക് എങ്ങനെ അനുഭവപ്പെടുന്നു എന്നതിനെക്കുറിച്ച് ഒരു ധാരണയും ഉണ്ടായിരുന്നില്ല. പക്ഷേ അന്ന് വൈകുന്നേരം അവളോട് നെടെൽകോയെയും ദുഷയെയുംകുറിച്ച്, മിലുട്ടിനെയും ആഗ്നസിനെയും കുറിച്ച് സിലിക്ക, വിസിൻജി ഗ്രാമങ്ങളെക്കുറിച്ചു പുലയെയും ബെൽഗ്രേഡിനെയും നോവിസാദിനെയുംകുറിച്ച് പറയുമ്പോൾ ഞാൻ പറഞ്ഞത് അവളെ ഞാൻ അത്രയേറെ സ്നേഹിക്കുന്നു എന്നായിരുന്നു. ബാക്കിയെല്ലാം കേവലം വാക്കുകൾ ആയിരുന്നു, അർത്ഥമില്ലാത്ത വാക്കുകൾ. ഈ വാക്കുകൾക്കു പിന്നിലാണ് ഞാൻ ഇത്ര കാലവും ഒളിഞ്ഞിരുന്നത്. അവൾ ശരിക്കും എന്നെക്കുറിച്ചറിയാൻ ആഗ്രഹിച്ചതെല്ലാം ആ വാക്കുകളിൽ ഉണ്ടായിരുന്നു.

നാദിയ കേട്ടുകൊണ്ടിരുന്നു. ഒന്നും ചോദിച്ചില്ല അവൾ ദീർഘ നിശ്വാസങ്ങൾ ഉതിർത്തില്ല. എന്നെ ആശ്വസിപ്പിക്കാനായി എന്റെ ചുമലിൽ തട്ടിയില്ല. എന്റെ കഥയുടെ ഓരോ അധ്യായവും അവളിൽ ഭയം നിറച്ചു കൊണ്ടിരിക്കുകയാണെന്ന് മനസ്സിലായി. അങ്കലാപ്പോടെ അവൾ അവളോട് തന്നെ സംവദിക്കുകയാണെന്ന് തോന്നി. എന്റെ കഥ അവൾക്കുണ്ടാക്കി യേക്കാവുന്ന പ്രത്യാഘാതങ്ങളെക്കുറിച്ച്, അത് അവളിൽനിന്ന് എന്തൊക്കെ കവർന്നെടുത്തേക്കുമെന്നതിനെക്കുറിച്ച് അവൾ ആകുല പ്പെടുന്നുണ്ടെന്നു വ്യക്തമായിരുന്നു

"നിങ്ങളുടെ അച്ഛൻ കുറ്റവാളിയാണെന്ന് നിങ്ങൾ കരുതുന്നുണ്ടോ?"

എനിക്കറിയില്ല എന്ന് പറയാനാണ് ഞാൻ തുടങ്ങിയതെങ്കിലും എനിക്കെതിരെ ഇരിക്കുന്ന അവളെ നോക്കിയപ്പോൾ ഞാൻ പറയാൻ ആഗ്രഹിക്കുന്നത് പറയാനാണ് എനിക്കു തോന്നിയത്. പക്ഷേ ഞാൻ വെറുതെ തലയാട്ടിയതേയുള്ളു.

"നിങ്ങളുടെ അമ്മയുടെ ഭർത്താവിനെക്കുറിച്ചെന്തു പറയുന്നു?"

"ഡ്രാഗൻ?"

"അതെ."

ഞങ്ങൾ ഉറങ്ങാൻ ശ്രമിച്ചുകൊണ്ട് കിടക്കുകയായിരുന്നു. പക്ഷേ പുറത്തു നേരം പുലർന്നു തുടങ്ങിയിരുന്നു.

"അയാളെക്കുറിച്ച് എന്ത് പറയുന്നു?"

"നിങ്ങൾ അദ്ദേഹത്തെകുറിച്ച് ഒന്നും പറഞ്ഞിട്ടില്ല."

"പറയാനൊന്നുമില്ല ."

"നിങ്ങൾ എന്താണുദ്ദേശിക്കുന്നത്? അമ്മ ആരെയോ കണ്ടെത്തി എന്ന് മാത്രമേ കരുതുന്നുള്ളൂ?"

"അതെ. അവരതു ചെയ്തു. അല്ലെങ്കിലും ജീവിതകാലം മുഴുവൻ തനിച്ചാകുന്നതിലും നല്ലതല്ലേ?"

"അങ്ങനെയാണ് ഇപ്പോൾ നിങ്ങൾ ചിന്തിക്കുന്നത്. പക്ഷേ അന്ന് നിങ്ങൾ അവരെ പിന്തുണച്ചില്ല."

"അയാൾ പിറുപിറുക്കുന്ന സ്വഭാവക്കാരനാണ്."

"അയാൾ എന്തുചെയ്യുമെന്ന്?"

"പിറുപിറുക്കൽ."

ഇനി എന്നിൽനിന്നും കൂടുതൽ ഒന്നും കിട്ടാൻ പോകുന്നില്ലെന്ന് നാദിയയ്ക്കു മനസ്സിലായി. ഡ്രാഗനെക്കുറിച്ച് എന്നിൽനിന്നും എന്തെങ്കിലും കൂടുതൽ അറിയാൻ നോക്കിയിട്ടു കാര്യമില്ലെന്ന് അവൾക്കു തോന്നി യിരിക്കണം. അത് പറയാൻ മാത്രമുള്ള കഥയേയല്ല. ചുരുങ്ങിയപക്ഷം

എനിക്ക് അങ്ങനെ തോന്നിയിട്ടില്ല. എനിക്ക് ആകെ ഓർക്കാൻ കഴിയുന്നത് ഉയരംകൂടിയ ഇരുണ്ട മ്ലാനവദനനായ ഒരു മനുഷ്യനെയാണ്. അയാൾ ഒരിക്കൽ ഞങ്ങൾക്ക് ഒരു പുതിയ ഡിഷ് വാഷറും ആയിവന്നു. തന്നെ സഹായിക്കാൻ ദുഷയെ അനുവദിക്കാതെ ഒരുതരത്തിൽ കഷ്ടപ്പെട്ട് അയാൾ അത് അടുക്കളയിൽ ഉറപ്പിച്ചു. എന്നിട്ട് തന്റെ നനഞ്ഞ കൈ പാന്റിൽ തുടച്ച് എന്റെ കൈപിടിച്ചുകുലുക്കി, "സിറിക്." ആളുകളെ അഭിവാദ്യം ചെയ്യുന്ന പഴയ സമ്പ്രദായത്തിലാണ് അയാൾ പെരുമാറിയത്. ഒരുപക്ഷേ ആ തലമുറയുടെ രീതിയാകാം. എനിക്ക് അയാളോട് കഷ്ടം തോന്നി. ഒരു കാലിൽനിന്ന് മറ്റേ കാലിലേക്ക് ശരീരഭാരം മാറ്റിമാറ്റി എന്നെയും ദുഷയെയും മാറിമാറി നോക്കി അയാൾ ഹാളിൽനിന്നു. പിന്നെ അയാൾ പെറുക്കി പെറുക്കി എന്തോ പറയാൻ ശ്രമിച്ചു എന്നിട്ടു വേഗം അവിടംവിട്ടു. ദുഷ അയാളെ യാത്ര അയയ്ക്കാൻ പുറത്തേക്കു നടന്നു. അയാൾ അവിടെവച്ച് നേരത്തെ പറയാൻ വന്നത് പൂർത്തിയാക്കാൻ ശ്രമിക്കുന്നത് കേട്ടു. പക്ഷേ പഴയതിലും ഒട്ടും മെച്ചമായില്ല.

പിന്നെ അയാളെ കണ്ടത് ദുഷ അയാളോടൊപ്പം കാപ്പി കുടിക്കാൻ ബോർസനിലോ ബാറിൽ ചെന്നപ്പോഴാണ്. ഡാനിയേലിന്റെ വീട്ടിൽനിന്നും തിരിച്ചുപോകുകയായിരുന്ന ഞാൻ അപ്രതീക്ഷിതമായാണ് അവരെ കണ്ടത്. തികച്ചും സ്വാഭാവികമെന്ന രീതിയിലാണ് മൂവരും പെരുമാറിയത്. മൂവരും ഒരു മേശയ്ക്കു ചുറ്റും അല്പനേരം ഇരിക്കുകയും ചെയ്തു. ആരും ഒന്നും മിണ്ടിയില്ല. വേഗം കാപ്പി കുടിച്ചു ഞാൻ സ്ഥലം വിടാനായിരുന്നു, ഞാനുൾപ്പെടെ, കാത്തത്. ഏതോ ഒരു നിമിഷം ഡ്രാഗൻ ദുഷയുടെ ചെവിയിൽ എന്തോ മന്ത്രിക്കുന്നതു കണ്ടു. അത് എനിക്കു സഹിക്കാവുന്നതിൽ അപ്പുറമായിരുന്നു. മേശയ്ക്കു ചുറ്റും മറ്റുള്ളവർക്കൊപ്പം ഇരിക്കുമ്പോൾ ആരോടെങ്കിലും സ്വകാര്യം പറഞ്ഞാൽ അച്ഛൻ എന്നെ വഴക്കു പറയുമായിരുന്നു. "ഒരു കൂട്ടത്തിൽ ഇരിക്കുമ്പോൾ പിറുപിറുക്കുന്നത് മോശമാണെന്നായിരുന്നു അദ്ദേഹം പറയാറ്. അത്തരമാളുകൾക്കൊപ്പം ദുഷ കൂട്ടുകൂടുന്നത് എനിക്കു സഹിച്ചില്ല. ഞാൻ ചാടിയെഴുന്നേറ്റു പുറത്തേക്ക് ഇറങ്ങി. അന്ന് വൈകുന്നേരം ദുഷ സൂത്രത്തിൽ അയാളെക്കുറിച്ച് എന്റെ അഭിപ്രായം എന്താണെന്നു ചോദിച്ചു. അപ്പോഴേക്കും എന്റെ ദേഷ്യം തണുത്തതുകൊണ്ട് അഭിപ്രായം പറഞ്ഞില്ല.

ഡ്രാഗനും താനും ദമ്പതികളാണെന്നു ദുഷ ഒരിക്കലും ഔദ്യോഗികമായി പറഞ്ഞിട്ടില്ല. ഞാൻ ഒരു തീരുമാനത്തിലെത്തട്ടെ എന്നായിരുന്നു അവരുടെ തീരുമാനം. അവർ കൂടെക്കൂടെ അയാളെക്കുറിച്ചു സംസാരിക്കാൻ തുടങ്ങി. പിന്നെ അയാൾക്കൊപ്പം സിനിമ കാണാൻ പോയെന്നും കാപ്പികുടിക്കാൻ പോയെന്നും അയാൾ ബാസ്കറ്റ്ബോൾ കളി കാണാൻ ക്ഷണിച്ചെന്നും എല്ലാം സ്ഥിരമായി വന്നു പറഞ്ഞുതുടങ്ങി. എന്തെങ്കിലും തരത്തിൽ ഡ്രാഗൻ സഹായിച്ചിട്ടുണ്ടെങ്കിൽ അത് ഊന്നിപറഞ്ഞു എന്റെ ഇഷ്ടം സമ്പാദിക്കാനുള്ള ശ്രമവും നടത്തുമായിരുന്നു. പക്ഷേ അന്ന്

ബോർസലിനോ ബാറിൽ വച്ച് അയാൾ ദുഷയുടെ ചെവിയിൽ മന്ത്രിച്ച നിമിഷം മുതൽ എന്നെ സംബന്ധിച്ചിടത്തോളം അയാൾ പരാജയപ്പെട്ടു കഴിഞ്ഞു. ദുഷ അയാളെക്കുറിച്ച് എത്ര നന്നായി സംസാരിച്ചാലും അതൊന്നും എന്നെ സ്വാധീനിച്ചതേയില്ല.

പിന്നെപ്പിന്നെ ഡ്രാഗൻ പതിവായി ഞങ്ങളുടെ താമസസ്ഥലത്തു വന്നുതുടങ്ങി. സ്വീകരണമുറിയിലിരുന്ന് ടിവി കാണുകയാണ് സാധാരണ ചെയ്യാറ്. വല്ലാത്ത ഒരു ആകസ്മികതയെന്നു പറയാം, എനിക്കിഷ്ടപ്പെട്ട പരിപാടികൾ എല്ലാം അയാൾക്കും ഇഷ്ടമായിരുന്നു. അയാൾ എല്ലാ ശക്തിയും ഉപയോഗിച്ചു ഞാനുമായി നല്ലൊരു ബന്ധം സ്ഥാപിക്കാനുള്ള ശ്രമത്തിലായിരുന്നു. ഞാൻ പറയുന്നതെല്ലാം അയാൾ വളരെ ശ്രദ്ധയോടെ കേൾക്കുമായിരുന്നു. ഞാൻ അയാളെ ഇഷ്ടപ്പെടാൻ വേണ്ടി അയാൾ ചെയ്യാവുന്നതെല്ലാം ചെയ്തു. പക്ഷേ ഒരു 'പരാജിതനി'ൽനിന്നും 'പിറുപിറുക്കുന്നയാൾ' എന്ന സ്ഥാനക്കയറ്റമാണ് അയാൾക്ക് കിട്ടിയത്. അതിലപ്പുറം അയാൾ എനിക്ക് ആരുമായില്ല.

പിറ്റേദിവസം നാദിയായും ഞാനും സോഫയിൽ ഇരിക്കുകയാണ്. ഞങ്ങൾ പഴയ മാനസികാവസ്ഥകളിലേക്ക് മടങ്ങാനുള്ള ശ്രമത്തിലായിരുന്നു. അവൾ എന്റെ കൈയിൽ തട്ടി മെല്ലെ മെല്ലെ സാന്ത്വനിപ്പിക്കാൻ ശ്രമിച്ചുകൊണ്ടിരുന്നു. പക്ഷേ ഞാൻ ആ അവസ്ഥയിലേക്ക് എത്തിയില്ല. അതുകൊണ്ട് അവളും വികാരരഹിതമായ അവസ്ഥയിലേക്ക് തന്നെ തിരികെയെത്തി. ഇടയ്ക്കു ഞാൻ നോക്കിയപ്പോൾ അവൾ എന്നെ നോക്കി പുഞ്ചിരിച്ചു. ഞങ്ങളുടെ ജീവിതം പൂർവസ്ഥിതിയിലാകാൻ ക്ഷമാപൂർവം കാത്തിരിക്കുന്ന അവളോട് ജീവിതത്തിൽ മറ്റാരോടും തോന്നാത്ത കടപ്പാടാണ് തോന്നിയത്. ഞാൻ അവളോട് ചേർന്നിരുന്ന് കവിളിൽ മൃദുവായി ചുംബിച്ചു. അവൾ തിരിച്ചും ചുംബിച്ചു. ഞാൻ അവളിലേക്ക് തിരികെ ചെല്ലാൻ അവൾ ആഗ്രഹിക്കുന്നുണ്ടെന്ന് മനസ്സിലായി. ഞങ്ങൾ സ്വയം മറന്ന് ഇറുകെ ഇറുകെ പുണർന്നു. സമയം അവിടെ അവസാനിച്ചിരുന്നെങ്കിൽ എന്ന് ആഗ്രഹിച്ചു. ഞങ്ങൾ നിശ്ചലരായി, ഒരിക്കലും പിരിയാനാവാത്തവിധം ആലിംഗനബദ്ധരായി കിടന്നു. കഴിഞ്ഞ ദിവസങ്ങൾ നിറച്ച ഭീതി അകന്നുപോയി. ഞാൻ അവളുടെ ഹൃദയസ്പന്ദനത്തിനു കാതോർത്തു. അതിൽ നന്ദിയും സ്നേഹവും തുടിക്കുന്നത് അറിഞ്ഞു. മറ്റെല്ലാ പ്രശ്ങ്ങളെയും ഇല്ലാതാക്കുന്ന സന്തോഷമാണ് എനിക്കു തോന്നിയത്.

മൂന്നുവർഷം മുൻപുള്ള ജനുവരിയിലെ ആ സായാഹ്നത്തിൽ അജ്ഞാതനായ ഈ കാമുകന്റെ പഴയ കാറിൽ കയറാൻ നാദിയ എന്തുകൊണ്ട് തീരുമാനിച്ചുവെന്ന് അവൾ ഒരിക്കലും എന്നോട് പറഞ്ഞിട്ടില്ല. ജുബ്ജാനയിലെ മഞ്ഞുമൂടിയ ഏതോ ചതുപ്പുദ്വീപിനപ്പുറത്തു നിന്നാണ് അവൾ വരുന്നതെന്ന് തമാശയായി എന്നോട് പറഞ്ഞിരുന്നു. അന്നു രാത്രി ഞാനാകട്ടെ സർവത്ര സ്വതന്ത്രനും ആഹ്ലാദവാനുമായിരുന്നു. അവൾ

ഭാവിയിലെ മൈക്രോബയോളജിസ്റ്റും. അവളെ രാത്രിയിൽ അവളുടെ ഗ്രാമത്തിൽ വിടാമെന്ന് ഞാൻ പറഞ്ഞത് അത്ര ഗൗരവത്തിലായിരുന്നില്ല. എന്നാൽ അവൾ മയക്കുന്ന ഒരു നോട്ടമെറിഞ്ഞ് എന്നെ ഒരു മാന്യൻ എന്ന് വിശേഷിപ്പിച്ചുകൊണ്ട് കാറിൽ കയറാൻ തയ്യാറായപ്പോൾ പിന്നെ എനിക്ക് പിന്തിരിയാൻ കഴിയുമായിരുന്നില്ല. കാർ അവളുടെ ഗ്രാമത്തിലെ കടുത്ത മൂടൽമഞ്ഞിൽ കുടുങ്ങി മുന്നോട്ടു പോകാനാകാതെനിന്നു. 'സ്വപ്നം കണ്ട് ഇരിക്കൂ' എന്ന് പറഞ്ഞ് അവൾ ആ മഞ്ഞിലേക്ക് ഇറങ്ങി അപ്രത്യക്ഷയായി. ഞാൻ കാർ സ്റ്റാർട്ടാക്കാൻ ശ്രമിച്ചുകൊണ്ടിരുന്നു അവൾ ആ ചതുപ്പുനിറഞ്ഞ വഴിയിലൂടെ അവളുടെ വീട്ടിലേക്കു നടന്നു മറഞ്ഞു. ഞങ്ങളുടെ പ്രണയം ഇവിടെ അവസാനിച്ചുവെന്ന് ഞാൻ തീർച്ചപ്പെടുത്തി.

പക്ഷേ പൊടുന്നനെ നാദിയ മഞ്ഞിൽനിന്നും വീണ്ടും പ്രത്യക്ഷപ്പെട്ടു. എന്റെ കാറിന്റെ ജനൽച്ചില്ലിൽ തട്ടിവിളിച്ചു. ഞാൻ വാതിൽ തുറന്നു. അവൾ എന്റെ നെറുകയിൽ ചുംബിച്ചു. എന്നിട്ടു പറഞ്ഞു, "എഴുത്." അവൾ എനിക്കു ഫോൺ നമ്പർ പറഞ്ഞുതന്നു. ഞാൻ നമ്പർ എഴുതിയെടുത്തു. വീട്ടിൽ എത്തിച്ചതിനു നന്ദി പറഞ്ഞു വീണ്ടും അവൾ മഞ്ഞിൽ മറഞ്ഞു. മഞ്ഞിൽ പുതഞ്ഞുപോയ കാറിലിരുന്ന്, ഈ കളി തുടരുന്നത് രസമായിരിക്കുമെന്നു ഞാൻ ചിന്തിച്ചു.

ഡാനിയേൽ എന്റെ കൈയിൽനിന്നും പഴയ കാറിന്റെ ചാവി വാങ്ങി അലന്റെ നേരെ എറിഞ്ഞുകൊടുത്തു. എന്നിട്ട് അതൊന്നു കഴുകി വൃത്തിയാക്കാൻ നിർദേശം കൊടുത്തിട്ട് എന്നെ അവന്റെ വെള്ളിനിറമുള്ള ഓഡി കാറിലേക്ക് പിടിച്ചുകയറ്റി. അവൻ ആക്സിലേറ്ററിൽ ആഞ്ഞുചവിട്ടി. വീതി കുറഞ്ഞ തെരുവിലൂടെ ഇതുപോലെ വേഗത്തിൽ കാറോടിക്കുന്നതാണ് അവനു ഹരം. ഡാനിയേലിന് ഇവിടെ ഒരു കാർവാഷ് സെന്റർ ഉണ്ട്. നല്ല കച്ചവടമാണ്. ഡാനിയേലിന്റെ കാര്യം നല്ല രസമാണ്. അവന് രണ്ട് ഓഡി കാറുകളുണ്ട്. രണ്ടു കുട്ടികൾ, രണ്ടു ഭാര്യമാർ, രണ്ടു മൊബൈൽ ഫോൺ. എല്ലാം രണ്ടുവീതം... ഡാനിയൽ ഈ കാർവാഷ് സെന്റർ തുടങ്ങിയത് ഏഴു വർഷം മുൻപാണ്. അവിടെ രണ്ടു മാസം ഞാനും ജോലി ചെയ്തിരുന്നു.

ഞങ്ങൾ മുന്നൂറു വർഷത്തെ പഴക്കമുള്ള അൽബേനിയൻ കേക്ക് കടയുടെ മുന്നിൽ കാർ നിർത്തി. കേക്ക് കടയിൽ ആരുമില്ല. ഡാനിയേലിന് അതിന്റെ ഉടമസ്ഥനെ അറിയാം. അതുകൊണ്ടു ഞങ്ങൾക്ക് ഐസ്ക്രീമും കേക്കും കിട്ടി. ഡാനിയേൽ മദ്യപിക്കില്ല. അത് അവൻ മുസ്ലീമായതുകൊണ്ട് മാത്രമല്ല, അതവന്റെ കച്ചവടനയമാണ്. പോരാത്തതിന്, അവൻ സ്ഥിരം വാഹനങ്ങൾ കൈകാര്യം ചെയ്യുന്നതുകൊണ്ട് കൂടിയാണ് മദ്യപാനം ഒഴിവാക്കിയത്. ഏതാനും വർഷങ്ങൾക്കുമുൻപ് മദ്യപിച്ചു വാഹനമോടിച്ച് അപകടത്തിൽപെട്ട ഡാനിയേലിനെ തുന്നിക്കൂട്ടി രക്ഷപ്പെടുത്താൻ ഏറെപാട് പെടേണ്ടി വന്നു.

“വ്ളാദോ, നിന്റെ സഹോദരന്റെ പേരെന്താണ്?”

“എന്റെ സഹോദരന്റെയോ?”

“അതെ.”

“മ്ലാദൻ.”

“അവൻ ഈ പരിസരത്തു തന്നെയല്ലേ ജീവിക്കുന്നത്?”

“അതെ.”

“അപ്പൊ അവൻ തന്നെ.”

“അവനെന്തുപറ്റി?”

“ഒന്നും പറ്റിയില്ല. അവനെയൊന്നു ശ്രദ്ധിച്ചേക്കൂ.”

മ്ലാദനെ ഒന്ന് ശ്രദ്ധിച്ചേക്കാൻ പറ്റിയ ഒരു ചുറ്റുപാടല്ല എന്റേത് എന്ന് ഡാനിയേലിന് അറിയില്ല. എന്റെ ഒരേ ഒരു സുഹൃത്തായ ഡാനിയേലിനു പോലും എന്നെക്കുറിച്ച് ഒരുപാടൊന്നും അറിയില്ല. ആ സമയത്ത് ആകെ കുഴഞ്ഞുമറിഞ്ഞ എന്റെ കുടുംബത്തെക്കുറിച്ച് അവനോട് പറയാൻ എനിക്കു തോന്നിയുമില്ല. അതുകൊണ്ടു വെറുതെ തലയാട്ടി.

ഞങ്ങളുടെ സംഭാഷണത്തിന്റെ രഹസ്യസ്വഭാവം മനസ്സിലാക്കിയിട്ടാണെന്നു തോന്നുന്നു, വെയ്റ്റർ പുകവലിക്കാനെന്ന മട്ടിൽ പുറത്തേക്കിറങ്ങി. കുഞ്ഞുനാൾ മുതൽതന്നെ ഡാനിയേലുമായുള്ള എല്ലാ സംഭാഷണങ്ങൾക്കും ഒരു രഹസ്യാത്മകത ഉണ്ടായിരുന്നു.

“പേടിക്കാനൊന്നുമില്ല. ഞാൻ പറഞ്ഞെന്നേയുള്ളൂ, കാരണം നീയെന്റെ ആത്മാർത്ഥ സുഹൃത്താണ്. നിന്റെ കുഞ്ഞനിയൻ നശിക്കുന്നതു കാണാൻ എനിക്കു താത്പര്യമില്ല.”

“നന്ദി.”

“അവനും അവന്റെ സുഹൃത്തുക്കളുംകൂടി ഇരുചക്രവാഹനങ്ങൾ മോഷ്ടിച്ച് തുടങ്ങിയിട്ടുണ്ട്. നമ്മളുമൊക്കെ ചെയ്തിട്ടുണ്ട്. അവർ അത് വിൽക്കാനായി എന്റടുത്താണ് കൊണ്ടുവരുന്നത്. പക്ഷേ അതിനുമുൻപ് അവന്മാർ അതുമായി ചുറ്റിയടിക്കുന്നു. മനസ്സിലായോ? ഞാൻ ചോദിച്ചപ്പോൾ അവർ കള്ളം പറഞ്ഞു. എന്നെ പറ്റിക്കാൻ പറ്റില്ലെന്ന് ഞാൻ അവരോട് പറഞ്ഞു. ഈ പരിസരങ്ങളിൽ എന്ത് നടന്നാലും ഞാൻ അറിയും. എനിക്കറിയാം പയ്യന്മാർ മണ്ടന്മാരാണെന്ന്. അവർ പിടിക്കപ്പെടും. ഏതു കെണിയിൽനിന്നും ഞാൻ പുറത്തുചാടും. പക്ഷേ അവർ കുടുങ്ങും. അതുകൊണ്ട് നീ നിന്റെ അനിയനെ ഒന്നുപദേശിക്കൂ. അവന്റെ തലയിൽ അല്പം ബോധം അടിച്ചുകേറ്റ്. നീ ചെയ്തില്ലെങ്കിൽ വേറെയാരെങ്കിലും ചെയ്യും?”

മ്ലാദനെ ഞാൻ അവസാനം കണ്ടപ്പോൾ അവൻ ശരിക്കും ഒരു നാട്ടുകാരന്റെ മട്ടിലായിട്ടുണ്ടായിരുന്നു. ലോകം ഒരുപാട് കണ്ട ഒരു യോദ്ധാവിന്റെ മട്ടും മാതിരിയുമായിരുന്നു പതിമൂന്നാം വയസ്സിൽ. ഒരു ചെറുകിട

ഗുണ്ടയായി വളർന്നുകഴിഞ്ഞിരുന്നു. അന്നും ഇന്നും നല്ല നാല് തല്ലിന്റെ കുറവുണ്ട് എന്ന കാര്യത്തിൽ തർക്കമില്ല. പക്ഷേ അതിന് അവന്റെ മാതാപിതാക്കളുടെ രേഖാമൂലമുള്ള അനുവാദം വാങ്ങാനൊന്നും എനിക്കു താത്പര്യമുണ്ടായിരുന്നില്ല.

എന്റെ പഴയ കാർ നല്ല സുന്ദരക്കുട്ടപ്പനായി മാറിയിരിക്കുന്നു. അകത്തും പുറത്തും തിളങ്ങുന്നു. മഹത്തായ ഒരു നല്ല പ്രവർത്തി ചെയ്തതിന്റെ സംതൃപ്തിയോടെ ഡാനിയൽ ഒരു തല കുലുക്കലിൽ എന്നെ യാത്രയാക്കി വീണ്ടും എന്റെ ജീവിതത്തിൽനിന്ന് അനിശ്ചിതമായി മറഞ്ഞു. തിരികെ വണ്ടിയോടിക്കുമ്പോൾ എന്റെ അർദ്ധസഹോദരൻ ഒരു മന്ദബുദ്ധിയാണെന്ന അത്ര അപ്രതീക്ഷിതമല്ലാത്ത വിവരത്തെ എങ്ങനെ കൈകാര്യം ചെയ്യണമെന്നായിരുന്നു ആലോചന മുഴുവൻ.

ഇത് തികച്ചും പ്രവചിക്കാൻ പറ്റുന്ന കാര്യമായിരുന്നു. അവന്റെ കഥ നേരത്തെ തന്നെ എഴുതപ്പെട്ടതാണ്. പതിമൂന്നാമത്തെ വയസ്സിൽ ഇരുചക്രവാഹനം മോഷ്ടിക്കുന്നവൻ പതിനഞ്ചിൽ നല്ല ബിസിനസ്സുകാരനാകും. പതിനെട്ടാമത്തെ വയസ്സിൽ ദുരൂഹമായി അപ്രത്യക്ഷനാകും. ദേഹം മുഴുവൻ പച്ചകുത്തിയ പാടുകളുമായി 'ഞാനൊരു അവധിക്കാല യാത്രയ്ക്ക്' പോയതാണെന്ന് മട്ടിൽ തിരികെവരും. അവന്റെ ബിസിനസ്സ് അവന് നിയമപരമായിതന്നെ നടത്തേണ്ടി വന്നാലും അവന്റെ ജീവിതം അപ്പാർട്ട്മെന്റ് പരിസരത്തുതന്നെ തളച്ചിടേണ്ടിവരും. ഇരുപത്തഞ്ചാമത്തെ വയസ്സിൽ അവൻ നാടൻപാട്ടുകൾ ആസ്വദിക്കാൻ തുടങ്ങും. അവന് ഏറ്റവും നല്ലത് അൽബേനിയൻ കേക്ക്കടയിൽ ഒരു ഓഫീസ് തുടങ്ങുന്നതാണ്.

അപ്പോഴാണ് ഡാനിയേൽ തന്ന വിവരങ്ങൾ എന്നെ ശരിക്കും സഹായിക്കാൻ പോകുന്നു എന്ന കാര്യം ചിന്തയിലെത്തിയത്. ഞാൻ കുറെ മുന്നോട്ടു പോന്നെങ്കിലും വണ്ടി തിരിച്ച് അവരുടെ അപ്പാർട്ട്മെന്റിലേക്ക് പോകാൻ തീരുമാനിച്ചു. ദുഷ മിക്കവാറും ഓഫീസ് വിട്ട് വീട്ടിൽ എത്തിക്കാണും. അപ്പാർട്ട്മെന്റ് പരിസരത്തെ ബെഞ്ചിൽ മ്ലാദൻ തന്റെ ഓഫീസ് സമയം തുടങ്ങിയിട്ടുണ്ടാവും.

പതിനാറ്

പതിന്നാലു വർഷങ്ങൾക്കു മുൻപ് എനിക്കൊരിക്കലും മറക്കാൻ കഴിയാത്ത ആ പുഞ്ചിരി ചുണ്ടിൽ അണിഞ്ഞു തനിക്കൊരു കുട്ടി ജനിക്കാൻ പോകുന്നുവെന്നും ഞങ്ങൾ രണ്ടുപേരും ഡ്രാഗന്റെ അപ്പാർട്ട് മെന്റിലേക്ക് താമസം മാറാൻ പോകുന്നുവെന്നും അയാളുടെ മാതാ പിതാക്കൾ ഇവിടേക്ക് താമസം മാറ്റുമെന്നും ദുഷ പറഞ്ഞപ്പോൾ എന്റെ കണ്ണിൽ ഇരുട്ട് കയറി. എന്റെ നിയന്ത്രണങ്ങൾ തകർന്നു. എനിക്ക് ഇനി നിയന്ത്രിക്കാൻ സാധ്യമല്ല. ഞാൻ പൊട്ടിത്തെറിച്ചു. ദുഷയെ വിളിക്കാൻ പേരുകൾ ഒന്നും ബാക്കിയായില്ല. വേശ്യയെന്ന് എത്ര തവണ വിളിച്ചു വെന്ന് എനിക്കുതന്നെ അറിയില്ല. ഏതാണ് എന്നെ കൂടുതൽ വെറുപ്പിച്ചത് എന്നറിയില്ല. ദുഷ എന്റെ അച്ഛനെ എന്റെ അനുവാദമില്ലാതെ കുഴിച്ചുമൂടി എന്നതോ അതല്ല ഡ്രാഗൻ സിറിക് എന്ന വിവരദോഷിക്കുതന്നെ തന്നെ സ്വയം സമർപ്പിച്ചതോ? ഏതാണ് എന്നെ കൂടുതൽ ഭ്രാന്ത് പിടിപ്പിച്ചത് എന്ന് എനിക്കറിയില്ല. എനിക്കു ശ്വാസം കിട്ടാതാകും വരെ ഞാൻ അലറി ക്കരഞ്ഞു. ഞാൻ അലറുകയും സാധനങ്ങൾ വലിച്ചെറിയുകയും ചെയ്ത പ്പോൾ ദുഷ കൈത്തലത്തിൽ മുഖം ഒളിപ്പിച്ചു കരയുകയായിരുന്നു. ഞാൻ അവർക്കു നേരെ വിരൽ ചൂണ്ടി ഒരു പത്തു തവണയെങ്കിലും ആവർ ത്തിച്ചു, ദുഷയ്ക്ക് എവിടെ വേണമെങ്കിലും പോയി തുലയാം, പക്ഷേ ഞാൻ വരില്ല എന്ന്. ഞാൻ അവരുടെ കുട്ടിയെ കാണാൻ ആഗ്രഹി ക്കുന്നില്ല. ഇനി ഒരിക്കലും ദുഷയെതന്നെ കണ്ടില്ലെങ്കിലും എനിക്കു പ്രശ്നമില്ല.

ഇതെല്ലാമായിട്ടും മ്ലാദൻ ജനിച്ചപ്പോൾ ദുഷ എന്നെ ആശുപത്രിയിൽ നിന്നും വിളിച്ചു. ഞാൻ അലറിയില്ല. അവരെ ചീത്ത വിളിച്ചില്ല. പക്ഷേ ഞാൻ നിശ്ശബ്ദനായിരുന്നു. കുറെയൊക്കെ എന്നെപ്പോലെ തോന്നിക്കുന്ന, കറുത്ത മുടിയുള്ള, തുടുത്ത കവിളുകളുള്ള കുട്ടിയെക്കുറിച്ചുള്ള വിവരങ്ങൾ ഞാൻ കേൾക്കാത്ത ഭാവത്തിൽ ഇരുന്നു. അവർക്കു പറയാ നുള്ളതെല്ലാം പറഞ്ഞു തീരുംവരെ ഞാൻ നിശ്ശബ്ദനായിരുന്നു. “അതു കൊണ്ട്?” എന്ന ഒറ്റ ചോദ്യത്തിലൂടെ ദുഷയെ ഞാൻ നിശ്ശബ്ദയാക്കി. ദുഷ ഫോൺ കട്ട് ചെയ്യുംവരെ ആ നിശ്ശബ്ദത തുടർന്നു.

ഌാദനെ ഞാൻ ആദ്യമായി കാണുമ്പോൾ അവന്റെ കറുത്ത മുടിയിഴകൾ അവന്റെ കണ്ണിലേക്കു വീഴാൻ മാത്രം വളർന്നിരുന്നു. അവൻ ചെയ്യുന്നതെല്ലാം ഡ്രാഗണിനു കൗതുകകരമായിരുന്നു എന്ന ഒറ്റക്കാരണത്താൽ അവൻ ചെയ്യുന്നതെല്ലാം എനിക്കു അസ്വാരസ്യമുണ്ടാക്കുന്നതായി. അതിനി അവന്റെ കുഞ്ഞിക്കൈകൾകൊണ്ട് എന്റെ മൂക്കിന്മേൽ പിടിക്കുന്നതായാലും അർത്ഥമില്ലാത്ത അവന്റെ ജല്പനകളായാലും എന്നെ ദേഷ്യം പിടിപ്പിച്ചു. അവന്റെ ജല്പനങ്ങളെ ദുഷ താത്ത്വികമായി വ്യാഖ്യാനിക്കാൻ ശ്രമിക്കാറുണ്ടായിരുന്നു എന്നത് വേറെ കാര്യം. സദാ മൂത്രമൊഴിക്കുന്ന തുടുത്ത കുട്ടിയായിരുന്നു അവൻ. എന്റെ മൂക്ക് മാത്രമല്ല, മേശപ്പുറത്തെ ആഷ്ട്രേയിൽ കിടക്കുന്ന ഡ്രാഗന്റെ സിഗരറ്റു കുറ്റികളും അവന് കൗതുകമായിരുന്നു. ഡ്രാഗന്റെ സാന്നിധ്യമുള്ളപ്പോൾ ഞാൻ അവനെ തീരെ ശ്രദ്ധിക്കാതെ ഇരിക്കാൻ ശ്രമിക്കുമായിരുന്നു. അതും പോരാതെ ഞങ്ങൾ തമ്മിലുള്ള രക്തബന്ധം അറിയില്ല എന്ന് ഭാവിച്ചുതുടങ്ങി. അവൻ ഒരിക്കലും എന്റെ സഹോദരനല്ല എന്ന് തീരുമാനിച്ചു. സത്യത്തിൽ ദുഷയുടെ പുതിയ കുടുംബം എന്റെ പുതിയ കുടുംബവുമായി ഒരു തരത്തിലും അടുക്കരുതെന്നു തീരുമാനിച്ചിരുന്നു. കഴിയുന്നത്ര അവരെ ഒഴിവാക്കി.

അവൻ ഡാഡി, മമ്മി എന്ന് വിളിച്ചുതുടങ്ങിയപ്പോൾ ദുഷ എന്നെ ഓഫീസിലേക്ക് ക്ഷണിച്ചു. അവിടെവച്ച് ഒരു ക്ഷമാപണംപോലെ അവർ പറഞ്ഞു, ചിലർക്ക് തനിച്ച് ഒരുപാടു കാലം മുന്നോട്ടു പോകാനാകില്ല. അത്തരം ഏകാന്തത ഒരുപാട് ഉൾക്കരുത്തുള്ളവർക്കേ സാധിക്കൂ. തനിക്കതു സാധിച്ചില്ലെന്നും ജീവിതം മുന്നോട്ടു കൊണ്ടുപോകാൻ ആരെങ്കിലും കൂടെ വേണമെന്നു തോന്നിയെന്നും അവർ വിശദീകരിച്ചു. അവർക്കൊരു പുതിയ കുടുംബം ഉണ്ടാക്കിയേ തീരുമായിരുന്നുള്ളൂ എന്നും കുറച്ചു പ്രായമാകുമ്പോൾ എനിക്കതു മനസ്സിലാകുമെന്നും അവർ പറഞ്ഞു. ഡ്രാഗൻ നല്ല ഭർത്താവാണെന്നും നല്ല അച്ഛനാണെന്നും കഠിനാധ്വാനിയാണെന്നും സത്യസന്ധനാണെന്നും ദുഷ വർണ്ണിച്ചു. അർത്ഥമില്ലാത്ത പുലമ്പലുകൾ കഴിഞ്ഞപ്പോൾ ഇനിയെങ്ങനെ മുന്നോട്ടു സംസാരിക്കണമെന്ന് അവർക്കു അറിയാതായി. ഒടുവിൽ അവർ ഞാനും ഌാദനും സ്നേഹിച്ചു പോകണമെന്നും എല്ലാവരും ചേർന്ന് നല്ല രീതിയിൽ മുന്നോട്ടു പോകാമെന്നും കൂട്ടിച്ചേർത്തു. ആ സമയത്തു ഞാൻ കൗമാരത്തിന്റെ ഏറ്റവും മോശം അവസ്ഥയിലൂടെ കടന്നുപോകുന്ന സമയമായിരുന്നു. അവർ മൂന്നാളും കൂടിയുള്ള കാര്യം ചിന്തിച്ചാൽ മതിയെന്നും ഞാൻ അവരോടൊപ്പം ഇല്ലെന്നും ഒരിക്കലും ഉണ്ടാകില്ലെന്നും മുഖത്തടിച്ചതുപോലെ പറഞ്ഞു. ദുഷയെപ്പോലെയല്ല എനിക്ക് ഒറ്റയ്ക്കു ജീവിക്കാനാകും എന്ന് കൂടി കൂട്ടിച്ചേർത്തു. വാതിൽ വലിച്ചടച്ച് ഇറങ്ങുമ്പോൾ ഞാൻ ആരെ സ്നേഹിക്കണമെന്ന് ദുഷ പറയേണ്ടതില്ലെന്നും കൂടി വിളിച്ചു പറഞ്ഞു.

പിന്നൊരിക്കൽ ബസ്സ്റ്റോപ്പിൽവച്ച് ഞാൻ മ്ലാദനെ വീണ്ടും കണ്ടു. അന്ന് കൂടെയുണ്ടായിരുന്ന ഡ്രാഗൻ അവന് എന്നെ പരിചയപ്പെടുത്തി.

"മ്ലാദൻ, ഇതാണ് വ്ളാദൻ. കൈ കൊടുക്കൂ."

കറുത്ത വലിയ കണ്ണുകളും ഒലിവിന്റെ നിറവും ഉള്ള ആ സുന്ദരൻ കുട്ടി എന്റെ കൈകൾ പിടിച്ചുകുലുക്കി. അവന് ഒരു സഹോദരൻ ഇല്ലെന്ന് അവന്റെ അച്ഛൻ അംഗീകരിച്ചെന്നു തോന്നുന്നു. ഞാൻ അവന് നല്ല പെരുമാറ്റ രീതികൾ പഠിക്കാൻ ഉള്ള നിരവധി അപരിചിതരിൽ ഒരാൾ... പരസ്പരം നോക്കിക്കൊണ്ട് ഞങ്ങൾ അവിടെനിന്നു. എന്നേക്കാൾ അങ്കലാപ്പിലായ ഡ്രാഗന് മകൻ കൂടെയുള്ളത് ആശ്വാസമായി എന്ന് തോന്നുന്നു. അയാൾ അവനോട് സംസാരിച്ചുകൊണ്ടേയിരുന്നു, "നോക്ക് അവൻ എത്ര വലിയ കുട്ടിയാണെന്ന്. നീയും സ്കൂളിൽ പോകാൻ തുടങ്ങുമ്പോൾ അവനെപ്പോലെയാകും." അയാൾ തുടർന്നു.

ഭാഗ്യത്തിന് എന്റെ ബസ്സ് വന്നു. അതുകൊണ്ട് ഡ്രാഗന് മകന്റെ ജീവിതത്തെക്കുറിച്ചുള്ള പ്രവചനങ്ങൾ അവിടെ നിർത്താൻ കഴിഞ്ഞു. കുട്ടിയുമായുള്ള അയാളുടെ സംഭാഷണം അയാളെ മുമ്പത്തേതിനേക്കാൾ വലിയ ഒരു വിഡ്ഢിയായി കാണാനാണ് എന്നെ പ്രേരിപ്പിച്ചത്.

ഞാൻ അവന്റെ അർദ്ധസഹോദരനാണെന്ന് എന്നാണ് അവർ അവനോട് പറഞ്ഞതെന്ന് എനിക്കറിയില്ല. പക്ഷേ വർഷങ്ങളോളം അത് എന്താണെന്നതിനെക്കുറിച്ച് അവന് യാതൊരു സൂചനയും ഇല്ലായിരുന്നു. അർദ്ധസഹോദരനോട് എങ്ങനെ പെരുമാറണമെന്നും അവന് അറിയില്ലായിരുന്നു. ഞങ്ങൾ കണ്ടുമുട്ടിയിരുന്ന അപൂർവം സന്ദർഭങ്ങളിൽ അവൻ നാണത്തോടെ അവന്റെ നോട്ടം പിൻവലിക്കാറായിരുന്നു പതിവ്. അവൻ ചെറിയ കുട്ടിയായിരുന്ന കാലത്തു ഞങ്ങൾ തമ്മിൽ എന്തെങ്കിലും സംസാരിച്ചതായി ഓർമ്മയില്ല. വളർന്നപ്പോൾ അർദ്ധസഹോദരനെ അപ്പാർട്ട്മെന്റിലെ അവന്റെ നിരവധി സുഹൃത്തുക്കളിൽ ഒരാളായി കാണാനായിരുന്നു കൗതുകം.

പതിനേഴ്

"എന്താ എന്നോട് സംസാരിക്കാനുള്ളത്?"

ഞാൻ മ്ലാദനെ കാത്തു സോംബരിയ റോബാറിൽ ഇരിക്കുകയായിരുന്നു. അവന്റെ വീടിരിക്കുന്ന പ്രദേശത്തുനിന്ന് ദൂരെയായിരുന്നതുകൊണ്ട് ഡ്രാഗണിന്റെ കണ്ണിൽ പെടില്ല. മ്ലാദൻ ആദ്യം വരാൻ വിസമ്മതിച്ചു. എന്നാൽ ഞാൻ അവൻ മോട്ടോർബൈക്കുകൾ മോഷ്ടിക്കുന്ന കാര്യം ദുഷയോട് പറയുമെന്ന് ഭീഷണിപ്പെടുത്തിയപ്പോൾ വരാൻ തയ്യാറായി. അവൻ എന്റെ സമീപം വന്നിരുന്നു. ഞാൻ അവസാനം കണ്ടപ്പോഴത്തേതിൽ നിന്നും അല്പം കൂടി പാകത വന്നുവെന്നു തോന്നുന്നു. അസാധാരണ വളർച്ചയുടെ ഇരകൂടിയാണ് മ്ലാദൻ. അതുകൊണ്ട് അവനോട് ഒരുപാടു വിശദീകരിച്ചു സംസാരിക്കുന്നതിൽ വലിയ കാര്യമില്ല.

"ദുഷയെ വിളിച്ച് ഇവിടേക്ക് വരാൻ പറയൂ."

"നീ തന്നെ വിളിച്ചാൽ മതി."

"കുട്ടീ, എന്റടുത്ത് ഒരുപാടു വേഷം കെട്ടാൻ നോക്കണ്ട. എനിക്കറിയാം നീ ബൈക്കുകൾ മോഷ്ടിച്ച് അതിൽ കറങ്ങിനടക്കാറുണ്ടെന്ന്. അത് ഞാൻ ഇപ്പോൾ ദുഷയോട് പറയും ."

"അതെന്റേതല്ല."

"അതെ, അതാണ് പ്രശ്നം."

"നിനക്കെന്താണ് വേണ്ടത്?"

"ദുഷയെ വിളിക്കൂ."

ഞാൻ മേശയ്ക്കു മുകളിൽകൂടി അവനു നേരെ കൈയോങ്ങി. പക്ഷേ അവൻ വിദഗ്ധമായി തെന്നിമാറി. പിന്നിൽ കസേര മറിഞ്ഞുവീണു. അപ്പുറത്തെ മേശയിൽ ഇരുന്നവർ തിരിഞ്ഞുനോക്കി .

"ഞാനിപ്പോൾ ഡാനിയേലിനെ ഇങ്ങോട്ടു വിളിക്കണോ? അവനെക്കൊണ്ട് ഞാൻ ദുഷയോട് ആരാണ് അവനു ബൈക്കുകൾ എത്തിച്ചുകൊടുക്കുന്നതെന്ന് അവൻ പറയട്ടെ?"

"ഡാനിയേൽ? ആരാ അത്?"

പെട്ടെന്ന് അവന്റെ ശബ്ദം മാറി. ഇപ്പോൾ അവന് ഏതാണ്ട് കാര്യം മനസ്സിലായി എന്ന് തോന്നുന്നു. അവൻ വീണ്ടും മേശയ്ക്കപ്പുറം വന്നിരുന്നു.

"ഇപ്പോൾ ഞാൻ അവന് ഒരു മോപ്പഡ് എത്തിച്ചു കൊടുത്തതേയുള്ളൂ. എനിക്കറിയാം അവൻ മഹാപെശകാണെന്ന്."

"നീ ദുഷയെ വിളിച്ച് ഇവിടേക്ക് വരാൻ പറയൂ. ഞാനിവിടെ ഉള്ള കാര്യം പറയേണ്ട."

"എന്താ നിനക്കു നേരിട്ട് വിളിച്ചാൽ ?"

"ഞാൻ വിളിച്ചാൽ അവർ ഫോൺ എടുക്കില്ല."

"എന്നാൽ മെസ്സേജ് അയയ്ക്കൂ."

"ഒരു കാര്യം നീ മനസ്സിലാക്കുന്നത് നന്നായിരിക്കും. ഞാനും അവരും തമ്മിലുള്ള പ്രശ്നത്തിൽ നിനക്ക് യാതൊരു പങ്കുമില്ല."

"നീ മഹാവൃത്തികെട്ടവനാണ്."

"ഞാൻ വൃത്തികെട്ടവനല്ല."

"ആണയിടുമോ?"

"ഞാൻ ആണയിടുന്നു."

ഞങ്ങളെ ഒരുമിച്ചങ്ങനെ കണ്ടപ്പോൾ ദുഷ അമ്പരപ്പിലായി. ദുഷയുടെ ഭാവമെന്താണെന്ന് മ്ലാദൻ ശ്രദ്ധിച്ചില്ല. വിശദീകരണം ആവശ്യമുള്ള പ്രശ്നമൊന്നും ഇല്ലെന്നു ഞാൻ എന്റെ നോട്ടത്തിലൂടെ ദുഷയെ ധരിപ്പിച്ചു. അവർക്കു കാര്യം മനസ്സിലായോ എന്നറിയില്ല. പക്ഷേ അവർ തന്റെ രണ്ടു മക്കളോടൊപ്പം ബാറിൽ ഒത്തുകൂടേണ്ട സാഹചര്യം എന്താണെന്ന് അറിയാൻ ദുഷ ആഗ്രഹിക്കുന്നു എന്ന് എനിക്കു മനസ്സിലായി. പക്ഷേ ഒന്നും പറയാതെ അവർ ഇരുന്നു. എല്ലാം വളരെ സാധാരണമെന്നു ഞങ്ങൾ മൂവരും ഭാവിച്ചു.

"ഞാൻ ഡാനിലോയെ കാണാൻ പോയിരുന്നു." മുഖവുരയില്ലാതെ ഞാൻ പറഞ്ഞു.

"എന്നിട്ട്?"

"നെടെൽകോ സ്ലോവേനിയയിൽ ഉണ്ടെന്നാണ് അദ്ദേഹം പറയുന്നത്."

ദുഷ മ്ലാദനെ നോക്കി. അവനെ വീട്ടിലേക്കു പറഞ്ഞയയ്ക്കണോ എന്നതാണ് അവർ ആലോചിക്കുന്നതെന്ന് എനിക്കു മനസ്സിലായി. എന്നാൽ അവൻ ഞങ്ങളുടെ സംഭാഷണത്തോട് എങ്ങനെ പ്രതികരിക്കുന്നു എന്നറിയണമെന്ന് തോന്നി. പക്ഷേ അവൻ അത് ശ്രദ്ധിക്കാതെ ഇരിക്കുകയാണ്. അവനു മുഷിഞ്ഞു തുടങ്ങിയിരിക്കുന്നു.

"നിങ്ങൾക്ക് അതിനെക്കുറിച്ചെന്തെങ്കിലും അറിയാമോ?" ഞാൻ

ദുഷയെ നോക്കി. ദുഷ തന്റെ ഇളയമകനെ വീണ്ടും നോക്കി. പക്ഷേ അവൻ ഇപ്പോഴും വേറെന്തോ ചെയ്തുകൊണ്ടിരിക്കുകയാണ്.

"ഞാൻ വിശ്വസിക്കുന്നില്ല." ദുഷ പറഞ്ഞു

"വിശ്വസിക്കുന്നില്ല എന്നതുകൊണ്ട് എന്താണുദ്ദേശിക്കുന്നത്?"

"വ്ളാദൻ, ...അതിൽ ഒരു കാര്യവും..."

"ഏതിൽ?'

"അതിൽ കാര്യമില്ല."

"ഞാൻ ചോദിക്കുന്നത്, ഏതിൽ കാര്യമില്ലെന്നാണ് നിങ്ങൾ ഉദ്ദേശിക്കുന്നത് എന്നാണ്."

ദുഷ വീണ്ടും മ്ലാദനെ നോക്കി അവർ എന്നിൽനിന്നും മനഃപൂർവം ഒഴിഞ്ഞുമാറാനുള്ള ശ്രമമെന്ന് എനിക്കു തോന്നി. അവർ സഹായത്തിനെന്നോണം ഹോട്ടൽ ജീവനക്കാരിയെ കൈയാട്ടി വിളിച്ചു. വിരലുകൾകൊണ്ട് മേശമേൽ താളം പിടിച്ചുകൊണ്ടിരുന്നു. ദുഷ പുകവലിക്കുമെന്ന് എനിക്കറിയാം. ഇത്തരം പ്രതിസന്ധി സമയങ്ങളിൽ നിക്കോട്ടിന്റെ സഹായം അവർ ശീലിച്ചതാണ്.

"എനിക്കു പോകാമോ?"

മ്ലാഡൻ എന്റെ നേരെ നോക്കി മറുപടിക്കായി കാത്തു. എനിക്കും ദുഷയ്ക്കും അവന്റെ രാത്രികലാപരിപാടികളേക്കാൾ ഗൗരവമായ എന്തോ ചർച്ച ചെയ്യാനുണ്ടെന്ന് അവന് ഉറപ്പായിരിക്കുന്നു. അതുകൊണ്ട് ഞങ്ങളുടെ അടുത്ത് ചുറ്റിക്കറങ്ങുന്നതിൽ അവനു കാര്യമുണ്ടായിരുന്നില്ല. ഞാൻ സൗമ്യമായി തലയാട്ടി.

"ഇനിയെന്നെ വെറുതെ ബുദ്ധിമുട്ടിക്കരുത് സഹോദരാ."

കാര്യം ഞാൻ പ്രയോഗിച്ചത് അലപം വിലകുറഞ്ഞ സൂത്രമാണ് എന്നാലും അത് ഫലം കണ്ടു. അവൻ ഇതുവരെ എന്നെ സഹോദരൻ എന്ന് വിളിച്ചിട്ടില്ല. അവൻ സഹോദരനാണെന്നും ദുഷയുടെ മകനാണെന്നും ഉള്ള യാഥാർത്ഥ്യത്തെ ഞാൻ ശക്തമായി എന്നും ചെറുത്തിരുന്നു എന്ന് അവനറിയാം. ആരുടെയെങ്കിലും ആരെങ്കിലുമായിരിക്കുക എന്ന നൈസർഗികമായ ആഗ്രഹത്തെ ചെറുത്തുനിൽക്കുക എന്ന് പറയുന്നത് എത്ര കഠിനമാണെന്നു മ്ലാദനു മനസ്സിലാകുമോ എന്ന് എനിക്കു സംശയമുണ്ട്. സത്യത്തിൽ അവൻ അറിഞ്ഞുകൊണ്ട്തന്നെ എന്റെ അടിച്ചമർത്തപ്പെട്ട മോഹത്തെ തുറന്നു കാണിക്കുകയായിരുന്നു എന്ന് ഞാൻ സംശയിച്ചു. ചിലപ്പോൾ അവൻ എന്റെ പ്രീതി പിടിച്ചുപറ്റാൻ വേണ്ടി അല്പം മര്യാദക്കാരനായി മാറിയതുമാവാം.

അവൻ അപ്പാർട്ടുമെന്റ് കെട്ടിടത്തിന് മുന്നിലെ അവന്റെ സ്ഥിരം സ്ഥലത്തേക്ക് അവന്റെ ശരീരവും വലിച്ചുകൊണ്ട് പോകുന്നത് ഞങ്ങൾ നോക്കിയിരുന്നു. എനിക്ക് ഒന്നുരണ്ടു വാക്കുകൾ സംസാരിക്കാൻ പറ്റുന്ന ഒരു

നല്ല പയ്യൻ ആ രൂപത്തിനുള്ളിൽ മറഞ്ഞിരിക്കുന്നുണ്ടോ എന്ന് ആ പോക്ക് നോക്കിയിരുന്നപ്പോൾ തോന്നി. പക്ഷേ അതെന്റെ സ്വകാര്യ ആഗ്രഹ മാണ്. മ്ലാദൻ എന്ന ജീവിയിൽനിന്നും അങ്ങനൊരു സമീപനം ആഗ്രഹി ക്കേണ്ടതില്ല എന്ന് എനിക്കറിയാം.

മ്ലാദൻ പോയതും ദുഷ തിരക്കിട്ടു തന്റെ പേഴ്സിൽനിന്നും സിഗരറ്റു പുറത്തെടുത്തു. വിറയ്ക്കുന്ന കൈകൊണ്ട് ഒരെണ്ണമെടുത്തു കത്തിച്ചു. അവർ എന്തുമാത്രം പുകവലിക്ക് അടിമയായിക്കഴിഞ്ഞുവെന്ന് വ്യക്ത മാണ്. കുട്ടികളെ വളർത്തേണ്ടതെങ്ങനെയെന്ന കാര്യത്തിൽ ദുഷയ്ക്ക് ഇപ്പോഴും ധാരണയില്ല. മറ്റുള്ളവരെ എന്തെങ്കിലും മനസ്സിലാക്കിക്കേണ്ടി വരുമ്പോൾ അവർ ഇപ്പോഴും വെറും വട്ടപ്പൂജ്യമാണെന്ന് തോന്നി. വിഷയം അതൊന്നുമല്ല എന്ന് പെട്ടെന്ന് ഓർത്തു. വളരെ നിസ്സാരമായ ഒരു ബൈക്ക് മോഷണ കഥ ഏതായാലും എനിക്കു സഹോദരൻ എന്ന സ്ഥാനം സമ്മാനിച്ചിരിക്കുന്നു. എന്റെ സഹോദരന്റെ കുരുത്തക്കേടുകൾ ഇല്ലാതെ തന്നെ ജീവിതം അങ്ങേയറ്റം സങ്കീർണമാണ്. അതുകൊണ്ട് ആ ഭാഗം പരാമർശിക്കാൻ ഞാൻ ഉദ്ദേശിക്കുന്നില്ല.

"അല്പം വീഞ്ഞ് ആയാലോ?"

"വേണ്ട."

"എന്നാൽ പിന്നെ വിസ്കി പറയാം."

ദുഷയുടെ പ്രതിരോധം ഇടിഞ്ഞുതുടങ്ങുകയാണെന്ന് മനസ്സിലായില്ല. അതോ ഇനി അവർ അവസാന യുദ്ധത്തിന് തയ്യാറെടുക്കുകയാണോ? സാദ്ധ്യതകൾ അവരുടെ മുന്നിൽ തുറന്നു കിടക്കുകയാണ്.

"വ്ളാദൻ...

വിസ്കി വന്നു. അവർ അത് തിടുക്കത്തിൽ ചുണ്ടോടു ചേർത്തു. ഒരിറക്ക് കുടിച്ചശേഷം ഗ്ലാസ് മേശപ്പുറത്തുവച്ച് ഇരുകൈകളും കൊണ്ട് പിടിച്ചുകൊണ്ടിരുന്നു. അവർ ഒരു ദീർഘനിശ്വാസം വിട്ടു. അവരുടെ പെരു മാറ്റങ്ങൾ ഉള്ളിൽ നിറഞ്ഞുതുളുമ്പുന്ന വൈകാരികവിക്ഷോഭത്തിന്റെ പ്രകടനമായി. ഗ്ലാസ് വീണ്ടും കൈയിലിട്ടു തിരിച്ചുകൊണ്ട് അവർ എന്റെ നേരെ നോക്കി.

നെടെൽകോ... എന്നും വെറുതെ വാഗ്ദാനങ്ങൾ തന്നുകൊണ്ടിരി ക്കുകയായിരുന്നു. പുലയിൽവച്ച് പറഞ്ഞത് നമ്മൾ രണ്ടു ദിവസത്തേ ക്കാണ് ബെൽഗ്രേഡിൽ പോകുന്നതെന്നായിരുന്നു. എല്ലാം പെട്ടെന്ന് തീരുമെന്നും നമ്മൾ വേഗം പുലയിലേക്ക് മടങ്ങുമെന്നും പറഞ്ഞു. ലോസ എല്ലാം നോക്കിക്കോളുമെന്നായിരുന്നു ബെൽഗ്രേഡിൽവച്ച് പറഞ്ഞത്. അത് അദ്ദേഹം വിശ്വസിച്ചതുപോലെയായിരുന്നു. ഞാൻ ഒരു ജീവിതം അവസാനിപ്പിച്ചാണ് പുലയിലേക്ക് വന്നത്. എല്ലാക്കാലവും ഒരേ കാര്യ ങ്ങളുടെ ആവർത്തനമാണല്ലോ നടക്കുന്നതെന്ന തോന്നലിൽനിന്നും രക്ഷപ്പെടാൻ കഴിഞ്ഞില്ല. എല്ലാം അവസാനിക്കുന്നതുപോലെയാണ്

തോന്നിയത്. അദ്ദേഹം പറഞ്ഞ ഒരു വാക്കുപോലും വിശ്വസിക്കാൻ കഴിയുമായിരുന്നില്ല. ഒരുപക്ഷേ എല്ലാം പഴയതുപോലെയാകുമെന്ന് അദ്ദേഹം വിശ്വസിച്ചിരിക്കാം. പക്ഷേ എനിക്കതിനു കഴിഞ്ഞില്ല. ബെൽഗ്രേഡിലെ ഹോട്ടലിൽ ഇരുന്നു ഞാൻ ദിവസവും നാളെ, അല്ലെങ്കിൽ രണ്ടു ദിവസത്തിനുള്ളിൽ എല്ലാം ശരിയാകുമെന്ന് നെടെൽകോയുടെ വാക്കുകൾ എന്നും കേട്ടുകൊണ്ടിരുന്നു. പറയാൻവേണ്ടി പറയുന്ന ആ വാക്കുകളിൽ യാതൊരു സത്യവും ഉണ്ടായിരുന്നില്ല. ഹോട്ടൽമുറിയിൽ നിന്നെ വിട്ടു പോകാൻ ഞാൻ ഭയന്നു. ഓരോ തവണയും പുറത്തുനിന്നും തിരിച്ചു വരുമ്പോൾ ഞാൻ കരയുന്നതു കാണാതിരിക്കാൻ നിന്നിൽനിന്നും മുഖം തിരിച്ചു. ഓരോ തവണ പുറത്തുനിന്നും വരുമ്പോഴും നിന്റെ മുഖത്തെ പ്രതീക്ഷ, നിന്റെ ഭയം, നിന്റെ ഏകാന്തത എല്ലാം എന്നെ ഭയപ്പെടുത്തി. കാര്യങ്ങൾ വിശദീകരിക്കാൻ തുടങ്ങിയാൽ എന്റെ തന്നെ നിയന്ത്രണം നഷ്ടപ്പെടുമെന്നും എല്ലാം കൂടുതൽ വഷളാകുമെന്നും ഭയന്നു. നിന്റെ മുന്നിൽ കരയരുതെന്നു ഉറപ്പിച്ചു. നിന്റെ കൊച്ചുപ്രതീക്ഷകളെ നശിപ്പിക്കരുതെന്നു തീർച്ചപ്പെടുത്തി. പകരം കരഞ്ഞും നിലവിളിച്ചും ബെൽഗ്രേഡിലെ തെരുവുകളിൽ അലഞ്ഞു. അപരിചിതർ എന്നെ അദ്ഭുതത്തോടെ നോക്കി.

കുട്ടിയായിരുന്നകാലം മുതൽ ഞാൻ പിതാവുമായി നിരന്തരം വഴക്കുകൂടുമായിരുന്നു. എത്രയധികം വേദനിപ്പിച്ചാലും ഞാൻ ഒരിക്കലും അദ്ദേഹത്തിന്റെ മുന്നിൽ കരയുമായിരുന്നില്ല. അത്രയ്ക്ക് വാശിക്കാരിയായിരുന്നു ഞാൻ. ഒരിക്കലും ആ മനുഷ്യന്റെ മുന്നിൽ പരാജയം സമ്മതിക്കാൻ തയ്യാറായില്ല. അന്ന് ഒരു ദിവസം ബെൽഗ്രേഡിലെ തീയേറ്ററിന് മുന്നിലെ പാർക്കിൽ ബെഞ്ചിലിരുന്നു പത്രം വായിച്ചുകൊണ്ടിരുന്ന മാന്യനായ ഒരു വൃദ്ധന്റെ മുന്നിൽ ഞാൻ പൊട്ടിക്കരഞ്ഞു. അയാൾ വായിച്ചുകൊണ്ടിരുന്ന പത്രത്തിൽ യൂഗോസ്ലാവ്യ പീപ്പിൾസ് ആർമിയും സ്ലോവേനിയൻ ടെറിറ്റോറിയൽ ഡിഫൻസും തമ്മിലുള്ള യുദ്ധത്തെക്കുറിച്ചും ജുബ്ജാനയെക്കുറിച്ചും എല്ലാം ആണ് പറയുന്നത്. അത് കണ്ട എനിക്ക് നിയന്ത്രിക്കാനായില്ല. ആ വൃദ്ധൻ എഴുന്നേറ്റു തൊട്ടപ്പുറത്തെ ബെഞ്ചിലേക്ക് മാറിയിരുന്നു. അവിടെയിരുന്ന് അയാൾ എന്നോട് സൗമ്യമായി പുഞ്ചിരിച്ചു. ആ സമയത്തു ഞാൻ എന്റെ അച്ഛനെ ഓർത്തു. ഒരിക്കലും താൻ ചെയ്യേണ്ടത് ചെയ്യാത്ത മനുഷ്യൻ. എനിക്ക് ആ വൃദ്ധന്റെ മടിയിൽ തലവച്ച് കിടന്നു കരയാൻ തോന്നി. ഒരുകൊച്ചുകുട്ടിയെപ്പോലെ ഞാൻ നിസ്സഹായയായി. അപ്പോഴാണ് തോന്നിയത് എനിക്കാരെങ്കിലും വേണം. എന്നെ ആശ്വസിപ്പിക്കാൻ, സമാധാനിപ്പിക്കാൻ, എന്ത് ചെയ്യണമെന്ന്, എങ്ങനെ മുന്നോട്ടു പോകണമെന്ന് ഉപദേശിക്കാൻ ആരെങ്കിലും വേണം. പക്ഷേ എനിക്ക് ആരും ഉണ്ടായിരുന്നില്ല. എനിക്കുള്ളവരെല്ലാം പുലയിലും ജുബ്ജാനയിലും ആയിരുന്നു. ബെൽഗ്രേഡിൽ എനിക്കറിയാവുന്ന ഒരേ ഒരാൾ എന്റെ സ്കൂൾകാല സുഹൃത്തായിരുന്ന ഗോകയെ മാത്രമാണ്.

പതിനേഴു വയസ്സുള്ളപ്പോഴാണ് ഞാൻ അവളെ അവസാനമായി കണ്ടത്. അവൾ ഇപ്പോൾ എന്നെ തിരിച്ചെറിയണമെന്നില്ല. അതുകൊണ്ടാണ് എനിക്കവളുടെ വാതിലിൽ തട്ടിവിളിക്കാൻ ധൈര്യം വരാതിരുന്നത്. അവളെയും എനിക്കു നഷ്ടപ്പെടുമോ എന്ന ഭയംകൊണ്ടാണ് അവളെ വിളിക്കാൻ മടിച്ചത്.

എന്നേക്കാൾ ഏകാന്തത അനുഭവിക്കുന്ന മറ്റൊരാളും ഭൂമിയിൽ ഉണ്ടാകില്ലെന്ന് അന്ന് മനസ്സിലായി. ഇതിങ്ങനെ തുടരാൻ കഴിയില്ലെന്ന് ഞാൻ നെടെൽകോയോട് പറഞ്ഞു. എനിക്കു പോണം. പക്ഷേ എങ്ങോട്ട് എന്നറിയില്ലായിരുന്നു. എവിടേക്കെങ്കിലും ദൂരെ ബംഗ്ലാദേശിലേക്കാണെങ്കിലും പോണം. നെടെൽകോയെ വിട്ടു നിന്നെയും കൊണ്ട് രക്ഷപ്പെടണം. ഇതെല്ലം ഞാൻ പറയുമ്പോൾ നെടെൽകോ നിശ്ശബ്ദതപാലിക്കും. അദ്ദേഹം വിളിക്കും. എന്നിട്ട് നിശ്ശബ്ദനായി റിസീവറും പിടിച്ചുനിൽക്കും. പതിനഞ്ചു മിനുട്ടുവരെ നെടെൽകോ നിശ്ശബ്ദനായിനിന്ന അവസരങ്ങളുണ്ട്. എന്നെ കൊല്ലുന്നതിനു തുല്യമായിരുന്നു അത്. ആ നിശ്ശബ്ദതയെ ഞാൻ സർവശക്തിയിലും വെറുത്തു. അതിലും നല്ലതു അദ്ദേഹം നടക്കാത്ത ആ വാഗ്ദാനങ്ങൾ തരുന്നതായിരുന്നു എന്നെനിക്കു തോന്നി. മിണ്ടാതെ നിൽക്കാനാണെങ്കിൽ ഇനി വിളിക്കരുതെന്നു ഞാൻ യാചിച്ചു. പക്ഷേ ഈ പതിവ് തുടർന്നു. ഞാൻ അദ്ദേഹത്തോട് സംസാരിക്കാൻ പലപ്പോഴും ആവശ്യപ്പെട്ടു. ദേഷ്യപ്പെട്ടു, ഭീഷണിപ്പെടുത്തി. ഞാൻ എല്ലാ ശ്രമവും നടത്തി. എല്ലാം വെറുതെയായിരുന്നു. ഒരു വൈകുന്നേരം ഞാൻ അദ്ദേഹത്തോട് പറഞ്ഞു ഞാൻ സ്ലോവേനിയയിൽ എന്റെ മാതാപിതാക്കളുടെ അടുത്തേക്കു മടങ്ങുകയാണെന്ന്. അപ്പോഴും യാതൊരു പ്രതികരണവും ഉണ്ടായില്ല.

അന്നാണ് ആദ്യമായി അദ്ദേഹത്തിന്റെ ആ നിശ്ശബ്ദതയെ ഞാൻ ഭയന്നു തുടങ്ങിയത്. എന്തുകൊണ്ടാണ് ആരും ഉറക്കെ വ്യക്തമായി സംസാരിക്കാൻ ആഗ്രഹിക്കാത്തത് എന്നത് എന്നെ ആശങ്കപ്പെടുത്തി. വൈകുന്നേരത്തെ വാർത്ത അവതാരകർ എന്തോ പറയാൻ ആഗഹിക്കുന്നുണ്ടെങ്കിലും അതിനനുവാദമില്ലെന്ന് ആ നിശ്ശബ്ദതകളിൽ നിന്ന് വായിക്കാൻ കഴിയുമായിരുന്നു. ഞാൻ ഓരോന്ന് ആലോചിച്ചു കൂട്ടാൻ തുടങ്ങി. മറ്റു ഓഫീസർമാരുടെ ഭാര്യമാരിൽനിന്നും മറ്റും ചില കാര്യങ്ങൾ അറിഞ്ഞതോടെ ഭയം കൂടിക്കൂടി വന്നു. എനിക്ക് അവരോടൊപ്പം ഇനി ആ ഹോട്ടലിൽ താമസം തുടരാൻ സാധ്യമല്ല എന്ന് ബോധ്യമായി. ഇനിയങ്ങോട്ട് ഓഫീസർമാരുടെ കുടുംബങ്ങളുടെ ഭാഗമായിരിക്കാൻ ആഗ്രഹിച്ചില്ല. അങ്ങനെയാണ് അന്ന് അദ്ദേഹം പ്രഭാതഭക്ഷണത്തിനു നമുക്കൊപ്പം ചേർന്നത്. അന്ന് പറഞ്ഞ ഒരേ ഒരു കാര്യം, "യുദ്ധം തുടങ്ങാൻ പോകുന്നു." എന്ന് മാത്രമാണ്.

എന്താണ് ഉദ്ദേശിക്കുന്നതെന്ന് ഞാൻ ചോദിച്ചു. എന്നാൽ ചുമലുകൾ കുലുക്കി വെറുതെ തലയാട്ടി നെടെൽകോ ഒന്നും പറയാതെ വിദൂരതയിലേക്ക് നോക്കി. എന്റെ കണ്ണുകളിലേക്ക് നോക്കാൻപോലും അദ്ദേഹം

തയ്യാറായില്ല. നിന്നെയുംകൊണ്ട് കഴിയുന്നത്ര ദൂരെ അകലെ രക്ഷപ്പെടാൻ, നെടെൽകോയെ മറക്കാൻ ആയിരുന്നു അന്നദ്ദേഹം പറയാതെ പറഞ്ഞതെന്ന് എനിക്കിപ്പോൾ തോന്നുന്നു. കേണലിന്റെ യൂണിഫോമിനുള്ളിൽ നെടെൽകോ ഒരു പൂച്ചയായിരുന്നു. അദ്ദേഹത്തിന് അദ്ദേഹത്തിന്റെ മിലിറ്ററി ലോകമായിരുന്നു എല്ലാം. അവിടുന്നുള്ള ഉത്തരവുകളായിരുന്നു പ്രധാനം. അദ്ദേഹം കീഴടങ്ങിയിരിക്കുന്നു. ബെൽഗ്രേഡിലേക്ക് വന്ന ആ നിമിഷംതന്നെ അത് നടന്നിരുന്നു. പക്ഷേ എനിക്കതു മനസ്സിലായില്ല, അല്ലെങ്കിൽ മനസ്സിലാക്കാൻ ആഗ്രഹിച്ചില്ല എന്ന് പറയുന്നതാവും കൂടുതൽ ശരി. സ്വാഭിമാനത്തിന്റെ നിർവചനത്തിൽ അദ്ദേഹത്തിന് അദ്ദേഹത്തിന്റെ യൂണിഫോമും റാങ്കും മാത്രമേ ഉണ്ടായിരുന്നുള്ളൂ. ഞാൻ അതിൽ എന്റെ ഭർത്താവിനെ, നിന്റെ പിതാവിനെ, എന്റെ നെടെൽകോയെ കാണാൻ ശ്രമിച്ചു.

അദ്ദേഹത്തിനുവേണ്ടി ഇനിയൊരു നിലനിൽപ് ഉണ്ടാവില്ലെന്ന് എനിക്കറിയാം. നെടെൽകോ കേണൽ ബോറോജെവിക് മാത്രമാണ്. ഡാനിലോയെ കാണാൻ നോവിസാഡിലേക്ക് പോകാൻ ഞാൻ സമ്മതിച്ചത് എന്തുകൊണ്ടാണെന്ന് എനിക്കൊരു ധാരണയും ഇല്ല. ചിലപ്പോൾ കാര്യങ്ങളിൽ കുറച്ചെങ്കിലും മാറ്റംവരാൻ വേണ്ടിയായിരിക്കും. പക്ഷേ എന്ത് ചെയ്യണമെന്ന് ഒരു രൂപവുമില്ലാതിരുന്നതുകൊണ്ടാണ് നെടെൽകോ അങ്ങനെയൊരു നിർദേശം മുന്നോട്ടുവച്ചതെന്ന് പിന്നീട് എനിക്കു വ്യക്തമായി. നാളെ അല്ലെങ്കിൽ കുറച്ചു ദിവസത്തിനകം എല്ലാം ശരിയാകുമെന്ന് വാഗ്ദാനം നൽകി മുന്നോട്ടു പോകാൻ ഇനി കഴിയില്ലെന്ന് അദ്ദേഹത്തിനുതന്നെ തോന്നിയിരിക്കും. ഇനി കള്ളം പറയേണ്ടെന്ന അദ്ദേഹത്തിന്റെ തീരുമാനത്തിൽ അദ്ദേഹത്തോട് എനിക്കു നന്ദിയാണ് തോന്നേണ്ടിയിരുന്നത്. പക്ഷേ ഞാൻ അങ്ങേയറ്റം നിരാശയും ദുഃഖിതയും കോപാകുലയുമായിരുന്നു. അതുകൊണ്ടുതന്നെ ആ ഒരു നല്ലവശം കാണാൻ കഴിഞ്ഞില്ല. നമ്മളാണോ അതോ സൈന്യമാണോ വേണ്ടതെന്നു തീരുമാനിക്കാൻ അദ്ദേഹത്തിനു പത്തു ദിവസത്തെ സമയം കൊടുത്തു. നിന്നെ വെച്ച് അദ്ദേഹത്തോട് വിലപേശേണ്ടി വന്നതിൽ ഒരുപാടു കുറ്റബോധം തോന്നിയിരുന്നു. പക്ഷേ ഇങ്ങനെ മാത്രമേ എനിക്കു നെടെൽകോയെ വീണ്ടെടുക്കാൻ കഴിയൂ എന്നുറപ്പായിരുന്നു. എന്നെ നെടെൽകോ ഗൗരവമായിതന്നെ എടുക്കുമെന്ന് ഞാൻ കരുതി. പക്ഷേ അദ്ദേഹം വെറുതെ ശിരസ്സ് ചലിപ്പിക്കുക മാത്രമാണ് ചെയ്തത്. ആ നിസ്സംഗത സത്യത്തിൽ എന്നെ ഭ്രാന്ത് പിടിപ്പിച്ചു, എനിക്ക് ആ മനുഷ്യനെ കൊല്ലാനാണ് തോന്നിയത്. നമ്മൾ മാത്രമുള്ള ഒരു സ്ഥലത്തായിരുന്നെങ്കിൽ തീർച്ചയായും ഞാൻ അത് ചെയ്യുമായിരുന്നു. ആ നിമിഷം ഞെട്ടലോടെ ഒരു കാര്യം മനസ്സിലാക്കി. എന്റെ മുന്നിൽ രണ്ടുവഴികളാണുള്ളത്, ഒന്നുകിൽ ഒരു മുഴുഭ്രാന്തിയാകുക, അല്ലെങ്കിൽ എല്ലാം അവസാനിപ്പിക്കുക.

അങ്ങനെ എല്ലാം അവസാനിപ്പിച്ച പുതിയൊരു വ്യക്തിയാണ് നോവി സാഡിലേക്ക് പോയത്. അവിടെ, ഡാനിലോയുടെ വീട്ടിലെത്തിയത് മറ്റൊരു ദുഷയായിരുന്നു, ഒന്നും കാണാത്ത, ഒന്നും കേൾക്കാത്ത ദുഷ. അവിടെ, തീർത്തും അബോധാവസ്ഥയിലാണ് ഞാൻ കഴിഞ്ഞിരുന്നത്. ആ ടി.വിയും സോഫയും മാത്രമേ എന്റെ ഓർമ്മയിൽ ഉള്ളൂ. നിനക്കെങ്കിലും കൂട്ടുണ്ടല്ലോ എന്ന് ഞാൻ എന്നെതന്നെആശ്വസിപ്പിച്ചു. നിനക്കാവശ്യമുള്ളതെല്ലാം സാവ ചെയ്തുതരുമായിരുന്നു. അതുകൊണ്ട് ആ ഭാഗം ഏറെ ശ്രദ്ധിക്കേണ്ടിയിരുന്നില്ല. പിന്നെ ഞാൻ ഓർക്കുന്നത് നെടെൽകോയുടെ വിളികളാണ്. എല്ലാം ശരിയാകുമെന്ന് അപ്പോഴും നെടെൽകോ പറഞ്ഞു. നിന്നെക്കുറിച്ചു ചോദിക്കുമായിരുന്നെങ്കിലും നിന്നോട് സംസാരിക്കണമെന്നു പറഞ്ഞിരുന്നില്ല. നിന്നോട് സംസാരിക്കാത്തതിന് എന്തെങ്കിലും കാരണമുണ്ടാക്കി ഞാൻ തന്നെ നിന്നോട് പറയണമെന്നും ആവശ്യപ്പെടുമായിരുന്നു. അദ്ദേഹം ഉൾവലിയുകയായിരുന്നു. നിന്റെ ശബ്ദം കേൾക്കാതിരിക്കുന്നതായിരുന്നു അദ്ദേഹത്തിന് സൗകര്യം. നിന്നോട് സംസാരിച്ചാൽ ഒരുപക്ഷേ പഴയ ജീവിതത്തിലേക്ക് മടങ്ങിവരാൻ തോന്നിയാലോ. നോവിസാഡിലേക്കുള്ള വിളികളില്ലെല്ലാം പഴയകാര്യങ്ങൾതന്നെ ആവർത്തിച്ചുകൊണ്ടിരുന്നു. ഞാൻ എന്റെ കാര്യങ്ങളും ആവർത്തിച്ചു. ഫീൽഡിൽ എന്ത് നടക്കുന്നുവെന്ന് ഞാൻ ചോദിക്കാതെയായി. ഞാൻ ദിവസങ്ങൾ എണ്ണുകയായിരുന്നു. അങ്ങനെ ഒരു ദിവസം ഞാൻ പറഞ്ഞു നമ്മൾ അടുത്ത ദിവസം സ്ലോവേനിയയിലേക്ക് പോകുന്നുവെന്ന്. ടിക്കറ്റ് വാങ്ങിക്കഴിഞ്ഞുവെന്നും എല്ലാം തയ്യാറായിക്കഴിഞ്ഞുവെന്നും കള്ളം പറഞ്ഞു. എന്നാൽ നെടെൽകോയിൽ നിന്ന് എതിർപ്പുണ്ടായില്ല. അദ്ദേഹം ആകെ ചോദിച്ചത്, നമ്മൾ എവിടെയാണ് താമസിക്കാൻ പോകുന്നത് എന്ന് മാത്രമായിരുന്നു.

ഇന്നും ഞാൻ ആ ചോദ്യം കേൾക്കുന്നു. വളരെ ബാലിശമായ, വേദനാജനകമായ ചോദ്യം. അദ്ദേഹം നമ്മുടെ യാത്രപറച്ചിൽ വളരെ ലളിതമായി സ്വീകരിച്ചിരിക്കുന്നു. യുദ്ധവും യുദ്ധത്തിലെ തന്റെ പങ്കും അംഗീകരിച്ച അതേ ലാഘവത്തിൽ നമ്മുടെ വിടവാങ്ങലും അംഗീകരിച്ചിരിക്കുന്നു. അപ്പോൾ ഞാൻ തീരുമാനിച്ചു, നെടെൽകോ ഇനിയെന്നെ വേദനിപ്പിക്കാൻ ഞാൻ അനുവദിക്കില്ല. ഇത് അവസാനത്തേതാണ്. അതുകൊണ്ട് ഇനിയെന്നെ വിളിക്കരുതെന്നു പറഞ്ഞു. ഇനി ആ ശബ്ദം കേൾക്കാൻ ആഗ്രഹിക്കുന്നില്ല. 'ശരി' എന്നായിരുന്നു ഉത്തരം. അദ്ദേഹം എന്നെ ജീവനോടെ പിച്ചിച്ചീന്തുകയായിരുന്നു. ആ ബന്ധുജനങ്ങളുടെ ഇടയിൽ അല്ലായിരുന്നുവെങ്കിൽ അലറിവിളിച്ച് എന്റെ തല ചുമരിൽ ഇടിച്ചു പൊട്ടിക്കുമായിരുന്നു. ഞാൻ നെടെൽകോയെ കൊല്ലാൻ ആഗ്രഹിച്ചു. 'ശരി' എന്ന് എത്ര നിസ്സാരമായി പറയുന്നു. എന്നിട്ടു നിശ്ശബ്ദനായി നിൽക്കുന്നു. അദ്ദേഹം മനഃപൂർവം എന്നെ അദ്ദേഹത്തിൽനിന്നും അകറ്റുകയായിരുന്നുവെന്ന് അന്ന് മനസ്സിലായില്ല. ശരിയാണ്, അദ്ദേഹത്തിന്

അറിയാവുന്നതെല്ലാം എനിക്കറിയുമായിരുന്നില്ല. ശരിക്കും എന്താണ് സംഭവിക്കുന്നതെന്നും അറിയുമായിരുന്നില്ല. പക്ഷേ അദ്ദേഹത്തിന്റെ നിസ്സംഗതയും നിസ്സഹായതയും അന്നും ഇന്നും മനസ്സിലായിട്ടില്ല. ജീവിതം കൈവിട്ടുപോകുന്നുവെന്ന യാഥാർത്ഥ്യത്തെ നെടൈൽകോ പൂർണമായും സ്വീകരിച്ചിരിക്കുന്നു. അത് അദ്ദേഹത്തിന് ഒന്നുമായിരുന്നില്ല എന്നതു പോലെയാണ് പെരുമാറുന്നത്. എന്നെ വേണ്ടെന്നുവച്ചുവെന്നത് എന്നെ വേദനിപ്പിച്ചു. പക്ഷേ നിന്നെ, അദ്ദേഹത്തിന്റെ ഏക മകനെയും വേണ്ടെന്നുവച്ചത് ഉൾക്കൊള്ളാൻ കഴിയുന്നതിലും അപ്പുറമായിരുന്നു. ആ കാര്യത്തിൽ അദ്ദേഹത്തോട് ക്ഷമിക്കാനാകുമായിരുന്നില്ല. ആ കാര്യത്തിലെങ്കിലും അദ്ദേഹത്തെ ശിക്ഷിക്കണമെന്ന് ആഗ്രഹിച്ചു. അന്ന് ഞാൻ പറഞ്ഞു ഞങ്ങൾ സ്ലോവേനിയയിലേക്ക് പോകുകയാണെന്നും നെടൈൽകോ മരിച്ചുപോയെന്നു നിന്നോട് പറയുമെന്നും. 'അങ്ങനെ പറയുന്നതാണ് നല്ലതെന്ന' നെടൈൽകോയുടെ മറുപടി എനിക്കു വിശ്വസിക്കാൻ കഴിഞ്ഞില്ല. ഞാൻ ആ വാക്കുകൾ മനസ്സിലാക്കിയില്ല. മകന്റെ മുന്നിൽ മരിച്ചുപോയി എന്നറിയപ്പെടണമെങ്കിൽ തക്കതായ എന്തോ കാരണമുണ്ടാകുമെന്ന് അന്ന് മനസ്സിലാക്കിയില്ല. ആ കാരണമെന്തായിരിക്കുമെന്നു ചോദിക്കാൻ ധൈര്യമുണ്ടായില്ല. അതെത്രമാത്രം ഭീകരമായിരിക്കുമെന്നു മാത്രം മനസ്സിലാക്കുന്നു.

ഇപ്പോഴും ആ വാക്കുകളെക്കുറിച്ചോർക്കുമ്പോൾ എന്റെ ശരീരം വിറകൊള്ളുന്നു. അന്ന് അതുകേട്ട ഞാൻ അടിമുടി വിറയ്ക്കുകയായിരുന്നു. എന്റെ കൈയിൽനിന്നും റിസീവർ താഴെ വീഴുമെന്നു ഞാൻ കരുതി. അദ്ദേഹം എന്നെ വേദനിപ്പിക്കുന്നതുപോലെ ചെറുതായി ഒരു വേദന അദ്ദേഹത്തിനും ഉണ്ടാവട്ടെ എന്നാണ് കരുതിയത്. പക്ഷേ അദ്ദേഹം സ്വന്തം മരണം അനായാസം സ്വീകരിച്ചു.

ഇത് ഒരിക്കലും ഞാൻ വിവാഹം കഴിച്ച മനുഷ്യൻ അല്ല. ആ മനുഷ്യന്റെ പേരിൽ മറ്റാരോ ആണ് വിളിക്കുന്നതെന്നു ചിന്തിക്കാൻ തുടങ്ങി. ആരോ എന്നെ വിഡ്ഢിയാക്കുന്നു, ആരോ എന്നെ മനഃപൂർവം വേദനിപ്പിക്കുന്നു. അത് തിരിച്ചറിയാൻ കഴിഞ്ഞില്ല. അദ്ദേഹത്തെ ഒരിക്കലെങ്കിലും കാണാൻ കഴിഞ്ഞിരുന്നെങ്കിൽ, സംസാരിക്കാൻ കഴിഞ്ഞിരുന്നെങ്കിൽ, തൊടാൻ കഴിഞ്ഞിരുന്നെങ്കിൽ എന്റെ ധാരണകൾ വ്യത്യസ്തമാകുമായിരുന്നു എന്നാണ് തോന്നുന്നത്. പക്ഷേ ഇപ്പോൾ തോന്നുന്നത് ഞാൻ ഒരു അപരിചിതനെ, ഒരു അപരിചിതശബ്ദത്തെയാണ് വിട്ടുപോകുന്നത് എന്നാണ്. അങ്ങനെയല്ലായിരുന്നെങ്കിൽ ആ ബസ്സിൽ കയറി സ്ലോവേനിയയ്ക്കു പോകാൻ ഒരിക്കലും കഴിയുമായിരുന്നില്ല. എന്റെ മാതാപിതാക്കളുടെ വീട്ടുപടിക്കൽ ഞാൻ ഒരിക്കലും പോകുമായിരുന്നില്ല.

നിനക്കറിയാം, ഇതെല്ലാമായിട്ടും എനിക്ക് അദ്ദേഹത്തെ മറക്കാൻ കഴിഞ്ഞിരുന്നില്ല. ഒറ്റയടിക്കു ഞാൻ അദ്ദേഹത്തെ ഉപേക്ഷിച്ചതുമല്ല. ആദ്യം ഞാൻ നെടൈൽകോയുമായുള്ള എല്ലാ ബന്ധങ്ങളും വിച്ഛേദിച്ചു.

അദ്ദേഹം എന്നെ എത്രമാത്രം അകറ്റിയെന്നു മനസ്സിലാക്കാൻ അത് മതിയാകുമെന്നു കരുതി. എത്രമാത്രം എന്നെ ഒഴിവാക്കിയതുകൊണ്ടാണ് എന്റെ പിതാവിന്റെ അരികിലേക്കു തിരിച്ചുപോയതെന്ന് നെടെൽകോ മനസ്സിലാക്കുമെന്നു കരുതി. അതെനിക്ക് എത്ര മാത്രം ദുഷ്കരമായിരിക്കുമെന്ന് അറിയാവുന്ന ഒരേ ഒരാൾ നെടെൽകോ മാത്രമാണ്. അച്ഛന്റെ അടുത്തേക്ക് ഒരു തിരിച്ചുപോക്ക് എനിക്കെത്രമാത്രം അപമാനകരമായിരിക്കുമെന്ന്, അത് ആ മനുഷ്യന് എന്തുമാത്രം സന്തോഷകരമായിരിക്കുമെന്നു മറ്റാരേക്കാൾ നെടെൽകോയ്ക്ക് അറിയാമായിരുന്നു.

അവിടെയാകട്ടെ പണ്ടത്തേതിനേക്കാൾ നൂറിരട്ടി മോശമായിരുന്നു അവസ്ഥ. എനിക്കവരെ, മാതാപിതാക്കളെ പണ്ടത്തേതിനേക്കാൾ കൂടുതൽ വെറുക്കാനേ കഴിഞ്ഞുള്ളൂ. അവരുമായി ഒരു ധാരണയിലും എത്താൻ കഴിഞ്ഞില്ല. ഓരോ നോട്ടത്തിലും കുറ്റപ്പെടുത്തലുകൾ മാത്രമാണ് കണ്ടത്. അവിടെക്കഴിഞ്ഞ ഓരോ നിമിഷങ്ങളും എനിക്കു നരകതുല്യമായിരുന്നു. എന്റെ ഭർത്താവ് എവിടെയെന്ന് അവർ ഒരിക്കലും ചോദിച്ചില്ല. എന്താണ് സംഭവിച്ചതെന്നോ, അദ്ദേഹം സുഖമായിരിക്കുന്നോ എന്ന് പോലും അന്വേഷിച്ചില്ല. അദ്ദേഹം മരിച്ചിട്ടുണ്ടാകാം. പക്ഷേ അവർക്ക് അറിയാൻ യാതൊരു താത്പര്യവും ഉണ്ടായിരുന്നില്ല. ദുഷൻ പോഡ്ലോഗർ നിന്നെ സ്വീകരിച്ചത് എന്റെ ജീവിതം എത്രമാത്രം വലിയ തെറ്റായിരുന്നുവെന്ന് എന്നെ ബോധ്യപ്പെടുത്താൻ വേണ്ടിയാണെന്നാണ് തോന്നിയിട്ടുള്ളത്. പണ്ട് ഞാൻ അവിടെ എത്രമാത്രം വിഷമിച്ചിരുന്നുവോ അതേ അവസ്ഥയിലാണ് നീയുമെന്ന് മനസ്സിലായിരുന്നു. അവിടെനിന്ന് രക്ഷപ്പെട്ടേ തീരൂ എന്ന് എനിക്കറിയാമായിരുന്നു. കാരണം ഒരിക്കൽ ഞാൻ അവസാനിപ്പിച്ച ജീവിതം അവിടെത്തന്നെ വീണ്ടും തുടരാൻ ഒരിക്കലും ഇഷ്ടപ്പെട്ടില്ല.

ശരിയാണ് വ്ളാദൻ, ഞാൻ ജീവിതം കരുപിടിപ്പിക്കാൻ പാഞ്ഞുനടക്കുന്നതിനിടയിൽ നിന്നെ മറന്നുപോയിരുന്നു. എനിക്കറിയാം, ഞാൻ നിന്നെ മറന്നു എന്ന്. എനിക്കതിൽ ദുഃഖമുണ്ട്. ഇന്നെനിക്ക് അത് മനസ്സിലാവുന്നുണ്ട്. ഭ്രാന്തുപിടിച്ച ആ ഓട്ടത്തിൽ എപ്പോഴും നീയെന്റെ കൂടെ ഉണ്ടായിരുന്നു. എന്നിട്ടുപോലും ഞാൻ നിന്നെ പിന്നിൽ ഉപേക്ഷിച്ചു. നീയും ആ ജീവിതത്തിന്റെ ഭാഗമായിരുന്നു. എനിക്കതു പറയാൻ അത്രയ്ക്ക് വിഷമമുണ്ട്. പക്ഷേ എന്നെ സംബന്ധിച്ചടത്തോളം ഏതു ജീവിതത്തിൽ നിന്നാണോ രക്ഷപ്പെടാൻ പരിശ്രമിച്ചുകൊണ്ടിരുന്നത് ആ ജീവിതത്തിന്റെ ഭാഗമായിരുന്നു നീ. എനിക്കിന്ന് അതറിയാം. പക്ഷേ അന്ന് എനിക്കു തോന്നിയത് ഞാൻ ആ ഭാഗം അവസാനിപ്പിക്കണമെന്നു തന്നെയാണ്. അല്ലെങ്കിൽ ഞാൻ മരിച്ചുപോകുമെന്ന് തോന്നി. ഒരു ഫോണിന്റെ അപ്പുറത്തുള്ള ആ ജീവിതത്തിന്റെ ഭാഗമായി തുടരാൻ കഴിയില്ല എന്ന് തീർച്ചപ്പെടുത്തി. എല്ലാം അവസാനിച്ചതായി തോന്നി. ഇനി പുല ഇല്ല, ബോറോ ജെവിക് കുടുംബവുമില്ല. ഞാൻ മുന്നോട്ടു ജീവിക്കാൻ ആഗ്രഹിച്ചു. എവിടെയെങ്കിലും എങ്ങനെയെങ്കിലും നെടെൽകോ ഇല്ലാതെ ജീവിക്കുക.

പക്ഷേ അദ്ദേഹം വീണ്ടും വിളിക്കാൻ തുടങ്ങി. സാധാരണലോകം എങ്ങനെ തുടരുന്നുവെന്ന് അറിയാൻ ആഗ്രഹം പ്രകടിപ്പിച്ചു. അദ്ദേഹം ഒന്ന് സംഭവിച്ചിട്ടില്ലാത്തതുപോലെ നിസ്സാരകാര്യങ്ങൾ അന്വേഷിച്ചു കൊണ്ടിരുന്നു. കാലാവസ്ഥയെക്കുറിച്ചും അയൽക്കാരെക്കുറിച്ചും ഒക്കെയാണ് നെടെൽകോയ്ക്ക് അറിയേണ്ടിയിരുന്നത്. നമ്മൾ അന്ന് ഉച്ചഭക്ഷണത്തിന് എന്താണ് കഴിച്ചത് തുടങ്ങിയ ചോദ്യങ്ങൾ കേട്ട് എനിക്കു സമനില നഷ്ടപ്പെട്ടു. അദ്ദേഹത്തിന് സ്ഥലകാല ബോധ്യങ്ങൾ ഇല്ലാതായി എന്ന് തോന്നി. സാധാരണലോകം എങ്ങനെ ജീവിക്കുന്നു എന്ന ഒരു ധാരണ ഉണ്ടാക്കാൻ വേണ്ടിയായിരിക്കാം അദ്ദേഹം അന്ന് അത്തരം ചോദ്യങ്ങൾ ചോദിച്ചിരുന്നതെന്ന് ഇന്നിപ്പോൾ തോന്നുന്നു. ശാന്തത നിലനിർത്താൻ അദ്ദേഹം പരിശ്രമിച്ചിരുന്നു. പക്ഷേ പലപ്പോഴും ഒരു മനോരോഗിയുടേതുപോലെയാണ് സംസാരങ്ങൾ അനുഭവപ്പെട്ടത്. ഞാൻ വളരെ ക്രൂരമായിട്ടാണ് സംസാരിച്ചിരുന്നതെന്ന് എനിക്കറിയാം. പക്ഷേ അങ്ങനെ പറയിപ്പിക്കുംവിധമായിരുന്നു ആ മനുഷ്യൻ സംസാരിച്ചിരുന്നത്.

ഞാൻ അദ്ദേഹത്തെ ഭയപ്പെടാൻ തുടങ്ങി. ആ ശാന്തമായ ശബ്ദത്തേയും. നമ്മൾ അന്ന് ടിവിയിൽ എന്താണ് കണ്ടത് തുടങ്ങിയ ചോദ്യങ്ങളേയും ഭയമായി. നിനക്കറിയാമല്ലോ, നമ്മൾ ഒരിക്കൽപോലും യുദ്ധത്തെക്കുറിച്ചു സംസാരിച്ചിട്ടില്ല. നെടെൽകോ ഒന്നും എന്നോട് വിശദീകരിച്ചില്ല. ഞാനൊന്നും ചോദിച്ചിട്ടുമില്ല. ചിലപ്പോൾ ഞാൻ, യുദ്ധഭൂമിയിൽനിന്ന് ഒരു ദിവസത്തെ ഭീകരയുദ്ധത്തിനൊടുവിൽ ഭാര്യയെ വിളിച്ച് ഒരു ജോലി കണ്ടെത്തുന്നതിനെക്കുറിച്ചും വീട്ടുവാടകയെക്കുറിച്ചും സാധനങ്ങളുടെ വിലയെക്കുറിച്ചും സംസാരിക്കുന്ന ഒരു കേണലായി ഞാൻ നെടെൽകോയെ സങ്കല്പിച്ചു നോക്കുമായിരുന്നു. എന്റെ കൺമുന്നിൽ അയാൾ നിൽക്കുന്നതായി ഞാൻ സങ്കല്പിച്ചിട്ടുണ്ട്. പക്ഷേ ഭ്രാന്ത് പുലമ്പുന്ന ഈ മനുഷ്യന് ഒരിക്കൽ ഞാൻ എല്ലാറ്റിലും ഏറെ സ്നേഹിച്ച നെടെൽകോയുമായി ഒരു സാമ്യവും തോന്നിയില്ല. ഒരു ഫോൺലൈനിന്റെ അപ്പുറത്തു നിൽക്കുന്ന ഈ മനുഷ്യനുമായി എനിക്കൊരു ബന്ധവുമില്ലെന്ന് വീണ്ടും വീണ്ടും ഉറപ്പായി. ഒരു ബന്ധമുണ്ടാക്കാൻ ആഗ്രഹിക്കുന്നില്ലെന്നും ഉറപ്പായിരുന്നു. അദ്ദേഹത്തോട് സംസാരിക്കാൻ വെറുപ്പായി തുടങ്ങി. ആ ഫോൺ വിളികൾ അവസാനിപ്പിക്കാനുള്ള തീരുമാനം ഏറെക്കുറെ എടുത്തുകഴിഞ്ഞിരുന്നു.

ചിലപ്പോൾ ആ മനുഷ്യൻ സംസാരിക്കുന്നത് എന്താണെന്ന് മനസ്സിലായില്ല. പക്ഷേ ഞാൻ ഇനി അദ്ദേഹത്തെ കാണാൻ ആഗ്രഹിക്കുന്നേയില്ലെന്ന് അറിയാമായിരുന്നു. ഞാൻ മാത്രമല്ല, നീയും കാണരുതെന്ന് ഞാൻ ആഗ്രഹിച്ചു. എന്തുകൊണ്ടെന്ന് എനിക്കറിയില്ല. ഇപ്പോഴും അറിയില്ല. പക്ഷേ ഞാൻ ആ തീരുമാനത്തിൽ ഒരിക്കലും ദുഃഖിക്കുന്നില്ല. ഇപ്പോഴും ഞാൻ വിശ്വസിക്കുന്നു, ചെയ്തത് ശരിയാണെന്ന്. നീ അദ്ദേഹത്തെ കേൾക്കണമായിരുന്നു, എന്നാലേ ഞാൻ പറയുന്നത് പൂർണമായി നിനക്ക്

മനസ്സിലാകൂ. അദ്ദേഹം മരിച്ചുവെന്ന് എനിക്കു നിന്നോട് പറയണമായിരുന്നു. എനിക്ക് അദ്ദേഹത്തെ എന്നേക്കുമായി മറവു ചെയ്യണമായിരുന്നു. ഒന്നിനെക്കുറിച്ചുമല്ലാതെ അദ്ദേഹം നടത്തിയിട്ടുള്ള നിരവധി സംഭാഷണങ്ങളിൽ ഏതെങ്കിലും നീ കേട്ടിരുന്നെങ്കിൽ, ആ പ്രശാന്തമായ ശബ്ദം നീ കേട്ടിരുന്നെങ്കിൽ നിനക്കു മനസ്സിലാകുമായിരുന്നു എനിക്കു മറ്റൊരു മാർഗ്ഗവുമില്ലായിരുന്നുവെന്ന്. നിനക്കുവേണ്ടി എനിക്ക് അദ്ദേഹത്തെ ഒഴിവാക്കിയേ തീരുമായിരുന്നുള്ളൂ എന്ന്.

ദുഷ സംസാരം തുടർന്നു. അവരുടെ കഥപറച്ചിൽ തുടരുകയാണ്. പക്ഷേ ഞങ്ങളുടെ ജുബ്ജാന ജീവിതത്തിനിടെ, ദുഷ പറഞ്ഞ ഒരേ ഒരു സ്ലോവേനി അല്ലാത്ത ആ വാക്ക് മാത്രമാണ് ഞാൻ കേൾക്കുന്നത്. അവർ കഥ പറയുന്നത് ഞാൻ നോക്കിയിരുന്നു. ഒരുപാട് വൈകിപ്പോയ ഒരു തുറന്നുപറച്ചിൽ. എത്രയോ വർഷങ്ങൾ പാഴാക്കിക്കളഞ്ഞശേഷം ഉള്ള ആ തുറന്നുപറച്ചിൽ ഞാൻ കേൾക്കുന്നതിനേക്കാൾ കാണുകയായിരുന്നു. പക്ഷേ ഇപ്പോഴും ഞാൻ ആ വാക്ക് മാത്രംകേട്ടു,

“മരിച്ചു! മരിച്ചു! മരിച്ചു!

പതിനെട്ട്

"മരിച്ചു", ദുഷ വീണ്ടും പറഞ്ഞു. ദുഷയുടെ പെട്ടെന്നുള്ള ആ പ്രഖ്യാപനം കേട്ടിട്ടും ഞാൻ പ്രതികരിക്കാതിരുന്നതുകൊണ്ട് അവർ വീണ്ടും പറഞ്ഞു, "ഡാഡി മരിച്ചുപോയി." എപ്പോഴുമെന്നപോലെ ദുഷയുടെ സ്ലോവേനി ഭാഷയിലുള്ള ആ സംസാരത്തോട് ഞാൻ അപ്പോഴും പ്രതികരിച്ചില്ല. ഇത്തവണ ഞാൻ ബഹളമുണ്ടാക്കില്ല എന്ന് അവർക്കു മനസ്സിലായിക്കാണും. മാസങ്ങളോളം മനസ്സിൽ അവർ ആ രണ്ടു വാക്കുകൾ പറയാൻ പരിശീലിച്ചിരുന്നു എന്നുറപ്പാണ്. എന്നിട്ട് വളരെ സ്വാഭാവികമായി അത് അവതരിപ്പിച്ചിരിക്കുന്നു. എന്തായാലും ഒരു പന്ത്രണ്ടു വയസ്സുകാരനെ സംബന്ധിച്ചിടത്തോളം ഏറ്റവും ഞെട്ടലുണ്ടാക്കുന്ന കാര്യമാണ് അമ്മ പറഞ്ഞിരിക്കുന്നത്. അതും രണ്ടു ഭാഷകളിൽ, സ്ലോവേനിയിലും സെർബോ ക്രോയേഷ്യനിലും.

അന്ന് ആ തണുത്ത ഫെബ്രുവരി ദിവസം ദുഷ എനിക്ക് ഒരു പുതിയ ഫുട്ബോൾ വാങ്ങിക്കൊണ്ടുവന്നു. നഷ്ടപ്പെട്ടുപോയ അവധിക്കാലത്തിന് ഉള്ള സമ്മാനമാണെന്നു പറഞ്ഞാണ് തന്നത്. എന്നിട്ട് എന്നെ നിർബന്ധിച്ച മഞ്ഞുമൂടിയ സ്കൂൾ ഗ്രൗണ്ടിൽ കളിക്കാൻ പറഞ്ഞുവിടുകയും ചെയ്തു. അവിടെ ഗ്ലൗസ് ഇട്ട് ബൂട്ടും വിന്റർ ജാക്കറ്റുമായി ലോകത്തിലെ ഏറ്റവും വലിയ ഏകാകിയെപ്പോലെ ഫുട്ബോൾ തട്ടിക്കളിച്ചു. നിശ്ശബ്ദമായ മൈതാനത്ത് ഇല്ലാത്ത ഗോൾകീപ്പർക്കു നേരെ പന്ത് തട്ടി. ആഗ്രഹിക്കാൻ ധൈര്യപ്പെടാതിരുന്ന വസ്തുവായിരുന്നു അത്. കാരണം അതിനുള്ള പണം അമ്മയുടെ കൈയിൽ ഉണ്ടാവില്ല എന്ന് അറിയാമായിരുന്നു. അപ്പാർട്ട്മെന്റിൽ നിന്ന് എന്നെ മാറ്റിനിർത്താനുള്ള ഒരു ഉപാധിയല്ലേ ഇതെന്ന് സംശയിക്കാതിരുന്നില്ല. അല്ലെങ്കിൽ അപ്പാർട്ട്മെന്റ് പരിസരത്തെ മറ്റു മുതിർന്ന കുട്ടികളുമായി ഇടപഴകാൻ എന്നെ അവരുടേതായ രീതിയിൽ സഹായിച്ചതുമാകാം. ഒരിക്കൽ ഇല്ലാതായി എന്ന് തീർച്ചപ്പെടുത്തിയ മാതൃഭാവത്തിന്റെ പ്രകടനമാണോയെന്നും സംശയിച്ചു. പക്ഷേ ആ ദിവസം മാത്രമല്ല, തുടർന്നുള്ള ദിവസങ്ങളും ആഴ്ചകളും വർഷങ്ങളും നിശ്ശേഷം നശിപ്പിക്കുന്നതിനു മുൻപ് എന്നെ ഒന്ന് സന്തോഷിപ്പിക്കാനുള്ള ശ്രമമായിരുന്നു അതെന്ന് പക്ഷേ മനസ്സിലാക്കാൻ കഴിഞ്ഞില്ല.

മൈനസ് മൂന്നു ഡിഗ്രി തണുപ്പിൽ കൈകൾ പോക്കറ്റിൽ തിരുകി ആ ഫുട്ബോൾ തട്ടി. തന്റെ മകനോട് എങ്ങനെയാണ് സ്നേഹം പ്രകടിപ്പിക്കേണ്ടതെന്നറിയാത്ത, അവനെ സന്തോഷിപ്പിക്കാനായി കൊടും തണുപ്പിൽ ഒരു ഫുട്ബോളും വാങ്ങിക്കൊടുത്തു പുറത്തേക്കു കളിക്കാൻ പറഞ്ഞയച്ച അമ്മയെ ഓർത്ത് വല്ലാത്ത വിഷമമാണ് തോന്നിയത്. അവരുടെ യാഥാർത്ഥ്യബോധമില്ലായ്മയെക്കുറിച്ചും ഫെബ്രുവരിയിൽ മൈതാനങ്ങൾ ശൂന്യമായിരിക്കുമെന്ന തിരിച്ചറിവില്ലായ്മയെക്കുറിച്ചും ഇപ്പോൾ ഞാൻ ബോധവാനാണ്. മകനെ സന്തോഷിപ്പിക്കാൻവേണ്ടി അവനെ വിഡ്ഢിവേഷം കെട്ടിച്ച അമ്മയെ ഓർത്ത് വീണ്ടും വിഷമം തോന്നി.

ഒരു മണിക്കൂറിനുശേഷം തിരികെയെത്തിയ ഞാൻ മുഖത്ത് കണ്ണുനീർപാടുകളുമായി ഇരിക്കുന്ന അമ്മയെയാണ് കണ്ടത്. ബൂട്ടുകൾ മാറ്റാനോ, തണുപ്പിൽ തരിച്ചുപോയ എന്റെ ശരീരം ഒന്ന് പൂർവ്വാവസ്ഥയിൽ എത്തുന്നതിനോ കാത്തുനിൽക്കാതെ അമ്മ ആ ഞെട്ടിക്കുന്ന വിവരം എന്നെ അറിയിച്ചു.

"അച്ഛൻ മരിച്ചു."

ഇനി ഞാൻ അത് കേട്ടില്ലെങ്കിലോ എന്ന് കരുതി വീണ്ടും ആവർത്തിച്ചു,

"മരിച്ചു."

ഞാൻ പ്രതികരിച്ചില്ല. എങ്ങനെയാണ് അദ്ദേഹം മരിച്ചതെന്ന് ദുഷ വിവരിക്കുമ്പോൾ എന്റെ മുഖഭാവം മാറിയതുമില്ല.

വാക്കുകൾ അവരിൽനിന്നും പ്രവഹിക്കുകയായിരുന്നു. പക്ഷേ ഞാൻ കേട്ടില്ല. ഞാൻ നേരെ മുറിയിലേക്കു പോയി. കിടക്കയ്ക്കടിയിൽനിന്നും ആ പടക്കപൊക്കറ്റുകൾ പുറത്തെടുത്തു. എന്നിട്ടു പുറത്തേക്കോടി. ദുഷ അലമുറയിട്ടു. എന്നെ ഉറക്കെ തിരികെ വിളിച്ചു. പക്ഷേ ഞാൻ ഒന്നും കേട്ടില്ല. ഈ ലോകം മുഴുവൻ പൊട്ടിത്തകരട്ടെ എന്നാണ് അപ്പോൾ ആഗ്രഹിച്ചത്.

അവർ പിന്നാലെ ഓടി വന്നു എന്നാണ് തോന്നുന്നത്. പക്ഷേ ഒരുപാട് മുന്നിലെത്തിയിരുന്നു ഞാൻ. ആളൊഴിഞ്ഞ മൈതാനത്തേക്കാണ് ഓടിയത്. പാക്കറ്റിൽ ഇഷ്ടംപോലെ പടക്കങ്ങൾ ഉണ്ട്. അവിടെ ഒരു മരച്ചുവട്ടിലിരുന്നു അത് ഓരോന്നായി പൊട്ടിച്ചെറിഞ്ഞു. ശബ്ദം പരിസരങ്ങളിൽ ഉറക്കെ മുഴങ്ങി. മനസ്സ് ശൂന്യമായിരുന്നു. ദുഷയുടെ കൈയിൽനിന്നും തട്ടിപ്പറിച്ചുകൊണ്ട് വന്ന ലൈറ്റർ എന്റെ കൈ പൊള്ളിച്ചു. പക്ഷേ ഞാൻ അത് ശ്രദ്ധിച്ചില്ല. വീണ്ടും വീണ്ടും പടക്കങ്ങൾ കത്തിച്ച് എറിഞ്ഞുകൊണ്ടിരുന്നു.

രണ്ടു പൊലീസുകാർ എന്റടുത്തേക്ക് നടന്നുവരുമ്പോൾ കൈയിൽ പത്തു പടക്കങ്ങൾ മാത്രമാണ് ബാക്കിയുണ്ടായിരുന്നത്. അവർ എന്നെ

പരുഷമായി പിടിച്ചെഴുന്നേല്പിച്ച് കാറിൽ കയറ്റി നേരെ പൊലീസ് സ്റ്റേഷനിലേക്ക് കൊണ്ടുപോയി. അവർ എന്റെ പേരും വിവരങ്ങളും ചോദിച്ചു. പിന്നെയും ഒരു നൂറുനൂറു കാര്യങ്ങൾ ചോദിച്ചു. എല്ലാത്തിനും ഉത്തരം നൽകി. ഞാൻ എന്തിനാണ് ആ മരച്ചുവട്ടിലിരുന്ന് ഈ കൊടും തണുപ്പിൽ പടക്കം പൊട്ടിച്ചതെന്നു മാത്രം ചോദിക്കരുതേ എന്നായിരുന്നു പ്രാർത്ഥന.

ദുഷ നേരത്തെതന്നെ ഫോണിൽ അവരോട് കാര്യങ്ങൾ പറഞ്ഞുവോ എന്ന് എനിക്കറിയില്ല. പക്ഷേ അവർ പൊലീസ് സ്റ്റേഷനിൽ വന്നപ്പോൾ ഒരക്ഷരംപോലും ഉരിയാടിയില്ല. എന്നെ സ്നേഹപൂർവ്വം ആശ്ലേഷിച്ചു. പൊലീസുകാരെ നോക്കി തലയാട്ടി. അവർ സംസാരിക്കാൻ വയ്യാത്ത അവസ്ഥയിലായിരുന്നുവെന്നു തോന്നുന്നു. ഞങ്ങൾ വീട്ടിൽ എത്തിയിട്ടും ദുഷ ഒന്നും സംസാരിച്ചില്ല. വൈകുന്നേരം ഒരിക്കൽകൂടി നെടെൽകോയുടെ മരണത്തെക്കുറിച്ച് പറയാൻ ദുഷ ശ്രമിച്ചു. പക്ഷേ ഞാൻ ശ്രദ്ധിച്ചില്ല. എന്നാൽ അവരെന്നെ കെട്ടിപ്പുണർന്ന് ആശ്വസിച്ചപ്പോൾ ഞാൻ തടഞ്ഞില്ല. ഞങ്ങൾ പരസ്പരം ആശ്വസിപ്പിക്കുകയായിരുന്നു എന്നാണ് തോന്നുന്നത്. പിറ്റേദിവസം നേരം പുലർന്നപ്പോൾ ഞങ്ങൾക്ക് അതൊരു സാധാരണ ദിവസമായിരുന്നു. ഞങ്ങൾ തലേദിവസത്തെ കാര്യങ്ങളെക്കുറിച്ചു പരാമർശിച്ചതേയില്ല. ദുഷയുടെ കണക്കിൽ നെടെൽകോ ബോറോജെവിക് മരിച്ചത് 1992 ഫെബ്രുവരി 17നാണ്.

പത്തൊൻപത്

ഞാൻ ഒരുപാടു കാലമായിട്ടു സന്ദർശിക്കാത്ത ഒരു സ്ഥലത്തേക്കാണ് ദുഷയുടെ കഥ എന്നെ കൊണ്ടെത്തിച്ചിരിക്കുന്നത്. നെടെൽകോയുടെ മരണസമയം ഞാൻ ഒരുപാടു കാലമായി ഉള്ളിൽ അടക്കിപ്പിടിച്ചു വച്ചിരിക്കുകയായിരുന്നു. എന്റെ അച്ഛനെ എന്റെ ഉള്ളിൽതന്നെ അടക്കം ചെയ്യുകയായിരുന്നു. വേറൊരു ശവകുടീരവും അദ്ദേഹത്തിനില്ല. എന്റെ ഹൈസ്കൂൾകാലത്തെ കാമുകിയായിരുന്ന എമ്മയ്ക്ക് മാത്രമാണ് എന്റെ അച്ഛന് ഒരു ശവക്കല്ലറ ഇല്ല എന്ന സത്യം ചികഞ്ഞെടുക്കാൻ കഴിഞ്ഞത്. എനിക്ക് ആ യാഥാർഥ്യവുമായി എങ്ങനെ പൊരുത്തപ്പെട്ടു ജീവിക്കാനാകുന്നു എന്ന് പലതവണ അവൾ ചോദിച്ചിട്ടുണ്ട്. രണ്ടാംലോക മഹായുദ്ധത്തിൽ അച്ഛനെയും സഹോദരനെയും നഷ്ടപ്പെട്ട സ്വന്തം അമ്മൂമ്മയെക്കുറിച്ച് അവൾ എന്നോട് പറഞ്ഞിട്ടുണ്ട്. അവർക്കായി ശവക്കല്ലറ പണിയാനും അതിന്റെ മുന്നിൽ മുട്ടുകുത്തിനിന്ന് ഒരു ചെറുമെഴുകുതിരി കത്തിച്ചു, അവരുടെ പേരുകൾ മനസ്സിൽ ഉരുവിട്ട് പ്രാർത്ഥിക്കാൻ അമ്പതു വർഷക്കാലം അവർ ആഗ്രഹിച്ചുവത്രെ. പക്ഷേ എന്റെ അച്ഛന് ഒരു ശവക്കല്ലറ ആവശ്യമില്ലെന്നും അദ്ദേഹം മരിച്ചുകഴിഞ്ഞുവെന്നും അതോടെ എന്നെ സംബന്ധിച്ചിടത്തോളം ആ കഥ അവസാനിച്ചുവെന്നും ഞാൻ അവകാശപ്പെട്ടു.

പലരും തിരിച്ചെത്തുന്ന ആ ഇടത്തിലേക്കുതന്നെ, ഒരിക്കൽ ഓടി രക്ഷപ്പെട്ട അതേ ഇടത്തിലേക്ക് ദുഷ എന്നെ തിരിച്ചുകൊണ്ടുവന്നു. ആ ദുരിതകാലത്തെക്കുറിച്ചു ദുഷ പറയുന്നത് ശ്രദ്ധിച്ചിരുന്നപ്പോൾ ഞാൻ അന്ന് പടക്കങ്ങൾ പൊട്ടിച്ചെറിഞ്ഞ, മൈതാനത്തിലെ ആ മരത്തിന്റെ ചുവട്ടിലേക്ക് തിരിച്ചുപോയി. അന്ന് എന്റെ കൈയിൽ കൂടുതൽ പടക്കങ്ങൾ ഉണ്ടായിരുന്നെങ്കിൽ, ആ പൊലിസുകാർ വന്നില്ലായിരുന്നെങ്കിൽ ഞാനത് എന്റെ മടിയിലും കൈയിലും എല്ലാം വെച്ച് പൊട്ടിക്കുമായിരുന്നു. ഞാൻ ഒരേസമയം എന്റെ വേദനകളെ ആട്ടിയകറ്റുകയും അതിനെ തിരികെ വിളിക്കുകയുമായിരുന്നു. ഒടുവിൽ എന്നിലെ, ദുഃഖിക്കാൻ താത്പര്യമില്ലാതിരുന്ന, വേദനകളെ ചെറുത്തുനിന്നിരുന്ന ഭാഗം വിജയിച്ചു.

പക്ഷേ ഇപ്പോൾ ദുഷ കൂടുതൽ ലോലമായ, ദുർബലമായ ഭാഗത്തെ കൂടി ഉണർത്തി. അവരുടെ വാക്കുകളോട് പ്രതികരിക്കാനാകാതെ ഞാൻ

അവർക്കരികിൽ ഇരുന്നു. അവർ എന്നെ ആ മരത്തിന്റെ ചുവട്ടിലേക്ക് കൊണ്ടുപോയി. എല്ലാം ആവർത്തിക്കുന്നു. ഒരു വ്യത്യാസം മാത്രം. ഇത്തവണ എന്റെ അച്ഛൻ ശരിക്കും മരിച്ചിട്ടില്ല. അദ്ദേഹം മരിച്ചുവെന്ന് എനിക്കു തോന്നുകയായിരുന്നു. എന്നെ സംബന്ധിച്ചിടത്തോളം കഴിഞ്ഞ പതിനാറു വർഷമായി അദ്ദേഹം എല്ലാ ദിവസവും മരിക്കുന്നു.

"ആരാണീ 'ജെ'?"

"എനിക്ക് അതെങ്ങനെ അറിയാനാണ്?"

"അയാളല്ലേ നിങ്ങൾക്ക് കത്തുകൾ എത്തിച്ചിരുന്നത്?"

"അല്ല, ആരും എനിക്ക് അദ്ദേഹത്തിന്റെ കത്തുകൾ എത്തിച്ചിരുന്നില്ല. കത്തുകൾ എല്ലാം പോസ്റ്റിൽ വരികയായിരുന്നു. അതെല്ലാം അയച്ചിരുന്നത് സ്ലോവേനിയയിൽ നിന്നായിരുന്നു. പേരോ മേൽവിലാസമോ ഇല്ലാത്ത വെളുത്ത കവറിൽ സ്ലോവേനിയയിൽ നിന്നാണ് കത്തുകൾ വന്നിരുന്നത്. അതാരാണ് അയച്ചിരുന്നതെന്ന് എനിക്കറിയില്ല. അങ്ങനെയെങ്കിൽ അങ്ങനെ ഇരിക്കട്ടെ എന്ന് ഞാനും കരുതി."

എന്റെ നിസ്സഹായത ദുഷയെ സ്പർശിച്ചോ എന്നറിയില്ല. പക്ഷേ അവർ എന്നോട് ക്ഷമാപണം ചെയ്യുകയാണെന്ന തോന്നലുണ്ടായി. എന്നെ സഹായിക്കാൻ കഴിയാത്തതിൽ അവർക്കു ശരിക്കും വിഷമമുണ്ടെന്നു തോന്നുന്നു.

"ചിലപ്പോൾ..."

"എന്താണ്?"

"ഒന്നുമില്ല."

"എന്നോട് പറയൂ."

"ചിലപ്പോൾ ബ്രാനെയ്ക്കു നിന്നെ സഹായിക്കാൻ കഴിഞ്ഞേക്കും. ഞാൻ അയാളോട് നിന്നെ കാണാൻ പറയാം.

ബ്രാനെ എന്ന് പറയുന്നത് ലെഫ്റ്റനന്റ് ബ്രോങ്കോസ്റ്റാൻഡിക് ആണ്. എല്ലാ വേനൽക്കാലങ്ങളും പുലയിൽ അവധി ആഘോഷിക്കാൻ വരാറുണ്ടായിരുന്നു ഈ ബ്രാനെ. എന്റെ അച്ഛന് പ്ലം ബ്രാണ്ടികൊണ്ട് വന്നിരുന്നത് ഇദ്ദേഹമാണ്. അന്ന് ബ്രാനെ ജനറൽ ആയിരുന്നു. ഞങ്ങൾ ജുബ്ജാനയിൽ തിരികെ വന്ന സമയത്ത് ഒരു ജോലിക്കുവേണ്ടി ഇദ്ദേഹത്തിന്റെ സഹായം തേടാൻ ദുഷ കുറെ ശ്രമിച്ചിരുന്നു. പക്ഷേ ആളെ കിട്ടിയില്ല. അയാളുടെ വീട്ടിലെ നമ്പറിലും ഓഫീസിൽ നമ്പറിലും നിരന്തരം വിളിച്ചിരുന്നെങ്കിലും ആരും ഫോൺ എടുത്തില്ല. അന്നൊക്കെ ഉച്ചയ്ക്കു ശേഷമുള്ള പ്രധാന ജോലി ആ നമ്പറുകൾ ഡയൽ ചെയ്യുകയായിരുന്നു. പിന്നീടാണ് മനസ്സിലായത് അദ്ദേഹം ടെലിവിഷനിൽ സ്ഥിരമായി പ്രത്യക്ഷപ്പെടുന്നുണ്ട് എന്ന്. തന്റെ സൈനിക യൂണിഫോം ഒഴിവാക്കിയിരിക്കുന്നു. ഇപ്പോൾ സ്ഥിരം വേഷം ഒരു നീല സൂട്ടാണ്. അതോടെ ദുഷ അയാളെ വിളിക്കുന്ന പരിപാടി നിർത്തി.

ആ സമയത്ത് ബ്രാനെ ടെലിവിഷൻ ചാനൽ ചർച്ചകളിലെ പ്രധാനിയായി മാറിയിരുന്നു. അവതാരകർ അദ്ദേഹത്തോട് വളരെ ബഹുമാനത്തോടെയാണ് പെരുമാറിയിരുന്നത്. അദ്ദേഹത്തിന്റെ പേരിന്റെ താഴെ എഴുതിയിരുന്ന ടൈറ്റിലുകൾ അപ്രധാനമായി മാറിക്കൊണ്ടിരിക്കുകയായിരുന്നു അന്ന്. ആ പുതിയ വേഷപ്പകർച്ചയ്ക്കപ്പുറം നെടെൽകോയുടെയും എമിറിന്റെയും ഒപ്പം പുലയിലെ ബീച്ചിൽ ബാർബിക്യൂ ആസ്വദിച്ചിരുന്ന ബ്രാനെയെ കാണാനാണ് ഞാൻ ശ്രമിച്ചത്. ഉച്ചഭക്ഷണത്തിനുശേഷം ബീച്ചിൽ കിടന്നുറങ്ങിയിരുന്ന ബ്രാനെയെ അദ്ദേഹത്തിന്റെ മക്കളും ഞാനും ചേർന്നാണ് തണലത്തേക്ക് മാറ്റി കിടത്തിയിരുന്നത്. രസികനായിരുന്നു അദ്ദേഹം. തന്റെ ഇളയമകന്റെ കാർട്ടൂൺ മുഖംമൂടി ധരിച്ചു കടലിൽ കക്ക പെറുക്കിയിരുന്ന, വൈകുന്നേരങ്ങളിൽ കുടിച്ചു ബോധം മറയുന്നതുവരെ ഞങ്ങളോടൊപ്പം ആടുകയും പാടുകയും ചെയ്തിരുന്ന ആളായിരുന്നു ബ്രാനെ.

എത്രയൊക്കെ ശ്രമിച്ചിട്ടും അന്നത്തെ, സാമൂഹികമാറ്റങ്ങളെക്കുറിച്ചും ജനാധിപത്യത്തെക്കുറിച്ചും എല്ലാം വാചാലനായിരുന്ന അങ്കിൾ ബ്രാനെയെ എനിക്കു കണ്ടെത്താൻ കഴിഞ്ഞില്ല. എന്റെ കുടുംബത്തിന്റെ തകർച്ചയുടെ പൂർണതയ്ക്ക് അപ്രതീക്ഷിതമായി സാക്ഷിയാകാൻ എത്തിയപ്പോൾ ബ്രാനെ, കേവലം മിസ്റ്റർ സ്റ്റാനസിക് മാത്രമായിരുന്നു. സാധാരണ ഒരു സന്താപ സന്തോഷ ബാൾക്കൻ കഥ തുടങ്ങുന്നത്, ഒരു വിവാഹത്തോടെയായിരിക്കും. ഇവിടെ എന്റെ അമ്മയുടെ വിവാഹത്തിൽ പങ്കെടുക്കാനാണ് ബ്രാനെ എത്തിയത്.

പരമ്പരാഗത വിവാഹങ്ങൾ എല്ലാ കാര്യത്തിലും അമിതപ്രകടനങ്ങളുടെ അരങ്ങായിരിക്കും അമിതമായ വികാരപ്രകടനങ്ങളും പൊങ്ങച്ചങ്ങളും വിലകുറഞ്ഞ വേഷഭൂഷാദികളും തരംതാണ സംഗീതവും എല്ലാം കൂടി ഒരു തട്ടുപൊളിപ്പൻ അരങ്ങായിരിക്കും അത്. അങ്ങനൊരു സെർബിയൻ വിവാഹമായിരുന്നു അത്. സെർബിയയിലെ ഏതോ ഒരു കുഗ്രാമം മുഴുവൻ സ്ലോവേനിയയിലെ അപ്പാർട്ട്മെന്റുകളിൽ അവിടെയും ഇവിടെയുമായി ഒരു ദിവസത്തേക്ക് താമസം മാറ്റുന്നു. ഇവിടെ ഡ്രാഗൻ എന്ന സെർബിയൻ, ഒരു സ്ലോവേനിയൻ പെണ്ണിനെ വിവാഹം കഴിക്കുന്നത് ആഘോഷമാക്കാൻ ഗ്രാമം മുഴുവൻ എത്തിച്ചേർന്നിരിക്കുന്നു.

അതിഥികൾ, നിറയെ അലങ്കരിച്ച കാറുകളിൽ ഞങ്ങളുടെ അപ്പാർട്ട്മെന്റിന്റെ പാർക്കിംഗ് സ്ഥലത്തേക്ക് എത്തിത്തുടങ്ങുന്നതു ബാൽക്കണിയിൽ നിന്നാൽ കാണാം. വിവാഹത്തിന് വളരെ ദൂരെനിന്നും ബുദ്ധിമുട്ടി സംഘടിപ്പിച്ച വിസയുമായെത്തിയ അതിഥികൾ ചടങ്ങിനായി ഒരുങ്ങുകയും ഒരുക്കുകയും ചെയ്യുന്ന തിരക്കിലായിരുന്നു. അതിനിടയിൽ മദ്യം ആവശ്യംപോലെ വിളമ്പുന്നു. ലിപ്സ്റ്റിക് വാരിത്തേച്ച സ്ത്രീകൾ ബൈക്കുകൾ സൂക്ഷിക്കുന്ന സ്ഥലത്തിന് സമീപം ഏതോ നാടൻപാട്ടിനു ചുവടുവയ്ക്കുന്നു. കുറച്ചുമാറി നിന്ന് ചെറുപ്പക്കാർ പ്രോത്സാഹിപ്പിക്കുന്നു.

പ്രായമുള്ള സ്ത്രീകൾ തങ്ങളുടെ ഇറുകിയ വസ്ത്രത്തിനുള്ളിൽ ശ്വാസം മുട്ടുമ്പോഴും തങ്ങൾക്ക് ഈ പരിപാടിക്ക് പുതിയത് വാങ്ങാൻ പറ്റാത്തതു കൊണ്ടല്ല എന്ന ഭാവം നടിക്കുന്നുണ്ട്. ആ പുതിയ വസ്ത്രത്തിന്റെ വാഗ്ദാനം കൊമ്പൻമീശക്കാരായ ഭർത്താക്കന്മാർ വിവാഹം കഴിഞ്ഞ കാലം മുതൽ കൊടുക്കുന്നതായിരിക്കും. അതിനിടെ ക്രിസ്തുമസ് ട്രീ പോലെ അണിയിച്ചൊരുക്കിയ ഏതാനും കുട്ടികൾ പാഞ്ഞുനടക്കുന്നു. അവർ തെരുവിലേക്ക് ഓടാതിരിക്കാൻ അവരുടെ ചെറുപ്പക്കാരായ അച്ഛന്മാർ അവർക്കുചുറ്റും വട്ടമിട്ടു നടക്കുന്നു. രണ്ടു പെൺകുട്ടികൾ നിരന്തരം ഫോട്ടോയെടുത്തുകൊണ്ടിരിക്കുന്നു.

ജനീവയിൽ നിന്നെത്തിയ അങ്കിളിന്റെ നിർദ്ദേശപ്രകാരം ഒരു പഴയ ട്യൂൺ വായിക്കുകയാണ് പാട്ടുകാർ. അത് കേട്ടതോടെ വൃദ്ധന്മാരായ വിരുന്നുകാർ തങ്ങളുടെ പഴയ സുവർണകാലഘട്ടത്തിലേക്ക് തിരിച്ചു പോയി. ഈ സമയത്താണ് ഞാൻ ആകെ അങ്കലാപ്പിലായ ദുഷയുടെ ഒപ്പം പുറത്തേക്കു വന്നത്. പുറത്തേക്കു വന്ന ഞാൻ തീർത്തും അന്യരായ ഒരുകൂട്ടം ആളുകളുടെ നടുവിൽ പകച്ചുനിന്നു.

അന്നെനിക്കു പതിനഞ്ചു വയസ്സാണ് പ്രായം. ലോകത്തിൽ എല്ലാത്തിനോടും പ്രതിഷേധം തോന്നുന്ന കാലം. പക്ഷേ എന്റെ അമ്മ കുറെ കുടിയേറ്റക്കാരായ സെർബിയൻ വംശജരുടെ സാന്നിധ്യത്തിൽ ഒരു പൊതുചടങ്ങിൽ വിവാഹിതയാകുന്നത് തീർത്തും ആത്മഹത്യാപരമായിട്ടാണ് തോന്നിയത്. പ്രതിഷേധസൂചകമായി ഞാൻ ഏറ്റവും മോശം ജീൻസാണ് ധരിച്ചത്. അതും ഇപ്പോൾ ഊരിപ്പോകും എന്ന മട്ടിൽ അരയിൽ വളരെ താഴ്ത്തിയാണ് അതുറപ്പിച്ചത്. തലയിൽ ഒരു ചിക്കാഗോ തൊപ്പിയും വച്ചു. ഇലക്ട്രിസിറ്റിയും പൈപ്പ് വെള്ളവും കിട്ടുന്ന സ്ഥലങ്ങൾ ഭൂമിയിൽ ഉണ്ടെന്ന് ആ വട്ടന്മാരെ കാണിച്ചുകൊടുക്കുകയായിരുന്നു ഉദ്ദേശ്യം.

ചെവിയിൽ ഒരു ഇയർഫോൺകൂടി ഘടിപ്പിച്ചതോടെ എന്റെ ഒരുക്കങ്ങൾ പൂർത്തിയായി. വേറേത് അവസരത്തിലാണെങ്കിലും ദുഷയെ ഭ്രാന്ത് പിടിപ്പിക്കുന്ന കാര്യമായിരുന്നു അത്. പക്ഷേ ഇന്ന്, ഈ വിവാഹദിനത്തിൽ ദുഷയ്ക്ക് എന്നിലെന്നല്ല യാതൊന്നിലും താത്പര്യമുള്ളതായി തോന്നിയില്ല. അതുകൊണ്ട് ആ കാര്യം മിണ്ടിയതുപോലുമില്ല. ആ ദിവസം അവർ നിസ്സംഗയായ ഒരു കാഴ്ചക്കാരി മാത്രമായിരുന്നു. ആദ്യം സെർബിയൻ ഫ്ളാഗും പിടിച്ച വിവാഹസംഘം വിവാഹകരാർ ഒപ്പു വയ്ക്കാനായി ജുബ്ജാന കോട്ടയിലേക്ക് ഇടിച്ചുകയറി. തുടർന്ന് ഓർത്തഡോക്സ് പള്ളിയിൽ മതാചാരപ്രകാരമുള്ള ചടങ്ങുകൾക്കായി തടിച്ചുകൂടി. തുടർന്ന് തകർന്നുകിടക്കുന്ന വ്യവസായശാലകൾ നിറഞ്ഞ എയർപോർട്ട് റോഡിലെ ക്യാന്റീനിൽ പാർട്ടി. അവിടെ മദ്യത്തിന്റെ അകമ്പടിയോടെ ഭക്ഷണം.

പക്ഷേ ഈ സമയമെല്ലാം ദുഷയുടെ ചിന്തകൾ മറ്റെവിടെയോ ആയിരുന്നു. അവരുടെ നിസ്സംഗത അടക്കാനാവാത്ത സന്തോഷത്തിന്റെ

ലക്ഷണമാണെന്ന് അതിഥികൾ വ്യാഖ്യാനിച്ചു. കാരണം ഒരു സ്ലോവേനിയകാരി കലർപ്പില്ലാത്ത ഒരു സെർബിയക്കാരനെയാണ് കല്യാണം കഴിക്കുന്നത്. ദുഷയുടെ മൗനത്തിനും വ്യാഖ്യാനങ്ങളുണ്ടായി. കൈവന്ന സൗഭാഗ്യമോർത്തുള്ള നിശ്ശബ്ദതയാണത്രെ. മൂന്നു ഹെയർസ്റ്റൈലിസ്റ്റുകൾ അത് സാക്ഷ്യപ്പെടുത്തുകയും ചെയ്തു. അവർക്കു സന്തോഷം മൂലം തങ്ങളുടെ വിവാഹാനന്തരം മൂന്നുദിവസം മിണ്ടാൻ കഴിഞ്ഞില്ലത്രെ. ദുഷ എല്ലാവരോടും തലയാട്ടി പുഞ്ചിരിച്ചുകൊണ്ടിരുന്നു. ഞങ്ങളുമായി നേരിട്ട് ബന്ധമൊന്നുമില്ലാത്ത നിരവധി ആളുകൾ ദുഷയ്ക്കുചുറ്റും വന്നുനിന്നു നല്ല വിവാഹജീവിതം ആശംസിക്കുകയും ഉപദേശങ്ങൾ നൽകുകയും ചെയ്തു.

വരനായ ഡ്രാഗന് വിവാഹമോതിരം കൈമാറാൻ മാത്രമാണ് ദുഷയുടെ അടുത്ത് വരാനായത്. ദുഷയെ താൻ നിയമപരമായി വിവാഹം ചെയ്ത് ഭാര്യയായി സ്വീകരിക്കുന്നുവെന്നു പ്രതിജ്ഞയും എടുത്തു. അത് കഴിഞ്ഞ ഉടൻതന്നെ ബന്ധുജനങ്ങൾ അയാളെയും കൊണ്ടുപോയി. അവർ ലിറ്റർകണക്കിന് മദ്യം അകത്താക്കുന്നതിനോടൊപ്പം അയാളുമായി പരമാവധി ബാൽകൻ തമാശകൾ പങ്കുവച്ചു കൊണ്ടിരുന്നു. എല്ലാം ആ മണ്ടന്റെ ചെലവിൽ. ഡ്രാഗൻ ദുഷയെപ്പോലെയായിരുന്നില്ല. ആ പേക്കൂത്തുകൾ അയാൾ ഹൃദയപൂർവം സ്വാഗതം ചെയ്തു. ആ ആഘോഷത്തിൽ പങ്കെടുക്കുന്ന മറ്റുള്ളവരെപ്പോലെ തന്നെ സംസ്കാരശൂന്യനാണ് ഡ്രാഗൻ എന്ന തിരിച്ചറിവ് ദുഷയെ ഞെട്ടിച്ചിട്ടുണ്ട് എന്നു തോന്നുന്നു.

തന്റെ പുതിയ ഭർത്താവിനെ നോക്കിക്കൊണ്ട്, സ്വന്തം ഭയങ്ങൾ മറയ്ക്കാൻ പണിപ്പെടുന്ന ദുഷയോട് കടുത്ത വിദ്വേഷമാണ് എനിക്ക് തോന്നിയത്. ഞാൻ അങ്ങേയറ്റം പ്രതിഷേധത്തിലായിരുന്നു. കുടിച്ചു പകുതി ബോധത്തിൽ ഷർട്ടിന്റെ ബട്ടണുകൾ അഴിച്ചിട്ടു പാട്ടുകാരുടെ കീശയിൽ ജർമൻമാർക്ക് കുത്തിനിറയ്ക്കുന്ന ഡ്രാഗൻ നല്ലൊരു കാഴ്ചയായിരുന്നു. അതിനിടെ ഇത് നമ്മുടെ അവസാന സായാഹ്നമാണെന്നു പറഞ്ഞു സുഹൃത്തുക്കളെ ആലിംഗനം ചെയ്യുന്നുമുണ്ട്. ചിലപ്പോൾ മദ്യത്തിന്റെ മണമുള്ള ഉമ്മകൾ ക്യാന്റീനിന്റെ മറ്റേ അറ്റത്ത് ഇരിക്കുന്ന ദുഷയുടെ നേർക്ക് ചൊരിയുന്നുമുണ്ട്. ദുഷയുടെ ആ കൂപ്പുകുത്തൽ ആസ്വദിക്കാതിരിക്കാൻ മാത്രം ചെറുപ്പമായിരുന്നില്ല ഞാൻ. കടിച്ചുതുപ്പിയ എല്ലുകൾക്കും പ്ലാസ്റ്റിക് ഗ്ലാസുകൾക്കുമിടയിൽ ആഘോഷിച്ചു തിമിർക്കുന്ന അതിഥികളോട് വിഷമം ഉള്ളിലൊതുക്കി പുഞ്ചിരിക്കാൻ ശ്രമിച്ചുകൊണ്ട് മേശയുടെ ഒരറ്റത്ത് ഇരിക്കുന്ന അല്പം പ്രായം കൂടുതൽ തോന്നിക്കുന്ന ആ വധുവിനെ ഓർക്കുമ്പോൾ ഇന്നും എനിക്ക് അസ്വസ്ഥത അനുഭവപ്പെടാറുണ്ട്.

ആകപ്പാടെ എനിക്കു സന്തോഷമുണ്ടാക്കിയ ഒരേയൊരു സന്ദർഭം ഈ സെർബുകൾ ഞാൻ വേറേതോ ഗ്രഹത്തിൽനിന്നു വന്ന ജീവിയായി കണ്ടു പെരുമാറി എന്നതാണ്. എന്നോട് സംസാരിക്കാൻ നടത്തിയ

ശ്രമങ്ങൾ വിജയിക്കാതെ വന്നതോടെ അവർ അതുപേക്ഷിച്ചു. എന്നെ എന്റെ ഇയർഫോണുമായി ഒരറ്റത്ത് ഇരിക്കാൻ വിട്ടു. 'പടിഞ്ഞാറൻ സംസ്കാരം കുട്ടികളെ എങ്ങനെയാണ് നശിപ്പിക്കുന്നത്' എന്നതിനെക്കുറിച്ചും പുതിയ സിദ്ധാന്തങ്ങൾ രൂപീകരിക്കാൻ എന്റെ സാന്നിധ്യം അവരെ സഹായിച്ചു. 'നമുക്ക് അവരോടൊപ്പം ജീവിക്കാൻ കഴിയില്ല എന്നതു വളരെ ശരിയാണ്' എന്ന രീതിയിൽ ചർച്ചകൾ പുരോഗമിച്ചു. ഇതാദ്യമായാണ് ഞാൻ ഒരു സ്ലോവേനിയൻ പ്രതിനിധി ആയി പരിഗണിക്കപ്പെടുന്നത്. ഇതെല്ലാമാണെങ്കിലും ആ ദിവസം അവസാനമില്ലാത്ത ദിവസമായിരുന്നു. ഒടുവിൽ ദുഷ എനിക്കു പോകാൻ അനുവാദം തന്നതോടെ ഞാൻ തിരിഞ്ഞുനടന്നു. 'ഡ്രാഗന്റെ പുതിയ പുത്രനോട്' യാത്ര പറയാൻ കാത്തുനിന്ന കുടിയന്മാരെ തിരിഞ്ഞുനോക്കാതെ ഞാൻ നടന്നകന്നു.

പുറത്തേക്കുള്ള കവാടത്തിൽ എന്റെ വഴി മുടക്കികൊണ്ടു നീല സ്യൂട്ട് ധരിച്ച ഒരാൾ വന്നുനിന്നു. ഹാളിലെ ഒരു മൂലയ്ക്ക് നിശ്ശബ്ദനായി ഇരിക്കുകയായിരുന്നു അദ്ദേഹം. എന്റെ സമീപം വന്നുനിന്നപ്പോഴാണ് വൈകുന്നേരം ടെലിവിഷൻ ഷോകളിൽ കാണാറുള്ള ആളെ എനിക്കു മനസ്സിലായത്. ബ്രാനെ സ്റ്റാൻസിക്, താൻ ആരാണെന്നു മനസ്സിലായോ എന്ന് എന്നോട് കുശലാന്വേഷണം നടത്തി. ഒപ്പം അമ്മയെ അവരുടെ ഈ പുതിയ ജീവിതവുമായി മുന്നോട്ടു പോകാൻ ഞാൻ സഹായിക്കേണ്ടതിന്റെ ആവശ്യകതയെക്കുറിച്ച് പത്തുമിനുട്ട് ഉപദേശവും തന്നു. ഞാൻ കുറച്ചുകൂടി വലുതാവുമ്പോൾ അവരെ മനസ്സിലാക്കാൻ കഴിയുമെന്നും അച്ഛനും ഇതുതന്നെയാണ് ആഗ്രഹിക്കുകയെന്നും അദ്ദേഹം പറഞ്ഞു. ഞാൻ അയാളെ ശ്രദ്ധിച്ചില്ല. അയാൾ പറഞ്ഞ ഒരു കാര്യവും ഗൗരവമായി എടുത്തുമില്ല, കാരണം അയാളും ഒന്നുരണ്ടു ലിറ്റർ മദ്യം അകത്താക്കിയിട്ടാണ് ഉപദേശിക്കുന്നതെന്ന് അറിയാം.

വീട്ടിലെത്തിയ ഞാൻ പകലത്തെ ക്ഷീണവും ഓർമ്മകളും പ്രിയപ്പെട്ട ബാൻഡ് കേട്ടുകൊണ്ട് മറന്നുകളയാൻ ശ്രമിച്ചു. കൂടാതെ ഒരു ജർമ്മൻ അശ്ലീല സിനിമയും കൂടിയായപ്പോൾ എല്ലാം മനസ്സിൽനിന്നും മാഞ്ഞുപോയി. ടിവിയുടെ മുന്നിലെ സോഫയിൽ കിടന്ന് ഉറങ്ങിപ്പോയി. അതോടെ ബ്രാനെ സ്റ്റാനസിക്കിന്റെ ഉപദേശവും മറവിയിൽ ആണ്ടുപോയി.

നാല് ദിവസവും അഞ്ചു രാത്രികളും ദുഷ മധുവിധു ആഘോഷിക്കാനായി മോണ്ടിനെഗ്രോയിൽ ചെലവഴിച്ചു. അപ്പാർട്ട്മെന്റിലെ ശാന്തതയിൽ ഇരിക്കുമ്പോൾ ഒരു കാര്യം മനസ്സിലായി. ദുഷ ഉള്ളപ്പോഴും എന്നെപ്പോലെ ഏകാന്തത അനുഭവിക്കുന്ന മറ്റാരും ഉണ്ടാവില്ലെന്ന്. കുടുംബം എന്ന് പറയാവുന്ന ഒന്ന് ഇന്ന് ഈ ഭൂമിയിലില്ല. അച്ഛൻ നേരത്തെ മരിച്ചുപോയി, ഇപ്പോൾ അമ്മയും നഷ്ടപ്പെട്ടിരിക്കുന്നു. എന്നോട് യഥാർത്ഥ സ്നേഹത്തോടെ ആത്മാർത്ഥതയോടെ സുഖമാണോ എന്ന് ചോദിക്കാൻ, എന്റെ പ്രശ്നങ്ങൾ മനസ്സിലാക്കാൻ ഈ ലോകത്ത് ആരുമില്ല.

ഡാനിയേൽ ഉൾപ്പെടെയുള്ള പ്രൈമറി സ്കൂൾ സഹപാഠികൾ എല്ലാവരും ഓരോ വഴിക്കു പിരിഞ്ഞുപോയി. ചിലർ കാർപെന്ററി സ്കൂളിലും മറ്റു ചിലർ കോമേഴ്സ് സ്കൂളിലും ചേർന്നപ്പോൾ ഞാൻ ഗ്രാമർ സ്കൂളിലാണ് ചേർന്നത്. സുഖലോലുപരായി ജീവിക്കുന്ന, സമീപ നഗരങ്ങളിൽ നിന്നുള്ള കുട്ടികളായിരുന്നു അവിടുത്തെ പഠിതാക്കൾ. എന്റെ പേര് വ്ളാദൻ ബോറോജെവിക് എന്നായതുകൊണ്ടും ഞാൻ വരുന്നത് നഗരത്തിലെ ഏറ്റവും മോശം പ്രദേശത്തുനിന്നായതുകൊണ്ടും ആ കുട്ടികൾ എന്നെ അദ്ഭുതത്തോടെയാണ് നോക്കിയിരുന്നത്. ഡ്രാഗന്റെയും ദുഷയുടെയും വിവാഹസമയത്ത് ഇവരൊക്കെ എന്നെ ആ അതിഥികൾക്കിടനിൽ കണ്ടാലും അവർക്കു യാതൊരു വ്യത്യാസവും തോന്നാനിടയില്ല. സ്കൂൾ തുടങ്ങുന്നതിനുമുൻപ് തന്നെ ഇഷ്ടംപോലെ സുഹൃത്തുക്കൾ ഉള്ള സഹപാഠികൾക്കും എനിക്കും തമ്മിൽ യാതൊരു സമാനതകളുമില്ല. ഇപ്പോഴത്തെ സഹപാഠികളുമായി താരതമ്യപ്പെടുത്തുമ്പോൾ പഴയ സഹപാഠികൾ ഒട്ടും സംസ്കാരമുള്ളവരല്ല. അവർ നാടൻ പാട്ടുകൾ ആസ്വദിക്കുകയും എന്തിനും ഏതിനും തല്ലുകൂടുകയും ചെയ്യുന്നവരുമായിരുന്നു.

ഹൈസ്കൂളിലെ സഹപാഠികൾ ഫ്രാൻസിൽ സ്കീയിങ്ങിനു പോകുന്നവരും ടെന്നീസ് കളിക്കുന്നവരുമായിരുന്നു. അവർ അവധിക്കാലങ്ങളിൽ യൂറോപ്യൻ നഗരങ്ങൾ സന്ദർശിക്കുന്നവരും അവിടെ സ്കേറ്റിങ്ങിൽ പങ്കെടുക്കുന്നവരുമായിരുന്നു. അവർ സമർത്ഥരും നല്ലവരുമായിരുന്നു. ക്ലാസ്സിൽ ഹാജരാകാതിരിക്കുന്നതിനെയും പരീക്ഷകളെയും ഭയത്തോടെ കാണുന്നവരായിരുന്നു. അവർ ക്ലാസ്സിൽ ശ്രദ്ധിക്കുന്നവരും പഠിപ്പിൽ താത്പര്യമുള്ളവരുമായിരുന്നു. അവർ സെർബുകളെയോ ക്രോട്ടുകളെയോ മുസ്ലീങ്ങളെയോക്കുറിച്ച് ഏറെ ചർച്ചചെയ്യുകയോ അവരെ തമ്മിൽ വേർതിരിച്ചു കാണുകയോ ചെയ്യുന്നവരായിരുന്നില്ല. അവർ പരസ്പരം അച്ഛന്മാരുടെ പേരുകൾ ചോദിച്ചിരുന്നില്ല. ബോസ്നിയയിലെ യുദ്ധം ആര് തുടങ്ങി എന്നതിന്റെ പേരിൽ തമ്മിൽ വഴക്കുകൂടുന്നവരും ആയിരുന്നില്ല. അവർക്കു നിർബന്ധിത സൈനികസേവനത്തിനു പോയ സഹോദരങ്ങളോ യുദ്ധരംഗത്തുനിന്ന് അംഗഹീനരായി തിരിച്ചുവന്ന അമ്മാവന്മാരോ ഗ്രനേഡ് പൊട്ടി മരിച്ച ആന്റിമാരോ നാട് കടത്തപ്പെട്ട അപ്പൂപ്പന്മാരോ അമ്മൂമ്മമാരോ ഉണ്ടായിരുന്നില്ല. മുത്തശ്ശിമാർ അവർക്ക് സ്കൂട്ടർ വാങ്ങിക്കൊടുക്കുകയും അമ്മാവന്മാർ അവരുടെ കമ്പനിയിൽ ജോലി വാഗ്ദാനം ചെയ്യുകയും ചെയ്യുന്നവരാണ്. അവരുടെ കസിൻ സഹോദരങ്ങൾ അവർക്കു തങ്ങളുടെ നോട്ടുകൾ പഠിക്കാൻ കൊടുക്കാറുണ്ട്.

അവരുടെയിടയിൽനിന്നും ഒരു സുഹൃത്തിനെ കണ്ടെത്തുകയെന്നത് എന്റെ പ്രൈമറി ക്ലാസ്സിലെ സഹപാഠികളുമായി ബന്ധം സ്ഥാപിക്കുന്നതിനേക്കാൾ പ്രയാസമായിരുന്നു. ദുഷ മധുവിധു ആഘോഷിച്ചു നടക്കുമ്പോൾ എനിക്കു വിളിക്കാനോ പറയാനോ ആരും ഉണ്ടായിരുന്നില്ല. ഞാൻ

ഞങ്ങളുടെ അപ്പാർട്ടുമെന്റിൽ ഒറ്റയ്ക്കിരുന്നു ദുഖിച്ചു. ഈ ലോകത്തു നിന്നു ഞാൻ പൂർണമായും ഒറ്റപ്പെട്ടു. ഏകാന്തതയെയും അനാഥത്വ ത്തെയും ഓർത്തു രാത്രികളിൽ വേദനിച്ചു. അർദ്ധരാത്രിയിൽ അശ്ലീല സിനിമ തുടങ്ങാൻ വേണ്ടി അക്ഷമയോടെ കാത്തിരുന്നു. അതിലേക്ക് ശ്രദ്ധതിരിച്ചു രക്ഷാമാർഗം കണ്ടെത്താൻ ശ്രമിച്ചു. പക്ഷേ അത് പല പ്പോഴും കടുത്ത വിഷാദത്തിലേക്ക് നയിച്ചു. എനിക്കെന്റെ അമ്മയുടെ സാന്നിധ്യം നഷ്ടപ്പെട്ടതിൽ ദുഃഖമുണ്ടെന്നു പറഞ്ഞാൽ അത് അതി ശയോക്തിയാകും. എന്നാൽ ദുഷ വീട്ടിൽ തിരിച്ചെത്തി തന്റെ ഭാഗം കൈകാര്യം ചെയ്യാൻ തുടങ്ങിയപ്പോൾ സന്തോഷം തോന്നി എന്നതു സത്യമാണ്.

ഈ സമയത്താണ്, ഞാൻ വീട്ടിൽനിന്നും ഓടിപ്പോകാൻ തീരുമാനി ച്ചത്. കൃത്യമായ ആസൂത്രണമോ, പരിപാടികളോ ഇല്ലാതെ, എങ്ങോട്ടു പോകണമെന്നോ എന്ത് ചെയ്യണമെന്നോ അറിയാതെ, യാതൊരു മുന്നൊരുക്കങ്ങളുമില്ലാതെയാണ് ആ തീരുമാനം എടുത്തത്. പക്ഷേ ആ സമയത്ത് അതാണ് ശരിയായ വഴിയെന്ന് തോന്നി. പതിനഞ്ചു വയസ്സായി. എന്റെ കാര്യം നോക്കാൻ പ്രാപ്തനായിരിക്കുന്നു എന്ന് തോന്നി. ഇപ്പോൾ അമ്മയിൽനിന്നും ഉച്ചഭക്ഷണത്തിന്റെ പണം മാത്രമാണ് വാങ്ങുന്നത്. ഞാൻ സാധനങ്ങൾ ബാഗിൽ എടുത്തുവയ്ക്കുമ്പോൾ ചിന്തിച്ചത് ഇനി വാടകയുടെ പണംകൂടി കണ്ടെത്തിയാൽ മതി എന്നാണ്.

ഏതായാലും പുറത്തു മുതിർന്നവരുടെ ലോകത്ത് അവരുടെ നിയമ ങ്ങൾ അനുസരിച്ചു ജീവിക്കാൻ തന്നെ തീരുമാനിച്ചു. അതൊരു തരം കൗമാരപ്രതിഷേധമായിരുന്നു. അതിനെ മുളയിലേ നുള്ളാൻ, സമാധാനി പ്പിക്കാൻ ആരുമുണ്ടായിരുന്നില്ല. ദേഷ്യംകൊണ്ട് എന്റെ ശിരസ്സ് ഭിത്തി യിൽ അടിക്കുമ്പോൾ സമാധാനിപ്പിക്കാൻ, എന്റെ സ്വാതന്ത്ര്യബോധം എത്ര അസ്ഥാനത്താണെന്നും അപക്വമാണെന്നും പറഞ്ഞുതരാൻ ആരുമുണ്ടായില്ല.

കനത്ത പ്രതിഷേധത്തിൽ സാധനങ്ങൾ ബാഗിൽ വാരിനിറച്ചു പോകാനിറങ്ങിയപ്പോൾ എന്നെ കണ്ടാൽ വിനോദയാത്രയ്ക്ക് പോകുന്ന ഒരു സ്കൂൾവിദ്യാർത്ഥിയെപ്പോലെയേ തോന്നുമായിരുന്നുള്ളൂ. ദുഷയും എന്നെ ഗൗരവത്തിൽ എടുത്തില്ല. ദേഷ്യം അടങ്ങുമ്പോൾ ഞാൻ തിരികെ വരുമെന്ന് തന്നെയാണ് അവർ കരുതിയത്. ഞാൻ തിരിച്ചുവരാൻ പോകു ന്നില്ല എന്ന് തോന്നിയിരുന്നെങ്കിൽ എന്നെ പോകാൻ അവർ സമ്മതിക്കു മായിരുന്നോ എന്ന് ഞാൻ സംശയിക്കുന്നു. ദുഷയ്ക്ക് അതറിയാൻ സാധ്യതയില്ല. കാരണം എനിക്കുതന്നെ അറിയില്ലായിരുന്നു ഞാൻ എങ്ങോട്ടാണ് പോകുന്നതെന്ന്. ഞാൻ ദുഷയിൽനിന്നും ഓടി അകലാ നാണ് ശ്രമിച്ചത്. എന്റെ ഈ ഒളിച്ചോട്ടം എന്നെ എവിടെവരെ എത്തിക്കു മെന്ന് യാതൊരു ധാരണയും ഇല്ലായിരുന്നു

ഇരുപത്

ജൂബ്ജാനയിലെ ഭംഗിയുള്ള സ്ഥലത്തായിരുന്നു ബ്രാനെ സ്റ്റാൻസിക്കിന്റെ ഓഫീസ്. ദുഷ അദ്ദേഹവുമായി ഒരു കൂടിക്കാഴ്ച ശരിയാക്കി തന്നു. എന്നെ സ്വാഗതം ചെയ്തത് അദ്ദേഹത്തിന്റെ സെക്രട്ടറിയാണ്. എനിക്കു കാപ്പിയും ജ്യൂസും തന്നും ഇടയ്ക്കിടയ്ക്ക് എന്നെ നോക്കി പുഞ്ചിരിച്ചും സെക്രട്ടറി തന്റെ ജോലി കൃത്യമായി ചെയ്തു. അദ്ദേഹം ഒരു യോഗത്തിലാണെന്നും അത് വിചാരിച്ചതിലും കൂടുതൽ നീണ്ടുപോകുമെന്നും ആശ്വസിപ്പിക്കാനും മറന്നില്ല. ഞാനാകട്ടെ അസ്വസ്ഥനായി ഒരു സീറ്റിൽനിന്നും അടുത്ത സീറ്റിലേക്ക് മാറിയിരുന്നുകൊണ്ട് അക്ഷമ പ്രകടിപ്പിക്കുകയും ചെയ്തു. ഏതാണ്ട് ഒരു മണിക്കൂർ കടന്നുപോയി. അപ്പോഴാണ് സ്റ്റാൻഡിക് പ്രത്യക്ഷപ്പെട്ടത്. യാതൊരു ഉപചാരങ്ങളുമില്ലാതെ, പരുഷമായി അദ്ദേഹം മുറിയിലേക്കു ക്ഷണിച്ചു. ടെലിവിഷനിൽ കാണുന്നതുപോലെ തന്നെ വളരെ ഔപചാരികമാണ് പെരുമാറ്റം. എത്ര മദ്യം ഉള്ളിൽ ചെന്നാലാണ് ഈ മനുഷ്യൻ എനിക്കറിയാവുന്ന ആ പഴയ സാധാരണ മനുഷ്യനായി മാറുകയെന്ന് അദ്ഭുതപ്പെടുകയായിരുന്നു ഞാൻ.

അദ്ദേഹം പെട്ടെന്ന് എന്നെ നോക്കിയില്ല. പകരം തന്നെ കാത്തു മേശപ്പുറത്തിരുന്ന കടലാസുകൾ സസൂക്ഷ്മം നോക്കി. ഞാൻ ഓഫീസുമുറിയുടെ വാതിൽക്കൽ നിന്നു. ഒടുവിൽ അദ്ദേഹം മുഖമുയർത്തി കൈകൊണ്ട് ഇരിക്കാൻ ആംഗ്യം കാണിച്ചു. വീണ്ടും ആ കടലാസുകളിലേക്ക് മുഖംപൂഴ്ത്തി. ഓരോന്നായി വിശദമായി വായിച്ചു. എന്തൊക്കെയോ കൂട്ടിയും കുറച്ചും ശരിക്കും ഒരു ബിസിനസുകാരന്റെ മട്ടിലാണ് പെരുമാറ്റം. അതിനിടെ, എന്നെ കാണുന്നതിനേക്കാൾ വളരെ പ്രധാനപ്പെട്ട ജോലികൾ തനിക്ക് ചെയ്തുതീർക്കാനുണ്ടെന്ന് എന്നെ കാണിക്കാനാണോ ഈ കടലാസുപരതൽ എന്ന ഒരു ചിന്ത മനസ്സിലൂടെ കടന്നുപോയി. പക്ഷേ അപ്പോൾ അയാൾ മുഖമുയർത്തി ഒരു നിമിഷം എന്നെ നോക്കിയിട്ടു പറഞ്ഞു, "സംസാരിച്ചോളൂ."

"ഞാൻ എന്റെ അച്ഛൻ നെടെൽകോ ബോറോജീവിക്കിനെ അന്വേഷിക്കുകയാണ്."

അയാളുടെ സംശയംകലർന്ന നോട്ടം കുറച്ച് അധികനേരം എന്റെ മേൽ തടഞ്ഞുനിന്നു. അതൊരു വിജയമാണെന്നും എനിക്കു തോന്നി.

“അദ്ദേഹം സ്ലോവേനിയയിൽ ഉണ്ടെന്ന ചില വിവരങ്ങൾ എനിക്കു കിട്ടിയിട്ടുണ്ട്.”

“എന്ത് വിവരങ്ങൾ?”

“അവസാനം നെടെൽകോ വിളിച്ചത് സ്ലോവേനിയയിൽ നിന്നാണെന്ന് എന്റെ അങ്കിൾ ഡാനിലോയ്ക്ക് ഉറപ്പാണ്. അദ്ദേഹത്തിന്റെ ഒരു കത്തിലും അത് കാണുന്നുണ്ട് .”

“ആയിക്കോട്ടെ, നിങ്ങൾ എന്നിൽനിന്നും എന്താണ് ആഗ്രഹിക്കുന്നത്?”

“ഞാൻ കരുതി... അല്ല ദുഷ കരുതി അദ്ദേഹത്തെ കണ്ടെത്താൻ എന്നെ സഹായിക്കാൻ നിങ്ങൾക്ക് കഴിയുമെന്ന്.”

“വ്ളാദൻ, ശ്രദ്ധിക്കൂ, സ്ലോവേനിയയിൽ ഞങ്ങൾ യുദ്ധക്കുറ്റവാളികളെ ഒളിവിൽ താമസിക്കാൻ സഹായിക്കാറില്ല. അന്തർദേശീയ കോടതി യുദ്ധകുറ്റങ്ങൾക്ക് ശിക്ഷിച്ച ഒരാളെ വർഷങ്ങളോളം ഒളിവിൽ കഴിയാൻ വേണ്ട സഹായങ്ങൾ ഇവിടെ ആർക്കും നൽകാനാവില്ല. നിനക്ക് മനസ്സിലാകുമെങ്കിൽ പറയാം, അത്തരം പിന്തുണ സ്ഥാപനങ്ങൾക്കേ നൽകാനാവൂ. നെടെൽകോ ബോറോജീവിക് സ്ലോവേനിയയിൽ ഒളിവിൽ കഴിയുന്നു എന്നുവെച്ചാൽ ഇവിടുത്തെ രാഷ്ട്രീയപാർട്ടികളോ സുരക്ഷാ ഏജൻസികളോ സഹായിക്കണം. അതിൽ യാതൊരു യുക്തിയുമില്ലെന്നു തിരിച്ചറിയാൻ നിനക്ക് കഴിയും. അത്തരം പിന്തുണ യൂറോപ്യൻ സംവിധാനത്തിൽ ഇപ്പോൾ അസാധ്യമാണ്. പിന്നെ മറ്റൊരു കാര്യമുള്ളത് യുദ്ധക്കുറ്റവാളിയിൽ ആർക്കും താത്പര്യമില്ല, പ്രത്യേകിച്ച് ആധുനിക രാഷ്ട്രീയനേതാക്കന്മാർക്ക്. ഒരു യുദ്ധക്കുറ്റവാളിയെ ഒളിപ്പിക്കാൻ അവർ തയ്യാറാകില്ല.”

അയാളുടെ നോട്ടം വീണ്ടും മേശപ്പുറത്തെ കടലാസ്സുകളിലേക്ക് നീണ്ടു. ആ മനുഷ്യനെ സംബന്ധിച്ചിടത്തോളം ഞങ്ങളുടെ കൂടിക്കാഴ്ച ഏറെക്കുറെ അവസാനിച്ചിരിക്കുന്നു.

“അത് മാത്രമാണ് നിനക്കാവശ്യമെങ്കിൽ എനിക്കു തോന്നുന്നത് നാം സംസാരിച്ചുകഴിഞ്ഞു എന്നാണ്. നിർഭാഗ്യവശാൽ നെടെൽകോയെ കണ്ടെത്തുന്നതിൽ നിന്നെ സഹായിക്കാൻ എനിക്കു കഴിയില്ല.”

“ദുഷയ്ക്ക് ആ കത്തുകൾ അയച്ചിരുന്നത് നിങ്ങളാണോ?”

“എനിക്കു നിന്നെ സഹായിക്കാൻ കഴിയില്ല. എനിക്കു കഴിയുമായിരുന്നെങ്കിൽ ഞാൻ ചെയ്യുമായിരുന്നു, ദുഷയെ ഓർത്തെങ്കിലും.”

“ബോസ്നിയയിൽനിന്നും നെടെൽകോയുടെ കത്തുകൾ നിങ്ങൾക്ക് എത്തിച്ചു തന്നിരുന്നത് ആരാണെന്നെങ്കിലും പറഞ്ഞുകൂടെ?”

“വ്ളാദൻ, ഹേഗ് ട്രിബ്യൂണൽ ശിക്ഷിച്ച ഒരാളുമായി എനിക്കു ബന്ധം ഉണ്ടാകുമെന്നു നീ കരുതില്ല എന്നാണ് ഞാൻ പ്രതീക്ഷിക്കുന്നത്. ഇതെല്ലാം ഗുരുതരമായ കുറ്റങ്ങളാണ്. നിനക്കറിയാമല്ലോ?”

“കത്തിൽ നെടെൽകോ ‘ജെ’ അക്ഷരംകൊണ്ട് പരാമർശിക്കുന്ന ആരോ ഉണ്ട്. അദ്ദേഹത്തിന് ഇവിടെ ഒരു ബന്ധം ഉണ്ടായിരുന്നു നിങ്ങളാണ് അതിനു യോജിക്കുന്ന ആൾ.”

നിശ്ശബ്ദത മുറിയിൽ തളംകെട്ടി. ബ്രാനെ സ്റ്റാൻസിക് തന്റെ ഉദ്യോഗസ്ഥഗമയിൽനിന്നും പെട്ടെന്ന് ഉണർന്നെണീറ്റു. അന്തരീക്ഷത്തിൽ പിരിമുറുക്കം അനുഭവപ്പെട്ടു.

“ജോലിയൊക്കെ എങ്ങനെ? ഇപ്പോഴും വെൻഡിങ്മെഷീനിൽ തന്നെയാണോ?”

“അതെ.”

“എങ്ങനെ, ജോലിയിൽ തൃപ്തനാണോ?”

“അതെ.”

“നീഎങ്ങനെയായാലും നിന്റെ വിദ്യാഭ്യാസം പൂർത്തിയാക്കണമെന്നാണ് ഞാൻ പറയുന്നത്. പക്ഷേ നീ സന്തോഷമായിരിക്കുന്നു എന്നതാണ് പ്രധാനം. ഒരു കാമുകിയുണ്ടല്ലേ? നാദിയ?”

ജീവിക്കാനായി ഞാൻ എന്താണ് ചെയ്യുന്നതെന്ന് ദുഷ ചോദിച്ചിട്ടു കാലങ്ങളായി. ഒരു യൂണിവേഴ്സിറ്റി ബിരുദം നേടണമെന്ന എന്റെ വൈകിയുള്ള മോഹം ദുഷ അറിഞ്ഞിരിക്കുന്നോ എന്ന് സംശയം തോന്നി. ഒരിക്കലും എന്റെ കാമുകിയുടെ പേര് ദുഷയോട് പറഞ്ഞിട്ടില്ല. അതിന്റെ അർഥം ബ്രാനെസ്റ്റൻസിക് എന്നെക്കുറിച്ച് അറിയേണ്ടതിൽ കൂടുതൽ കാര്യങ്ങൾ അറിഞ്ഞിരിക്കുന്നു എന്നാണ്. എന്നെ ഈ തരത്തിൽ ഭയപ്പെടുത്താനാണ് സ്റ്റൻസിക് വിചാരിക്കുന്നതെങ്കിൽ അദ്ദേഹം നല്ല ജോലിയാണ് ചെയ്യുന്നത്.

ഞങ്ങൾ പരസ്പരം കണ്ണിൽ കണ്ണിൽ നോക്കി. മനസ്സിലെ ഭയം പുറത്തു കാണിക്കാതെ അയാളെ ഭയപ്പെടുത്തുന്നതുപോലെ തുറിച്ചു നോക്കി. പക്ഷേ ബ്രാനെ എന്നെ നോക്കി പുഞ്ചിരിക്കുകയാണ് ചെയ്തത്. അയാളെന്നെ ഈ കളിയിൽ തോല്പിച്ചിരിക്കുന്നു എന്ന് മാത്രമല്ല അത് എന്നെ ബോധ്യപ്പെടുത്താൻ ഒരുങ്ങിത്തന്നെയാണെന്ന് ഇരിക്കുന്നതെന്നും തോന്നുന്നു.

“നോക്ക് വ്ളാദൻ, എനിക്കറിയാം നിന്റെ അച്ഛനെ കണ്ടെത്താൻ ആഗ്രഹിക്കുന്നുവെന്ന്. അയാൾ ഒരു യുദ്ധക്കുറ്റവാളിയാണെന്ന് നിനക്ക് അംഗീകരിക്കാൻ ബുദ്ധിമുട്ടും ഉണ്ടാകും. എനിക്ക് അതെല്ലാം മനസ്സിലാകും. പക്ഷേ ഇങ്ങനെ പോയാൽ നീ എവിടെയും എത്തില്ല. ഞാനെന്താണ് ഇതിനെക്കുറിച്ചു ചിന്തിക്കുന്നതെന്നു നീ ചോദിച്ചാൽ ഞാൻ പറയാൻ പോകുന്നതിതാണ്, നെടെൽകോ, എന്ന് നീ അയാളെ

കണ്ടെത്തണമെന്ന് ആഗ്രഹിക്കുന്നോ അന്ന് നീ അയാളെ കാണും. അതിനുമുൻപ് ഒരിക്കലും അത് നടക്കില്ല. നിനക്ക് ഞാൻ പറഞ്ഞത് മനസ്സിലായോ?"

"അതിനിടയ്ക്ക് ഞാൻ എന്ത് ചെയ്യണമെന്നാണ് നിങ്ങൾ പറയുന്നത്? വെറുതെ ശൂന്യതയിലേക്ക് നോക്കിയിരിക്കണോ?"

"അതെനിക്കറിയില്ല, എനിക്കു ശരിക്കും അറിയില്ല, വ്ളാദൻ. ഒരു സാധാരണ ജീവിതം നയിക്കാൻ ശ്രമിക്കൂ. അതു മാത്രമേ എനിക്കു പറയാൻ കഴിയൂ."

നെടെൽകോ, ഞാൻ അദ്ദേഹത്തെ കണ്ടെത്തണമെന്ന് ആഗ്രഹിക്കുമ്പോൾ മാത്രമേ എനിക്ക് അദ്ദേഹത്തെ കാണാൻ കഴിയൂ എന്ന് പറഞ്ഞതിന്റെ പൊരുൾ എന്താണെന്ന് എത്ര ആലോചിച്ചിട്ടും പിടികിട്ടിയില്ല. ഒരു സാധാരണ ജീവിതം നയിക്കാനുള്ള ഉപദേശം അത്രപോലും മനസ്സിലായില്ല. എന്തായാലും ഒരു കാര്യം മനസ്സിലായി ബ്രാനെ സ്റ്റാൻസിക് എന്ന തുമ്പും അവസാനിച്ചിരിക്കുന്നു. ഇതുതന്നെ ചിന്തിച്ചു തലപുണ്ണാക്കിക്കൊണ്ടിരുന്ന ഞാൻ കാറോടിച്ചതു തെറ്റായ ദിശയിലേക്ക് പോയി. ഇനി ഈ അന്വേഷണം എങ്ങനെ മുന്നോട്ടു കൊണ്ടുപോകണമെന്നതിനെക്കുറിച്ച് എനിക്കു യാതൊരു തുമ്പും കിട്ടിയില്ല ഒരു പരാജിതനെപോലെയാണ് ഞാൻ അന്നും വീട്ടിലേക്കു ചെന്നത്. തന്റെ പങ്കാളിയുടെ അത്ര സുഖകരമല്ലാത്ത സ്വഭാവം അംഗീകരിക്കുന്ന ഏതൊരു വ്യക്തിയെയും പോലെ നാദിയ എന്നെ സ്വീകരിച്ചു. തുടർന്ന് അവൾ നടത്തിയ ചില വെളിപ്പെടുത്തലുകൾ, ഞങ്ങളുടെ മുന്നോട്ടുള്ള ജീവിതം ബുദ്ധിമുട്ടു നിറഞ്ഞതാണെന്ന് സൂചിപ്പിക്കുന്നതായിരുന്നു.

എത്രകാലം ആ സാധാരണജീവിതം ഞാൻ തുടർന്നുവെന്ന് ആർക്കറിയാം? ചൊവ്വാഴ്ച കഴിഞ്ഞാൽ ബുധനാഴ്ച വരും എന്ന തിരിച്ചറിവുള്ളതുകൊണ്ട് സമയം കടന്നുപോകുന്നതിനെക്കുറിച്ചു ഞാൻ ബോധവാനായിരുന്നു. കോഫി വെൻഡിങ്മെഷീൻ നന്നാക്കുന്ന എന്റെ ജോലിയിലേക്ക് ഞാൻ തിരിച്ചുപോയി. സ്റ്റെജിനെ ഇൻഡസ്ട്രിയൽ സോണിൽ നിന്ന് ഉച്ചഭക്ഷണം കഴിച്ചു. അതിനുശേഷം നാദിയയെ വിളിച്ചു കടയിൽ നിന്നെന്തെങ്കിലും വാങ്ങണോ എന്ന് ചോദിച്ചു. റോഡിനപ്പുറത്തെ സൂപ്പർ മാർക്കറ്റിൽ ചെന്ന് വെളുത്ത റൊട്ടിയും പാലും വാങ്ങി. ഞാൻ വാങ്ങുന്ന സാധനങ്ങളിൽനിന്നും അവർ എന്നെക്കുറിച്ചുള്ള എല്ലാ കാര്യങ്ങളും മനസ്സിലാക്കുന്നുണ്ട്. ഞാൻ വീണ്ടും ക്ലാസ്സിൽ പോകാൻ തുടങ്ങി. പണ്ടത്തെപോലെതന്നെ ലക്ഷ്യമൊന്നുമില്ലാതെ ക്ലാസ്സുകളിൽ ഇരുന്നു. പഴയതും പുതിയതും ആയ സഹപാഠികൾക്കൊപ്പം ബിയർ കുടിച്ചു. എല്ലാവരും തിരക്കിട്ടു പരീക്ഷയ്ക്ക് പഠിക്കുകയും നോട്ടുകൾ കൈമാറുകയും ചെയ്യുന്നു. ഒന്നിനും മാറ്റമില്ല എല്ലാം പഴയതുപോലെ. തിങ്കളാഴ്ചകൾ ചൊവ്വാഴ്ചകൾപോലെതന്നെ. വ്യാഴാഴ്ചകൾക്കു വെള്ളിയാഴ്ചകളിൽനിന്നും വ്യത്യസമൊന്നുമില്ല.

ഞാൻ സാധാരണ അവസ്ഥയിലേക്ക് വരാൻ നാദിയ ക്ഷമയോടെ കാത്തിരുന്നു. എന്റെ ഭയങ്ങളെ മറവി വിഴുങ്ങുന്നത് കാത്തു ഞാനും ഇരുന്നു. ഓർമ്മകളുമായുള്ള യുദ്ധത്തിൽ ഞാൻ തോറ്റുപോയി എന്നവൾ അറിയാൻ ആഗ്രഹിച്ചില്ല. ഓരോ പ്രഭാതവും തലേദിവസത്തെ പ്രഭാതം പോലെ തന്നെയാണല്ലോ എന്നോർത്തുകൊണ്ട് ഉണർന്നു. ആ സിനിമയിൽ ബിൽ മുറേയ്ക്കു സംഭവിച്ചതുപോലെ ഒരു ദിവസത്തിൽതന്നെ ഉറച്ചുപോയി, അതിൽനിന്നും പുറത്തു കടക്കാൻ കഴിയുന്നുമില്ല.

ഒരു സാധാരണ ജീവിതം നയിക്കാൻ ഉപേദശിച്ചതിലൂടെ ബ്രാനെ ഉദ്ദേശിച്ചത് ജീവിച്ചിരിക്കുന്ന പിതാവിനെ വീണ്ടും ഒരിക്കൽകൂടി ഞാൻ കുഴിച്ചുമൂടണമെന്നാണ് എന്ന് തോന്നുന്നു. അങ്ങനെ ചെയ്യാൻ ചിലപ്പോഴെങ്കിലും ആഗ്രഹിച്ചുവെങ്കിലും കഴിയില്ല എന്നുറപ്പാണ്. ഇനി ഒരിക്കലും അദ്ദേഹത്തെ കാണില്ലെന്ന് സ്വയം ബോധ്യപ്പെടുത്താനും ബോധപൂർവം പ്രതീക്ഷകളെ ഇല്ലാതാക്കാനും എനിക്കു കഴിഞ്ഞില്ല. എന്നിലെ ഒരു പകുതി പിതാവിനെ വീണ്ടും കാണാനും എവിടെയെങ്കിലും വെച്ച് എന്നെങ്കിലും ആ കൂടിക്കാഴ്ച നടക്കാനും അഗാധമായി ആഗ്രഹിക്കുന്നു. ഈ ഒരു ബലഹീനത അംഗീകരിക്കുകയും അനുവദിക്കുകയും ചെയ്തു. എന്നിലെ ആ പഴയ കുട്ടിയാണ് ഇപ്പോഴും അച്ഛന്റെ കൈപിടിച്ചു പുലയിലെ മാർക്കറ്റിലൂടെ നടക്കാൻ ആഗ്രഹിക്കുന്നതെന്നു ഞാൻ എന്നെത്തന്നെ ആശ്വസിപ്പിച്ചു.

നിരാശ മൂത്ത ഞാൻ വീണ്ടും വീണ്ടും കംപ്യൂട്ടറിനെ കൂടുതൽ ആശ്രയിക്കാൻ തുടങ്ങി. നെടെൽകോ ബോറോജെവിക്, ടോമിസ്ലാവ് ഡ്രാവ്കോവിക് തുടങ്ങിയ പേരുകൾ നിരന്തരം ഗൂഗിളിൽ തിരഞ്ഞു. പഴയ അതേ വാർത്തകൾതന്നെ വീണ്ടും വീണ്ടും സ്ക്രീനിൽ തെളിഞ്ഞു. പിന്നെ ഞാൻ തിരച്ചിൽ രീതി മാറ്റി. പേരിനൊപ്പം ചില ക്രിയപദങ്ങളും കൂടി കൂട്ടിച്ചേർത്തു. “ഞാൻ നെടെൽകോ ബോറോജെവിക്കിനെ കാണുന്നു” “ഞാൻ നെടെൽകോ ബോറോജെവിക്കുമായി സംസാരിക്കുന്നു” തുടങ്ങിയ കാര്യങ്ങൾ ടൈപ്പ് ചെയ്തുതിരഞ്ഞു തുടങ്ങി. ഞാൻ ബ്രാനെയെക്കുറിച്ചും എമിർമുസീറോവിച്ച്നെക്കുറിച്ചും ഗൂഗിളിൽ തിരഞ്ഞു. ചില രാത്രികളിൽ മുഴുവൻ സമയവും ഗൂഗിളിൽതന്നെ ചിലവഴിച്ചു. അതെ കാര്യങ്ങൾ വീണ്ടും വീണ്ടും സ്ക്രീനിൽ തിരഞ്ഞു. എല്ലാ സൂചനകളുടെ പിന്നാലെയും അന്വേഷണം തുടർന്നു. ഈ അന്വേഷണം എനിക്കൊരു ലഹരിയായി. എന്നെ ഭയപ്പെടുത്തുന്ന ഒരു ഒഴിയാബാധയായി ഈ അന്വേഷണത്വരമാറിയിട്ടും അതിൽനിന്നും പുറത്തുകടക്കാൻ എനിക്ക് കഴിഞ്ഞില്ല.

ചില ദിവസങ്ങളിൽ ഞാൻ അദ്ദേഹത്തെക്കുറിച്ച് ചിന്തിക്കാതിരിക്കാൻ ശ്രമിച്ചു. അത് കുറച്ചൊക്കെ ഗുണമായി. പക്ഷേ എന്നാലും അതൊരു വൈകാരിക മരവിപ്പ് മാത്രമാണെന്നും ഓർമ്മകൾ വീണ്ടും ശക്തമായി തിരിച്ചുവരുമെന്നും എനിക്കറിയാമായിരുന്നു. പ്രതീക്ഷ നഷ്ടപ്പെട്ടുവെന്ന്

തോന്നുന്ന, ഈ ശൂന്യതയിൽനിന്ന് ഒരു തിരിച്ചുവരവുണ്ടാകില്ലെന്നു തോന്നുന്ന ചില നിമിഷങ്ങൾ ഉണ്ടാകാറുണ്ട്. ഇനി മുന്നോട്ടു കൊണ്ടു പോകാൻ എന്തുമാത്രം ശക്തി ബാക്കിയുണ്ട് എന്ന് സംശയം തോന്നുന്ന സന്ദർഭങ്ങളും ഉണ്ടാകാറുണ്ട്.

ഈ സമയത്താണ് നാദിയ എന്റെ നിശ്ശബ്ദതയെ ഭയപ്പെടാൻ തുടങ്ങി യിരിക്കുന്നു എന്ന തോന്നൽ ഉണ്ടായത്. ഞങ്ങൾ ക്രമേണ പൂർണമായി നിശ്ശബ്ദരാകുമെന്നും ഞങ്ങളെ സംബന്ധിക്കുന്ന എല്ലാം മൗനത്തിലാണ്ടു പോകുമെന്നും അവൾ ഭയപ്പെടാൻ തുടങ്ങി.

അവൾ എന്നോട് സംസാരിക്കാൻ ശ്രമിച്ചുനോക്കി. അത് പലപ്പോഴും എന്റെ നിശ്ശബ്ദതയെ അവളുടെ ശബ്ദംകൊണ്ട് പ്രഹരിക്കുന്നതുപോലെ യായി. അവൾ എപ്പോഴും പരാജയപ്പെടുകയും ചെയ്തു. ഞങ്ങളുടെ ഇടയിലെ നിശ്ശബ്ദതയെ ഇല്ലാതാക്കാനുള്ള അവളുടെ ശ്രമങ്ങൾ പരാ ജയപ്പെട്ട് തുടങ്ങി. സംസാരം ഞങ്ങൾക്കിടയിൽ അപൂർവമായി. നിരാശ യായി അവൾ ടെലിവിഷനിൽ അഭയം പ്രാപിച്ചു. അവൾ ശബ്ദമുണ്ടാ ക്കുന്ന എന്തിലെങ്കിലും അഭയം കണ്ടെത്താൻ തുടങ്ങി. കൊടുംതണു പ്പിൽ അവൾ വീടിന്റെ ജനാലകൾ മലർക്കെ തുറന്നിട്ട് തണുപ്പിനെയും നഗരത്തിന്റെ ശബ്ദത്തെയും ഒരുപോലെ വീട്ടിലേക്കു ക്ഷണിച്ചു. പക്ഷേ അതൊന്നും എന്നിൽ നിന്ന് വാക്കുകൾ പുറത്തേക്കു കൊണ്ടുവന്നില്ല.

കൂടുതൽ കൂടുതൽ ദേഷ്യത്തോടെ അവൾ അവളുടെ ശ്രമങ്ങൾ തുടരുന്നത് കണ്ട് അവളോട് വിഷമം തോന്നി. അവളുടെ മടുപ്പ് അവൾ എന്നിൽനിന്ന് മറച്ചുപിടിക്കാൻ ശ്രമിക്കുന്നത് കണ്ടപ്പോഴും എനിക്കവളെ യോർത്തു സങ്കടം തോന്നി. അവൾ ശ്രമങ്ങൾ ഉപേക്ഷിച്ചുതുടങ്ങിയെന്ന് തോന്നി. എന്റെ അവസ്ഥയുമായി യോജിച്ചുതുടങ്ങി. അവൾക്കും സമയ ബോധം നഷ്ടപ്പെട്ട് തുടങ്ങിയെന്നു സംശയിച്ചു. പക്ഷേ നാദിയ ഈ ജീവിതം അർഹിക്കുന്നില്ല. ഇതെന്റെ മാത്രം വിധിയാണ് അവളുടേതല്ല. അവളുമായി ഇത് പങ്കിടാൻ എനിക്കു യാതൊരു അവകാശവും അവളുടെ മേലില്ല. സർവ്വശക്തിയും സംഭരിച്ച് അവളെ എന്നിൽനിന്നും ആട്ടിയോടി ക്കുന്നതിനെക്കുറിച്ചുപോലും ചിന്തിച്ചു. പക്ഷേ അങ്ങേയറ്റം സ്വാർത്ഥ നായിരുന്നു. അതേസമയം എന്നോടൊപ്പം ഉള്ള ഒരേഒരു പോരാളിയെ പറഞ്ഞുവിടാൻ എന്റെ നിസ്സഹായാവസ്ഥയും അനുവദിച്ചില്ല. പകരം അവൾ എന്നെ വിട്ടുപോകുമെന്നുള്ള ഭയം എന്നിൽ വളരാൻ തുടങ്ങി. ഒടുവിൽ അത് ഒരു ചിത്തഭ്രമം പോലെയായി. ഞാൻ വീട്ടിൽ തിരിച്ചെത്തു മ്പോൾ വാതിൽ തുറക്കാൻ ഭയപ്പെട്ടു. ഒരിക്കൽ ഭയപ്പെടുത്തിയ ഏകാന്തത വീണ്ടും എന്നെ മാടിവിളിക്കുകയാണോ എന്ന ചിന്ത എന്നെ അടിമുടി മരവിപ്പിച്ചു.

ഇരുപത്തിയൊന്ന്

വല്ലപ്പോഴുമുള്ള എന്റെ സന്ദർശനങ്ങൾ മുൻപൊലീസ് മേധാവി ദുഷൻ പോഡ്‌ലോഗറെ ഏറെ സന്തോഷിപ്പിച്ചിരുന്നു. ചില സമയങ്ങളിൽ അദ്ദേഹം ഒരു മുത്തച്ഛനെപോലെതന്നെ പെരുമാറി. പ്രമേഹവും ഹൃദ്രോഗവും തളർത്തിയ ആ മനുഷ്യന് ഇപ്പോൾ വയറ്റിൽ ക്യാൻസറും ബാധിച്ചിരിക്കുന്നു. ദുഷയുമായി വഴക്കിട്ടു വീട് വിട്ടിറങ്ങിയ ഞാൻ പോഡ് ലോഗറുടെ വീട്ടിൽ എത്തിയപ്പോൾ തീർത്തും അവശനായ നിലയിലായിരുന്നു അദ്ദേഹം. മരിച്ചുകൊണ്ടിരിക്കുന്ന ഭർത്താവിനെ പരിചരിച്ചുകഴിയുന്ന മരിയയ്ക്കും വഴക്കിട്ടു വീട് വിട്ട കൗമാരക്കാരന് അഭയം നല്കാൻ താത്പര്യമുണ്ടായിരുന്നില്ല.

മരിയയ്ക്കു മുന്നറിയിപ്പില്ലാതെ വരുന്ന സന്ദർശകരോട് തന്നെ താത്പര്യമില്ല. എനിക്കായി വാതിൽ തുറന്നപ്പോൾതന്നെ അത് അടയ്ക്കാനുള്ള വ്യഗ്രതയിലായിരുന്നു അവർ. പോസ്റ്റുമാനോ മറ്റോ ആയിരിക്കുമെന്ന ധാരണയിലാണ് വാതിൽ തുറന്നത്. കൈയിലും ചുമലിലും ബാഗുമായി നിൽക്കുന്ന പേരക്കുട്ടിയേക്കാൾ അവർ പ്രതീക്ഷിച്ചത് ഏതെങ്കിലും അപരിചിതരെയോ ഭിക്ഷക്കാരെയോ ആണെന്ന് അവരുടെ അന്തംവിട്ട നോട്ടം കണ്ടാൽ മനസ്സിലാകും. ദുഷയും ഞാനും അവരെ അവരുടെ തെറ്റുകളെക്കുറിച്ച് ഓർമ്മിപ്പിക്കുന്നുണ്ടെന്നു തോന്നുന്നു. അവരുടെ നോട്ടം കുറെയേറെനേരം എന്റെമേൽ തറച്ചതുകൊണ്ട് അകത്തുകിടക്കുന്ന പോഡ്‌ലോഗറുടെ ആകാംക്ഷ നിറഞ്ഞ അന്വേഷണം വന്നു. അങ്ങനെ സംഭവിച്ചില്ലായിരുന്നെങ്കിൽ അവരെന്നെ തിരിച്ചയയ്ക്കുമായിരുന്നോ എന്ന് ആർക്കറിയാം. അകത്തുനിന്നും "ആരാണവിടെ മരിയ?" എന്ന ചോദ്യം വീണ്ടും ഉയർന്നു.

അതുകൊണ്ട് മരിയയ്ക്കു വേറെ വഴിയൊന്നും ഉണ്ടായിരുന്നില്ല. എന്നെ അകത്തേക്ക് ക്ഷണിച്ചു. അതിനിടെ മുകളിലേക്കു നോക്കി വ്ളാദൻ വന്നിട്ടുണ്ടെന്ന് മൂന്നുതവണ വിളിച്ചുപറഞ്ഞു. അകത്തെ മുറിയിലേക്ക് മറയും മുൻപ് അവർ വീട്ടിലെ മര്യാദകൾ വേഗത്തിൽ പറഞ്ഞുതന്നു. "ദുഷൻ മുകളിലുണ്ട്, പോയി കണ്ടിട്ടുവരൂ. ഒരുപാട് നേരം ശല്യപ്പെടുത്തേണ്ട, അദ്ദേഹം ക്ഷീണിതനാണ്."

ഞാൻ മുകളിലേക്കു ചെന്നു. മുത്തച്ഛനെ കണ്ടാൽ ഇപ്പോൾ തിരിച്ചറിയാൻതന്നെ വിഷമം. മൂന്നുമാസങ്ങൾക്കു മുൻപ് ഞാൻ കണ്ട ആളേ അല്ല. ആകെ ക്ഷീണിച്ചിരിക്കുന്നു. ഇപ്പോൾ ആകെ തളർന്നു കിടക്കുന്ന ആ മനുഷ്യൻ സ്നേഹനിധിയായ ഒരു വൃദ്ധനെപ്പോലെ തോന്നുന്നു. എന്നെ അദ്ദേഹം നന്ദിയോടെ നോക്കി. എന്നെ തൊടാൻവേണ്ടി വിഷമിച്ചു കൈകൾ നീട്ടി.

വ്ളാദൻ... അദ്ദേഹം മന്ത്രണംപോലെ വിളിച്ചു. ഞാൻ അടുത്തിരിക്കുന്നതിൽ സന്തോഷമുണ്ടെന്ന് തോന്നുന്നു. അദ്ദേഹത്തിന് സംസാരിക്കാനുള്ള ശക്തിയില്ല. ഞാൻ എഴുന്നേൽക്കാൻ ശ്രമിച്ചു. പക്ഷേ അദ്ദേഹം സർവ്വശക്തിയുമെടുത്ത് എന്റെ കൈയിൽ പിടിച്ചിരുത്തി. ഞാൻ രണ്ടു മണിക്കൂറോളം അവിടെയിരുന്നു. അദ്ദേഹം ഉറക്കത്തിലേക്ക് വീണശേഷമാണ് എഴുന്നേറ്റത്. ദുഷന് വിശ്രമം വേണമെന്ന മരിയയുടെ ഉപദേശം എന്റെ സാന്നിധ്യം ദുഷനെ സന്തോഷിപ്പിക്കുന്നതിൽ അവർക്കുള്ള അസൂയ കാരണമാണെന്ന് എനിക്ക് പിന്നീട് തോന്നി.

അദ്ദേഹം ഉണർന്നപ്പോൾ വീണ്ടും എന്നെ വിളിച്ചു. ഞാൻ വൈകുന്നേരംവരെ അവിടെയിരുന്നു. കുറെ കഴിഞ്ഞപ്പോൾ ദുഷയുടെ വിവാഹത്തെക്കുറിച്ചും ഡ്രാഗൻ സിറിക്കിനെകുറിച്ചും ദുഷയുടെ ഗർഭത്തെക്കുറിച്ചും എനിക്കിനി തിരിച്ചുപോകാൻ താത്പര്യമില്ലെന്നും ഞാൻ അദ്ദേഹത്തോട് പറഞ്ഞു. ഞാൻ എല്ലാം ഒന്നൊന്നായി പറഞ്ഞു. അദ്ദേഹം സ്നേഹത്തോടെ, വാത്സല്യത്തോടെ എല്ലാം കേട്ടു. എന്നിട്ട് എന്റെ എന്റെ കൈപിടിച്ചുകൊണ്ട് പറഞ്ഞു, "ഇവിടെ താമസിച്ചോളൂ."

അപ്പോഴാണ് മരിയ അദ്ദേഹത്തിന്റെ മരുന്നും ഭക്ഷണങ്ങളുമായി അകത്തേക്കു വന്നത്. ഞാൻ പുറത്തേക്കിറങ്ങി. മരിയയ്ക്ക് അദ്ദേഹത്തിന്റെ ശരീരം തുടയ്ക്കാനും വസ്ത്രങ്ങൾ മാറ്റാനുമുണ്ട്. പക്ഷേ അടഞ്ഞ വാതിലിനപ്പുറം ദുഷൻ എന്റെ കഥ മരിയയ്ക്കു ചുരുക്കി പറഞ്ഞു കൊടുക്കുന്നത് കേട്ടു. കഥയിൽ എന്നെ അനുകൂലിക്കാത്ത കാര്യങ്ങൾ എല്ലാം എനിക്കനുകൂലമാകുംവിധമാണ് ദുഷൻ മരിയയ്ക്കു മുന്നിൽ അവതരിപ്പിച്ചത്. ഞാൻ ഇനി അവരോടൊപ്പമാണ് താമസിക്കുന്നതെന്നും ദുഷയുടെ മുറി എനിക്കായി ഒരുക്കാനും അദ്ദേഹം അവരോട് ആവശ്യപ്പെടുന്നതും കേട്ടു. ദുഷൻ ഉറക്കമായപ്പോൾ മരിയ എന്റെ മുറി തയ്യാറായിട്ടുണ്ടെന്ന് അറിയിച്ചു. ഒപ്പം ഇവിടെയുണ്ടെന്ന് ദുഷയെ അറിയിച്ചുവെന്നും. പിറ്റേദിവസം കടയിൽ പോയി എനിക്കിഷ്ടമുള്ളതെല്ലാം വാങ്ങിക്കൊണ്ടുവരണമെന്നും ചെറുപ്പക്കാർക്ക് എന്താണിഷ്ടമെന്ന് അവർക്കറിയില്ലെന്നുംകൂടി കൂട്ടിച്ചേർത്തു.

അങ്ങനെയാണ് ഞാൻ ദുഷൻ പോഡ്ലോഗറുടെ അവസാനദിവസങ്ങൾ അദ്ദേഹത്തോടൊപ്പം ചെലവഴിച്ചത്. അദ്ദേഹം എന്റെ കൈയിൽ പിടിച്ചു. ഞാൻ ആ കണ്ണിൽനിന്നും എന്നിലേക്ക് ചൊരിയുന്ന വാത്സല്യം

നിറയുന്ന നോട്ടങ്ങൾ ഏറ്റുവാങ്ങി. ദിവസംതോറും സംസാരിക്കാനുള്ള ബുദ്ധിമുട്ട് കൂടിവന്നു. ഒടുവിൽ ഞങ്ങളുടെ ആശയവിനിമയം സ്പർശനത്തിലൂടെ മാത്രമായി. ഞാൻ സംസാരിച്ചുകൊണ്ടേയിരുന്നു. പുലയെക്കുറിച്ച്, അവിടുത്തെ ബീച്ചിനെക്കുറിച്ച്, എന്റെ സുഹൃത്തുക്കളെക്കുറിച്ച്, ഒഴിവുസമയങ്ങളിൽ ഞങ്ങൾ നടത്തിയ യാത്രകളെക്കുറിച്ച്, ഞാനും നെടെൽകോയും കടലിൽ നീന്താൻ പോകുന്നതിനെക്കുറിച്ചു തുടങ്ങി എന്റെ ബാല്യകാലം മുഴുവൻ അദ്ദേഹത്തിന്റെ മുന്നിൽ വീണ്ടും അവതരിപ്പിച്ചു. ഒരു ദിവസം ദുഷൻ ഞാൻ പറയുന്നത് കേട്ടു തലയാട്ടുന്നതു നിർത്തി. അടുത്ത ദിവസം പുഞ്ചിരിക്കുന്നതു നിർത്തി. മൂന്നാംദിവസം എന്റെ കൈയിൽ പിടിക്കാൻ കഴിയാതായി. നാലാംദിവസം അദ്ദേഹം മരിച്ചു. എന്നിൽനിന്നും നോട്ടം പിൻവലിക്കാതെ എന്നെ നോക്കിക്കൊണ്ടു തന്നെ ആ കണ്ണുകൾ അടഞ്ഞു. മുറിയിൽ ഉണ്ടായിരുന്ന മരിയയെപോലും ആ കണ്ണുകൾ നോക്കിയില്ല. അദ്ദേഹത്തിന്റെ മരണത്തേക്കാൾ അദ്ദേഹം എന്നോട് കാണിച്ചിരുന്ന അടുപ്പമാണ് മരിയയെ വേദനിപ്പിച്ചതെന്ന് തോന്നി.

ദുഷന്റെ മരണത്തെ തുടർന്നു ദുഷ നിരവധി തവണ മരിയയെ വിളിച്ചു. എന്നാൽ വീട്ടിലേക്കോ ശവസംസ്കാരചടങ്ങുകൾക്കോ വന്നില്ല. തന്റെ മകൾക്കു ശവസംസ്കാരചടങ്ങുകളിൽ പങ്കെടുത്താൽ വലിയ വിഷമമുണ്ടാകുമെന്നും അസുഖം വരാറുണ്ടെന്നും അതുകൊണ്ടാണ് വരാത്തതെന്നും മരിയ ദുഷയുടെ അസാന്നിധ്യത്തിനു ന്യായീകരണങ്ങൾ നിരത്തി. ദുഷ ജുബ്ജാനയിലേക്ക് പഠിക്കാൻ പോയതിനു ദുഷൻ പ്രചരിപ്പിച്ച കഥകൾ ഞാനോർത്തു. ദുഷയുടെ അസാന്നിധ്യം ന്യായീകരിക്കാൻ മരിയ പെടുന്ന പെടാപാടുകൾ കണ്ടപ്പോൾ ഒരു സന്തുഷ്ട കുടുംബത്തിന്റെ പ്രതിച്ഛായ ഉണ്ടാക്കേണ്ട ആവശ്യം ഇവിടെ ഇപ്പോൾ എന്താണെന്ന് ആലോചിച്ചു. ശരിക്കും അത്തരം കുടുംബങ്ങൾ ലോകത്തുണ്ടോ എന്ന് സംശയിച്ചു. അതോ എല്ലാവരും അഭിനയിക്കുകയാണോ, മരിയയും ദുഷനുംപോലെ. അവർ ജീവിതകാലം മുഴുവൻ അഭിനയിക്കുകയായിരുന്നു.

ഞങ്ങളെ കൂടാതെ ചടങ്ങുകളിൽ ഏതാനും അയൽക്കാരും ദുഷന്റെ ചില സുഹൃത്തുക്കളും പങ്കെടുത്തു. കൂടാതെ മരിയയുടെ ബന്ധുവിന്റെ മകൾ ലിഡിയയും പിന്നെ സെമിത്തേരിയിലെ ജോലിക്കാരുമായിരുന്നു ചടങ്ങിൽ പങ്കെടുക്കാൻ ഉണ്ടായിരുന്നത്. വളരെ ലളിതമായ പരിപാടിയായിരുന്നു. വലിയ ആഘോഷങ്ങളോ ആർഭാടങ്ങളോ ഉണ്ടായിരുന്നില്ല. ഞങ്ങൾ പെട്ടി കുഴിയിൽ ഇറക്കിവച്ച്. അല്പനേരം മൗനമായി നിന്നു. മരിയ സ്വയം കുരിശുവരച്ചു. ഒരു സ്ത്രീ മെഴുകുതിരി കത്തിച്ചു. അല്പസമയം കഴിഞ്ഞ് എല്ലാവരും അവരവരുടെ വഴിക്കു പിരിഞ്ഞുപോയി. അന്ന് മുഴുവൻ മഞ്ഞു പെയ്യുന്നുണ്ടായിരുന്നു. തണുത്ത കാറ്റും വീശുന്നുണ്ടായിരുന്നു. ഒരു ശവമടക്കിന് അനുയോജ്യമായ, ആകെ മ്ലാനമായ ദിവസമായിരുന്നു അന്ന്.

ലിഡിയ എന്നെയും മരിയയെയും വീട്ടിൽ വിട്ടു. ഞങ്ങൾ അല്പം സൂപ്പും ബീൻസും ചൂടാക്കി കഴിച്ചശേഷം ഞങ്ങളുടെ മുറികളിലേക്ക് പോയി. ഉച്ചകഴിഞ്ഞപ്പോൾ ദുഷ വിളിച്ചു. ചടങ്ങുകളെക്കുറിച്ചു മരിയ ദുഷയോടു വിവരിച്ചു. വൈകുന്നേരം മരിയ എന്റടുത്തു വന്ന് ഞാൻ അമ്മയുടെ അടുത്തേക്കു തിരികെ പോകണമെന്നും അമ്മയ്ക്കു എന്റെ അസാന്നിധ്യം വിഷമമാകുമെന്നും പറഞ്ഞു. എനിക്കു രണ്ടു ദിവസം കൂടി അവിടെ നില്ക്കാൻ പറ്റുമോ എന്ന് അവരോട് ചോദിച്ചു. വീട്ടിലേക്കു തിരികെ പോകാമെന്നു നിരവധി തവണ വാഗ്ദാനം ചെയ്തശേഷം മരിയ സമ്മതിച്ചു.

അങ്ങനെ ദുഷൻ പോഡ്ലോഗറുടെ ശവമടക്ക് കഴിഞ്ഞു രണ്ടു ദിവസത്തിനുശേഷം മുത്തശ്ശിയോട് യാത്ര പറഞ്ഞു. അവർക്കൊരിക്കലും ഒരു പേരക്കുട്ടിയുടെ മുത്തശ്ശിയാകാൻ കഴിഞ്ഞിട്ടില്ല, ഇനി കഴിയുകയുമില്ല. പക്ഷേ ഞാൻ ഞങ്ങളുടെ ഫ്ളാറ്റിലേക്ക് തിരിച്ചുപോയില്ല. പകരം പട്ടണത്തിന്റെ അതിർത്തിയിൽ ഒരു മുറി വാടകയ്ക്കെടുത്തു. പണ്ട് ദുഷ ചെയ്തതുപോലെ. എന്റെ ബാങ്ക് അക്കൗണ്ടിൽ ഉണ്ടായിരുന്ന പണം മുഴുവൻ പിൻവലിച്ചു. യാത്ര പറയുമ്പോൾ മരിയ കൈയിൽവച്ച് തന്ന നോട്ടുകൾകൂടി ചേർത്ത് വീട്ടുടമസ്ഥന് ആദ്യമാസവാടക കൊടുത്തു. ഞാൻ പട്ടണത്തിനു പുറത്തുനിന്നാണ് വരുന്നതെന്നും റോമൻ ലോ ആണ് പഠിക്കുന്നതെന്നും ഹോസ്റ്റലിലും മറ്റും താമസിച്ചാൽ പഠിക്കാൻ പറ്റാത്തതുകൊണ്ടാണ് മുറിയെടുക്കുന്നതെന്നും അയാളോട് വിശദീകരിച്ചു. ഞാനെന്തു പഠിച്ചാലും എവിടെനിന്നും വന്നാലും കുഴപ്പമില്ല, അയാളുടെ വാടക വൈകിയാൽ വന്നിടത്തേക്കുതന്നെ തിരികെ വിടുമെന്ന് മാത്രമായിരുന്നു അയാളുടെ മറുപടി.

അങ്ങനെ പതിനഞ്ചാമത്തെ വയസ്സിൽ ആ വാടകമുറിയുടെ തണുപ്പിൽ കിടന്നു. ജീവിതം എന്നിൽ അവസാനിച്ചു എന്ന് തോന്നി. ഒരു അഭയം എവിടെയും കാണാൻ കഴിഞ്ഞില്ല. കാലുകുത്താൻ പറ്റിയ ഒരു സ്ഥലവും ഭൂമിയിൽ ഇല്ലെന്നു തോന്നി. ഞാൻ എന്റെ ആ ചെറിയ തുരുത്തിൽ തികച്ചും ഒറ്റപ്പെട്ടു. എല്ലാവരിൽനിന്നും എല്ലാറ്റിൽനിന്നും വേർപെട്ടു. ഞാനും ലോകവും തമ്മിൽ ഭേദിക്കാനാവാത്ത ദൂരമുണ്ടെന്ന് തോന്നി. മറ്റുള്ള എല്ലാവർക്കും സ്വന്തം പേരുണ്ട്, വീടുണ്ട്, മേൽവിലാസമുണ്ട്, കുടുംബമുണ്ട്, ആത്മീയ അഭയങ്ങളുണ്ട്. അവരൊക്കെ ആരെങ്കിലുമാണ്. അവർക്കെല്ലാം അവരവരെക്കുറിച്ച് അറിയേണ്ടതെല്ലാം അറിയാം. എനിക്കാകട്ടെ, എന്നെക്കുറിച്ച് ഒന്നുമറിയില്ല.

ഞാൻ എന്റെ കഥ ആരുമായും പങ്കുവച്ചിട്ടില്ല. ആ കഥ ക്ഷണിച്ചു വരുത്തിയേക്കാവുന്ന എല്ലാ അപമാനങ്ങളെക്കാൾ ഭീകരമാണ് എന്റെ ഈ അവസ്ഥ. ഈ ദയാശൂന്യമായ അവസ്ഥ, പിതാവ് മരിച്ചുപോയി എന്ന സത്യം സ്വീകരിക്കാനുള്ള സാഹചര്യം സൃഷ്ടിച്ചു. അദ്ദേഹത്തിന്റെ

അദ്ഭുതകരമായ തിരിച്ചുവരവും പ്രതീക്ഷിച്ചിരിക്കുന്നതിൽ ഒരു കാര്യവുമില്ലെന്നു ഞാൻ അംഗീകരിക്കുകയായിരുന്നു. എന്റെ അസ്തിത്വം എന്ന് പറയുന്നത് ഇരയുടേതാണ്. ഞാൻ എല്ലാറ്റിന്റെയും ഇരയാണ്. ഒട്ടും ഹിതകരമല്ലാത്ത ഒരുപാട് സംഭവപരമ്പരകൾ എന്നെ എന്റെ ബാല്യത്തിൽ നിന്നും നിഷ്കളങ്കമായ ജീവിതത്തിൽനിന്നു തണുത്തുറഞ്ഞ, ഇരുണ്ട ഈ ഏകാന്തതയിലേക്ക് തള്ളിയിടുകയായിരുന്നു.

പിറ്റേദിവസം സ്കൂളിൽ എത്തുമ്പോൾ ഔദ്യോഗികമായി ഞാൻ കാണാതായ കുട്ടിയാണ്. ദുഷയും ഡ്രാഗനും എന്നെ പട്ടണം മുഴുവൻ തിരഞ്ഞു. ഒടുവിൽ സ്കൂൾമുറിയിൽ കണ്ടെത്തുകയായിരുന്നു. പാവം ദുഷ അക്ഷരാർത്ഥത്തിൽ ക്ലാസ്സിലേക്ക് തള്ളിക്കയറുകയായിരുന്നു. എന്നെ ജീവനോടെ, ആരോഗ്യത്തോടെ കണ്ടപ്പോൾ അവർക്കു സന്തോഷം അടക്കാനായില്ല. ഒരുഭ്രാന്തിയെപ്പോലെ ദുഷ എന്നെ കെട്ടിപ്പിടിച്ച് ഉമ്മകൾകൊണ്ട് മൂടി. വർഷങ്ങളോളം എന്റെ സഹപാഠികൾ എന്റെ അമ്മയ്ക്കു ഭ്രാന്തായിരുന്നു എന്നാണ് കരുതിയത്. അതിനിടെ വാതിക്കൽ നിന്ന ഡ്രാഗൻ എന്നെ ക്രുദ്ധനായി നോക്കുന്നുണ്ടായിരുന്നു. ഞങ്ങൾ തമ്മിലുള്ള സൗഹൃദം അവസാനിച്ചു എന്ന് ആ നോട്ടത്തിൽ ഉണ്ട്. തന്റെ ഗർഭിണിയായ ഭാര്യയെ ഇതുപോലെ ഓടിച്ചതിന് എനിക്ക് ഒരിക്കലും മാപ്പുതരില്ലെന്ന സൂചനയും നോട്ടത്തിലുണ്ട്. ഒപ്പം എന്നെ ഈ കൗമാരത്തിന്റെ എടുത്തുചാട്ടത്തിലേക്ക് തള്ളിവിട്ട കാരണങ്ങൾ അയാൾ ഒരിക്കലും മനസ്സിലാക്കാൻ പോകുന്നില്ലെന്ന് മുന്നറിയിപ്പും.

വൈകുന്നേരം ഞങ്ങളുടെ ചെറിയ ഫ്ളാറ്റിലെ സ്വീകരണമുറിയിൽ ടെലിവിഷന് മുന്നിൽ ഇരിക്കുകയാണ്. വീടിന്റെ പകുതിഭാഗം ഡ്രാഗന്റെ മാതാപിതാക്കളുടെ സാധനസാമഗ്രികൾ കുത്തിനിറച്ചിരിക്കുകയാണ്. വാർത്ത ശ്രദ്ധിക്കുകയാണ്. ബോസ്നിയയിലെ യുദ്ധം അവസാനിപ്പിക്കാൻ ബാൽകൻ നേതാക്കൾ എല്ലാവരുംകൂടി അമേരിക്കയിലെ ഡേട്ടണിൽ കൂടിക്കാഴ്ച നടത്തുകയാണ്. ആ വാർത്ത കേട്ടു സന്തോഷിക്കാനുള്ള മാനസികാവസ്ഥയിൽ ആയിരുന്നില്ല ഞങ്ങൾ മൂന്നുപേരും. എന്നാലും ഞങ്ങളെ ബാധിക്കുന്ന പ്രധാന കാര്യം സംസാരിക്കാതെ ഒഴിവാക്കാൻ ആ വാർത്തകൾ സഹായിച്ചു എന്ന് പറയാം. അതിനിടെ, ദുഷ ഒന്നുരണ്ടു തവണ ആ സംഭാഷണം തുടങ്ങാൻ ശ്രമിച്ചുനോക്കി. അപ്പോഴൊക്കെ മനഃപൂർവം ഡ്രാഗൻ ടെലിവിഷന്റെ ശബ്ദം കുറച്ചു. എന്നാൽ പെട്ടെന്ന് പ്രധാനപ്പെട്ട ഒരു വാർത്തയിലേക്ക് ശ്രദ്ധ തിരിക്കുമ്പോലെ അഭിനയിക്കുകയും ചെയ്തു.

അവിടെ സിറിക് കുടുംബത്തിനൊപ്പം ഇരിക്കുമ്പോൾ എന്റെ ജീവിതം അവസാനിച്ചു എന്നാണ് തോന്നിയത്. എല്ലാം തലതിരിഞ്ഞിരിക്കുന്നു. അച്ഛനില്ല, അമ്മയില്ല, സഹോദരനില്ല, മുത്തശ്ശിയോ, മുത്തച്ഛനോ സുഹൃത്തുക്കളോ ഇല്ല. എന്നാൽ എല്ലാവരും ഉണ്ട്. പക്ഷേ. സത്യത്തിൽ

ആരും ഇല്ല. വാർത്ത ഒരിക്കലും അവസാനിക്കാതിരിക്കട്ടെ എന്ന് ആഗ്രഹിച്ചുകൊണ്ട് ടെലിവിഷൻ സ്ക്രീനിലേക്ക് വെറുതെ തുറിച്ചു നോക്കിയിരുന്നു. അങ്ങേയറ്റത്തെ നിരാശയും പരാജയബോധവും കീഴടക്കിയ ഏതോ ഒരുനിമിഷം ഞാൻ ഒറ്റയ്ക്കു ജീവിക്കാനിഷ്ടപ്പെടുന്നു വെന്നും അതാണ് എല്ലാവർക്കും നല്ലതെന്നും വിളിച്ചുപറഞ്ഞു.

ദുഷ അങ്ങനൊരു നിർദേശം പ്രതീക്ഷിച്ചിരുന്നുവെന്നു തോന്നുന്നു. അതിനായി നേരത്തെതന്നെ തയ്യാറെടുത്തു കഴിഞ്ഞിരുന്നുവെന്നും തോന്നുന്നു. വലിയ തർക്കങ്ങളില്ലാതെ അവർ എന്റെ വാടക കൊടുക്കാമെന്നു സമ്മതിച്ചു. ഞാൻ ലളിതമായി ജീവിക്കണമെന്നും നന്നായി പഠിക്കണമെന്നുമുള്ള ചില നിബന്ധനകൾ അവർ മുന്നോട്ടുവച്ചു. എന്നാൽ ഒറ്റയ്ക്കു ജീവിക്കണമെങ്കിൽ ഞാൻ ജോലി ചെയ്യണമെന്ന് ഡ്രാഗൻ പറഞ്ഞു. അയാൾ അത് ഗൗരവത്തിൽ പറഞ്ഞതാണോ എന്ന് എനിക്ക് ഉറപ്പില്ലാതിരുന്നതിനാൽ എതിർക്കാൻ ധൈര്യം കാണിച്ചില്ല.

അന്ന് ബാൽകൻ നേതാക്കളെല്ലാംകൂടി ബോസ്നിയയിലെ യുദ്ധം അവസാനിപ്പിക്കാൻ തീരുമാനിച്ച ആ ദിവസം മൂന്നുപേരും ഞങ്ങളുടെ സ്വന്തം സമാധാനക്കരാറിൽ ഒപ്പുവച്ചു ഞങ്ങൾ ഇരുട്ടിൽ അങ്ങനെ ഇരുന്നു. അപ്പോഴാണ് ഡ്രാഗൻ വീണ്ടും ടെലിവിഷൻ തുറക്കുന്നത്. ഇപ്പോൾ ഞങ്ങളുടെ ശ്രദ്ധ വീണ്ടും ബോസ്നിയൻ സമാധാന ഉടമ്പടി വാർത്തകളിലേക്ക് തിരിഞ്ഞു.

പിറ്റേദിവസം എന്റെ മുറിയിലേക്കു തിരിച്ചുവന്നു. ഏതാനും ദിവസം കഴിഞ്ഞപ്പോൾ ഡ്രാഗൻ എനിക്ക് എന്റെ ആദ്യത്തെ താത്കാലിക ജോലി കണ്ടെത്തിത്തന്നു. തുടർന്ന് ഡ്രാഗൻ വേറെയും ഏതാനും ജോലികൾ കൂടി കണ്ടെത്തിത്തന്നു. പിന്നെ ഞാൻ ജോലികൾ കണ്ടെത്താൻ തുടങ്ങിയതോടെ ഞങ്ങളുടെ ബന്ധവും അവസാനിച്ചു.

പക്ഷേ, ഡ്രാഗനെപോലെ ദുഷ ഇത്രയും വർഷത്തിനിടയ്ക്ക് ഒരു ജോലി കണ്ടെത്തിത്തന്നിട്ടില്ല. അവർ ഒരിക്കൽപോലും അതിനു ശ്രമിച്ചിട്ടില്ല എന്ന് ഉറപ്പാണ്.

ഇരുപത്തിരണ്ട്

ശവമടക്കിനുശേഷം ഞാൻ ഒരിക്കലും ദുഷൻ പോഡ്ലോഗറുടെ ശവക്കല്ലറയിലേക്ക് പോയിട്ടില്ല. മരിയയെ കാണേണ്ടിവരുമല്ലോ എന്നോർത്താണ് ആദ്യമൊക്കെ അത് ഒഴിവാക്കിയത്. പിന്നെ തോന്നി അവിടെ ചെന്ന് എന്താണ് ചെയ്യേണ്ടതെന്ന് എനിക്കറിയില്ല. അതുകൊണ്ടു പോകാതിരിക്കുന്നതാണ് നല്ലതെന്ന്. പുലയിൽ ഞങ്ങളുടെ ആളുകളെ ഒന്നും അടക്കിയിട്ടില്ല. അതുകൊണ്ട് ഞങ്ങൾ അവിടെ സെമിത്തേരിയിൽ പോയിട്ടുമില്ല. ആളുകൾ പ്രിയപ്പെട്ടവരുടെ ശവക്കല്ലറകളിൽ പൂക്കൾ വയ്ക്കുന്നതും മെഴുകുതിരി കത്തിക്കുന്നതുമൊക്കെ കണ്ടിട്ടുണ്ട്. പക്ഷേ ദുഷൻ അതൊക്കെ ഇഷ്ടപ്പെട്ടിരുന്ന ആളായിരുന്നോ എന്ന് എനിക്കറിയില്ല. എന്തൊക്കെയായാലും അദ്ദേഹം വർഷങ്ങളോളം കമ്മ്യൂണിസ്റ്റ് പാർട്ടി അംഗമായിരുന്നു. ദുഷന്റെ ശവക്കല്ലറ ഞാൻ ഒഴിവാക്കാൻ മറ്റൊരു കാരണം കൂടിയുണ്ട്. അത് എനിക്ക് അദ്ദേഹത്തെ അത്രയ്ക്ക് നന്നായി അറിയില്ല എന്നതാണ്. പിന്നെ പലതവണ പറഞ്ഞിട്ടും ഇടയ്ക്കിടയ്ക്ക് അദ്ദേഹത്തെ കാണാൻ പോയിട്ടില്ല എന്ന കുറ്റബോധവും ഉണ്ടായിരുന്നു. പക്ഷേ മരണത്തിനുമുൻപ് അദ്ദേഹത്തിന്റെ സമീപം ചെലവഴിച്ച സമയം കൊണ്ട് ഒരു കാര്യം ബോധ്യമായിരുന്നു, അദ്ദേഹം ശരിക്കും എന്റെ കൂട്ട് ആഗ്രഹിച്ചിരുന്നുവെന്ന്. അദ്ദേഹത്തെ കണിശക്കാരനും ദുഷ്ടനുമായി മാത്രമാണ് കണ്ടതെന്ന ചിന്തയും എന്നിൽ കുറ്റബോധം ഉണ്ടാക്കി. ആ കല്ലറയ്ക്കു സമീപം എന്ത് ചെയ്യണമെന്നറിയാതെ നിൽക്കുകയേയുള്ളൂ എന്ന് എനിക്കറിയാം. പക്ഷേ വീട്ടിലിരുന്ന് മൗനംകൊണ്ട് നാദിയയെ ഇനിയും പീഡിപ്പിക്കാൻ വയ്യ എന്ന് തീരുമാനിച്ചു. ഒടുവിൽ കാറുമെടുത്തു പുറത്തേക്കിറങ്ങി. എങ്ങോട്ടാണ് പോകുന്നതെന്ന് അവൾ ചോദിച്ചെങ്കിലും ഉത്തരം പറഞ്ഞില്ല. അല്ലെങ്കിലും ഇപ്പോൾ ഒന്നിനും ഉത്തരം പറയാറില്ല. വണ്ടി ഓടിച്ചുകൊണ്ടേയിരുന്നു. ഒടുവിൽ സെമിത്തേരിയെത്തി.

കല്ലറയിന്മേൽ മെഴുകുതിരിയൊന്നും കണ്ടില്ല. പക്ഷേ പുതിയ പൂക്കൾ ഉണ്ട്. മരിയ സ്ഥിരം സന്ദർശകയാണെന്നു തോന്നുന്നു. ഞാൻ അവരെ കണ്ടിട്ട് കാലങ്ങളായി. ദുഷന്റെ മരണശേഷം ഞാൻ സത്യത്തിൽ അവരെ ഒരിക്കൽ മാത്രമാണ് കണ്ടിട്ടുള്ളത്. അതും ആശുപത്രിയിൽവെച്ച്. അവിടെ

തൊണ്ടയുടെ ഓപ്പറേഷൻ കഴിഞ്ഞുമിണ്ടാൻ പറ്റാതെ, കണ്ണിൽ നിറയെ ഭയവുമായി കീമോതെറാപ്പി കാത്തുകിടക്കുന്ന ആ സ്ത്രീയോട് എനിക്കല്പംപോലും സഹതാപം തോന്നിയിരുന്നില്ല എന്ന് ഓർക്കുന്നു. ഇനി അവർ മരിച്ചാലും വിഷമം തോന്നില്ല. അന്ന് അമ്മയുടെ അടുത്തേക്കു തിരിച്ചുപോകാൻ ആവശ്യപ്പെട്ടതിന് ഒരിക്കലും അവർക്കു മാപ്പുകൊടുക്കാൻ കഴിഞ്ഞിട്ടില്ല. അവർ അന്ന് അത് പറഞ്ഞത് ദുഷയെ ഓർത്തിട്ടല്ല എന്നും അവർക്ക് എന്നെ വേണ്ടാതിരുന്നതുകൊണ്ടാണെന്നും അറിയാം. അവിടെ അവർ കിടന്നിരുന്ന ആ ആശുപത്രിയിൽ ഞാൻ വന്നതുതന്നെ എത്രയോ നിരർത്ഥകമെന്ന് തോന്നി. അവർ ഒരിക്കലും അവരുടെ കൊച്ചുമകനായി കണ്ടിട്ടില്ല. അവരെ ഞാൻ ഒരിക്കലും മുത്തശ്ശിയായും കണ്ടിട്ടില്ല. ഒന്നും മിണ്ടാതെ, അവരോട് യാത്രപോലും പറയാതെ ആ ആശുപത്രിമുറിയിൽനിന്നും ഇറങ്ങി നടക്കുകയായിരുന്നു.

പിന്നീടൊരിക്കൽ അവർ എനിക്കു ജന്മദിനാശംസകൾ നേരാൻ വിളിച്ചിരുന്നു. ദുഷയാണ് അവരെ ഓർമ്മിപ്പിച്ചതെന്ന് അവർ അന്ന് പറഞ്ഞിരുന്നു. പിന്നെ അവർക്കു നല്ല സുഖമില്ലെന്നും മറ്റും പരാതി പറഞ്ഞുതുടങ്ങി. അവർ അവരുടെ അസുഖങ്ങളെക്കുറിച്ചും മറ്റും സംസാരിച്ചു. ഇപ്പോൾ ആരുടെയെങ്കിലും അടുത്ത് നിന്നു സമാധാന വാക്കുകൾ കേൾക്കാൻ ആഗ്രഹിക്കുന്ന ഏകാകിയായ വൃദ്ധയാണ് അവരെന്ന് മനസ്സിലായി. പക്ഷേ എന്നിൽനിന്ന് അവർ അത് കേൾക്കാൻ പോകുന്നില്ല. പിന്നെ അവർ ഒരിക്കലും വിളിച്ചിട്ടുമില്ല. പിന്നെ പിന്നെ അവർക്കെങ്ങനെയുണ്ടെന്നു ദുഷയോടു ചോദിക്കുന്നതും നിർത്തി. മരിയ മരിച്ചിട്ടുണ്ടെങ്കിൽ ദുഷ എന്നോട് പറയുമെന്ന് അറിയാം. ഇതുവരെ പറഞ്ഞിട്ടില്ല. അതിന്റെ അർത്ഥം അവർ ഇപ്പോഴും ജീവിച്ചിരിപ്പുണ്ട് എന്നാണ്.

ഒരു ശവസംസ്കാരചടങ്ങിനിടെ നിൽക്കുന്നതുപോലെ കൈയും കെട്ടി ദുഷന്റെ കല്ലറയ്ക്കു മുന്നിൽ നിന്നപ്പോൾ എനിക്ക് ഞാൻ ഒരു വിഡ്ഢിയെപ്പോലെ തോന്നിച്ചു. ഇവിടുത്തെ സാധാരണ സന്ദർശകർ ഒരു നിമിഷത്തേക്കെങ്കിലും തങ്ങളുടെ മരിച്ചവരെ ഓർക്കാൻ ശ്രമിക്കുമ്പോൾ എന്റെ ചിന്തകൾ മരിയയെക്കുറിച്ചായിരുന്നു. അവർക്കിപ്പോൾ എത്ര പ്രായമുണ്ടായിരിക്കും എന്ന് ആലോചിച്ചു. അവർ ഒരുപക്ഷേ ഏതെങ്കിലും വൃദ്ധസദനത്തിലായിരിക്കും എന്ന് ചിന്തിച്ചു. എല്ലാറ്റിനെയുംകുറിച്ച് പരാതി പറഞ്ഞുകൊണ്ടിരിക്കുന്ന വെറുപ്പ് തിങ്ങിനിറഞ്ഞ ആ മുഖം എനിക്കു കാണാം. അവരെ നോക്കുന്നവർ ഒന്ന് സന്തോഷിപ്പിക്കാൻ കഷ്ടപ്പെടുന്നത് മനസ്സിൽ കണ്ടു. പക്ഷേ പ്രയോജനമില്ല. അവർ എത്രയൊക്കെ ശ്രമിച്ചിട്ടും മരിയയെക്കൊണ്ട് മറ്റുള്ളവരുമായി ഇടപഴകി ജീവിക്കാൻ കഴിയുന്നില്ല. പിന്നെ ശൂന്യമായ ആ വീടിനെക്കുറിച്ചോർത്തു. അത് ശരിക്കും ശൂന്യമായിരിക്കുമോ എന്ന് സന്ദേഹിച്ചു.

സെമിത്തേരിയിൽനിന്നും പുറത്തു കടക്കുമ്പോൾ നേരെ തിരികെ പോകാൻ തന്നെയാണ് വിചാരിച്ചത്. എന്നെയോർത്തു നാദിയ ഇനിയും

വേവലാതിപ്പെടാൻ ഞാൻ ആഗ്രഹിച്ചില്ല. പോഡ്ലോഗറുടെ ആ വീട്ടിലേക്ക് ഒന്ന് നോക്കിയിട്ടു പോകാമെന്നു തോന്നി. എന്നാൽ റോഡിൽ നിന്ന് നോക്കിയാൽ അതിനുള്ളിൽ എന്ത് നടക്കുന്നുവെന്ന് മനസ്സിലാവില്ല. വീട്ടിലേക്കുതന്നെ ചെല്ലാമെന്നു തീരുമാനിച്ചു. വീടിനടുത്തു കാർ നിർത്തി അങ്ങോട്ട് നടന്നു. ബെല്ലടിക്കാനോ വാതിലിൽ തട്ടാനോ മിനക്കെട്ടില്ല. ജനലിൽകൂടി നോക്കാമെന്നു കരുതി. പക്ഷേ ഒന്നും വ്യക്തമായി കാണാൻ കഴിയുന്നില്ല. പെട്ടെന്ന് ഏതോ ഒരു വാതിൽ തുറക്കുന്ന ശബ്ദം എന്നെ ഞെട്ടിച്ചു.

അകത്തു മരിയ. വാർദ്ധക്യംകൊണ്ട് ചുരുണ്ടുപോയെങ്കിലും ആൾ അത് തന്നെ. സന്ദർശകൻ ആരെന്നു മനസ്സിലാക്കാൻ അവർ കഷ്ടപ്പെടുകയാണെന്ന് മനസ്സിലായി. കണ്ണട ധരിക്കുന്നത് അവർക്കിഷ്ടമല്ല. ഇപ്പോഴും അവർ കണ്ണട ധരിച്ചിട്ടില്ല. തന്റെ പരിസരം സ്പർശിച്ചറിയാൻ അവർ ബുദ്ധിമുട്ടുന്നത് കണ്ടപ്പോൾ അവരുടെ കാഴ്ച നഷ്ടപ്പെട്ടിരിക്കുന്നുവെന്ന് എനിക്കു മനസ്സിലായി. അവർക്ക് ഞാനിപ്പോൾ വെറുംനിഴൽ മാത്രമാണ്.

“ഇത് ഞാനാണ്, വ്ളാദൻ.”

“ആര്?”

“വ്ളാദൻ, നിങ്ങളുടെ കൊച്ചുമകൻ.”

ഇടറിയ ചുവടുകളോടെ അവർ എന്റടുത്തേക്ക് നടന്നു. എന്റടുത്തെത്തിയപ്പോൾ അവർ എന്റെ നേരെ കൈകൾ നീട്ടി. അവർ എന്റെ കൈയിൽ പിടിച്ച് അവരിലേക്ക് മെല്ലെ അടുപ്പിച്ചു. എന്നിട്ടു മെല്ലെ എന്റെ കൈയിൽ പിടിച്ചുകൊണ്ടുതന്നെ നടന്ന് അടുക്കളയിലേക്ക് നീങ്ങി. അവിടെ കസേരയിൽ ഇരുന്നു. എന്നിട്ടാണ് അവർ എന്റെ പിടിവിട്ടത്.

“ഫ്രിഡ്ജിൽ ജ്യൂസ് ഉണ്ടാകും. നീയെടുത്തു കുടിക്കൂ.”

“നന്ദി.”

ഒരു വല്ലാത്ത, അസുഖകരമായ മണം ആ വീട്ടിൽ തങ്ങിനിന്നിരുന്നു. എല്ലാ സാധനങ്ങളും പൊടിമൂടിയിരിക്കുന്നു. ഞാൻ ജനൽപടിയിലൂടെ വിരലോടിച്ചു. കറുത്ത കട്ടികൂടിയ പൊടിവിരലിൽ പുതഞ്ഞു. ആ കറുത്ത പൊടി കണ്ടപ്പോൾ എനിക്കു വല്ലാത്തൊരു സന്തോഷം തോന്നി. ജീവിതകാലം മുഴുവൻ വൃത്തിക്കും അടുക്കിനും ചിട്ടയ്ക്കും മാത്രം പ്രാധാന്യം കൊടുത്ത ഒരു സ്ത്രീക്ക് കിട്ടാവുന്ന ഏറ്റവും നല്ല ശിക്ഷയാണിതെന്ന് തോന്നി. അവരുടെ പൊങ്ങച്ചം തന്റെ നിസ്സഹായത സമ്മതിച്ചു കൊടുക്കാൻ അവരെ അനുവദിക്കുന്നില്ല. കടുത്ത പിശുക്കു കാരണം മറ്റൊരാളെ സഹായത്തിനു വെയ്ക്കാൻ മനസ്സുമില്ല.

“എനിക്കറിയാവുന്നതെല്ലാം ഞാൻ ദുഷയോട് പറഞ്ഞിട്ടുണ്ട്.”

“എന്ത്?”

“നെടെൽകോയുടെ കത്തുകളെക്കുറിച്ച്.”

കേട്ടത് വിശ്വസിക്കാൻ പ്രയാസപ്പെടുന്ന എന്റെ മുഖഭാവങ്ങൾ മരിയയ്ക്കു കാണാൻ കഴിയുന്നില്ല എന്നത് ആശ്വാസമായി. ഞങ്ങളുടെ ആ കൂടിക്കാഴ്ചയ്ക്കുശേഷം ദുഷ നെടെൽകോയുടെ കത്തുകളെക്കുറിച്ചും അതിന്റെ ഉദ്ഭവത്തെക്കുറിച്ചും മനസ്സിലാക്കാൻ ശ്രമിച്ചുവെന്നത് എന്നെ അദ്ഭുതപ്പെടുത്തി. എനിക്ക് ഒരുപാടു കാലമായി മനസ്സിലാകാതിരുന്ന പുതിയ ഒരു ദുഷയെ ആണ് ഇപ്പോൾ അറിയുന്നത്. ആ കത്തുകളിൽ അവർക്ക് എന്തെങ്കിലും താത്പര്യം ഉണ്ടായിരുന്നെങ്കിൽ അതിനെക്കുറിച്ച് എത്രയോ മുൻപുതന്നെ അന്വേഷിക്കാമായിരുന്നു. ദുഷ ഇപ്പോൾ മരിയയോട് അതിനെക്കുറിച്ച് അന്വേഷിക്കാൻ കാരണമെന്തെന്ന് എനിക്ക് ഊഹിക്കാൻപോലും കഴിഞ്ഞില്ല.

ദുഷ അതിനെക്കുറിച്ച് അന്വേഷിച്ചിരുന്നു. എന്നുവെച്ചാൽ മരിയയ്ക്കു ഞാൻ എപ്പോഴെങ്കിലും എത്തുമെന്ന് അറിയാമായിരുന്നു എന്ന്. വളരെ കാലങ്ങൾക്കുശേഷം മരിയയെ തേടി ഞാൻ എത്തിയതുതന്നെ അവരുടെ ഓർമ്മകളിൽ എന്തെങ്കിലും ബാക്കിയുണ്ടെങ്കിൽ അത് ചികഞ്ഞെടുക്കാനാണ്. ഞാനിനി പ്രത്യേകിച്ച് അവരെ ഒന്നും ബോധ്യപ്പെടുത്തി ബുദ്ധിമുട്ടേണ്ടതില്ല. നേരെ കാര്യത്തിലേക്കു കടക്കാം. മരിയ ചോദ്യം ചെയ്യലിന് വിധേയയാകാൻ തയ്യാറായി ഇരിക്കുകയാണ്.

"ഞാൻ ആ ട്രക്ക് ഡ്രൈവറെക്കുറിച്ച് അവളോട് പറഞ്ഞിരുന്നു."

"ഏതു ട്രക്ക് ഡ്രൈവർ?"

"നിങ്ങൾ ഇവിടെ നിന്ന് പോയതിനുശേഷം നെടെൽകോയുടെ കത്തുമായി വന്നിരുന്ന ആ ബോസ്നിയക്കാരൻ. നിങ്ങൾ ഇപ്പോൾ ഇവിടെയല്ല താമസമെന്നും നിങ്ങളുടെ പുതിയ വിലാസം എത്തിച്ചുകൊടുക്കാമെന്നും ദുഷൻ അയാളോട് പറഞ്ഞു. ദുഷന് നിങ്ങളുടെ പുതിയ വിലാസം കാണാതെ അറിയില്ലായിരുന്നു, എന്നോട് ചോദിക്കാൻ തയ്യാറായതുമില്ല. പിന്നീട് ദുഷൻ അയാളോട് നെടെൽകോയുടെ കൈയിൽനിന്നും ഒന്നും ഇങ്ങോട്ടു കൊണ്ടുവരരുതെന്ന് വിലക്കി. അയാളെ കണ്ടാൽ നല്ല ഒരാളാണെന്നേ തോന്നൂ. അയാളെ ഒരു ദിവസം കാപ്പി കുടിക്കാൻ ക്ഷണിക്കണമെന്നു വിചാരിച്ചിരുന്നു. പക്ഷേ ദുഷന് അയാളോട് ദേഷ്യമായിരുന്നു. കാരണം ദുഷന് നെടെൽകോയോട് ദേഷ്യമായിരുന്നു. അതുകൊണ്ട് ഒന്നും മിണ്ടിയില്ല. എനിക്കു നിങ്ങളുടെ വിലാസം അയാൾക്ക് കൊടുക്കാമായിരുന്നു. പക്ഷേ..." മരിയ നിശ്ശബ്ദയായി നിന്നു.

ശരിക്കുള്ള കഥ വേറെയായിരിക്കും. എനിക്കു കൃത്യമായി അത് ഊഹിക്കാം. വാതിൽക്കൽ വന്നുനിന്ന ആൾ ഒരു ബോസ്നിയൻ ആയതുകൊണ്ട് അയാളോട് സംസാരിക്കാൻ മിനക്കെടാതെ അയാളെ മരിയയ്ക്കു വിട്ടുകൊടുത്തു ദുഷൻ പിന്മാറിക്കാണും. അല്ലെങ്കിൽ എവിടേക്കെങ്കിലും പോകാനുള്ള തിരക്കിൽ ആയിരുന്നിരിക്കാം. ഞങ്ങളുടെ പുതിയ വിലാസം വളരെ ശ്രദ്ധാപൂർവം എഴുതിയ ആ കറുത്ത നോട്ടുബുക്ക് അന്വേഷിച്ചു

ദുഷൻ ഏറെസമയം നടന്നിട്ടുണ്ടാവാം. അദ്ദേഹത്തിന്റെ പിന്നാലെ നിഴൽ പോലെ നടന്ന മരിയ താൻ എവിടെയാണ് ആ ചെറിയനോട്ട്ബുക്ക് ഒളിപ്പിച്ചുവച്ചിരിക്കുന്നതെന്നു ദുഷനോട് പറഞ്ഞുകാണില്ല. പകരം അപരിചിതർക്കു വ്യക്തിപരമായ വിവരങ്ങൾ കൈമാറുന്നത് അപകടമായിരിക്കുമെന്നു ദുഷനു മുന്നറിയിപ്പ് നൽകിക്കാണും. അവരുടെ മകളുടെ വിലാസം വളരെ വ്യക്തിപരമായ രഹസ്യമാണല്ലോ.

"ട്രക്ക് ഡ്രൈവറുടെ പേര് ഓർമ്മയുണ്ടോ?"

"ആ ബോസ്നിയക്കാരന്റെയോ?"

പതിനാറു വർഷങ്ങൾക്കു ശേഷവും മരിയയ്ക്ക് ആ മനുഷ്യനെ ഒന്ന് തരംതാഴ്ത്താനാണ് താത്പര്യം. ട്രക്ക് ഡ്രൈവർ എന്നതിനു പകരം ബോസ്നിയൻ എന്ന് വിശേഷിപ്പിച്ചുകൊണ്ട് അയാളോടുള്ള വെറുപ്പ് അവർ പ്രകടമാക്കി. അവരോടുള്ള വെറുപ്പ് എന്റെ തൊണ്ടവരെ എത്തി. ഞാൻ നിയന്ത്രിച്ചു. പൊടി മൂടിയ തറയിൽ ചെരുപ്പുകൊണ്ട് ചിത്രങ്ങൾ വരച്ചു. ആ പാടുകൾ കണ്ടപ്പോൾ അതിയായ സന്തോഷം തോന്നി. ഞാൻ നാക്ക്കൊണ്ട് പറയേണ്ടതെല്ലാം ജീവിതം അവരോട് പറഞ്ഞു കഴിഞ്ഞു. ഇതുപോലെ ഏകാന്തമായ ഒരു വീട്ടിൽ, ആർക്കും വേണ്ടാതെ ജീവിക്കുന്നതിലും വലിയ ശിക്ഷയെന്ത്?

"അയാളുടെ പേര് എനിക്കറിയില്ല. ആ ട്രക്കിന്റെ മുകളിൽ ലാസിക് എന്ന് എഴുതിയിരുന്നു."

"പക്ഷേ ഡ്രൈവറുടെ പേര് എന്തെന്ന് നിങ്ങൾക്ക് അറിയില്ല?"

"ഞാൻ അയാളോട് സംസാരിച്ചിട്ടില്ല."

"അതിന്റെ പേര് ലാസിക് എന്നാണെന്ന് ഉറപ്പുണ്ടോ?"

"ഞാൻ അത് നേരത്തെതന്നെ ദുഷയോട് പറഞ്ഞിട്ടുണ്ട്."

എനിക്ക് എന്തെങ്കിലും ഒക്കെ പറയണമെന്നുണ്ട്. ഞാൻ വേണ്ടെന്നു വെച്ചു. അവർ എന്റെ ഒരേയൊരു മുത്തശ്ശിയാണ്. ഇത് മിക്കവാറും ഞങ്ങളുടെ അവസാന കൂടിക്കാഴ്ചയാണ്. ഇവരുമായി ബന്ധപ്പെട്ട് എന്തെങ്കിലും ഓർത്തു ഞാൻ പിന്നീട് ദുഃഖിക്കേണ്ടി വരരുത്.

എന്നെ സംബന്ധിച്ചിടത്തോളം ട്രക്ക് ഡ്രൈവർമാർ അല്പം ഭയപ്പെടേണ്ട ആളുകളാണ്. മറ്റുള്ളവർ ഒഴിവാക്കുന്ന സ്ഥലങ്ങളിൽ പോലും സഞ്ചരിക്കുന്നവരാണവർ. സമാന്തര സാമ്പത്തിക വ്യവസ്ഥയിൽ തന്റെ സ്ഥാനം ഉറപ്പിക്കുന്നതുവരെ സമീർ ഒരു ട്രക്ക് ഡ്രൈവർ ആയിരുന്നു. ബൾഗേറിയയിലെ പെട്രോൾ സ്റ്റേഷനുകളിലും ബെലാറസിലെ മോട്ടലുകളിലും മറ്റും അയാൾ നടത്തുന്ന വീരകൃത്യങ്ങളെക്കുറിച്ചു ഡാനിയേൽ എന്നോട് വർണിക്കാറുണ്ടായിരുന്നു.

ഈ കഥകളൊക്കെ തമാശകളായിരുന്നെങ്കിലും എനിക്കു സമീറിനെ അല്പം ഭയമായിരുന്നു. കാരണം ഞാൻ പരിസരത്തുള്ളപ്പോൾ അവൻ നിശ്ശബ്ദനായിരുന്നു. ഒരു കുട്ടിയായിരുന്ന എനിക്കു നിശ്ശബ്ദരായ ആളുകളെ അത്ര പരിചയമില്ലായിരുന്നു. പുലയിൽ എല്ലാവരും വലിയ സംസാരക്കാരായിരുന്നു. ഒരു ലിറ്റർ മദ്യം അകത്താക്കി കഴിഞ്ഞാൽ എമിർ മുസീറോവിച് വരെ വലിയ സംസാരക്കാരനാണ്.

ഞാൻ മൗനിയും വിഷാദവാനുമായി മാറി എന്നത് എപ്പോഴാണ് മനസ്സിലായതെന്ന് എനിക്കറിയില്ല. ഞാൻ ദിവസങ്ങളോളം റഷ്യൻ കാടുകളിലൂടെ ആരോടും സംസാരിക്കാതെ സഞ്ചരിക്കാൻ കഴിയുന്ന ഏകാകിയായി മാറിയിരുന്നു. അനന്തമായി നീളുന്ന പാതകളിലൂടെ ദിവസങ്ങളോളം എന്റെ ചിന്തകളിൽ മാത്രം വ്യാപാരിച്ചു സഞ്ചരിക്കുന്നതിനെക്കുറിച്ചു ഞാൻ സങ്കൽപ്പിക്കാറുണ്ട്. അപ്പോഴൊക്കെ ഞാൻ പിതാവിനെ ഓർക്കാറുണ്ട്. വായിൽ കൈയിട്ടു സംസാരിപ്പിക്കേണ്ടി വരുന്നവരെ നെടൈൽകോയ്ക്ക് അത്രയേറെ വെറുപ്പായിരുന്നു. ഞാനും ഇപ്പോൾ അവരിലൊരാളായി മാറിയെന്നറിഞ്ഞാൽ അദ്ദേഹം ഒരിക്കലും അംഗീകരിക്കില്ല.

ഭാഗ്യത്തിന് നാദിയ ഇപ്പോൾ എന്റെ നിശ്ശബ്ദതയുമായി യോജിച്ചു കഴിഞ്ഞു. അന്ന് ദുഷന്റെ ശവക്കല്ലറയിൽ ഞാൻ നടത്തിയ സന്ദർശനത്തെക്കുറിച്ച് അവളൊന്നുംതന്നെ ചോദിച്ചില്ല. മരിയയെക്കുറിച്ചോ, നെടൈൽകോയുടെ കത്തുമായി വന്നിരുന്ന ലാസിക് എന്ന ട്രക്കിനെക്കുറിച്ചോ ഒന്നുംതന്നെ. എല്ലാം എന്റെ ഉള്ളിൽതന്നെ സൂക്ഷിക്കാൻ അവൾ എന്നെ അനുവദിച്ചു. ജീവിതം സാധാരണപോലെ മുന്നോട്ടുനീങ്ങി. അന്നു രാത്രി എന്നോട് ശുഭരാത്രി പറയാതെ അവൾ ഉറങ്ങാൻ പോയി. അവൾ ഉറങ്ങാൻവേണ്ടി ഞാൻ കാത്തിരുന്നു. അവൾ ഉറങ്ങിയശേഷം അവളുടെ സമീപം കിടന്നു ജൊവാൻലാസിക് എന്ന ആളെക്കുറിച്ചു ഞാൻ ചിന്തിക്കാൻ തുടങ്ങി. ലാസിക് ലിമിറ്റഡ് എന്ന കമ്പനിയുടെ ഉടമസ്ഥനാണ് അയാൾ. നെടൈൽകോയുടെ കത്തിലെ 'ജെ'എന്ന അക്ഷരംകൊണ്ട് സൂചിപ്പിക്കുന്ന ആ മനുഷ്യനെ എങ്ങനെ കണ്ടെത്താമെന്നായിരുന്നു എന്റെ ചിന്ത. ഞാൻ നാദിയയെയും ഞങ്ങളുടെ ജീവിതത്തെക്കുറിച്ചുമാണ് ചിന്തിക്കേണ്ടത്. അങ്ങനെ ചെയ്യാത്തതിൽ ചെറിയൊരു കുറ്റബോധം ഉണ്ടായാൽ മതിയെന്ന് ഞാൻ എന്നെ ആശ്വസിപ്പിച്ചു.

ട്രക്കുകൾ പാർക്ക് ചെയ്യുന്ന ആ സ്ഥലത്തു ഞാൻ ലാസിക് എന്നെഴുതിയ ട്രക്ക് അന്വേഷിച്ചുനടന്നു. പക്ഷേ കാര്യമൊന്നുമുണ്ടായില്ല. അവിടെ ബൂത്തിൽ ഇരിക്കുന്ന മനുഷ്യൻ യാതൊരു ദയയുമില്ലാതെ അയാൾക്ക് 'ട്രക്കിന്റെയൊക്കെ മുകളിൽ എന്തെഴുതിവച്ചിരിക്കുന്നുവെന്നു നോക്കാൻ നേരമില്ല' എന്ന് പറഞ്ഞു. എന്നിട്ട് എന്നെ അടുത്തുള്ള ഒരു ക്യാന്റീനിലേക്ക് പറഞ്ഞുവിട്ടു. അടുത്ത നിർദ്ദേശങ്ങൾക്ക് കാത്തുനിൽക്കുന്ന

ഏതാനും ട്രക്ക് ഡ്രൈവർമാർ ആ ഘനീഭവിച്ച നിശ്ശബ്ദതയിൽ ചുറ്റിക്കറങ്ങി നിൽക്കുന്നുണ്ട്. ഞാൻ ആ ക്യാന്റീനിൽ ഇരുന്നപ്പോൾ നിരവധി നോട്ടങ്ങൾ എന്റെ മേൽവീണു. അവിടെ അപരിചിതർ ആരും വരാറില്ല എന്ന് തോന്നുന്നു. ഏറെ നേരമായുള്ള എന്റെ ഇരുപ്പു ശ്രദ്ധിച്ചുകൊണ്ട് ഹോട്ടലുകാരി എന്റെ അടുത്തേക്കു വന്നു.

"എന്താ വേണ്ടത്?"

"ക്ഷമിക്കണം. നിങ്ങൾക്ക് ജൊവാൻലാസിക്കിനെ അറിയുമോ?"

അവർ അതിനു മറുപടിയൊന്നും പറഞ്ഞില്ല. എന്നെ ആകപ്പാടെ ഒന്ന് നോക്കി. ഞാൻ എന്തിനാണ് അയാളെ കാണുന്നതെന്നുകൂടി ഒരു വിശദീകരണം അവർക്കാവശ്യമുണ്ടെന്നു ഞാൻ സംശയിച്ചു. പക്ഷേ അവർ തിരിഞ്ഞുനടന്നു.

"മിറോ, ലാസോയെ വിളിച്ച് എപ്പോഴാണ് ഇങ്ങോട്ടു വരുന്നതെന്ന് ചോദിക്ക്."

ഒരു കണ്ടൈനറിന്റെ മേൽ ചാരി അലസമായി നിന്നിരുന്ന മിറോ കേട്ടപാടെ ചാടിയെഴുന്നേറ്റു. തന്നോട് പറഞ്ഞ ജോലി ചെയ്യാനൊന്നും മെനക്കെട്ടില്ല.

"അതാരാണ്?"

അയാൾ എന്നെയാണ് ഉദ്ദേശിക്കുന്നതെന്നു ഞാൻ ഊഹിച്ചു. എന്നാൽ ഞാനിരിക്കുന്ന ഭാഗത്തേക്ക് നോക്കുകപോലും ചെയ്തില്ല. ഇത് ഒരു പ്രത്യേകതരം ആശയവിനിമയരീതിയാണ്. ഭാവിയിലും ജീവിതത്തിലും പ്രതീക്ഷകൾ നഷ്ടപ്പെട്ട മനുഷ്യർ, തമ്മിൽ നടത്തുന്ന ആശയവിനിമയ രീതിയാണിത്. അവർക്കു ധാരാളമായി വാക്കുകൾ ഉപയോഗിക്കാനുള്ള ക്ഷമയും ശക്തിയും ഉണ്ടാകില്ല.

"എനിക്ക് എങ്ങനെ അറിയാനാണ്? അയാളിവിടെയുണ്ട്. ചോദിച്ചു നോക്ക്."

ആരും എന്റെ നേരെ നോക്കിയില്ല. മിറോ ഫോൺ കൈയിലെടുത്തു. "ഹലോ, ഇത് ലാസോ അല്ലേ? നിങ്ങൾ ഇന്ന് ഡ്രാഗിക്കയെ കാണാൻ വരുന്നുണ്ടോ? ഇവിടെ ഒരാൾ നിങ്ങളെ കാണാൻവേണ്ടി കാത്തിരിക്കുന്നു."

ആദ്യമായി അയാൾ എന്റെ നേരെ നോക്കി.

"നിങ്ങൾ എന്തിനാണ് ലാസോയെ കാണുന്നത്?"

"അദ്ദേഹം ഒരിക്കൽ എന്റെ അച്ഛന്റടുത്തുനിന്നും ഒരു കത്ത് കൊണ്ടുവന്നിരുന്നു. അവർ തമ്മിൽ ഇപ്പോഴും ബന്ധമുണ്ടോ എന്നറിയനാണ്."

മിറോ ശ്രദ്ധിക്കുന്നതായി തോന്നിയില്ല. എന്റെ വിശദീകരണം വല്ലാതെ സങ്കീർണമാണെന്ന് അവനു തോന്നിക്കാണും.

“എന്തോ കത്തിന്റെ കാര്യമാണ്. എനിക്കു മനസ്സിലാകുന്നില്ല. ലാസോ നിങ്ങൾ എന്തിനാണ് എന്നോട് ചോദിക്കുന്നത്? ഇവിടെവന്ന് അയാളോട് നേരിട്ട് ചോദിക്കൂ, അയാൾ എന്തിനാണ് നിങ്ങളെ അന്വേഷിക്കുന്നതെന്ന്. നിങ്ങളുടെ നശിച്ച ജിജ്ഞാസ.”

ലാസോ വരുമോ ഇല്ലയോ എന്ന വിവരം എന്നോട് പറയേണ്ട ആവശ്യകതയൊന്നും മിറോയ്ക്കു തോന്നിയില്ല. പക്ഷേ ഞാൻ ശുഭാപ്തി വിശ്വാസി ആയിരിക്കാൻ തീരുമാനിച്ചു. ലാസോ വന്നുകൊണ്ടിരിക്കുകയാണെന്ന് അവന്റെ മൗനം സൂചിപ്പിക്കുന്നുണ്ട് എന്ന് ഞാൻ എന്നെ വിശ്വസിപ്പിച്ചു. ലാസോ എപ്പോൾ എത്തുമെന്ന് മിറോയോട് ചോദിക്കുന്നതിൽ വലിയ കാര്യമൊന്നുമില്ലെന്ന് തോന്നി. ഇനി ചോദിച്ചാൽ തന്നെ എപ്പോൾ വേണമെങ്കിലും എത്താം എന്ന മറുപടിയെ കിട്ടാൻ സാധ്യതയുള്ളൂ.

അവിടെ ഭക്ഷണം കഴിച്ചിരിക്കുന്ന മറ്റുള്ളവരിൽ, വ്യത്യസ്തമായ ഒരു കഥയാണ് ലാസോ. അയാൾ വേഗത്തിൽ വണ്ടിയോടിച്ച് അവിടേക്കു വന്നു. വാതിൽ തുറന്നു ചാടിയിറങ്ങി. അയാളുടെ പെരുമാറ്റത്തിൽനിന്നും ഡ്രാഗിക്കയുടെ മറ്റു പതിവുകാരിൽനിന്നും വ്യത്യസ്തമായി സ്വന്തം ജീവിതത്തിൽ അയാൾ സംതൃപ്തനാണെന്നു തോന്നുന്നു. പൂജ്യത്തിലും താഴെ തണുപ്പിലും അയാൾ തന്റെ ലെതർജാക്കറ്റു തുറന്നിട്ട് പഴയ ആളുകൾക്ക് ഈ തണുപ്പൊന്നും ഒരു പ്രശ്നമേയല്ല എന്ന മട്ടിലാണ് നടക്കുന്നത്. അദ്ദേഹത്തിന്റെ വരവ് വളരെ നാടകീയമായിരുന്നു.

“എവിടെ സ്ലോവേനിയ യുദ്ധത്തിലെ വീരന്മാർ? അമേരിക്കക്കാർ പറയുന്നതുപോലെ നിങ്ങൾക്ക് കുറച്ചു വിശ്രമം ആവശ്യമുണ്ട്. ഡ്രാഗിക്ക, അവരെ നോക്ക്, എല്ലാവരും നല്ല സുന്ദരന്മാരല്ലേ? നിങ്ങളുടെ നശിച്ച ഒരു സെർബിയ! വെറുതെയല്ല നിങ്ങളുടെ രാജ്യം പ്രതിസന്ധിയിലായത്. ജോലി അറിയുന്നവരൊക്കെ ഇവിടെയല്ലേ! ആ മണ്ടൻ ടഡിക്സ് രാജ്യം വിൽക്കാൻ പോകുകയാണ്. നിങ്ങൾ ഇവിടെ വെറുതെയിരുന്ന് സമയം കളയുന്നു. നിങ്ങള് കാണുന്നില്ലേ അവർ നമ്മുടെ കൊസോവോ അൽബേനിയയ്ക്കു കൊടുത്തത്? അവർ എപ്പോൾ വേണമെങ്കിലും സ്വാതന്ത്ര്യം പ്രഖ്യാപിക്കാം.”

അവിടെയിരുന്ന ആരോ എന്തോ മറുപടി പിറുപിറുക്കുന്നത് കേട്ടു. മറ്റുള്ളവർ ഈ രാഷ്ട്രീയചർച്ചയിൽ യാതൊരു താത്പര്യവും കാണിച്ചില്ല.

ലാസോ ഒഴിഞ്ഞ ഒരു മേശയ്ക്കു മുന്നിൽ വന്നിരുന്നു. എന്നിട്ടു മദ്യത്തിന് ഓർഡർ കൊടുത്തു. ശേഷം എന്റെ നേരെ തിരിഞ്ഞു.

“നിങ്ങൾ എന്നെയാണോ അന്വേഷിക്കുന്നത്?”

“അതെ.”

"ഇവിടെ വരൂ."

ഞാൻ അയാളുടെ അടുത്ത് ചെന്നിരുന്നു. ലാസോ എന്റെ നേരെ കൈനീട്ടി.

"ലാസിക്യൂഗോസ്ലാവ്യ."

"വ്ളാദൻ ബോറോജെവിക്."

എന്റെ പേര് അയാളിൽ എന്തെങ്കിലും ഭാവവ്യത്യാസം ഉണ്ടാക്കിയോ എന്ന് ഞാൻ നിരീക്ഷിച്ചു. പക്ഷേ അയാൾ എന്നെയോ എന്റെ പേരോ കാര്യമായി ശ്രദ്ധിച്ചില്ല എന്നു തോന്നുന്നു .

"ഒരുപക്ഷേ നിങ്ങൾക്ക് എന്റെ പിതാവിനെ പരിചയമുണ്ടാവും. നെടെൽകോ ബോറോജെവിക്?"

"നിങ്ങൾ എന്താ പറഞ്ഞത്? ബോറോജെവിക്? എവിടെയാണയാൾ?"

"പുല. അദ്ദേഹം ശരിക്കും വൊജോവോഡിനയിൽ നിന്നാണ്. പക്ഷേ യുദ്ധം തുടങ്ങുന്നതുവരെ അദ്ദേഹം പുലയിൽ ആണ് താമസിച്ചിരുന്നത്. പിന്നീട് ബർകോയിലും. അദ്ദേഹം സൈനിക ഓഫീസർ ആയിരുന്നു."

"എനിക്കയാളെ അറിയുമെന്ന് ചിന്തിക്കാൻ കാരണമെന്താണ്?"

"യുദ്ധകാലത്തു നിങ്ങൾവഴി അദ്ദേഹം എന്റെ അമ്മയ്ക്കു കത്തുകൾ അയച്ചിരുന്നു."

"ഞാൻ വഴിയോ?"

"നിങ്ങളുടെ ട്രക്കിൽ."

"യുദ്ധസമയത്തോ?"

"അതെ."

"അതെപ്പോഴായിരുന്നുവെന്നു നിങ്ങൾക്ക് അറിയാമോ?"

അദ്ദേഹം ബർകോയിൽ നിന്നു മൂന്നുവർഷം മുൻപാണ് അവസാനമായി കത്തയച്ചത്."

"ബർകോയിൽനിന്നോ?"

"അതെ."

"എന്റെ ട്രക്കിലോ?"

"അതെനിക്കറിയില്ല."

"പിന്നെ നിങ്ങൾക്ക് എന്താണ് അറിയുന്നത്?"

നിങ്ങളുടെ ട്രക്കിൽ വന്ന ആരോ ഒരിക്കൽ ഒരു കത്ത് കൊണ്ടുവന്നു. ഞാൻ വിചാരിച്ചു നിങ്ങൾക്ക് അദ്ദേഹത്തെക്കുറിച്ച് എന്തെങ്കിലും വിവരം ഉണ്ടാകുമെന്ന്. അദ്ദേഹം എവിടെയാണെന്ന് നിങ്ങൾക്ക് അറിയാൻ കഴിയും എന്നാണ് ഞാൻ കരുതിയത്."

"എന്നെ കണ്ടാൽ ഞാനൊരു പോസ്റ്റ്മാൻ ആണെന്ന് നിങ്ങൾക്ക് തോന്നുന്നുണ്ടോ? എനിക്കു നിങ്ങൾ പറയുന്ന ബോറോജെവിക്കിനെ അറിയില്ല."

"നിങ്ങൾക്ക് ടോമിസ്ലാവ് ഡ്രാവ്കോവിക്കിനെ അറിയുമോ?"

"അയാൾ ആരാണ് ?"

"അതാണ് അദ്ദേഹത്തിന്റെ പുതിയ പേര്. അദ്ദേഹം പേര് മാറ്റി."

"പേര് മാറ്റിയോ?"

"അതെ."

"ബോറോജെവിക് മാറ്റി ഡ്രാവ്കോവിക് ആക്കിയോ?"

"അതെ."

"ഹോ... ഇത് എന്ത് ശല്യമാണ്. "എനിക്കറിയില്ല."

ലാസോയ്ക്ക് അപരിചിതരെക്കുറിച്ച് അപരിചിതരുമായി ചർച്ച ചെയ്യുന്ന ശീലമില്ല. പോരാത്തതിന്, ഇത്തരം ചെറുപ്പക്കാരുടെ ചോദ്യം ചെയ്യൽ സഹിക്കാനുള്ള ക്ഷമയുമില്ല.

"നോക്കൂ, എനിക്കു നിങ്ങളെ സഹായിക്കാൻ കഴിയില്ല. ഞാൻ പെട്ടെന്ന് എല്ലാം മറന്നുപോകും. ഞാൻ ആരെ കണ്ടു, എന്ത് പറഞ്ഞു എന്നൊന്നും ഞാൻ ഓർത്തിരിക്കാറില്ല. ഞാൻ കൈകാര്യം ചെയ്യുന്ന ആളുകളെക്കുറിച്ച് നിങ്ങൾക്കറിയുമെങ്കിൽ... എല്ലായിടത്തും തന്തയില്ലാത്തവന്മാരാണ്. ഈ രാജ്യത്ത് എന്താണ് നടക്കുന്നതെന്ന് നിങ്ങൾക്ക് വിശ്വസിക്കാൻ കഴിയില്ല. ഇതൊന്നും വേറെവിടെയും കാണില്ല. അതുകൊണ്ട് ഏറ്റവും നല്ല കാര്യം മറക്കുക എന്നതാണ്. ഞാൻ സ്ഥിരബുദ്ധിയുള്ള ആളായിരുന്നെങ്കിൽ എന്നേ ഭ്രാന്തായിപ്പോയേനേ. ഇനി ഞാൻ നിന്റെ അച്ഛനെ കണ്ടിട്ടുണ്ടെങ്കിൽതന്നെ ഞാൻ മറന്നുകാണും. അതാണ് ഞാൻ സാധാരണ ചെയ്യാറ്. ഈ രാജ്യത്ത് യാതൊരു നിയമവുമില്ല, നിയന്ത്രണവുമില്ല. ആളുകൾ നിസ്സാരമായി മോഷ്ടിക്കുന്നു. എല്ലായിടത്തും കള്ളന്മാരാണ്. എന്താണ് സംഭവിക്കുന്നതെന്നു ഞാൻ എന്നും കാണുന്നുണ്ട് . അതെല്ലാം തലയിൽ കൊണ്ടുനടന്നാൽ ഞാൻഭ്രാന്തനായിപ്പോകും. അതുകൊണ്ടു ഞാൻ ഒരു ചെവിയിൽക്കൂടി കേൾക്കുന്നത് മറ്റൊരു ചെവിയിൽക്കൂടി പുറത്തേക്കു വിടുന്നു. ഞാൻ ഒന്നിനെക്കുറിച്ചും ചിന്തിച്ചു വേവലാതിപ്പെടുന്നില്ല. അതിന്റെ പേരിൽ ഞാൻ ഉറക്കം നഷ്ടപ്പെടുത്തുന്നുമില്ല."

അയാൾ എന്നോട് പറയാനുള്ളതെല്ലാം പറഞ്ഞുകഴിഞ്ഞു. ആൾ അടുത്ത ഇരയെ അന്വേഷിക്കാൻ തുടങ്ങി.

"എന്താണ് മിറോ, പഴയ പട്ടാളക്കാരാ? അവർ കൊസോവോയെ ഒരു റിപ്പബ്ലിക്ക് ആക്കാൻ പോകുന്നു. നമുക്ക് അവിടെചെന്ന് അവരുടെ അൽബേനിയൻ അമ്മമാരെ ഭോഗിക്കാം."

മിറോ അപ്പോഴും ആ കണ്ടെയ്നറിൽ ചാരി ഇരിക്കുകയാണ്. പകുതി ഉറക്കത്തിലാണ് അയാൾ.

“ഞാൻ ഇഷ്ടംപോലെ ഭോഗിച്ചിട്ടുണ്ട്, ഇനി നീ ചെല്ല്.”

ലാസോ ഉറക്കെ ചിരിച്ചു. ഞാനപ്പോൾ കാപ്പി കുടിച്ച പൈസ കൊടുക്കാനായി ഹോട്ടലുകാരിയെ തിരയുകയായിരുന്നു. അതിനിടെ ലാസോ എന്നെ തുറിച്ചുനോക്കുന്നത് കണ്ടു. അതെന്നെ അല്പം ഭയപ്പെടുത്തി. പക്ഷേ അത് അദ്ദേഹത്തിന്റെ പുഞ്ചിരിയായിരുന്നു. അതാണ് അദ്ദേഹത്തിന്റെ ശരിയായ അവസ്ഥയെന്ന് എനിക്കു മനസ്സിലായി. ബാൽകൻ ജോക്കർമാരെ അനുസ്മരിപ്പിക്കുന്ന മനുഷ്യൻ. ലാസോയ്ക്കു വെറുതെ തമാശ പൊട്ടിച്ചു നടക്കാനാണ് താത്പര്യം. പക്ഷേ അയാളുടെ കൂടെ കൂടാൻ ആരെയും കിട്ടില്ല എന്ന് മാത്രം.

“ഇതിപ്പോൾ യുദ്ധം കഴിഞ്ഞിട്ട് പതിനഞ്ചുവർഷമായി. ഞാൻ അന്ന് എവിടെയായിരുന്നു, എന്ത് ചെയ്യുകയായിരുന്നു എന്നത് ആരുടെയും വിഷയമല്ല. ഇന്നും വലിയ മിടുക്കന്മാർ എന്ന് ഭാവിക്കുന്നവർക്കുപോലും യുദ്ധത്തിൽ നായകൻ ആരായിരുന്നു, യുദ്ധക്കുറ്റവാളി ആരായിരുന്നു എന്നതിനെപ്പറ്റി യാതൊരു ധാരണയുമില്ല. എനിക്ക് ആരെയൊക്കെ അറിയാമായിരുന്നു, അറിയില്ലായിരുന്നു എന്നതൊന്നും മറ്റുള്ളവർ അന്വേഷിക്കേണ്ട ആവശ്യമില്ല. നമുക്ക് എല്ലാം മറക്കാം. പ്രത്യേകിച്ച് നിങ്ങളെപ്പോലെയുള്ള ചെറുപ്പക്കാർ, എന്താണ് അവിടെ നടന്നതെന്നാണ് അറിയാത്തവർ അതിനെക്കുറിച്ച് സംസാരിക്കുന്നതുതന്നെ വിലക്കണം. പതിനഞ്ചു വർഷങ്ങൾ കഴിഞ്ഞു. കാര്യമറിയാത്തവരാണ് വലിയവായിൽ അതിനെക്കുറിച്ച് സംസാരിക്കുന്നത്. യുദ്ധം യുദ്ധമാണ്. അത് നടന്നത് വേറേതോ ഗ്രഹത്തിലാണ്. അതാർക്കും മനസ്സിലാകില്ല. നിങ്ങൾ അവിടെ ഉണ്ടായിരുന്നോ ഇല്ലയോ, അതൊന്നും വിഷയമല്ല. നിങ്ങൾ അവിടെ ഉണ്ടായിരുന്നെങ്കിൽ നിങ്ങൾക്ക് എല്ലാം വ്യക്തമാണ്. പിന്നെ ചോദ്യങ്ങൾ ചോദിക്കരുത്. നിങ്ങൾ അവിടെ ഇല്ലായിരുന്നെങ്കിൽ, നിങ്ങൾക്ക് ഒന്നും ചോദിക്കാനുള്ള അവകാശമില്ല. മനസ്സിലായോ?”

“അയാൾ കള്ളം പറഞ്ഞതാണോ എന്ന് ഒരിക്കലും എനിക്കറിയാൻ സാധ്യതയില്ല.”

ഞാൻ നാദിയയുടെ അടുത്ത് കിടക്കുകയായിരുന്നു. ജൊവാൻ ലാസിക് എന്റെ അച്ഛനെ അറിയില്ലെന്ന് പറഞ്ഞത് സത്യംതന്നെയോ എന്ന സംശയത്തിൽ ശ്രദ്ധിച്ചുകിടക്കുകയാണ് അവൾ. എന്നോട് പറയരുതെന്ന് തീരുമാനിച്ച കാര്യങ്ങൾ ആളുകളെക്കൊണ്ട് പറയിപ്പിക്കാൻ കഴിയില്ലെന്ന് നന്നായിട്ടറിയാം. ഞാൻ അമേരിക്കൻ സിനിമകളിലെ ഡിറ്റക്റ്റീവ് അല്ലല്ലോ. കാണാതായ പിതാവിനെ തിരയുന്ന ഒരു ചെറുപ്പക്കാരൻ മാത്രം. കൈയിൽ ലാസോയുടെ ആ പ്രസംഗത്തിന് മറുപടി വാചകങ്ങൾ

എഴുതാൻ പറ്റിയ തിരക്കഥാകൃത്തുക്കളില്ല. അയാളുടെ കഴുത്തിന് കുത്തിപ്പിടിച്ചു സത്യം പറയിക്കാൻ ശക്തിയുമില്ല.

മിണ്ടാതിരിക്കുക മാത്രമാണ് വഴി. വേണമെങ്കിൽ എനിക്കുവേണ്ടി സമയം ചെലവിട്ടതിന് അയാളോട് നന്ദി പറയാം. അയാൾ വിളിച്ചുകൂവിയ വിവരക്കേടുകൾ അംഗീകരിക്കാം. നെടെൽകോ ബോറോജെവിക് എന്റെ കൺമുന്നിൽ വീണ്ടും അപ്രത്യക്ഷനാകുന്നത് വെറുതെ കണ്ടിരിക്കാം.

"ഒരു നശിച്ച ജൊവാൻലാസിക് "

ഞാൻ നാദിയയുടെ നേരെ തിരിഞ്ഞു. തെരുവ് വിളക്കിന്റെ വെളിച്ചത്തിൽ കവിളിൽ തിളങ്ങുന്ന കണ്ണുനീർ കണ്ടു. നാദിയ കരയുകയായിരുന്നു.

എത്ര കാലമായി അവൾ നിശ്ശബ്ദമായി കണ്ണീരൊഴുക്കുന്നു എന്ന് ആർക്കറിയാം? നാദിയ ഒരു ദിവസം അവളുടെ വീട്ടിലേക്കു തിരികെ പോകുമെന്ന് ആ കണ്ണുനീർ എന്നെ ഭീഷണിപ്പെടുത്തി. അവൾ അവിടെ മുറിയിൽ വാതിൽ അടച്ച് ഇരിക്കും. എന്റെ വിളികൾക്കോ അവളുടെ അമ്മയുടെ വിളികൾക്കോ ചെവികൊടുക്കാതെ. നാദിയ കുറെ ദിവസം അങ്ങനെ വിഷമിച്ചിരിക്കുമായിരിക്കും. പിന്നെ അവൾ അവളുടെ ജീവിതം മുന്നോട്ടു കൊണ്ടുപോകും. അങ്ങനെയായാൽ പിന്നെ ഞാൻ അവളുടെ ജീവിതത്തിൽ ഉണ്ടാകില്ല.

ഇരുപത്തിമൂന്ന്

"നിനക്ക് മാർക്കറ്റിനടുത്തുള്ള ബോസ്ബാർ അറിയുമോ?"

"എനിക്കറിയാം."

"നിനക്ക് എപ്പോൾ അവിടെ എത്താൻ പറ്റും?"

"പതിനഞ്ചു മിനിറ്റിനകം ."

"അപ്പോൾ അവിടെ കാണാം."

ഇരുപതു മിനിറ്റിനുശേഷം ഞാൻ ബോസ്ബാറിന്റെ ജനാലയ്ക്കടുത്തുള്ള മേശയ്ക്കുമുന്നിൽ അയാളെ കണ്ടു. അൽപനാൾ മുൻപ് ഓഫീസിൽ ഞാൻ കണ്ട മനുഷ്യനുമായി അയാൾക്ക് നേരിയ സാദൃശ്യമേയുള്ളൂ. ബ്രാനെ സ്റ്റാൻസിക് ഇന്ന് അയാളുടെ ആ നീല സൂട്ടിൽ ആയിരുന്നില്ല. എന്നാലും ബ്രാനെ ഇതുപോലൊരു ബാറിൽ നിൽക്കുക അസ്വാഭാവികം തന്നെ.

"ഞാൻ അവിടെയാണ് താമസിച്ചിരുന്നത്. അതാ ആ ചെറിയ ജനാല വിരികൾ ഇട്ട നാലാമത്തെ നിലയിലെ അപ്പാർട്ട്മെന്റിൽ. നിനക്ക് കാണാമോ? എന്റെ മക്കൾ അവിടെയാണ് വളർന്നത്. അവിടെ ഒരു, മരം കൊണ്ടുണ്ടാക്കിയ ചെറിയ ട്രെയിൻ ഉണ്ടായിരുന്നു. അതൊന്നും മറക്കാൻ കഴിയില്ല. അക്കാലത്തു ഞങ്ങൾ ഇവിടെയാണ് ഇരിക്കാറുണ്ടായിരുന്നത്."

അന്നെല്ലാം വ്യത്യസ്തമായിരുന്നു. അന്നും ബ്രാനെയ്ക്ക് പ്രിയം പ്ലം കൊണ്ടുണ്ടാക്കിയ മദ്യമായിരുന്നു. ഇതുപോലെ പൗരാണികതയുടെ മണം തങ്ങിനിൽക്കുന്ന ഏതോ കാലത്തെ വീഞ്ഞിന്റെ കറകൾ ഇപ്പോഴും തെളിഞ്ഞുനിൽക്കുന്ന മേശകളുള്ള ഇത്തരം സ്ഥലങ്ങളായിരുന്നു ബ്രാനെയ്ക്ക് അന്നും ഇഷ്ടം. ഇവിടെ ഇപ്പോഴും നിങ്ങൾക്ക് കാലങ്ങൾക്കു മുൻപ് വന്നുപോയവരുടെ ഗന്ധം തിരിച്ചറിയാൻ കഴിയും. പുതുമകൾ എത്രയൊക്കെ കടന്നുവന്നിട്ടും ഇപ്പോഴും ഇവിടെ മേൽക്കൈ ആ പഴമയുടെ ഗന്ധത്തിനുതന്നെ. ബ്രാനെയും ആ പഴയ ആളുകളിൽപെട്ടതാകാം. പെട്ടെന്നുണ്ടായ മാറ്റങ്ങളുടെ വേഷപ്പകർച്ചയിൽ ബ്രാനെ സ്വയം നഷ്ടപ്പെട്ടതാണെന്നു തോന്നുന്നു. ഇന്നയാൾ ഓരോ ഇറക്കു സൗത്ത്

ആഫ്രിക്കൻ വീഞ്ഞ് നുകരുമ്പോഴും നാപ്കിൻകൊണ്ട് ഓരോ തവണയും ചുണ്ടുകൾ തുടയ്ക്കുന്ന മേലെക്കിടക്കാരിൽ ഒരാളായിരിക്കുന്നു.

എന്റെ മുന്നിൽ ഇരിക്കുന്ന ബ്രാനെ ആ പഴയ തമാശക്കാരൻ ബ്രാനെ ആയി മാറിയിരിക്കുന്നു. ആ പഴയ കാലത്തിലേക്ക് അദ്ദേഹം തിരിച്ചു നടക്കുന്നു. അയാൾ വീണ്ടും കടലിൽ നിന്നും മീൻപിടിച്ചുകൊണ്ടുവന്നു വൃത്തിയാക്കി ദുഷയുടെ അടുപ്പത്തുവച്ച് പാകംചെയ്തു ഞങ്ങൾക്കെല്ലാവർക്കും തന്നിരുന്ന ആ പഴയ ബ്രാനെയായി.

“എനിക്കിവിടെ വരാൻ ഒരുപാട് ഇഷ്ടമാണ്. ഞാൻ ആർമി ഓഫീസർ ആയിരുന്ന ആ കാലം ഓർക്കാൻവേണ്ടി ഞാനിവിടെ വരാറുണ്ട്. നിനക്കറിയുമോ, ഈ നശിച്ച സമ്പന്ന ജീവിതം എനിക്ക് ഒന്നുമല്ലെന്ന്. ഇതെന്റെ ലോകമല്ല എന്ന് ഓരോ ദിവസവും വ്യക്തമായി വരികയാണ്. എന്റെ കൂട്ടുകാരുമായി അപ്പാർട്ട്മെന്റിന് മുന്നിലെ ബെഞ്ചിലിരുന്നു ബിയർ കുടിച്ചിരുന്ന ആ കാലം എനിക്കു നഷ്ടമായി.

“ഞങ്ങൾ പതിവായി അവിടെയാണ് ഇരിക്കാറുണ്ടായിരുന്നത്. അപ്പോൾ എന്റെ കുട്ടികൾ അവരുടെ ആ മരത്തീവണ്ടി സാങ്കല്പികദേശങ്ങളിലേക്ക് ഓടിച്ചുപോകുന്നത് എനിക്കു കാണാമായിരുന്നു. എനിക്കിന്ന് ഈ പ്രദേശം മുഴുവൻ വേണമെങ്കിൽ വിലയ്ക്കു വാങ്ങാം. പക്ഷേ ആ ബിയറും ആ സായാഹ്നങ്ങളും എനിക്കു തിരികെ വാങ്ങാൻ കഴിയില്ലല്ലോ. ആ അന്തരീക്ഷവും ആ ജീവിതവും ഇനിയൊരിക്കലും തിരികെ വരില്ല. ചില സമയത്തു നിങ്ങൾക്ക് തോന്നും ജീവിതത്തിൽ നിങ്ങൾ ആഗ്രഹിച്ചതെല്ലാം നേടിക്കഴിഞ്ഞുവെന്ന്. ഞാനിപ്പോഴും അന്നത്തെ ആരെയെങ്കിലുമൊക്കെ കാണാമെന്നു കരുതി ഇവിടെവരും. പക്ഷേ ഒന്നും പഴയതുപോലെ അല്ല. ഇനിയൊരിക്കലും അങ്ങനെ ആവുകയുമില്ല. അതങ്ങനെയാണ്. നിനക്കെന്റെ പ്രായമാകുമ്പോൾ അത് മനസ്സിലാകും.”

ഗൃഹാതുര സ്മരണകളിൽനിന്ന് പുറത്തുകടന്ന ബ്രാനെ വർത്തമാന കാലത്തേക്ക് വന്നു. പോക്കറ്റിൽനിന്നും ഒരു കവർ പുറത്തെടുത്തു. അതെന്റെ മുന്നിലേക്കിട്ടു.അതിൽനിന്നും ഫോട്ടോകൾ പുറത്തേക്കു തല നീട്ടി.

“ഇത് നിന്നെ കാണിക്കാൻ ഞാൻ ആഗ്രഹിച്ചിരുന്നു.”

ഏറ്റവും മുകളിലെ ഫോട്ടോയിൽ ഒരു പട്ടാളക്കാരൻ ഷൂവിന്റെ ചരടുകൾ കെട്ടുന്നതാണ്. ഞാൻ അത് മാറ്റിവച്ച് അടുത്ത ഫോട്ടോയിലേക്ക് നോക്കാൻ തുടങ്ങി. ബ്രാനെ അതേ ഫോട്ടോതന്നെ എന്റെ മുന്നിലേക്ക് വീണ്ടും നീക്കിവച്ചു.

“ ഒന്നുകൂടി നോക്കൂ.”

ഞാൻ വീണ്ടും നോക്കി. ഇപ്പോൾ കാര്യങ്ങൾ വ്യക്തമായി. ആ പട്ടാളക്കാരൻ തന്റെ കാല് ഒരു സ്ത്രീയുടെ മൃതശരീരത്തിനു മുകളിൽ

വെച്ചുകൊണ്ട് ഷൂവിന്റെ ചരട് കെട്ടുകയാണ്. അയാൾക്ക് ഏറെ കുനിയാതെ കാര്യം സാധിക്കാം എന്നതാണ് ഗുണം.

"എന്തായിത്?"

അതിനിടെ ബ്രാനെ മറ്റൊരു ഫോട്ടോ എന്റെ കൈയിൽ തന്നു. അതിൽ മേൽക്കുമേൽ ആരോ അടുക്കിയിട്ടപോലെ നാല് മൃതദേഹങ്ങൾ. കത്തികൊണ്ടിരിക്കുന്ന ഒരു വീടിന്റെ പശ്ചാത്തലത്തിലാണ് അതെടുത്തിരിക്കുന്നത്. മൂന്നാമത്തെ ഫോട്ടോയിൽ കത്തിക്കൊണ്ടിരിക്കുന്ന മൃതദേഹങ്ങളുടെ കൂമ്പാരത്തിലേക്ക് അഞ്ചാമതായി ഒരു കുട്ടിയുടെ മൃതദേഹംകൂടി കൊണ്ടുവന്നിടുന്ന ചിത്രം. അതിനടുത്തുതന്നെ ഒരു സൈനികൻ നിൽക്കുന്നു. തീ അണഞ്ഞു കഴിഞ്ഞിട്ടുണ്ട്.

"ഇതെന്താണ്?"

"ഇതാണ് വിസൻജി."

ഞാൻ ഒന്നുകൂടി ആ ഫോട്ടോയിലേക്ക് നോക്കി. നിശ്ചലനായി ആ ശവക്കൂമ്പാരങ്ങൾക്കു സമീപം നിൽക്കുന്ന സൈനികനേയും. അത് നെടെൽകോയാണ്. നെടെൽകോ അതിലേതോ മൃതദേഹത്തിനുനേരെ തൊടാനെന്നപോലെ കൈനീട്ടുന്നതാണ് ഫോട്ടോയിൽ. ഒരിക്കൽ എന്റെ മുത്തച്ഛൻ പത്തുവയസ്സുള്ളപ്പോൾ ചെയ്തതുപോലെ. അന്ന് അദ്ദേഹം കൂട്ടിയിട്ട മൃതദേഹങ്ങളുടെ നേർക്ക് ഇതുപോലെയാണ് കൈ നീട്ടിയത്. ഞാൻ അടിമുടി വിറച്ചുപോയി. ആ രംഗത്തിന്റെ സൂചനകൾ മനസ്സിലാകാത്ത ബ്രാനെ വീണ്ടും ഫോട്ടോകൾ എന്റെ നേരെ നീട്ടി. പക്ഷേ ഞാൻ വേണ്ടത്ര ഉൾക്കൊണ്ടിരിക്കുന്നു. ഇനിവയ്യ.

"എന്താണിതൊക്കെ?"

"നീ ആരെയാണ് കണ്ടതെന്ന് നിനക്കറിയാം."

"എനിക്കറിയാം."

"നിനക്കറിയാമായിരുന്നെങ്കിൽ നീ ആ മൂന്നാമത്തെ ഫോട്ടോയിൽ നിർത്തില്ലായിരുന്നു. അടുത്തത് ഇതിനേക്കാൾ കഷ്ടമാണ്."

"നിങ്ങൾക്ക് എന്താണ് ആവശ്യം?"

"ഇതെല്ലാം എന്താണെന്നു നീ മനസ്സിലാക്കണമെന്ന് ഞാൻ ആഗ്രഹിച്ചിരുന്നു. വ്ളാദൻ, നമ്മൾ പുലയിൽ വച്ച് അറിഞ്ഞിരുന്ന നെടെൽകോ ഇന്നില്ല. ഇന്ന് നെടെൽകോ ബോറോജെവിക് ഒരു യുദ്ധക്കുറ്റവാളിയാണ്. ഈ ഫോട്ടോയിൽ നീ കണ്ട ആളുകളുടെ മരണത്തിന് ഉത്തരവാദിയായ മനുഷ്യൻ. ഇനിയും അദ്ദേഹത്തെ കാണാൻ നീ ആഗ്രഹിക്കുന്നുണ്ടോ?"

ഞങ്ങൾ കണ്ണിൽകണ്ണിൽ നോക്കി. പക്ഷേ ഞാൻ കണ്ടത് കൈനീട്ടി നിൽക്കുന്ന നെടെൽകോയെയാണ്. ഒരു കുഞ്ഞിന്റെ ചോരപുരണ്ട കൈകളിൽ തൊടാനാണ് അദ്ദേഹം തന്റെ കൈകൾ നീട്ടിയത്.

"വ്ളാദൻ, നീ സ്ലോവേനിയയിൽ എത്തുമ്പോൾ നിന്റെ കാര്യങ്ങൾ നോക്കാൻ നിന്റെ പിതാവ് എന്നെയാണ് ഏല്പിച്ചത്. ഞാൻ എനിക്കു കഴിയുന്നതുപോലെയെല്ലാം ശ്രമിച്ചിട്ടുണ്ട്. പക്ഷേ ഞാൻ നിന്റെ പിതാവല്ലല്ലോ. നീയെന്തുചെയ്യണം, ചെയ്യണ്ട എന്ന് പറയാൻ എനിക്കു കഴിയില്ല. അന്നും കഴിയില്ലായിരുന്നു. ഇന്ന് തീരെ കഴിയില്ല. ഇത് നിന്റെ ജീവിതമാണ്. നെടെൽകോ നിന്റെ പിതാവാണ്. അതുകൊണ്ടു തീരുമാനം നിന്റേതു മാത്രമാണ്. പക്ഷേ ഇപ്പോഴും ഞാൻ നിനക്ക് മുന്നറിയിപ്പ് തരുന്നു. ഒരു സുഹൃത്തെന്ന നിലയിൽ എനിക്കു പറയാമല്ലോ. ഹേഗ് ട്രിബ്യൂണൽ ശിക്ഷ വിധിച്ച കുറ്റവാളികളെ ആരെങ്കിലും സംരക്ഷിക്കുന്നുണ്ടെങ്കിൽ അവരതു ചെയ്യുന്നതിന് തീർച്ചയായും കാരണമുണ്ടാകും. അവരെ സംരക്ഷിക്കുന്നതിലൂടെ അവരിൽ പലരും സ്വയം സംരക്ഷിക്കുകയാണ്. നീ അവരുടെ ആരുടെയും മകനല്ല. നിനക്ക് മനസ്സിലാകുന്നുണ്ടോ? ഞാൻ പറയുന്നത് ഇത് നിനക്ക് ഒരിക്കലും നല്ലതിനല്ല. നീ നെടെൽകോയെ പൊലീസിന് കൈമാറുമെന്ന് അദ്ദേഹത്തെ സംരക്ഷിക്കുന്നവർക്കു സംശയം തോന്നിയാൽ അത് നിനക്ക് ആപത്താകും. അവരെ സംബന്ധിച്ചിടത്തോളം യുദ്ധം ഇപ്പോഴും അവസാനിച്ചിട്ടില്ല."

നെടെൽകോയെ നിയമത്തിനു മുന്നിൽ കൊണ്ടുവരേണ്ടതാണെങ്കിലും അങ്ങനെ ചെയ്യുന്നതിനെക്കുറിച്ചു ഞാൻ ചിന്തിച്ചിട്ടേയില്ല. ഒളിവിൽ പോയ യുദ്ധക്കുറ്റവാളിയെക്കുറിച്ചു ഞാൻ പൊലീസിൽ അറിയിക്കേണ്ടതാണ്. എന്റേതായി ഞാൻ കരുതിയ കഥ എന്റേത് മാത്രമല്ല. മുപ്പത്തിനാല് മറ്റു മനുഷ്യരുടേതു കൂടിയാണ്. അവരുടെ ജീവിച്ചിരിക്കുന്ന ബന്ധുജനങ്ങളുടേതു കൂടിയാണ്.

"വ്ളാദൻ, നിനക്ക് മനസ്സിലായി എന്ന് ഞാൻ പ്രതീക്ഷിക്കുന്നു. ഒരു നിമിഷത്തേക്കെങ്കിലും അവർക്കു ഭീഷണിയെന്നു തോന്നിയാൽ അവർ പിന്നൊന്നും ആലോചിക്കില്ല. എന്തുതരം മനുഷ്യരെക്കുറിച്ചാണ് ഞാൻ പറയുന്നതെന്ന് നിനക്ക് മനസ്സിലാകുമെന്നാണ് ഞാൻ കരുതുന്നത്.

ഞാൻ തലയാട്ടി. പക്ഷേ എന്റെ മനസ്സ് മറ്റെവിടെയോ ആയിരുന്നു. അതുകൊണ്ടുതന്നെ ബ്രാനെ പറയുന്ന ആളുകളെക്കുറിച്ചു ഞാൻ ആലോചിച്ചില്ല.

"ഇപ്പോഴും നീ അദ്ദേഹത്തെ കാണണമെന്ന് തന്നെയാണോ തീരുമാനിച്ചിരിക്കുന്നത്?" വെറുതെ കാണുക മാത്രം. വേറൊന്നും വേണ്ടല്ലോ?"

"എനിക്കു കാണണം."

"ശരിക്കും?"

"ശരിക്കും."

"ശരി."

അദ്ദേഹം പറഞ്ഞത് ഞാൻ അംഗീകരിക്കുന്നുണ്ടോ എന്നറിയാൻ ബ്രാനെ എന്നെ സൂക്ഷിച്ചുനോക്കി.

"വിയന്നയിലെ സ്റ്റൊമക് റെസ്റ്റോറന്റിൽ അടുത്ത ശനിയാഴ്ച, അതായത് ഫെബ്രുവരി ഏഴാംതീയതി എത്തുക. നിന്റെ പേരിലായിരിക്കും മേശ ബുക്ക് ചെയ്തിട്ടുണ്ടാവുക. നീ ഓർത്തിരിക്കുമോ?"

"സ്റ്റൊമക് റെസ്റ്റോറന്റ്."

"അതെ, വിയന്നയിൽ. സ്റ്റൊമക് റെസ്റ്റോറന്റ്, ശനിയാഴ്ച ഏഴുമണി."

"ഞാൻ അവിടെ ഉണ്ടാവും."

"ഇത് നിന്റെ തീരുമാനമാണ്. നീ എന്തിലേക്കാണ് പോകുന്നതെന്ന് നിനക്കറിയാം എന്ന് ഞാൻ കരുതുന്നു."

ഒന്നോ രണ്ടോ നിമിഷങ്ങൾക്കപ്പുറം ഞാൻ ബ്രാനെയെ ബോസ്ബാറിന്റെ ജനാലയിൽകൂടി നോക്കി. അയാൾ അതിന്റെ ടെറസ്സിൽ ഏതാനും നിമിഷം നിന്നു. പിന്നെ പടവുകൾ ഇറങ്ങി മാർക്കറ്റിന്റെ നേരെ നടന്നു. അവിടെ കുട്ടികളുടെ കളിസ്ഥലത്ത് അല്പസമയം നോക്കിനിന്നു. അവിടെ യാണ് ഒരിക്കൽ അദ്ദേഹത്തിന്റെ മക്കൾ അജ്ഞാതദേശങ്ങളിലേക്ക് മായികസഞ്ചാരം നടത്തിയിരുന്ന ആ കളിവണ്ടി ഉണ്ടായിരുന്നത്. ഭൂത കാലത്തിലേക്കുള്ള അദ്ദേത്തിന്റെ സഞ്ചാരം അവസാനിച്ചിരിക്കുന്നു. ബ്രാനെ വർത്തമാനകാലത്തിലേക്ക് നടന്ന് എന്റെ ദൃഷ്ടിയിൽനിന്നും മറഞ്ഞു.

ഞാൻ മിലുട്ടിന്റെയും നെടെൽകോയുടെയും കഥകളുമായി അവിടെ ഒറ്റയ്ക്കിരുന്നു. ആ കഥകൾ എല്ലാം വളരെ ക്രൂരമായ രീതിയിൽ കെട്ടു പിണഞ്ഞുകിടക്കുകയാണെന്ന് എനിക്കു തോന്നി. തന്റെ പിതാവിന്റെ അകാലമരണം നെടെൽകോയെ മിലുട്ടിന്റെ കുടുംബത്തെ ഇല്ലാതാക്കി യവരുടെ അതേ അവസ്ഥയിലേക്ക് എത്തിച്ചു എന്നാണ് മനസ്സിലാകു ന്നത്. നെടെൽകോയും മനുഷ്യരെ കൂട്ടത്തോടെ കൊന്നു കത്തിക്കുന്ന ഒരാളായി മാറി. ഇതൊരു വിഷമവൃത്തമാണ്. ഞാനും ഈ ശപിക്കപ്പെട്ട കഥയുടെ ഭാഗമാണല്ലോ എന്ന ചിന്ത ഒരു നിമിഷം തലച്ചോറിൽ മിന്നി. ഒരിക്കൽ എന്റെ മൃതദേഹവും ഇതുപോലെ ഒരു ശവക്കൂമ്പാരത്തിലേക്ക് വലിച്ചെറിയപ്പെട്ടേക്കാം. അന്ന് മറ്റുള്ളവർ അത് നോക്കിനിന്നേക്കാം. ഈ കഥയിൽ ഇരകൾ ആരാച്ചാരമാരും ആരാച്ചാർമാർ ഇരകളുമായി മാറി ക്കൊണ്ടേയിരിക്കുന്നു. ഈ കഥയിൽ എല്ലാവരും കൊല്ലുകയും കൊല്ല പ്പെടുകയും ചെയ്യുന്നു.

ഞാൻ ഈ കഥയുടെ ഭാഗമാകാൻ ആഗ്രഹിച്ചില്ല. പക്ഷേ എനിക്കി തിൽനിന്നും രക്ഷപ്പെടാൻ കഴിയുമോ എന്നുറപ്പുമില്ല. ഈ കഥ എന്നേക്കു മായി അവസാനിപ്പിക്കാൻ എനിക്കു കഴിയുമെന്ന് ഇന്ന് ഞാൻ കരുതു ന്നില്ല. ഓരോ അവസാനവും പുതിയ ഒരു തുടക്കമാണ്, അല്ല ആയിരം കഥകളുടെ തുടക്കമാണ്. നെടെൽകോയുടെ കഥയുടെ അവസാനം എന്റെ കഥയുടെ തുടക്കം മാത്രമല്ല, മറിച്ചു നിരവധി പേരുടെ കഥകളുടെ

തുടക്കമാണ്. ഒരുപക്ഷേ എന്റേതിനേക്കാൾ വേദനാജനകമായ നിരവധി കഥകളുടെ. അദ്ദേഹത്തിന്റെ എല്ലാ ഇരകളുടെയും കഥകളുടെ തുടക്കമാണ്. ഇനിയും കാലങ്ങളോളം ആ കഥകൾ ഇവിടെ ഓർമ്മിക്കപ്പെട്ടുകൊണ്ടേയിരിക്കും. ഞാൻ നിഷ്കളങ്കരായ ആ മനുഷ്യരുടെ മൃതദേഹങ്ങൾക്കും അവരുടെ ഘാതകർക്കുമിടയിൽ കുടുങ്ങിക്കിടക്കുകയാണ് എന്ന സത്യം എന്നെ വേദനിപ്പിക്കുന്നു. ഇതിൽ എന്റെ ഭാഗം എന്താണെന്നുള്ളതിന് ഇതുവരെ ഒരുത്തരം കണ്ടെത്താൻ കഴിയാത്തതും എന്നെ വേദനിപ്പിക്കുന്നു.

"**നി**ങ്ങൾ വിയന്നയിലേക്ക് പോകുന്നുണ്ടോ?"

അന്ന് വൈകുന്നേരം ഞാൻ ബോസ്ബാറിൽനിന്നും അല്പം ലഹരിയിൽ വീട്ടിലേക്കു തിരികെയെത്തി അവിടെ നടന്ന സംഭാഷണങ്ങൾ അക്ഷരംപ്രതി അവളോട് പങ്കുവച്ചപ്പോൾ അവൾ ഈ ചോദ്യം എന്റെ നേരെ എറിഞ്ഞു. ഞാൻ ചുമൽ കുലുക്കി. സത്യത്തിൽ എന്റെ ഏകാന്തമായ ഈ ഊരുചുറ്റൽ എന്നെ തളർത്തിയിരുന്നു. ഞാൻ അവളുടെ കൂട്ട് ആഗ്രഹിച്ചിരുന്നു. വിയന്നയിലേക്ക് പോകുമ്പോൾ ആ കൂട്ട് വേണോ അതോ അതിനുശേഷം എന്റെ ജീവിതത്തിലാണോ അത് വേണ്ടത് എന്ന കാര്യത്തിൽ എനിക്കു തീർച്ചയുണ്ടായിരുന്നില്ല.

"ഞാൻ കൂടി വരണമെങ്കിൽ പറയൂ. ആവശ്യമില്ലാതെ ഒറ്റയ്ക്കു ബുദ്ധിമുട്ടേണ്ടല്ലോ."

എന്റെ കൊച്ചുകുട്ടി എപ്പോഴാണ് ഇത്ര പക്വത ആർജിച്ചതെന്ന് എനിക്കാരിക്കലും മനസ്സിലാക്കാൻ കഴിഞ്ഞില്ല. ആഴ്ചയവസാനം അലക്കാനുള്ള തുണികളുമായി സ്വന്തം അമ്മയുടെ അടുത്തേക്കുപോകുന്ന, ചൈനയിലെ പാവപ്പെട്ടവരെ സഹായിക്കാൻ ഉപയോഗിച്ച ചൈനീസ് കുപ്പായങ്ങൾ വാങ്ങുന്ന നാദിയ എന്റെ സങ്കീർണതകൾ മനസ്സിലാക്കാൻ മാത്രം വളർന്നിരിക്കുന്നു. അല്പം മുൻപുവരെ അവൾ ഭീകരതയ്ക്കെതിരെയുള്ള യുദ്ധത്തെക്കുറിച്ചും അവളുടെ സംഗീതപാർട്ടിയെക്കുറിച്ചും ലണ്ടനിൽവച്ച് അവൾ കഴിച്ച ബെൻ ആൻഡ് ജെറി ഐസ്ക്രീമിനെക്കുറിച്ചും അവളുടെ അമ്മയുടെ ബൈക്ക് മോഷണം പോയതിനെക്കുറിച്ചുമെല്ലാം വാചാലമായി സംസാരിക്കുകയായിരുന്നു. അമേരിക്കൻ ഇടപെടലില്ലായിരുന്നെങ്കിൽ ഞങ്ങളുടെ അവസ്ഥ കുറെക്കൂടി നന്നായിരുന്നേനേ എന്ന് ഒരിക്കൽ വിശ്വസിച്ചിരുന്ന ആളാണ് നാദിയ. ഇപ്പോൾ ഞങ്ങൾക്കിടയിലെ സമർത്ഥ അവളായിരിക്കുന്നു. അവൾ ഇപ്പോൾ അന്വേഷിക്കേണ്ട കാര്യങ്ങൾ അന്വേഷിക്കുന്നു. എന്റെ അപക്വമായ സംസാരങ്ങളെ അവഗണിക്കുന്നു. അവൾ എന്റെ നിശ്ശബ്ദജീവിതം മനസ്സിലാക്കാൻ തുടങ്ങിയിരിക്കുന്നു.

അന്ന് വൈകുന്നേരം, സന്തുഷ്ടരായ കുട്ടികൾ ജീവിതയാഥാർഥ്യങ്ങൾ മനസ്സിലാക്കാത്തതിനാൽ ആരോഗ്യകരമായി വളരില്ല എന്ന എന്റെ

തത്ത്വത്തെ നാദിയ ശക്തമായി എതിർത്ത് സംസാരിച്ചു. അവളുടെ ചോദ്യ ങ്ങൾക്കു കൃത്യമായി മറുപടികൾ പറയാൻ കഴിയാത്ത എന്റെ കഴിവ് കേടുകൾ അവൾ ക്ഷമയോടെ അംഗീകരിച്ചു. എന്നിട്ട് എന്റെ പ്രശ്ന ങ്ങൾ എന്താണെന്ന് അവൾ വ്യക്തമായി, ഓരോന്നായി അവതരിപ്പിച്ചു. ഒടുവിൽ സന്തുഷ്ടരായ കുട്ടികൾ എന്നെപ്പോലെ അസന്തുഷ്ടരും അരക്ഷിതരുമായി ജീവിക്കുന്ന കുട്ടികളെക്കാൾ വേഗത്തിൽ പക്വത കൈവരിക്കുമെന്നും ജീവിതത്തെ നേരിടാൻ പ്രാപ്തരാകുമെന്നും ഞാൻ സമ്മതിച്ചു. ഞങ്ങൾ എപ്പോഴും ഞങ്ങളുടെ അരക്ഷിതബാല്യത്തിന്റെ തടവുകാർ ആയിരിക്കുമെന്നും അല്പമെങ്കിലും വ്യക്തിത്വം തെളിയണ മെങ്കിൽ പ്രായപൂർത്തിയാകണമെന്നും ഞാൻ അംഗീകരിച്ചു. ഞങ്ങൾ എല്ലായ്പോഴും വിധിയുടെ ചാപല്യങ്ങളിൽ ഉഴറേണ്ടിവരുന്നു. എന്നാൽ അത് നേരിടാനുള്ള കഴിവ് ആർജ്ജിക്കുന്നുമില്ല.

നാദിയ സന്തുഷ്ടയായ കുട്ടിയായിരുന്നു. ഞാൻ യുദ്ധമുന്നണിയിലെ വാർത്തകൾ ആദ്യമായി കാണുന്ന ദിവസം നാദിയ പുതിയ ബൈക്കിനു വേണ്ടി കരയുകയായിരുന്നു. അവളുടെ ചേച്ചിക്ക് ജന്മദിനത്തിൽ പുതിയ ഒരെണ്ണം കിട്ടിയതാണ് കാരണം. എനിക്ക് അച്ഛനില്ലാതായപ്പോൾ, അവൾ അവൾക്കു സ്കൂളിൽ പോകുംമുൻപ് തന്നെ പുതിയ ബ്രാൻഡ്ഷൂ വാങ്ങി കൊടുക്കാത്തതിന് അച്ഛനോട് പിണങ്ങിയിരിക്കുകയായിരുന്നു. എനിക്ക് അമ്മയെ നഷ്ടപ്പെട്ടപ്പോൾ നാദിയ തന്റെ കണക്കുടീച്ചർക്ക് തന്നെ ഇഷ്ട മില്ലാത്തതുകൊണ്ടാണ് ബി ഗ്രേഡ് കൊടുത്തതെന്ന് പറഞ്ഞു പരി തപിക്കുകയായിരുന്നു. ഞാൻ തീർത്തും അന്യമായ ദേശത്ത് ഒറ്റപ്പെട്ട പ്പോൾ നാദിയ സ്കൂൾ ഡാൻസിന് പോകാൻ പറ്റാത്തതിന് പരിഭവിക്കുക യായിരുന്നു.

നാദിയ സന്തുഷ്ടയായ കുട്ടിയായിരുന്നു. മൂക്ക് കുത്താൻ അനുവദി ക്കാത്തതിന് അച്ഛനോട് പിണങ്ങിയ കുട്ടി. സ്കൂൾ പരീക്ഷ തുടങ്ങും മുൻപ് ആദ്യത്തെ കാമുകൻ ഉപേക്ഷിച്ചതുകൊണ്ട് ഗ്രേഡ് കുറഞ്ഞ കുട്ടി. മാതാപിതാക്കൾ ഓമനിച്ചു വളർത്തിയ കുട്ടി ഇന്നെന്റെ മുന്നിൽ ഇരുന്നു വളരെ ഗൗരവമായ ഒരു സംഭാഷണത്തിന് തയ്യാറെടുക്കുന്നു.

അവളിൽനിന്നും വ്യത്യസ്തനായ ഞാൻ, പതിനൊന്നാമത്തെ വയസ്സിൽ തലയ്ക്കു ശക്തമായ പ്രഹരമേറ്റ ഞാൻ എന്റെ മണ്ടൻചിന്ത കളുമായി എന്ത് ചെയ്യണമെന്നറിയാതെ അവളുടെ അടുത്തിരുന്നു. ഞാൻ വേദനകളെ എല്ലാവരിൽനിന്നും മറച്ചുവച്ചു. എന്നോട് അടുത്തവരോട് പോലും അത് പങ്കുവച്ചില്ല. ഞാൻ എന്നും ഒരു കുട്ടി ആയിതന്നെ ഇരുന്നു. വർഷങ്ങൾക്കുമുൻപ് സെബ്രെനിക്കയിൽ, അതിനു മുൻപ് വുകോവറിൽ എന്ത് സംഭവിച്ചു എന്ന് ഒരുപക്ഷേ അറിയാവുന്ന കുട്ടി. പക്ഷേ ഗൗരവ മായ ഒരു സംഭാഷണം ഒന്നിനെയും കുറിച്ചും നടത്താൻ കഴിയാത്ത ഒരു കുട്ടി, അതാണ് ഞാനിപ്പോഴും.

"നിനക്ക് വിയന്നയിലേക്ക് വരാൻ സമയം കാണുമോ?"

"ഞാൻ അത് കൈകാര്യം ചെയ്തുകൊള്ളാം."

"ശരി."

"എപ്പോഴാണ് പോകേണ്ടത്?"

"പോകുമോ എന്ന് ഇപ്പോഴും എനിക്കറിയില്ല."

"ശരി."

പാവം ഞാൻ. അതിൽ കൂടുതൽ ഒന്നും കൈകാര്യം ചെയ്യാൻ ആ വൈകുന്നേരം എനിക്കു കഴിയുമായിരുന്നില്ല. അങ്കലാപ്പിൽ ഞാൻ എന്റെ നോട്ടം താഴെയാക്കി. ഞങ്ങളുടെ ഉത്തരവാദിത്വങ്ങൾ പരസ്പരം മാറിയിരിക്കുന്നു. നാദിയ ഇപ്പോൾ ഒരു ചെറിയ സ്കൂൾ കുട്ടിയല്ല. ഞാനിപ്പോൾ അവളുടെ നിസ്സഹായനായ കുട്ടിയാണ്. സ്വന്തം കാര്യം നോക്കാനറിയാത്ത, അവളുടെ സഹായം ആവശ്യമുള്ള കുട്ടി.

ഇരുപത്തിനാല്

നാദിയയ്ക്ക് എളുപ്പത്തിൽ ആറുവരിപ്പാത കടക്കാൻ അറിയാം. അതിനിടയ്ക്കു ചീറിവരുന്ന ട്രാമുകൾക്കിടയിൽപെടാതെ നോക്കാനറിയാം. പൊതുയാത്ര സംവിധാനങ്ങൾ പരമാവധി പ്രയോജനപ്പെടുത്തി നഗരത്തിന്റെ ഏതു ഭാഗത്തേക്കും സുഗമമായി സഞ്ചരിക്കാനറിയാം. വിയന്നയിലെ ഓരോ മുക്കുംമൂലയും നല്ല പരിചയം. നാദിയ മുൻപ് പലതവണ ഇവിടെ വന്നിട്ടുണ്ട്. അച്ഛനമ്മമാർക്കൊപ്പം, സുഹൃത്തുക്കൾക്കൊപ്പം പഠനത്തിന്റെ ഭാഗമായി പലതവണ ഇവിടെ വന്നിട്ടുണ്ട്. അവൾ വിയന്നയിലെ കാഴ്ചകൾ എല്ലാം കണ്ടിട്ടുണ്ട്.

എവിടേക്കാണ് പോകേണ്ടതെന്നു നാദിയയ്ക്ക് അറിയാം. എന്റെ ഒരേ ഒരു ജോലി, അവൾ കണ്ണിൽനിന്നും മറയാതെ നോക്കുക എന്നതാണ്. ആ നഗരത്തിന്റെ വലുപ്പം എന്നെ ഭയപ്പെടുത്തി. ഇതെവിടെ തുടങ്ങുന്നുവെന്നോ എവിടെ അവസാനിക്കുന്നുവെന്നോ എനിക്കു മനസ്സിലായില്ല. പണ്ടൊരിക്കൽ ബെൽഗ്രേഡിനോട് തോന്നിയ അതേ ഭയമാണ് എനിക്കിപ്പോൾ വിയന്നയോടും തോന്നുന്നത്. വിയന്നയിലെ വീടുകൾ കുറെക്കൂടി മനോഹരമാണ്. ഞാൻ നാദിയയെതന്നെ നോക്കികൊണ്ട് സഞ്ചരിച്ചു. അതുപോലൊരു നഗരത്തിൽ എന്റെ വഴികാട്ടിയെ നഷ്ടപ്പെടുന്നത് എനിക്കു ചിന്തിക്കാൻപോലും ആകുമായിരുന്നില്ല.

എന്റെ ഇംഗ്ലീഷ് ഭാഷാജ്ഞാനവും പരിമിതമായിരുന്നു. ഞാൻ വാചകങ്ങൾ ഉപയോഗിക്കാതെ വാക്കുകൾ മാത്രമുപയോഗിച്ചാണ് ആശയവിനിമയം നടത്തിയത്. ഞാൻ ഇംഗ്ലീഷ് പഠിക്കേണ്ട സമയത്തു സ്ലോവേനിയൻ പഠിച്ചു. പുലയിൽ വെച്ചു പഠിച്ച ഇറ്റാലിയൻ ആണെങ്കിൽ മറന്നും പോയി. സെക്കണ്ടറി സ്കൂളിൽ പഠിച്ച കുറച്ചു ജർമനും കാര്യമായി ഓർമ്മയില്ല. എന്റെ രണ്ടു മാതൃഭാഷയുടെ ഇടുങ്ങിയ അതിരുകളിൽ ഞാൻ തളച്ചിടപ്പെട്ടു പോയി. പക്ഷേ നാദിയയ്ക്കു യാതൊരു അപരിചിതത്വവും ഇല്ലായിരുന്നു. അവൾക്കു വിയന്ന സ്വന്തംനാടുപോലെ തന്നെയെന്ന് തോന്നുന്നു.

എന്റെ മാതൃഭാഷകൾ ഇടയ്ക്കു കേട്ടപ്പോൾ ഈ മഹാനഗരത്തിന്റെ തിരക്കിൽ എനിക്ക് അല്പം ആശ്വാസം അനുഭവപ്പെട്ടു. വിയന്നയിലെ

തെരുവുകളിൽ എന്റെ നാട്ടുകാരായ തൊഴിലാളികളെ കാണുമ്പോൾ വലിയ ആശ്വാസം അനുഭവപ്പെട്ടു. ഞാൻ ട്രാമിൽ ഇരുന്നു എന്റെ നാട്ടുകാരുടെ സംസാരത്തിനു കാതോർത്തു. ക്രൊയേഷ്യനിലും ബോസ്നിയനിലും സെർബിയനിലും കേൾക്കാൻ കഴിഞ്ഞ അല്ലറ ചില്ലറ സംസാരങ്ങൾ എനിക്കു അളവറ്റ സന്തോഷമാണ് നൽകിയത്. ഞാൻ നാദിയയുടെ പിന്നാലെ നടക്കുകയാണ്. അതിനിടയ്ക്ക് റഡാറിൽ സിഗ്നലുകൾപോലെ 'നമ്മുടെ ആളുകളുടെ' സംസാരങ്ങൾ കേൾക്കുന്നുണ്ടോ എന്നും ശ്രദ്ധിച്ചുകൊണ്ടിരുന്നു. അതെന്നെ ഈ അപരിചിതനഗരത്തോട് അല്പമെങ്കിലും അടുപ്പിക്കുമെന്നു ഞാൻ കരുതി.

നാദിയയുടെ ഗൈഡ് ബുക്കിലെ ഏറ്റവും ചെലവ് കുറഞ്ഞ ഹോട്ടലിലാണ് ഞങ്ങൾ മുറിയെടുത്തത്. ഹോട്ടൽ വൈൽഡ് പെൻഷൻ എന്റെ അഭയമായി. വിയന്നയിലെ തിരക്കിൽ നിന്ന് എണ്ണമറ്റ കാഴ്ചകളിൽ നിന്ന് ഓടിയൊളിക്കാൻ, ഡാന്യൂബ് നദിയുടെ തീരത്തെ ആ ഹോട്ടൽ എനിക്കൊരു അനുഗ്രഹമായിരുന്നു.

നല്ലതും ചീത്തയുമായ വിയന്നയിൽനിന്നും ഓടിയൊളിക്കാനുള്ള തത്രപ്പാടിലായിരുന്നു ഞാൻ. മുറിയിൽനിന്നു താഴെ തെരുവിലേക്ക് നോക്കാൻപോലും ഞാൻ മിനക്കെട്ടില്ല. ഞാൻ കട്ടിലിൽ കിടന്ന് ടെലിവിഷൻ ഓൺ ചെയ്ത് രാത്രിക്കായി കാത്തു. ആ രാത്രി ഇനി മുറിവിട്ടു പുറത്തേക്കു പോകേണ്ടതില്ല എന്നത് ഏറെ ആശ്വാസമായി. നാളെ കാത്തിരിക്കുന്നത് എന്താണെന്ന് ഇടയ്ക്കെങ്കിലും മറക്കാൻ ഞാൻ ശ്രമിച്ചു.

ഒടുവിൽ ഞാൻ ശാന്തനായി. ഹൃദയമിടിപ്പുകൾ സാധാരണ നിലയിലായി. അപ്പോഴാണ് നാദിയ ശുചിമുറിയിൽനിന്നും പുറത്തേക്കു വന്നത്. അവൾ എന്നെ മൃദുവായി ആലിംഗനം ചെയ്തു, എന്റെ ശിരസ്സിൽ തലോടി ആശ്വസിപ്പിച്ചു. ടെലിവിഷനിൽ റീസ്വിതർ സ്പൂണിന്റെ സിനിമയാണ്. ഞങ്ങൾ അത് പലതവണ കണ്ടതാണ്. എന്നാലും ഇന്നത്തെ പ്രത്യേക അവസ്ഥയിൽ അത് സന്തോഷം തന്നു.

അന്നു രാത്രി ഞങ്ങൾ ഒന്നും സംസാരിച്ചില്ല. സിനിമ തീർന്നപ്പോൾ നാദിയയുടെ കൈയിൽ ശിരസ്സമർത്തിക്കിടന്ന് ഞാൻ ഉറങ്ങി.

ഉയരം കുറഞ്ഞ മേൽക്കൂരയുള്ള ആ വിയന്നീസ് റെസ്റ്റോറന്റിലേക്ക് മെല്ലെ പ്രവേശിച്ചു. അലങ്കരിക്കപ്പെട്ട ഭക്ഷണപഥാർത്ഥങ്ങളും നിറമുള്ള പ്ലാസ്റ്റിക് അലങ്കാരപണികളുമുള്ള റെസ്റ്റോറന്റായിരുന്നു അത്. എന്നെ മനസ്സിലാക്കിയതുപോലെ നീണ്ട കറുത്ത ഏപ്രൺ ധരിച്ച ഒരു വെയ്റ്റർ എന്നെ മുകളിലെ നിലയിലേക്ക് നയിച്ചു. മനോഹരമായി അലങ്കരിച്ച മേശകൾ നിരത്തിയിട്ട ടെറസ്സിലാണ് ഞാൻ എത്തിയത്. അവിടെ ഒരു ചെറിയ മേശയിൽ ആരോ ഇരിക്കുന്നുണ്ട്. അവിടെ മദ്യം നിറഞ്ഞ ഒരു ഗ്ലാസ്സുണ്ട്. ആഷ്ട്രേയിൽ കൂട്ടിയിട്ട സിഗരറ്റുതുണ്ടുകളിൽനിന്നും പുക ഉയരുന്നുണ്ട്. ഞാൻ അവിടെയിരുന്ന് അയാളെ തുറിച്ചുനോക്കി. നീട്ടി

വളർത്തിയ വെളുത്ത താടിക്കു മുകളിൽ ആ കണ്ണുകളായിരുന്നു ഞാൻ തിരഞ്ഞത്. പക്ഷേ ആ മുഖം ഒരു നിഴലിന്റെ മറവിൽ ആയിരുന്നു. അയാൾ എന്നിൽനിന്നു രക്ഷപ്പെട്ട് ഇരുട്ടിൽ മറഞ്ഞുകളയുമോ എന്ന് ഞാൻ ഭയന്നു. പക്ഷേ അദ്ദേഹം മുന്നോട്ടാഞ്ഞു. ഇപ്പോൾ ആ കണ്ണുകൾ എനിക്കു കാണാം. ആ മനുഷ്യൻ കരയുകയായിരുന്നു. ഒരു നിമിഷം കഴിഞ്ഞപ്പോൾ അദ്ദേഹം കണ്ണുകൾ അടച്ചു. കണ്ണുനീർ ധാരധാരയായി ഒഴുകി. അത് കണ്ടപ്പോൾ എനിക്കറിയാതെ അദ്ദേഹത്തോട് സ്നേഹം തോന്നി. ആ കണ്ണുനീര് എന്നെ ആശ്വസിപ്പിച്ചു. പണ്ട് തന്റെ വലിയ കൈകൾകൊണ്ട് ശിരസ്സിൽ തടവി ആശ്വസിപ്പിച്ചിരുന്നതുപോലെ. പണ്ട് അദ്ദേഹം പാട്ടുപാടി ഉറക്കുന്ന ഓർമ്മയാണ് നിറഞ്ഞത്. അദ്ദേഹം തന്റെ വലിയ കൈത്തലങ്ങൾകൊണ്ട് കണ്ണുനീർ തുടച്ചുമാറ്റാൻ ശ്രമിക്കുന്നു. പിന്നെ മെല്ലെ ആ കൈകൾ മടിത്തട്ടിൽ വയ്ക്കുന്നു. എന്നിട്ട് ശിരസ്സ് താഴ്ത്തുന്നു, പരാജയം സ്വീകരിക്കുന്നതുപോലെ. പെട്ടെന്ന് ആ ശിരസ്സ് എന്റെ മുന്നിൽ മേശമേലേക്ക് വീഴുന്നു. അവിടെയിരുന്ന് ഒരു വൈൻ ഗ്ലാസ് തട്ടിവീണു പൊട്ടിച്ചിതറുന്നു. ആ കണ്ണുകൾ നിറഞ്ഞൊഴുകുന്നത് ഇപ്പോഴും കാണാം.

ആ സ്വപ്നത്തിൽനിന്നു ഞെട്ടി ഉണരുമ്പോൾ സമയം അർദ്ധരാത്രി കഴിഞ്ഞു കാണും. പുലരാൻ ഇനി എത്രനേരം ബാക്കിയുണ്ടെന്നു വാച്ചിൽ നോക്കാനുള്ള ധൈര്യം കിട്ടിയില്ല. എന്തായാലും ആ രാത്രിയിലെ ഉറക്കം അവസാനിച്ചുവെന്ന് ഉറപ്പായി. ക്ഷീണിച്ചശരീരത്തിന് ഉറക്കം ഇനിയും ആവശ്യമാണ്. പക്ഷേ മനസ്സ് മുൻപത്തേക്കാളും ഉണർന്ന അവസ്ഥ യിലാണ്. “കൊസോവയ്ക്കു സ്വാതന്ത്ര്യം, ഇസ്ട്രിയയ്ക്കു ഭൂഖണ്ഡം” എന്ന ചുവരെഴുത്തുകൾ കൺമുന്നിൽ തെളിഞ്ഞു.

ഞാൻ എഴുന്നേറ്റു. നാദിയ നല്ല ഉറക്കത്തിലാണ്. താഴെ തെരുവും നിശ്ശബ്ദമാണ്. ആരെങ്കിലും ആ തെരുവിൽകൂടി നടന്നുവരുമെന്നും എന്റെ ശ്രദ്ധ അവരിലേക്ക് തിരിയുമെന്നും കരുതിയെങ്കിലും ആരും വന്നില്ല. രാത്രിയിൽ വിയന്ന ജുബ്ജാനയെപ്പോലെ തന്നെയാണ് തോന്നുന്നത്. സൂര്യൻ അസ്തമിക്കുന്നതോടെ എല്ലാം നിശ്ശബ്ദമാകുന്നു. നാദിയയെ ഉണർത്താതെ ശുചിമുറിയിൽ കയറി കുറെ വെള്ളം കുടിച്ചു. എന്റെ മതി ഭ്രമങ്ങളിൽനിന്നും പുറത്തു കടക്കാൻ കുറെ തണുത്ത വെള്ളംകൊണ്ട് മുഖംകഴുകി. പക്ഷേ രക്ഷയുണ്ടായില്ല.

“കൊസോവയ്ക്കു സ്വാതന്ത്ര്യം, ഇസ്ട്രിയയ്ക്കു ഭൂഖണ്ഡം.”

ഞാൻ മുറിയിലേക്കു തിരിച്ചു ചെന്നപ്പോഴും നാദിയ ഉണർന്നിട്ടില്ലായി രുന്നു. ഞാൻ വീണ്ടും താഴെ തെരുവിലേക്ക് നോക്കി. വിയന്നയിലെ ജനങ്ങൾ രാത്രികാലങ്ങളിൽ ഇറങ്ങിനടക്കുന്ന ശീലമുള്ളവരല്ലെന്നു തോന്നുന്നു. ഇനിയൊരു മനുഷ്യജീവിയെ കാണണമെങ്കിൽ നേരം വെളു ക്കേണ്ടിവരും. നാദിയ ഉറങ്ങുന്നത് നോക്കിയിരുന്നപ്പോൾ പണ്ട് ബെൽ ഗ്രേഡിലെ ഹോട്ടൽമുറിയിൽ ഉറങ്ങിക്കിടക്കുന്ന അമ്മയെ നോക്കി

കരഞ്ഞുകൊണ്ടിരുന്ന ഒരു പതിനൊന്നുകാരനെ ഓർമ്മവന്നു. ഞാൻ വീണ്ടും ആ കുട്ടിയായിരിക്കുന്നു. അകലെയുള്ള ഏതോ പ്രഭാതത്തിനായി ഹോട്ടൽമുറിയിൽ തടവിലാക്കപ്പെട്ട ആ കുട്ടിയായി വീണ്ടും മാറിയിരിക്കുന്നു. ആ പ്രഭാതം പ്രത്യേകമായി ഒന്നും കൊണ്ടുവരാൻ പോകുന്നില്ല. അസന്തുഷ്ടമായ മറ്റൊരു ദിവസമല്ലാതെ.

നാദിയ ആണ് ഈ ഹോട്ടൽമുറി ഓൺലൈനിൽ ബുക്ക്ചെയ്തത്. അവൾ തന്നെയാണ് ട്രെയിൻടിക്കറ്റ് എടുത്തതും ടാക്സി ബുക്ക് ചെയ്തതും. എവിടെവച്ചു ട്രെയിൻ മാറിക്കയറണമെന്നും എവിടേക്കാണ് പോകേണ്ടതെന്നും അവൾക്ക് അറിയാമായിരുന്നു. അവൾ നല്ല ഉറക്കത്തിലാണ്. ഞാനാകട്ടെ ആ ഹോട്ടൽമുറിയിൽ ശ്വാസംമുട്ടി ഉറങ്ങാനാവാതെ ഇരുന്നു.

"കൊസോവയ്ക്കു സ്വാതന്ത്ര്യം, ഇസ്ട്രിയയ്ക്കു ഭൂഖണ്ഡം."

നെടെൽകോയുമായുള്ള കൂടിക്കാഴ്ച അടുത്ത് വരുംതോറും ഞാൻ അദ്ദേഹത്തിൽനിന്നും അകലുന്നതുപോലെ എനിക്കു തോന്നി. അദ്ദേഹം അടുത്തുവന്നാൽ സംസാരിക്കാൻ കഴിയുമോ എന്ന് ഞാൻ സംശയിച്ചു. ഞാൻ ചോദിക്കാൻ തയ്യാറാക്കിവച്ചിരുന്ന ചോദ്യങ്ങൾ എന്നിൽനിന്ന് അപ്രത്യക്ഷമാകുന്നു. കിട്ടാൻ സാധ്യതയുള്ള ഉത്തരങ്ങൾ എന്നെ ഭയപ്പെടുത്തുന്നു. ആ ഉത്തരങ്ങൾ എത്രയോ തവണ ഞാൻ എന്റെ മനസ്സിൽ ആവർത്തിച്ചുറപ്പിച്ചതാണ്. അദ്ദേഹത്തിന്റെ കുമ്പസാരം കേൾക്കാൻ താത്പര്യമില്ല. എനിക്ക് അദ്ദേഹത്തെ വീണ്ടും ഒരു മനുഷ്യനാക്കാനും ആഗ്രഹമില്ല.

എല്ലാറ്റിനുമീതെ ഞാൻ ഈ മനുഷ്യനിൽ എന്റെ അച്ഛനെ കണ്ടെത്തുമോ എന്ന ചിന്തയും എന്നെ അലട്ടി. വിയന്നയിലെ ആ ഹോട്ടൽ മുറിയിൽ ഇരിക്കവേ, നെടെൽകോ ബോറോജെവിക് അദ്ദേഹത്തിന്റെ ഭാര്യ അദ്ദേഹത്തെ കുഴിച്ചുമൂടിയ അന്നുതന്നെ മരിച്ചിരുന്നെങ്കിൽ എന്ന് ആദ്യമായി, ആത്മാർത്ഥമായി ആഗ്രഹിച്ചു. പിതാവ് സത്യത്തിൽ മരിച്ചുപോയി എന്ന് വിശ്വസിക്കാൻ ശ്രമിച്ചു. ഇപ്പോൾ വിയന്നയിലെ ദുരൂഹമായ വീട്ടിൽ താമസിക്കുന്നത് മറ്റാരോ ആയിരിക്കുമെന്ന് എന്നെ വിശ്വസിപ്പിക്കാൻ ശ്രമിച്ചു. ഞാൻ അച്ഛനെ സ്നേഹിക്കാൻ ആഗ്രഹിച്ചപ്പോൾതന്നെ ഒളിവിൽ കഴിയുന്ന യുദ്ധക്കുറ്റവാളിയായ ജനറൽ ബോറോജെവിക്കിനെ വെറുക്കാനും ആഗ്രഹിച്ചു. ഈ രണ്ടു മനുഷ്യരും ഒരു ശരീരത്തിൽ ഉണ്ടാകാൻ കഴിയില്ല. ഒരാളെ മറ്റൊരാളിൽ എനിക്കു തിരിച്ചറിയാനും കഴിയില്ല. ബ്രാനെ എന്റെ കൈയിൽ വച്ചുതന്ന ആ ഫോട്ടോകളിൽ കാണുന്ന മനുഷ്യനാണ് ജനറൽ ബോറോജെവിക്. അവിടേക്കു മാർച്ച് ചെയ്തതിനുശേഷം അച്ഛൻ ഒരിക്കലും അച്ഛനായിരുന്നില്ല.

അച്ഛൻ എക്കാലത്തെയും നല്ല മനുഷ്യനായിരുന്നു. അദ്ദേഹത്തിന്റെ ചുമലിൽ നിന്നാണ് ഞാൻ കടലിലേക്ക് ചാടി നീന്തിയിരുന്നത്. എനിക്കുവേണ്ടി റിനോൾട്ട് കാറിന്റെ ചിത്രം വരച്ചുതന്ന, എനിക്കു ഡ്രൈവർ

ലൈസൻസ് കിട്ടുമ്പോൾ അത് വാങ്ങിത്തരാമെന്നു പറഞ്ഞ ആ മനുഷ്യൻ ഇന്നില്ല. ഒരിക്കൽ, അടുത്ത വീട്ടിലെ അത്തിപ്പഴങ്ങൾ കട്ട് പറിച്ചപ്പോൾ മാത്രം എന്നെ ശിക്ഷിച്ച, എനിക്കൊപ്പം രാത്രി വൈകുംവരെ പ്രിയപ്പെട്ട ടെലിവിഷൻ പരിപാടികൾ കാണാൻ കൂട്ടിരിക്കുമായിരുന്ന അച്ഛൻ ഇന്നില്ല. എന്റെ അച്ഛൻ എന്റെ അച്ഛൻ മാത്രമായിരിക്കണം. ഒരിക്കലും ജനറൽ ബോറോജെവിക് ആകരുത്. എന്റെ അച്ഛൻ ജനറൽ ബോറോജെവിക് ആയാൽ ഞാൻ അച്ഛനില്ലാത്ത കുട്ടിയായി മാറും. പത്തുവയസ്സുവരെ മാത്രം കിട്ടിയ സന്തോഷങ്ങൾ അദ്ദേഹത്തിനൊപ്പം ഇല്ലാതാകും, സ്ലോവേനിയയിലെ ആ ഗ്രാമംപോലെ.

"എന്തുപറ്റി? കുഴപ്പമൊന്നുമില്ലല്ലോ?"

വെളിച്ചം അകത്തേക്കു കടന്നുവന്നപ്പോൾ നാദിയ എഴുന്നേറ്റു. തറയിൽ ചുമരിൽ ചാരിയിരിക്കുന്ന എന്നെ കണ്ട് അദ്ഭുതപ്പെട്ടു.

"എനിക്കു വീട്ടിൽ പോകണം."

"ഇപ്പൊ സമയം എത്രയായി?"

"എനിക്കറിയില്ല."

"എത്ര നേരമായി ഈ ഇരിപ്പു തുടങ്ങിയിട്ട്?"

"എനിക്കറിയില്ല."

"ഇപ്പോൾ ആറു മണിയായി. ഇവിടെവരൂ."

ഞാൻ ബെഡിൽ കയറി കിടന്നു. എന്റെ നെഞ്ചിൽ ചെവി ചേർത്ത് വെച്ചു നാദിയ പറഞ്ഞു:

"നിങ്ങളുടെ ഹൃദയം വല്ലാതെ ഇടിക്കുന്നല്ലോ."

"അതെ."

"കൂടിക്കാഴ്ചയെ ഭയക്കുന്നുണ്ടോ?"

"അതെ."

"വേണ്ടെങ്കിൽ കാണാൻ പോകേണ്ട. നമുക്ക് പട്ടണത്തിൽ ചുറ്റാൻ പോകാം."

"എനിക്കു വീട്ടിലേക്കു പോകണം."

"എന്നാൽ അങ്ങനെയാകട്ടെ ."

നാദിയ വീണ്ടും കണ്ണടച്ചു. ഞാനും കണ്ണുകൾ അടച്ചു. ഉടൻതന്നെ ഞങ്ങൾ തിരികെ പോകുമല്ലോ എന്ന ചിന്ത എന്നെ അല്പം ശാന്തനാക്കി. താഴെ തെരുവ് ഉണർന്നുതുടങ്ങി. ഞാൻ മെല്ലെ ഉറക്കത്തിലേക്ക് വീണു.

വിയന്നയിൽനിന്നും ജുബ്ജാനയിലേക്കുള്ള ട്രെയിനിൽ ഇരിക്കുമ്പോൾ എനിക്ക് എന്തെന്നില്ലാത്ത ആശ്വാസമാണ് തോന്നിയത്. മുങ്ങിച്ചാകാൻ

തുടങ്ങിയവനെ ആരോ പിടിച്ചു കരയ്ക്കു കയറ്റുമ്പോൾ കിട്ടുന്ന അതേ ആശ്വാസം. ട്രെയിൻ വിയന്നയുടെ പ്രാന്തപ്രദേശങ്ങൾ പിന്നിട്ടു മുന്നോട്ട് നീങ്ങുമ്പോൾ ഞാനൊരു കാര്യം തിരിച്ചറിഞ്ഞു. എന്റെ ഭയം എന്നെ തോല്പിച്ചിരിക്കുന്നു. എന്തൊക്കെയോ ചില സാങ്കല്പിക തത്ത്വങ്ങളുടെ മറവിൽ ഞാൻ നെടെൽകോയെ കാണേണ്ട എന്ന് തീരുമാനമെടുത്തെങ്കിലും അതിനു കാരണം ഞാൻ മാത്രമല്ല എന്ന് ഞാൻ എന്നെത്തന്നെ ഓർമ്മപ്പെടുത്തി. എന്റെ ഭയങ്ങളാണ് എന്നെക്കൊണ്ട് തീരുമാനങ്ങൾ എടുപ്പിക്കുന്നതെന്ന് അദ്ദേഹം എന്നോട് മന്ത്രിച്ചിരുന്നു. ഭയങ്ങൾ തീരുമാനങ്ങളെ എളുപ്പമാക്കിയിരുന്നു എന്നത് ശരിയാണ്. പക്ഷേ ഞാൻ അതിനു പൂർണമായും അടിമപ്പെട്ടിട്ടില്ല.

"എന്താ ആലോചിക്കുന്നത്?"

കംപാർട്ട്മെന്റിൽ ഞങ്ങൾ മാത്രമേ ഉണ്ടായിരുന്നുള്ളൂ. നാദിയ ഒരു സുഹൃത്തിനോടെന്നപോലെ എന്നോട് സംസാരിക്കാൻ ശ്രമിക്കുകയായിരുന്നു. അതിലൂടെ എന്റെ പേടികൾ പങ്കുവയ്ക്കാനും അവയെ ആട്ടിപ്പായിക്കാനുമാണ് അവൾ ശ്രമിച്ചുകൊണ്ടിരുന്നത്. ഞാൻ മറുപടിയൊന്നും പറയാതെ വെറുതെ തലയാട്ടികൊണ്ട് പുറത്തെ പച്ചപ്പുകളിലേക്ക് കണ്ണ് നട്ടിരുന്നു. എനിക്കു മറ്റാരൊളാടും വിശദീകരിക്കാൻ കഴിയാത്ത ചിന്തകളാണ്. ഈ ട്രെയിനിൽതന്നെ നാട്ടിലേക്ക് തിരികെപോകുന്ന ആളുകളുണ്ട് എന്ന് ഓർത്തു. അവരുടെ നാടിന്റെ ആദ്യദൃശ്യം കണ്ണിൽപെടുമ്പോൾതന്നെ അവർ മാതൃഭൂമിയോടുള്ള സ്നേഹംകൊണ്ട് വികാരഭരിതരാകും. അവരുടെ മനസ്സിൽ വിവരിക്കാനാവാത്ത ഒരു ഊഷ്മളത നിറയും.

ഒരുപാട് വർഷങ്ങൾക്കു മുൻപ് നടന്നതാണെങ്കിലും എനിക്കും ആ വികാരത്തെക്കുറിച്ച് അവ്യക്തമായ ചില ഓർമ്മകളുണ്ട്. എനിക്കന്ന് ഏഴോ എട്ടോ വയസ്സേ കാണൂ. ഞങ്ങൾ ക്രോയേഷ്യയിലെ പ്ലൈറ്റിവിസ്ലേക്സ് സന്ദർശനം കഴിഞ്ഞു ഞങ്ങളുടെ വെളുത്ത യൂഗോയിൽ മടങ്ങുകയായിരുന്നു. ഞങ്ങൾ പുലയിലെത്തിയപ്പോൾ സമയം അർദ്ധരാത്രി കഴിഞ്ഞിരുന്നു. അച്ഛൻ എന്നെ വിളിച്ചുണർത്തി. അമ്മ അതിനു ദേഷ്യപ്പെടുകയും ചെയ്തു. പക്ഷേ അച്ഛൻ പറഞ്ഞത്, "അവന്റെ സ്ഥലം എത്തിയിരിക്കുന്നു, അവനു സന്തോഷമാകും" എന്നാണ്. ആ അർദ്ധമയക്കത്തിൽ ഞാൻ തുറമുഖത്തു നങ്കൂരമിട്ടിരിക്കുന്ന കപ്പൽ കണ്ടു പിന്നെ ആർമിഹാൾ. ഞങ്ങൾ ഓംല ദിന തെരുവിലേക്ക് കടന്നപ്പോൾ ഞങ്ങളുടെ വീട് ദൂരെ കണ്ടു. അച്ഛൻ പറഞ്ഞു, "അതാ നമ്മുടെ വീട്." എന്റെ വീടെത്തി എന്നത് അവാച്യമായ ആനന്ദം തരുന്ന ഒരു കാര്യമായിരുന്നു.

എനിക്കിനി ഒരിക്കലും ഒരു വീടില്ല. ഞാൻ ഒരു വിദേശരാജ്യത്തു കുടുങ്ങിയിരിക്കുന്നു. ഇനി ഒരു തിരിച്ചുപോക്ക് ഉണ്ടാവില്ല. ഒരു വൈദേശികതയിൽനിന്നും മറ്റൊന്നിലേക്കു നീങ്ങാൻ മാത്രമേ എനിക്കിനി കഴിയൂ

എന്ന് എനിക്കറിയാം. അതുകൊണ്ട് ട്രെയിൻ വിയന്ന വിട്ടു സ്ലോവേനിയൻ ഗ്രാമങ്ങളിലൂടെ സഞ്ചരിച്ചു ജുബ്ജാനയിൽ എത്തുമ്പോഴും എനിക്കൊന്നും തോന്നാൻ പോകുന്നില്ല, ആവേശമോ സന്തോഷമോ ഒന്നും. ഇതൊന്നും നാദിയയോട് പറഞ്ഞിട്ട് കാര്യമില്ല. അവൾക്കിതൊന്നും മനസ്സിലാകില്ല. അതുകൊണ്ടു ഞാൻ നിശ്ശബ്ദനായിരുന്നു. അദൃശ്യരായ ഒരു ചെറിയ കൂട്ടം മനുഷ്യരെ ഞാൻ കുറ്റപ്പെടുത്തിക്കൊണ്ടിരുന്നു. അവർ അവരുടെ ചെറിയ കൊസോവോയ്ക്കുവേണ്ടി എന്റെ വലിയ രാജ്യം, എന്റെ സ്വന്തം വീട് എല്ലാം നശിപ്പിച്ചുകളഞ്ഞു.

നെടെൽകോയും ഇങ്ങനെതന്നെ ചിന്തിക്കുന്നുണ്ടാവില്ല എന്ന് ആർക്കറിയാം. ഞാൻ എന്റെ ലോകത്തേക്ക് കൂടുതൽ കൂടുതൽ അടുക്കുന്തോറും ഞാൻ കൂടുതൽ കൂടുതൽ ഒറ്റപ്പെടുന്നതുപോലെ തോന്നുന്നു. ഒപ്പം ഞാൻ കൂടുതൽ കൂടുതൽ ആ മനുഷ്യനോട് അടുക്കുന്നു.

ഇതെല്ലാം തുടങ്ങിയപ്പോൾ നെടെൽകോയ്ക്കു താൻ ആരോട്, എന്തിനു യുദ്ധംചെയ്യുന്നു എന്ന് അറിയാമായിരുന്നോ എന്ന് ഞാൻ അദ്ഭുതപ്പെട്ടു. താനൊരു യൂഗോസ്ലാവിൻ ആണ് എന്ന് പ്രഖ്യാപിച്ചിരുന്ന നെടെൽകോ തന്റെ മാതൃഭൂമിക്കു വേണ്ടിയാണ് പുലയിലെ തന്റെ വീടിനു വേണ്ടിയാണു താൻ യുദ്ധം ചെയ്യുന്നതെന്ന് സ്വയം ബോധ്യപ്പെടുത്തിയിരുന്നോ? പ്രത്യേകിച്ചും ആ സ്ലോവേനിയൻ ഗ്രാമത്തിലെ കൂട്ടക്കൊലയും അതിനുവേണ്ടി ആയിരുന്നുവെന്ന് അദ്ദേഹത്തിന് സ്വയം ബോധ്യപ്പെടുത്താൻ കഴിഞ്ഞിട്ടുണ്ടോ? എല്ലാം പഴയതുപോലെതന്നെ ആയിരിക്കണം എന്നാഗ്രഹിച്ച നെടെൽകോയെപോലുള്ളവർക്കു സ്വന്തമായി ഒരു സൈന്യം ഇല്ലായിരുന്നു എന്ന് അദ്ദേഹം എന്നെങ്കിലും മനസ്സിലാക്കിയിട്ടുണ്ടോ? അവർ ന്യൂനപക്ഷമായിരുന്നു. അവർ യുദ്ധത്തിന്റെ ആദ്യദിവസംതന്നെ എല്ലാം ഉപേക്ഷിച്ചു സുരക്ഷിത സ്ഥാനങ്ങളിലും പിന്നീട് വിദേശരാജ്യങ്ങളിലേക്കും രക്ഷപ്പെടേണ്ടി വന്നവരായിരുന്നു. ആദ്യത്തെ വെടിപൊട്ടും മുൻപ് തന്നെ പരാജയപ്പെട്ടവരാണവർ. നെടെൽകോ അത് മനസ്സിലാക്കുന്നുണ്ടാവില്ല. ഒരുപക്ഷേ അതുകൊണ്ടായിരിക്കും അദ്ദേഹം തന്റെ തോക്ക് വലിച്ചെറിഞ്ഞു യൂണിഫോം ഉപേക്ഷിച്ചു രക്ഷപ്പെടാത്തത്.

ഈ യുദ്ധത്തിൽ ഓരോ പട്ടാളക്കാരനും സാധാരണ പൗരനും മരിച്ചു വീണപ്പോഴും തന്റേതു മാത്രമായ ഒരു കൊച്ചുലോകമാണ് എന്നേക്കുമായി മരിച്ചതെന്ന് നെടെൽകോ എന്നെങ്കിലും തിരിച്ചറിഞ്ഞിട്ടുണ്ടോ എന്ന് ഞാൻ അദ്ഭുതത്തോടെ ഓർത്തുപോയി. എന്റെ പിതാവായി ഞാൻ അറിഞ്ഞിരുന്ന മനുഷ്യന് അത്തരമൊരു തിരിച്ചറിവിനെ അതിജീവിക്കാനുള്ള കരുത്തുണ്ടാകില്ല എന്നെനിക്കു തോന്നി. ആ തിരിച്ചറിവ് ഒരുപക്ഷേ രണ്ടാമത്തെ നെടെൽകോയ്ക്ക്, ജനറൽ ബോറോജെവിക്കിന് അതിജീവിക്കാൻ കഴിയുമായിരിക്കും. സ്വന്തം പിതാവിന്റെ ദുരന്തകഥ ഞങ്ങളിൽ നിന്നും മറച്ചുവച്ച, അച്ഛന്റെ ദുർവിധിയുടെ ആഘാതത്തിൽനിന്നും

ഒരിക്കലും മുക്തിനേടാൻ കഴിയാത്ത നെടെൽകോ, ആദ്യത്തെ നെടെൽകോയുടെ മരണശേഷം രണ്ടാമത് ജനിച്ച ജനറൽ നെടെൽകോ ബോറോജെവിക്കിന് ആ അതിജീവനം സാധിച്ചേക്കാം. ആ നെടെൽകോയ്ക്കു സ്വന്തം കഥ മാത്രമേയുള്ളൂ. മാതാപിതാക്കളായ മിലുട്ടിന്റെയും ആഗ്നസിന്റെയും കഥ മാത്രമറിയുന്ന നെടെൽകോ, ആ കഥ കൊണ്ട് വിസിൻജിയിലെ തന്റെ പ്രവർത്തിയെ ന്യായീകരിക്കുന്ന നെടെൽകോ. അയാൾക്ക് ആ തിരിച്ചറിവുകൾ അതിജീവിക്കാൻ കഴിയും.

അങ്ങനെയാണെങ്കിൽ മാത്രമേ തന്നോടൊപ്പം ബീച്ചിൽ കുളിച്ചിരുന്ന തീയേറ്ററിൽ സിനിമ കണ്ടിരുന്ന, അതേ ജനതയെ കൊല്ലാൻ കഴിയൂ. അങ്ങനെയാണെങ്കിൽ മാത്രമേ താൻ ആസ്വദിച്ചിരുന്ന ടെലിവിഷൻ പരിപാടികൾ ആസ്വദിക്കുകയും കുട്ടികൾക്കായി താൻ വാങ്ങിയിരുന്ന അതേ സംഗീത കാസറ്റുകൾ വാങ്ങുകയും ചെയ്തിരുന്ന മനുഷ്യരെ നിഷ്കരുണം കൊല്ലാൻ കഴിയൂ. അദ്ദേഹം അദ്ദേഹമല്ലാതെ ആയെങ്കിൽ മാത്രമേ ആ കൊടുംക്രൂരത ചെയ്യാൻ കഴിയൂ.

ഞാൻ ആസ്ട്രിയൻ താഴ്വരകളിലേക്ക് നോക്കി നിശ്ചലം ഇരുന്നു. മനുഷ്യൻ എന്ന പേരിന് അർഹനല്ലാത്ത ഒരു മനുഷ്യനെ മനസ്സിലാക്കാൻ ചില ശ്രമങ്ങൾ നടത്തിയതിലെ കുറ്റബോധം ചെറുക്കാൻ പണിപ്പെട്ടു. പക്ഷേ അദ്ദേഹത്തെ മനസ്സിലാക്കാനുള്ള ശ്രമങ്ങൾ അദ്ദേഹത്തിന്റെ വികാരങ്ങളുടെ, നിരാശയുടെ, മനുഷ്യത്വത്തിന്റെ അതിർത്തികൾവരെ മാത്രമേ പോയുള്ളൂ.

ആ അതിർത്തിക്കപ്പുറം ഒരിക്കലും മനസ്സിലാക്കാൻ തയ്യാറാകാത്ത ക്രൂരമായ പ്രവർത്തിയുണ്ട്. ആ അതിർത്തിക്കപ്പുറം സങ്കടങ്ങളില്ല, നിരാശകളില്ല, വിദ്വേഷമില്ല. ഭീകരനായ ഒരു കൊലയാളിയുടെ ജന്മവാസനകൾ മാത്രം. ആ കൊലകൾ സ്വയം പ്രതിരോധത്തിനായല്ല ചെയ്തത്. അത് ഏകപക്ഷീയമായ ആക്രമണമായിരുന്നു. ഞാൻ അതിലേക്ക്, അദ്ദേഹത്തിന്റെ ആ ആന്തരികലോകത്തേക്ക് കടക്കാൻ ആഗ്രഹിക്കുന്നില്ല.

എന്നിൽ ഇളകിമറിയുന്ന ദേഷ്യമാണ് വിയന്നയ്ക്കും ഗ്രാസ്നുമിടയിലുള്ള ആ സ്റ്റേഷനിൽ ട്രെയിനിൽനിന്നും ചാടിയിറങ്ങാൻ എന്നെ പ്രേരിപ്പിച്ചത്. നാദിയ, ആകെ മടുത്തെങ്കിലും ക്ഷമയോടെ എന്നെ പിന്തുടർന്നു. എനിക്കു നെടെൽകോയെ കാണണം. എന്തിനാണ് ജീവിക്കാൻ തീരുമാനിച്ചതെന്ന്, എന്തിനാണ് ഇപ്പോൾ എന്നെ കാണുന്നതെന്ന്, എന്തിനാണ് ഇത്ര കാലവും ഒളിച്ചുകളിച്ചതെന്ന് ചോദിക്കണം. എന്തുകൊണ്ട് എന്ന ചോദ്യം ഉള്ളിൽ തിളച്ചുമറിഞ്ഞു. വിയന്നയിലെ ആ റെസ്റ്റോറന്റിൽവച്ച് ഈ ചോദ്യങ്ങൾ ആ മനുഷ്യന്റെ മുഖത്തേക്കു വലിച്ചെറിയണം. ഈ വർഷങ്ങളത്രയും ആ മനുഷ്യൻ എന്റെ ജീവിതത്തെ ഒരു കളിപ്പാട്ടംപോലെ തട്ടിക്കളിക്കുകയായിരുന്നു എന്ന തോന്നൽ എന്നെ

ഭ്രാന്തനാക്കി. ആ ദേഷ്യം എന്നെ അദ്ദേഹത്തിലേക്ക് വലിച്ചടുപ്പിച്ചു. ഞാൻ നെടെൽകോയെ കാണാൻ തീരുമാനിച്ചു. നാദിയ എന്റെ പിന്നാലെ തന്നെ ഉണ്ട്. വിയന്നയിലേക്കുള്ള ട്രെയിനിൽ കയറി ഞങ്ങൾ ഒഴിഞ്ഞ കംപാർട്ട്മെന്റിൽ ഇരുന്നു. എനിക്ക് ഇപ്പോൾ വൈകുന്നേരം ഏഴുമണി എന്ന ഒറ്റ ലക്ഷ്യം മാത്രമേയുള്ളൂ. തലേദിവസം രാത്രിയിൽ സ്വപ്നത്തിൽ കണ്ട ഇരുണ്ട ഇടനാഴികളും പൊക്കം കുറഞ്ഞ മേൽക്കൂരയുമുള്ള സ്റ്റൊമക് റെസ്റ്റോറന്റ് മാത്രമേ ഞാനിപ്പോൾ കാണുന്നുള്ളൂ.

വിയന്നയിൽ എത്തിയതോടെ വീണ്ടും നാദിയ നേതൃത്വം ഏറ്റെടുത്തു. ഞാൻ വൈൽഡ് പെൻഷൻ ഹോട്ടലിലേക്ക് അവളെ പിന്തുടർന്നു. പക്ഷേ ഇപ്പോൾ ഞാൻ ആരെയും ശ്രദ്ധിച്ചില്ല. ആരുടെയും സംസാരങ്ങൾ കേട്ടില്ല. എന്റെ മാതൃഭാഷ കേൾക്കാൻ കാതോർത്തില്ല. സബ്‌വേ ട്രെയ്നിലിരുന്നു നിമിഷങ്ങൾ എണ്ണി. സമയം നീങ്ങുന്നത് വളരെ സാവധാനമാണെന്ന് തോന്നി.

കുറച്ചു സമയങ്ങൾക്കുള്ളിൽ ഞങ്ങൾ വൈൽഡ് പെൻഷൻ ഹോട്ടലിലെത്തി. ഞാൻ ബെഡിൽ ഇരുന്നു താഴെ തെരുവിലേക്ക് നോക്കി. നാദിയ എന്റെ പുറത്തു ചാരിയിരുന്നു. അവൾ എന്നോട് സ്റ്റൊമക് റെസ്റ്റോറന്റിലേക്ക് എത്താനുള്ള വഴി പറഞ്ഞു തന്നു. ഇത് മൂന്നാംതവണയാണ് അവൾ ഇത് പറയുന്നത്. കൂടെവരാമെന്ന് അവൾ പറഞ്ഞെങ്കിലും ഞാൻ നിരസിച്ചു. ഒരു ടാക്സി പിടിക്കാനുള്ള നിർദ്ദേശവും തള്ളി. നടക്കാൻ തീരുമാനിച്ചു. വിയന്നയിലെ തെരുവിൽകൂടി നടന്നെത്തുമ്പോൾ സമയം കൃത്യമായിരിക്കും എന്ന് കണക്കുകൂട്ടി.

സമയം അഞ്ചുമണിയായി. സീഗസ്സ് തെരുവിലേക്ക് നടക്കാൻ തുടങ്ങി. വളരെ നേരത്തെയാണെന്നു നാദിയ ഓർമ്മിപ്പിച്ചു. അവൾ എന്റെ കവിളിൽ ചുംബിച്ചു. കൂടിക്കാഴ്ച കഴിയുമ്പോൾ അവളെ വിളിക്കണമെന്ന് ഓർമ്മിപ്പിച്ചു. ഞാൻ സമ്മതിച്ചു. എന്നെ വീണ്ടും തിരികെ ഇവിടേക്ക് തന്നെ എത്തിച്ച ആ ദേഷ്യം ഇപ്പോൾ കുറെ നേരമായി ഉള്ളിൽ ഇല്ല എന്ന് തിരിച്ചറിഞ്ഞു.

ഇരുപത്തിയഞ്ച്

ആ വൈകുന്നേരം ദൃശ്യമായതെല്ലാം പിന്നീട് അദൃശ്യമായി. ഇന്ന് ചോദിച്ചാൽ സ്റ്റൊമക് റെസ്റ്റോറന്റ് എവിടെ ആയിരുന്നുവെന്ന് എനിക്കു പറയാൻ കഴിയില്ല. ഞാൻ ആ ഹോട്ടലിൽ കയറി പരിചയപ്പെടുത്തിയപ്പോൾ തലകുലുക്കിയ കൗമാരക്കാരനെ മാത്രമേ ഇപ്പോൾ ഓർക്കുന്നുള്ളൂ. ഇപ്പോൾ സമയം ആറര ആയിട്ടേയുള്ളൂ എന്ന് അവൻ എന്നെ ഓർമ്മിപ്പിച്ചു. എന്നിട്ടു ജനാലയ്ക്കലുള്ള ആ മേശ കാണിച്ചുതന്നു. നീലനിറത്തിലുള്ള മെനുകാർഡ് കൈയിൽ വെച്ച് തന്നതും അന്ന് ഒരു ഗ്ലാസ് വെളുത്ത വൈൻ ആദ്യം ഓർഡർ ചെയ്തതും പിന്നെ ഒന്നുകൂടി ആവശ്യപ്പെട്ടതും ഓർമ്മയുണ്ട്.

പിന്നെ നെടൈൽകോ എന്റെ മുന്നിൽ ഇരിക്കുന്നതാണ് കണ്ടത്. അപ്പോൾ ഞാൻ മൂന്നാമത്തെയോ നാലാമത്തെയോ ഗ്ലാസ് വൈൻ അകത്താക്കുകയായിരുന്നു. അദ്ദേഹത്തിന്റെ പ്രസന്നതയും ശാന്തമായ 'ഹലോ'യും കൈകൾ എന്റെ നേരെ ഒരു ശീലംപോലെ നീട്ടിയതും ഞാൻ ഓർക്കുന്നു. അദ്ദേഹത്തിന്റെ ആ അഭിവാദ്യം ചെയ്യൽ തീർത്തും സാധാരണവും അനുചിതവുമായിരുന്നു.

"എന്താണ് കഴിക്കാൻ പറയേണ്ടത്?"

"ഇത്രയും വർഷങ്ങൾക്കുശേഷം ഞാൻ അദ്ദേഹത്തോട് പറഞ്ഞ ആദ്യവാചകങ്ങൾ അതായിരുന്നു ആ വാക്കുകൾകൊണ്ട് ഞാൻ ഒരു സംഭാഷണം തുടങ്ങാൻ ആഗ്രഹിച്ചിരുന്നില്ല. ആ വാക്കുകൾ വളരെ വിനയം നിറഞ്ഞതും അനുനയത്തിലുള്ളതുമായിരുന്നു. അദ്ദേഹത്തെ പ്രകോപിപ്പിക്കുന്ന ഒന്നും ആ വൈകുന്നേരം എന്നിൽ ഉണ്ടാവരുതെന്നു ഉറപ്പിച്ചിരുന്നു. ഈ ഒറ്റ വാചകത്തിലൂടെ ഞാൻ എന്റെ ഭയങ്ങൾ മുഴുവൻ നെടൈൽകോയോട് പറഞ്ഞതുപോലെ തോന്നി. അത് പറഞ്ഞ നിമിഷം എന്നെ ഞാൻ വെറുത്തു.

"നീ തനിച്ചാണോ?"

ഡിന്നറിന് എന്നോടൊപ്പം മറ്റാരെങ്കിലുംകൂടി ഉണ്ടാകുമെന്നു പ്രതീക്ഷിച്ചതുപോലെ അദ്ദേഹം ചുറ്റും നോക്കി. പക്ഷേ ആ നോട്ടത്തിൽ

ഭയമുണ്ടായിരുന്നില്ല. തന്നെ പിന്തുടരുന്നവരെ രഹസ്യമായി നിരീക്ഷിക്കുന്ന ഒരു അഭയാർത്ഥിയുടെ നോട്ടമായിരുന്നു അത്.

"ബ്രാനെയ്ക്ക് സംശയമുണ്ടായിരുന്നു. പക്ഷേ എനിക്കറിയാമായിരുന്നു നീ തനിച്ചേ വരൂ എന്ന്."

സ്വന്തം പ്രതിയോഗിയുടെ നീക്കങ്ങൾ മനസ്സിലാക്കിയ, അതിനെ നേരിടാൻ തയ്യാറായി നിൽക്കുന്ന ഒരു സൈനികന്റെ സംതൃപ്തി അദ്ദേഹത്തിൽ എനിക്കു കാണാൻ കഴിഞ്ഞു എന്നാണ് തോന്നുന്നത്.

"നീ ആ ഫോട്ടോകൾ കണ്ടില്ലേ?"

"കണ്ടു."

"അപ്പോൾ നിനക്ക് എല്ലാം അറിയാം."

നെടെൽകോ നിശ്ശബ്ദനായി. അദ്ദേഹം കരുക്കൾ നീക്കി. ഇനി എന്റെ ഊഴമാണ്. അല്ലെങ്കിൽ അല്പനേരം ആ മനസ്സ് എവിടെയോ അലയാൻ പോയി. ഞാൻ അദ്ദേഹത്തിന് എതിർവശത്തിരുന്ന് ആ മുഖം എന്നോട് എന്താണ് പറയാൻ ഉദ്ദേശിക്കുന്നതെന്നു കണ്ടെത്താൻ ശ്രമിക്കുകയായിരുന്നു.

"ഞാൻ വരണമെന്ന് എന്തുകൊണ്ടാണ് ആഗ്രഹിച്ചത്?"

"മനസ്സിലായില്ല."

ആ ചോദ്യം നെടെൽകോ പ്രതീക്ഷിക്കാത്ത സമയത്തായിരുന്നു.

"നിനക്കറിയാം, എനിക്കു പറ്റില്ല എന്ന്..."

"എന്ത്?"

എനിക്കു കോടതികളും മറ്റും... എനിക്കു കഴിയില്ല."

"അതെ, അതുകൊണ്ട്?"

"എനിക്കറിയില്ല, എനിക്കു മതിയായി."

"എന്ത് മതിയായി എന്നാണ്?"

"എല്ലാം, വ്ളാദൻ, എല്ലാം. ഒളിച്ചോട്ടം, ഒളിവുജീവിതം, എല്ലാം. ഇത്രയും വർഷങ്ങൾക്കുശേഷം എനിക്കൊന്നും ആരോടും വിശദീകരിക്കേണ്ടതില്ല. എല്ലാം എല്ലാവർക്കും അറിയാം. ഞാൻ പോകാത്ത സ്ഥലങ്ങളില്ല. ആർക്കുവേണ്ടിയാണ് ഞാൻ പ്രതിരോധിച്ചത്? ആ കള്ളന്മാർക്ക് വേണ്ടിയോ? അവർ ഞങ്ങളെ ആരെക്കുറിച്ചും ചിന്തിച്ചില്ല. അവർ അവരുടെ പെൻഷന് വേണ്ടി കാത്തിരിക്കുകയായിരുന്നു. അവർക്കു നീതിയിൽ താത്പര്യമുണ്ടായിരുന്നില്ല."

ഞാൻ അദ്ദേഹം പറഞ്ഞത് കേൾക്കുന്നുണ്ടായിരുന്നില്ല. ഞാൻ നേരത്തെ ചിന്തിച്ച കാര്യങ്ങൾ തന്നെയാണല്ലോ നെടെൽകോ പറയുന്നതെന്ന് ഞാൻ ആലോചിക്കുകയായിരുന്നു. അദ്ദേഹം ഓടിയും ഒളിച്ചു

മടുത്തെങ്കിൽ പുറത്തുവരിക മാത്രമാണ് മാർഗ്ഗം. പക്ഷേ അതിനു കഴിഞ്ഞില്ലെങ്കിൽ...

ഇത്രയും നേരം ഞങ്ങൾ ഒരു മേശയ്ക്ക് ഇരുപുറവും ഇരുന്നപ്പോൾ ആ മനുഷ്യനിൽ എന്റെ പിതാവിനെ മാത്രമാണ് കണ്ടതെന്ന് പെട്ടെന്ന് ഓർത്തു. അദ്ദേഹത്തെ കാണുമ്പോൾ ചോദിക്കാൻ വെച്ച കാര്യങ്ങളെല്ലാം അപ്രത്യക്ഷമായി. എന്നോ ഉപേക്ഷിക്കപ്പെട്ട ഒരു മകനെപ്പോലെയാണ് അദ്ദേഹത്തിന്റെ മുന്നിൽ ഞാൻ ഇരിക്കുന്നത്. ഒരു തർക്കങ്ങളും ഇല്ലാതെ, വാദപ്രതിവാദങ്ങളില്ലാതെ, വെറുക്കാൻ ആഗ്രഹിച്ച മനുഷ്യന്റെ മുന്നിൽ കീഴടങ്ങിയിരിക്കുന്നു. എന്റെ ബലഹീനതകളെക്കുറിച്ച് ബോധവാനായി. എനിക്ക് എന്നെ ഓർത്തു ലജ്ജ തോന്നി. ഞാൻ ഒരു ഗ്ലാസ് വൈൻ എടുത്ത് ഒറ്റയടിക്ക് അകത്താക്കി."

"നിങ്ങൾക്ക് എന്നെക്കൊണ്ട് എന്താണ് ആവശ്യം?"

"ഒന്നുമില്ല. ഞാൻ ആരോടെങ്കിലും യാത്ര പറയാൻ ആഗ്രഹിച്ചു."

ഇത്തവണയെങ്കിലും നിസ്സംഗനായിരിക്കാൻ ഞാൻ ശ്രമിച്ചു. പക്ഷേ പരാജയപ്പെട്ടു. ആ വാക്കുകൾ എന്നെ സ്പർശിച്ചു. അനാവശ്യമായ തോന്നലുകൾ ഓർത്ത് കുറ്റബോധം തോന്നി. ഞാൻ അദ്ദേഹത്തെ എതിർക്കാൻ, വേദനിപ്പിക്കാൻ, കുറ്റപ്പെടുത്താൻ ഉപദ്രവിക്കാൻ അക്രമിക്കാൻ എല്ലാം ഒരിക്കൽ ആഗ്രഹിച്ചിരുന്നു. ഞാൻ നിശ്ശബ്ദനായി വൈൻ നുകർന്നുകൊണ്ടിരുന്നു. എന്റെ മുന്നിലിരിക്കുന്ന യുദ്ധക്കുറ്റവാളിക്കുനേരെ നിവർന്നു നില്ക്കാൻ എന്തോ എനിക്ക് ധൈര്യം വന്നില്ല. നെടെൽകോ ആകട്ടെ ഒന്നും കാണുന്നില്ല എന്ന ഭാവത്തിൽ ഇരുന്നു. എന്തിലെങ്കിലും ശ്രദ്ധ കേന്ദ്രീകരിക്കാനുള്ള കഴിവിനെ വൈൻ പരിമിതപ്പെടുത്തി. അതുകൊണ്ട് അദ്ദേഹത്തിന്റെ മുഖത്തെ ഭാവങ്ങൾ വായിച്ചെടുക്കാൻ ശ്രമിക്കുന്നതിൽ വലിയ കാര്യമുണ്ടെന്നു തോന്നുന്നില്ല. വാക്കുകൾ ആണ് ഇനി നല്ലത്.

"ബ്രാനെ നിന്നെ കാണിച്ച ആ ഫോട്ടോകളിൽ നീ കണ്ടില്ലേ ഞാൻ ആ ശവക്കൂമ്പാരങ്ങൾക്കു മുന്നിൽ നിൽക്കുന്നത്. അതങ്ങനെ കൂട്ടിയിട്ടത് ഞാനല്ല. ഞാനതു കണ്ടെത്തുക മാത്രമാണ് ചെയ്തത്. ഞാനതു നോക്കി അവിടെ നിൽക്കുക മാത്രമാണ് ചെയ്തത്. അപ്പോൾ ഞാൻ എന്റെ അച്ഛന്റെ കഥ ഓർക്കുകയായിരുന്നു. അദ്ദേഹത്തിന്റെ കുടുംബത്തിന്റെ, എന്റെയും നിന്റെയും കുടുംബത്തിന്റെ കഥ ഓർക്കുകയായിരുന്നു. ചോരയിൽ കുതിർന്ന നമ്മുടെ വിധി എന്നും എന്റെ മനസ്സിൽകൂടി കടന്നുപോകുമായിരുന്നു. അവിടെ നിന്നപ്പോൾ ജീവിതം എത്ര നിരർത്ഥകമാണെന്ന് എനിക്കു തോന്നി. അതെല്ലാം വളരെ നേരത്തെ ആസൂത്രണം ചെയ്തു നടപ്പാക്കിയ പരിപാടിയായിരുന്നു. ഞാൻ ആ ചിത്രത്തിൽപെട്ട് പോയി എന്ന് മാത്രം. എല്ലാം വിധി എനിക്കായി കാത്തുവച്ചതുപോലെ. അവിടെ വേറൊരു മാർഗ്ഗവുമില്ലായിരുന്നു. ഇത് നമ്മുടെ വിധിയാണ്. നമ്മുടെ മാത്രം."

“ആമേൻ” അദ്ദേഹം പറഞ്ഞു നിർത്തിയപ്പോൾ ഞാൻ മന്ത്രിച്ചു. വൈൻ എന്നെക്കൊണ്ട് സംസാരിപ്പിച്ചു തുടങ്ങിയിരിക്കുന്നു. എനിക്കു നഷ്ടപ്പെട്ട ഞാൻ തിരിച്ചുവന്നിരിക്കുന്നു. ഞാൻ വീണ്ടും കുടിച്ചു. വെയ്റ്ററെ വിളിച്ച് ഒരു ലിറ്റർ വീണ്ടും ആവശ്യപ്പെട്ടു. മദ്യം അകത്തു ചെന്നാൽ മാത്രമേ എനിക്ക് ആ വൈകുന്നേരം പറയേണ്ട കാര്യങ്ങൾ പറയാൻ പറ്റൂ എന്നുറപ്പായി.

“വ്ളാദൻ, ഇതിൽ ദൈവത്തിനു പങ്കൊന്നുമില്ല. നീ പേടിക്കണ്ട. പോപ്പിനേക്കാൾ മതഭക്തരായി മാറിയ ആ കമ്മികളുടെ കൂട്ടത്തിൽ ഞാൻ പെടില്ല.”

“ഇതൊക്കെ പിന്നെന്താണ്?”

“വിധി, വിധി മാത്രം.”

“ക്ഷമിക്കണം, മനസ്സിലായില്ല.”

“നീ നല്ല മിടുക്കനാണ്. എനിക്കറിയാം നിനക്കെല്ലാം മനസ്സിലാകുമെന്ന്. ഈ യുദ്ധം ആ യുദ്ധത്തിന്റെ തുടർച്ചയാണ്. മിലുട്ടിന്റെ വിധി എന്റേതായി മാറി. നീ എന്നോടൊപ്പമോ, ഞാൻ നിന്നോടൊപ്പമോ ജീവിച്ചിരുന്നെങ്കിൽ അതേ വിധി നിന്റേതുമാകുമായിരുന്നു വിധിയിൽ നിന്ന് രക്ഷപ്പെടാൻ നിനക്കാവില്ല.”

വൈൻ എന്നെ ലഹരി പിടിപ്പിച്ചുതുടങ്ങി. പക്ഷേ ഒപ്പം എന്നെ ശാന്തനാക്കുകയും ചെയ്തു. ഞാൻ നെടെൽകോ പറഞ്ഞതെല്ലാം അക്ഷരം പ്രതി മനസ്സിലാക്കാൻ ശ്രമിക്കുകയായിരുന്നു എന്നിൽ നേരത്തെ പതഞ്ഞുപൊന്തിയിരുന്ന, കുറെനേരം ശാന്തമായിരുന്ന ദേഷ്യം വീണ്ടും പതഞ്ഞു പൊങ്ങാൻ തുടങ്ങി. ഞാൻ അല്പംകൂടി ആക്രമണ സ്വഭാവത്തിലേക്ക് വന്നു.

“എനിക്കു മനസ്സിലായില്ല.”

“എന്ത്?”

“ഈ വിധിയുടെ കഥ പറയാനാണോ എന്നെ ഇവിടെ വിളിച്ചു വരുത്തിയത്?”

തുടക്കം മുതൽ ഞാൻ ആസൂത്രണം ചെയ്തുവച്ചിരുന്ന ആക്രമണം ഞാൻ തുടങ്ങുകയാണ്. പക്ഷേ സമചിത്തത ഉള്ളപ്പോൾ എനിക്ക് അതിനുള്ള ധൈര്യം കിട്ടില്ല. മദ്യം തലയ്ക്കു പിടിച്ചാൽ മാത്രമേ എനിക്കു നെടെൽകോയുടെ വികാരങ്ങളെ ചവിട്ടിമെതിച്ചുകൊണ്ട് ക്രൂരമായി സംസാരിക്കാൻ കഴിയൂ. ഒടുവിൽ ഞാൻ പിതാവിനപ്പുറം യുദ്ധക്കുറ്റവാളിയായ ജനറൽ ബോറോജെവിക്കിനെ കണ്ടു. അയാളുമായുള്ള കണക്കു തീർക്കാൻ പോകുകയാണ് ഞാൻ.

“നിങ്ങളുടെ ആ ശവക്കൂമ്പാരങ്ങളുടെ കഥ ഞാൻ ഏതാണ്ട് വിശ്വസിക്കാൻ തുടങ്ങുകയായിരുന്നു.”

“എനിക്കു മനസ്സിലാകുന്നില്ല.”

“നിങ്ങൾക്ക് മനസ്സിലാകില്ല. ആദ്യം നിങ്ങൾ ഈ കഥ നിങ്ങളോട് തന്നെ പറഞ്ഞുകാണും. അത് കഴിഞ്ഞായിരിക്കും അത് എനിക്കു വിൽക്കാൻ തീരുമാനിച്ചത്.”

“നീ പറയുന്നത് എനിക്കു മനസ്സിലാകുന്നില്ല, വ്ളാദൻ.”

“നിങ്ങൾക്ക് മനസ്സിലാകുന്നില്ല.”

“ഇല്ല.”

“ഞാൻ ഒരു ചോദ്യം ചോദിച്ചാലോ? അതല്പംകൂടി എളുപ്പമായിരിക്കും.”

“നീ എന്താണുദ്ദേശിക്കുന്നത്?”

“നിങ്ങൾ എപ്പോഴാണ് വിധി എന്ന ആശയം കെട്ടിച്ചമച്ചത്?”

“കെട്ടിച്ചമച്ചത് എന്നതുകൊണ്ട് നീ എന്താണ് ഉദ്ദേശിക്കുന്നത്?”

“നിങ്ങൾ പറഞ്ഞതെല്ലാം ഒരുതരം കെട്ടിച്ചമച്ച കഥകളാണ്. നിങ്ങൾക്ക് നിങ്ങളുടെ വിധിയിൽനിന്നും ഓടി രക്ഷപ്പെടാൻ പറ്റാത്തത്, നിങ്ങളുടെ ശവക്കൂമ്പാരങ്ങൾ, പിന്നെ മിലുട്ടിന്റെ ശവക്കൂമ്പാരങ്ങൾ... അങ്ങനെ എല്ലാം കെട്ടിച്ചമച്ചതാണ്. നിങ്ങൾക്ക് ഒരിക്കലും രക്ഷപ്പെടാൻ കഴിയാതെ വിധിയുടെ കൈകൾ നിങ്ങളെ തടഞ്ഞുവച്ചു എന്നൊക്കെ പറയുന്നത് വളരെ എളുപ്പമാണ്. നിങ്ങൾ അല്ല ആ മനുഷ്യരെ കൊന്നതെന്നും വിധിയാണ് അത് ചെയ്തതെന്നും പറയാൻ വളരെ എളുപ്പമാണല്ലേ? എല്ലാറ്റിനും മുകളിൽ ഇരുന്നു മറ്റാരോ ആണ് എല്ലാം ചെയ്തതെന്ന് സ്വയം വിശ്വസിപ്പിച്ചാൽ നിങ്ങൾക്ക് ആ കുറ്റത്തിൽനിന്നും രക്ഷപ്പെടാൻ കഴിയുമോ? ഒരു വിശ്വാസിയാകാൻ ശ്രമിച്ചതുകൊണ്ട് എല്ലാറ്റിൽനിന്നും നിങ്ങൾ രക്ഷപ്പെടുമോ?

“ഞാൻ പറയുന്നത് ശ്രദ്ധിക്കൂ വ്ളാദൻ.”

“അതുകൊണ്ടൊന്നും നിങ്ങൾക്ക് മതിയായില്ല. ഈ കഥ പറയാൻ വേണ്ടി നിങ്ങൾ എന്നെ ഇവിടെ വരുത്തി. ഞാനും വിധിയിൽ വിശ്വസിച്ചു തുടങ്ങണമെന്നാണോ? എന്തിന്? കാര്യങ്ങൾ എനിക്കും എളുപ്പമാകാനോ? നിങ്ങളെ ഞാൻ മനസ്സിലാക്കാനോ? ഞാൻ നിങ്ങളോട് ക്ഷമിക്കാനോ? എന്നെ ഇവിടെ വരുത്തിയതിന്റെ കാരണം അതാണോ? അതോ കാര്യങ്ങൾ നിങ്ങൾക്ക് എളുപ്പമാകാനോ?”

“നിനക്ക് മനസ്സിലാകില്ല.”

“ആർക്ക്? എനിക്കോ?”

“അതെ.”

“ഇല്ല, ഇല്ല, ഇല്ല. നിങ്ങൾക്കറിയില്ല, എത്രയോ കാലമായി ഞാൻ നിങ്ങളെക്കുറിച്ച്, നിങ്ങളുടെ പ്രവർത്തികളെക്കുറിച്ച് മാത്രമാണ്

ചിന്തിക്കുന്നതെന്ന്. മനസ്സിലാക്കാൻ കഴിയുന്നതെല്ലാം വളരെ മുൻപേ തന്നെ ഞാൻ മനസ്സിലാക്കിയിട്ടുണ്ട്. അതുകൊണ്ടാണ് ഞാൻ പറയുന്നത് ഞാനിവിടെ വന്നത് നിങ്ങളെ മനസ്സിലാക്കാനല്ല എന്ന്."

"പിന്നെ എന്തിനാണ് നീ വന്നത്?"

"ഞാൻ വരണമെന്ന് നിങ്ങൾ ആഗ്രഹിച്ചത് എന്തിനാണെന്ന് നിങ്ങളിൽനിന്ന് തന്നെ അറിയാനാണ് ഞാൻ വന്നത്."

"ഞാൻ നിന്നോട് ഗൗരവത്തിലാണ് ചോദിക്കുന്നത്.

"ഞാൻ ഗൗരവത്തിൽ തന്നെയാണ് മറുപടി പറയുന്നത്."

നെടെൽകോ നിശ്ശബ്ദനായി. വിഷാദത്തോടെ എന്നെ നോക്കി. എന്നെ വിശ്വസിക്കണോ വേണ്ടയോ എന്ന സന്ദേഹത്തിലാണ്.

"വ്ളാദൻ, ഞാൻ ഇനി ഒരുപാടുനാൾ ഉണ്ടാവില്ല."

"എനിക്കറിയാം."

"നമ്മൾ ഇങ്ങനെയാണ് പിരിയുന്നതെങ്കിൽ നീ പിന്നീടൊരിക്കൽ ദുഖിക്കേണ്ടിവരും."

"ചിലപ്പോൾ."

ഈ മനുഷ്യനെയോർത്തു ദുഖിക്കാനല്ല ഞാൻ ശണ്ഠ കൂടുന്നത്. ഈ യുദ്ധത്തിൽ ഒരു വിജയി ആയി പുറത്തുവരാൻ ഞാൻ ഉറച്ചു കഴിഞ്ഞു.

"നീയെന്തുകൊണ്ട് ഞാൻ പറയുന്നത് കേൾക്കുന്നില്ല? എനിക്കു നിന്നോട് പറയാനുള്ളത് നീ കേൾക്കാത്തതെന്ത്? നിനക്ക് വേണ്ടെങ്കിൽ നീയത് സ്വീകരിക്കണ്ട."

"ഞാൻ വൈദികനല്ല. സ്റ്റൊമക്റെസ്റ്റോറന്റ് കുമ്പസാരക്കൂടുമല്ല."

"എനിക്ക് ഒരു വൈദികന്റെ ആവശ്യമില്ല. എനിക്കു നിന്നോട് ചില കാര്യങ്ങൾ വ്യക്തമാക്കാനുണ്ട്."

"നിങ്ങൾ ഇനിയും വിധിയെക്കുറിച്ച് സംസാരിക്കുമോ? ഇല്ലല്ലോ?"

"നിനക്ക് കേൾക്കാൻ ആഗ്രഹമില്ലെങ്കിൽ..."

"നിങ്ങൾക്ക് നിങ്ങളെക്കുറിച്ച്, നിങ്ങളുടെ സ്വതന്ത്രബുദ്ധിയിൽ ചെയ്ത കാര്യങ്ങളെക്കുറിച്ച് പറയാൻ പറ്റില്ലെങ്കിൽ പറയണമെന്നില്ല."

"ഞാൻ ആഗ്രഹിച്ചതുപോലെയാണ് എല്ലാം നടന്നതെന്ന് നീ കരുതുന്നുണ്ടോ?"

"ആ കഥയിൽ എനിക്കു താത്പര്യമില്ല എന്ന് ഞാൻ നേരത്തെ പറഞ്ഞു."

"എനിക്ക് ഒരു മാർഗ്ഗം ഉണ്ടായിരുന്നുവെന്നു നീ വിശ്വസിക്കുന്നുണ്ടോ?"

“അതിനുള്ള ഉത്തരം നിങ്ങൾ നേരത്തെ സ്വയം പറഞ്ഞുകഴിഞ്ഞു.”

“എന്താണ് നീ കരുതുന്നത്?”

“ഞാൻ വിധിയിൽ വിശ്വസിക്കുന്നില്ല.”

“കൊള്ളാം... നീ അതിനെ വിധി എന്ന് വിളിക്കേണ്ട. പക്ഷേ നമ്മൾ ഓരോരുത്തരും ചില വലിയ കഥകളുടെ ഭാഗമാണ് എന്ന് നിനക്കറിയാമല്ലോ. ആ കഥകൾ സ്വയം രൂപപ്പെടുന്നതാണ്. ഞാൻ തുടക്കം മുതൽ എല്ലാം പറയാം. സൈന്യത്തെക്കുറിച്ച്, രാഷ്ട്രീയത്തെക്കുറിച്ച്, ചരിത്രത്തെകുറിച്ച്...”

“പക്ഷേ നിങ്ങളെക്കുറിച്ചല്ല.”

“ഞാൻ അതിന്റെയെല്ലാം ഭാഗമായിരുന്നു. എനിക്ക് എല്ലാറ്റിൽനിന്നും ഇപ്പോൾ ഒഴിഞ്ഞുമാറാൻ കഴിയില്ല.”

“കഴിയില്ലെന്നോ? ചെയ്യില്ലെന്നോ?”

എനിക്ക് ആ മുഖത്തെ നിരാശ മനസ്സിലാക്കാൻ കഴിഞ്ഞു. അതിനോട് നിസ്സംഗത പാലിക്കുക കഠിനമായിരുന്നു. ഞാൻ എന്റെ നോട്ടം പിൻവലിച്ചു. ഞാൻ വീണ്ടും വൈൻ ഗ്ലാസിലേക്ക് പകർന്നു വായിലേക്കൊഴിച്ചു.

“ഞാൻ പറയുന്നത് ശ്രദ്ധിക്കാൻ താത്പര്യമില്ലെങ്കിൽ നീ എന്തിനാണ് വന്നതെന്ന് എനിക്കു മനസ്സിലാകുന്നില്ല.”

“ഞാൻ എന്തിനു നിങ്ങൾ പറയുന്നത് ശ്രദ്ധിക്കണം? നിങ്ങൾ, ദുഷ്ടനായ കമ്മി, എന്നെ വളർത്തിയത് ഒരു നിരീശ്വരവാദി ആയിട്ടാണ്. ഇപ്പോൾ നിങ്ങൾ എന്നോട് വിധിയെക്കുറിച്ച് പ്രസംഗിക്കുന്നു? ഞാൻ നിങ്ങളുടെ വിധിയിൽ തത്പരനല്ല. എനിക്കു നിങ്ങളിൽ മാത്രമേ താത്പര്യമുള്ളൂ.”

“എന്നിൽ?”

“അതെ, നിങ്ങൾ, നിങ്ങളിൽ മാത്രം.”

“എന്നിൽ മാത്രം?”

“നിങ്ങളിൽ മാത്രം.”

“അങ്ങനെ ‘ഞാൻ മാത്രം’ ഇല്ല.”

നെടെൽകോ ആകെ മടുത്തുവെന്നു തോന്നുന്നു. അദ്ദേഹത്തിന്റെ ശബ്ദം, അവസാനത്തെ ആ വാചകം അല്പം ഉച്ചത്തിൽ ആയിരുന്നു. ഏതാനും ചിലർ തിരിഞ്ഞുനോക്കി. നെടെൽകോ നിർത്തി, തന്റെ ദൃഷ്ടികൾ താഴേക്കാക്കി. എനിക്കു മാത്രം കേൾക്കാവുന്നത്ര താഴ്ന്ന ശബ്ദത്തിൽ നെടെൽകോ സംസാരിച്ചുതുടങ്ങി .

“എന്റെ ജീവിതം എന്ന് പറയുന്നതുതന്നെ സൈന്യമായിരുന്നു, ഞാൻ തന്നെയായിരുന്നു അത്. മറ്റുള്ളവർ ദൈവത്തിൽ വിശ്വസിച്ചതുപോലെ

ഞാൻ അതിൽ വിശ്വസിച്ചു. ആ സൈന്യം പ്രതിനിധീകരിച്ചിരുന്ന നമ്മുടെ രാജ്യത്തെ ഞാൻ വിശ്വസിച്ചു. അല്ലെങ്കിൽ അവർക്കിഷ്ടമുള്ളതു നമ്മുടെ രാജ്യത്തുനിന്ന് എടുക്കാൻ നമ്മൾ അനുവദിക്കുമായിരുന്നോ? കാര്യങ്ങൾ നിയന്ത്രണത്തിലാണെന്നു ഞാൻ വിശ്വസിച്ചു. ദേശീയവാദങ്ങൾ അടിച്ച മർത്താൻ കഴിയുമെന്ന്, സമാധാനവും അച്ചടക്കവും തിരികെ കൊണ്ടു വരാൻ കഴിയുമെന്നുതന്നെ കരുതി. പക്ഷേ നിനക്കു ചിലപ്പോൾ അറിയു മായിരിക്കും എല്ലാം കൈവിട്ടുപോയി. എല്ലാം വളരെ വൈകിപ്പോയി. തുടക്കത്തിൽ തിരിച്ചറിയാൻ കഴിയാതെപോയ വ്യത്യസ്തമായ നിരവധി താത്പര്യങ്ങൾ ഉണ്ടായിരുന്നു..."

നിങ്ങൾക്ക് നിങ്ങളുടെ ഈ കഥയിൽനിന്നും രക്ഷപ്പെടാൻ കഴിയില്ല."

"പക്ഷേ ഇതെന്റെ കഥയാണ് ഞാൻ തന്നെയാണ് ഈ കഥ."

ഞാൻ എഴുന്നേറ്റു. എന്റെ കാലുകൾ നിലത്തുറയ്ക്കുന്നില്ല. എന്നാലും പുറത്തേക്കു നടക്കാൻതന്നെ ഞാൻ തീരുമാനിച്ചു.

അദ്ദേഹത്തിന്റെ നിസ്സഹായത എന്നെ കീഴ്പ്പെടുത്താൻ തുടങ്ങിയി രുന്നു. അദ്ദേഹത്തിന്റെ വ്യാമോഹങ്ങൾ സഹതാപാർഹമാണെന്ന് എനിക്കു തോന്നിത്തുടങ്ങിയിരുന്നു. ഇതിന് ഒരവസാനം ഉണ്ടാകണം. കാലുകൾ ഉറയ്ക്കാത്തതുകൊണ്ട് ഞാൻ മേശമേൽ ചാരി. വൈൻഗ്ലാസ് താഴെവീണു. മേശയിൽകൂടി ഒഴുകിയ വൈൻതുള്ളികൾ താഴെ തറയി ലേക്ക് ഇറ്റുവീഴാൻ തുടങ്ങി. വെയ്റ്റർ ഓടിവന്നു തുടച്ചു. ഈ സമയമെല്ലാം, ഞാൻ അദ്ദേഹത്തെ വിട്ടുപോകുമോ എന്ന ഭയത്തോടെ നെടെൽകോ എന്നെത്തന്നെ ഇമയനക്കാതെ നോക്കി ഇരിക്കുകയായിരുന്നു.

"നിനക്ക് എന്താണ് പറ്റിയത്?"

"ഞാൻ പറയുന്നു, നിങ്ങൾക്ക് നിങ്ങളുടെ ഈ കഥയിൽനിന്ന് മോചന മില്ല. പക്ഷേ എനിക്ക് അതിൽ താത്പര്യമില്ല. സത്യം പറഞ്ഞാൽ എനിക്കതു കേൾക്കാൻപോലും കഴിയില്ല."

"പക്ഷേ, വ്ളാദി, എനിക്കു വേറൊരു കഥയില്ല."

എനിക്കു നാലോ അഞ്ചോ വയസ്സുള്ളപ്പോഴാണ് അദ്ദേഹം എന്നെ വ്ളാദി എന്ന് അവസാനം വിളിച്ചത്. അദ്ദേഹം അങ്ങേയറ്റം നിരാശനാണ്. എനിക്കു പോയേ തീരു.

"ഞാൻ വരാൻ പാടില്ലായിരുന്നു."

"അതുകൊണ്ടിപ്പോൾ എന്തുപറ്റി? നീ പോകുകയാണോ?"

"ഞാൻ പോകുന്നു."

"അങ്ങനെ അങ്ങ് പോകാനോ?"

"അതെ."

"വ്ളാദി, നീ സങ്കടപ്പെടേണ്ടി വരും."

“അതെ ഞാൻ സങ്കടപ്പെടേണ്ടിവരും.”

ഞാൻ നടന്നു നീങ്ങി. കസേര പിന്നിൽ മറിഞ്ഞുവീണു. മേശപ്പുറത്തെ ഗ്ലാസ്സുകൾ വീണുടഞ്ഞു. ഞാൻ ചുമരിൽ പിടിച്ചു. ചുമരിലും തൊട്ടടുത്ത മേശകളിലെ അതിഥികളുടെ മേലും എല്ലാം പിടിച്ചുകൊണ്ട് ഞാൻ പുറത്തേക്കു നടന്നു. അദ്ദേഹം പുറകിൽനിന്ന് എന്നെ വിളിക്കുന്നുണ്ട്. പക്ഷേ ഞാൻ തിരിഞ്ഞു നോക്കിയില്ല. എനിക്കറിയാം, ഞാൻ നോക്കരുതെന്ന്. ഒരു തരത്തിൽ റോഡിലേക്കിറങ്ങി. ശാന്തനായിരുന്നെങ്കിൽ ഒരു പക്ഷേ തിരിഞ്ഞു നോക്കുമായിരുന്നു. ചിലപ്പോൾ തിരികെ അടുത്തേക്കു ചെല്ലുമായിരുന്നു. ഞങ്ങൾ ഞങ്ങളുടെ സംഭാഷണം തുടരുമായിരുന്നു.

എല്ലാം വേറൊരു തരത്തിൽ അവസാനിക്കുമായിരുന്നു.

ഇരുപത്തിയാറ്

എന്റെ ജീവിതത്തിലെ ഏറ്റവും വലിയ തലവേദനയുമായാണ് ഞാൻ ഉണർന്നത്. രാത്രിയിൽ ഉറക്കം തീരെ ശരിയായില്ല. കണ്ണുകൾ തുറന്നു ചുറ്റും നോക്കി എവിടെയാണെന്ന് മനസ്സിലാക്കാൻ ശ്രമിച്ചു. അപ്പോൾ സ്റ്റൊമക് റെസ്റ്റോറന്റിൽ തലേരാത്രിയിൽ നടന്ന സംഭവങ്ങൾ ഒരു പേക്കിനാവിലെന്നോണം ഓർമ്മയിൽ ഇരമ്പിയെത്തി.

നാദിയ വസ്ത്രം മാറി പോകാനുള്ള തയ്യാറെടുപ്പിൽ ഉണരുന്നതും കാത്തു കിടക്കുകയാണ്. കഴിഞ്ഞ രാത്രിയിൽ നടന്ന കാര്യങ്ങൾ എനിക്ക് അവളോട് പറയാൻ കഴിഞ്ഞിട്ടില്ല എന്ന് അവളുടെ നോട്ടത്തിൽനിന്നും എനിക്കു മനസ്സിലായി. ഞാൻ ഇന്നലത്തെ എന്റെ തിരിച്ചുവരവ് ഓർക്കാൻ ശ്രമിച്ചു. വിയന്നയിലെ അപരിചിതമായ തെരുവുകളും കെട്ടിടങ്ങളും ഇന്നലെ എന്നെ കുറെ വട്ടംചുറ്റിച്ചു. ഞാൻ കട്ടിലിൽ നിവർന്നിരിക്കാൻ ശ്രമിച്ചു. അതോടെ തലവേദന കൂടി.

“നിങ്ങൾക്ക് കുഴപ്പമൊന്നുമില്ലല്ലോ?”

“തല വിങ്ങുന്നു.”

എനിക്കു കൂടുതൽ ഒന്നും പറയാൻ കഴിഞ്ഞില്ല കാരണം വാക്കുകൾപോലും വേദന കൂട്ടുന്നു. ഏറ്റവും നല്ലത് അനങ്ങാതെ ഇരിക്കുകയാണെന്ന് തോന്നി. ഇപ്പോൾ അത്യാവശ്യം വേണ്ടത് കുറച്ച് ആസ്പിരിൻ ആണ്. പിന്നെ കുറെ തണുത്ത വെള്ളവും. പക്ഷേ എഴുന്നേറ്റു ശുചിമുറിയിലേക്കു പോകാൻ ധൈര്യം വന്നില്ല. ഞാൻ കണ്ണടച്ചു. അപ്പോൾ അതാ നെടെൽകോ എന്നോട് യാത്ര പറയുന്നത് ഞാൻകാണുന്നു. എനിക്കു വല്ലാത്ത നാണക്കേടാണ് തോന്നിയത്.

എനിക്കിങ്ങനെ തോന്നേണ്ട കാര്യമില്ല. ഇന്നലെ രാത്രിയിലെ വില്ലൻ ഞാനല്ല. പക്ഷേ ഇതെങ്ങനെ ഒഴിവാക്കണമെന്നു മനസ്സിലാകുന്നുമില്ല. നെടെൽകോയുടെ നിരാശ നിറഞ്ഞ നിസ്സഹായമായ നോട്ടം കണ്ടു. ആ നോട്ടത്തോടെയാണ് അദ്ദേഹം ഇന്നലെ നിരന്തരം എന്നെ തകർത്തത്. എനിക്ക് അദ്ദേഹത്തെ ഓർത്ത് വല്ലാത്ത വിഷമം തോന്നി.

എന്റെ ആക്രമണങ്ങളെ ഇന്നലെ ജനറൽ ബോറോജെവിക് പ്രതിരോധിച്ചില്ല. അദ്ദേഹം എന്നോട് തിരിച്ചടിച്ചുമില്ല. അദ്ദേഹം നിഷ്കളങ്കനായ, ദുർബലനായ ഇരയുടെ ഭാഗമാണ് ഇന്നലെ എന്റെ മുന്നിൽ, അവതരിപ്പിച്ചത്. അങ്ങനെ എന്നെ കീഴ്പ്പെടുത്താമെന്ന് അദ്ദേഹം കരുതിക്കാണും. അതുകൊണ്ടായിരിക്കണം മദ്യലഹരിയിൽ ഞാൻ നടത്തിയ കുറ്റപ്പെടുത്തലുകൾ അദ്ദേഹം ക്ഷമയോടെ നേരിട്ടത്. ഒരുപക്ഷേ അദ്ദേഹത്തിന് അത് മനസ്സിലായിക്കാണില്ലായിരിക്കും. പകരം അദ്ദേഹം ആ കണ്ണുകൾകൊണ്ട് എന്നെ അമ്പരന്നു നോക്കിയിരുന്നു. എന്തുകൊണ്ട് അദ്ദേഹത്തിന്റെ മകൻ, ഞാൻ, അദ്ദേഹത്തിന്റെ ഭാഗത്തു നിൽക്കുന്നില്ല എന്ന്, എന്തുകൊണ്ട് ഞാൻ അദ്ദേഹത്തിന്റെ കഥ കേൾക്കാൻപോലും തയ്യാറാകുന്നില്ല എന്ന് ആ കണ്ണുകൾ നിശ്ശബ്ദമായി ചോദിച്ചുകൊണ്ടിരുന്നു.

അദ്ദേഹത്തിന്റെ നശിച്ച, കെട്ടിച്ചമച്ച, വളച്ചൊടിച്ച, ആസൂത്രിതമായ കള്ളക്കഥ, അതാണ് അദ്ദേഹത്തിന്റെ കഥ. ആ കഥ ഡാനിലോയും എമിറും ബ്രാനെയും പല തവണയായി പറഞ്ഞപ്പോൾ ഞാൻ അത് വളരെ വേഗത്തിൽ വിഴുങ്ങി. അത് വളരെ ഭംഗിയായി ചിട്ടപ്പെടുത്തി എനിക്കുവേണ്ടി മാത്രം തയ്യാറാക്കിയതുപോലെ എന്റെ മുന്നിലേക്ക് വച്ച് തരികയായിരുന്നു. ഇപ്പോൾ അതോർത്തു, എന്റെ നിഷ്കളങ്കതയും ആ കഥയുടെ പോരായ്മകളും ഓർത്തു ഞാൻ ലജ്ജിക്കുന്നു.

ഒരു യുദ്ധക്കുറ്റവാളിയെ എന്റെ മുന്നിൽ ഒരു പരിധിവരെയെങ്കിലും പ്രതിരോധിക്കാൻ വേണ്ടി മെനഞ്ഞെടുത്ത ആകഥകൾ എല്ലാക്കാലവും ഞാൻ വിശ്വസിക്കാൻ ആഗ്രഹിച്ചിരുന്നുവെന്നോർത്തു ഞാൻ ലജ്ജിക്കുന്നു. ആ കഥ ആദ്യംമുതൽ അവസാനംവരെ സത്യമായിരിക്കണമെന്നു ഞാൻ നിശ്ശബ്ദമായി എന്നും ആഗ്രഹിച്ചിരുന്നതോർത്തു ഞാൻ ഇന്ന് ലജ്ജിക്കുന്നു.

അതായിരുന്നു അന്നു രാവിലെ എന്റെ മനസ്സിനെ മഥിച്ചുകൊണ്ടിരുന്നത്. ചിലപ്പോഴെങ്കിലും എന്റെ അബോധമനസ്സിൽ ഞാൻ അദ്ദേഹത്തിന്റെ ഭാഗത്തുനിൽക്കുകയും അദ്ദേഹം പറഞ്ഞ ആ വിധിയെ പഴിക്കുകയും ചെയ്തിട്ടുണ്ട്. ആ ശവക്കൂമ്പാരങ്ങളുടെ, ഒളിച്ചുവയ്ക്കപ്പെട്ട സത്യങ്ങളുടെ, ഹൃദയം നിശ്ചലമാകുന്ന വേദനകളുടെ, ഒരു മനുഷ്യനെ ഒരു കുറ്റവാളിയാക്കാൻ പോകുന്ന തരത്തിലുള്ള വിദ്വേഷങ്ങളുടെ കഥകൾ... ഞാൻ അതെല്ലാം വിശ്വസിക്കാൻ തയ്യാറായിരുന്നു.

ഈ വിശ്വാസങ്ങളെ ഓർത്തു ഞാൻ ലജ്ജിക്കുന്നു. ഇതിന്റെയെല്ലാം ഏറ്റവും വലിയ ഇരയെന്നു സ്വയം വിശ്വസിക്കുന്ന മനുഷ്യൻ ഞാനും നിഷ്കളങ്കമായി തർക്കങ്ങളില്ലാതെ അതെല്ലാം വിഴുങ്ങണമെന്ന് ആഗ്രഹിച്ചത് എന്നെ ദേഷ്യം പിടിപ്പിക്കുന്നു. ഞാൻ ആ കഥകളിൽ അല്പമെങ്കിലും വിശ്വസിച്ചുവന്നത്, അദ്ദേഹത്തിന് എന്നെ അല്പമെങ്കിലും സ്വാധീനിക്കാൻ കഴിഞ്ഞുവെന്നത് എന്നെ ശരിക്കും നിരാശപ്പെടുത്തി.

എന്റെ അസ്വസ്ഥത കൂടിവന്നു. ഞാൻ മെല്ലെ എഴുന്നേൽക്കാൻ തീരുമാനിച്ചു. നാദിയ ഒന്നും മിണ്ടിയില്ല. ഞാൻ എഴുന്നേൽക്കുമ്പോൾ അവൾ എന്റെ പുറത്തു തട്ടി. ശുചിമുറിയിൽ ഞാൻ തണുത്ത വെള്ളം എന്റെ തലയിലേക്ക് ഒഴിച്ചു. പിന്നെ ഞാൻ അത് കുടിച്ചു. എന്റെ അസ്വസ്ഥത അതോടെ അല്പമെങ്കിലും മാറുമെന്ന് കരുതി. പക്ഷേ രക്ഷയില്ല. ബാത്ത് ടബ്ബിൽ വെള്ളം നിറച്ചു ഞാൻ ആ തണുത്ത വെള്ളത്തിൽ കിടന്നു.

പക്ഷേ ആ നാണക്കേട് എന്നിൽ നിന്നും വിട്ടുപോകുന്നില്ല. നഷ്ടപ്പെട്ടുപോയ അച്ഛനോടുള്ള എന്റെ മനോഭാവത്തിൽ എന്റെ മനസ്സിന്റെ ഒരുഭാഗം അങ്ങേയറ്റം ലജ്ജിക്കുന്നുവെന്ന് എനിക്കു തോന്നി. അദ്ദേഹത്തിന്റെ ഭാഗത്തു നിൽക്കാതിരിക്കാൻ ഞാൻ എന്റെ സർവ്വശക്തിയുമെടുത്തു പോരാടുന്നുണ്ടെങ്കിൽപോലും എന്റെ ബലഹീനത എന്നെ ഭയപ്പെടുത്തി. പതിനൊന്നുവർഷം എന്റെ ലോകത്തിന്റെ കേന്ദ്രബിന്ദുവായിരുന്ന മനുഷ്യനെയാണ് ഞാൻ തിരസ്കരിച്ചത്. അതിനുശേഷം അദ്ദേഹത്തിന് സംഭവിച്ച എല്ലാ കാര്യങ്ങൾക്കും ഇന്നലെ അദ്ദേഹം എന്നോട് അദ്ദേഹത്തിന്റേതായ രീതിയിൽ മാപ്പു ചോദിക്കുകയിരുന്നു. പക്ഷേ ഞാൻ അത് നിരസിച്ചു. ഒരു യുദ്ധക്കുറ്റവാളിയുടെ പരിവേഷത്തിൽ കുടുങ്ങിപ്പോയ ആ മനുഷ്യൻ ആകെ ആഗ്രഹിക്കുന്നത് അദ്ദേഹത്തിനെ ഭാഗം ഞാനെങ്കിലും വിശ്വസിക്കണമെന്നു മാത്രമാണ്. പക്ഷേ ഞാൻ ഒന്നും ഒരിക്കലും വിശ്വസിക്കാൻ തയ്യാറായില്ല.

ഞാൻ വാതിൽക്കൽ മൃദുവായ മുട്ട് കേട്ടു.

"വ്ളാദൻ, നിങ്ങൾക്ക് കുഴപ്പമൊന്നുമില്ലല്ലോ?"

"ഇല്ല."

ഞാൻ തൽക്കാലം പുറത്തേക്കിറങ്ങുന്നില്ല എന്ന് തീരുമാനിച്ചു. എനിക്കൊരുപാട് കാര്യങ്ങളുടെ കുരുക്കഴിക്കാനുണ്ട്. അദ്ദേഹത്തെക്കുറിച്ചുള്ള ചിന്തകൾ ഇപ്പോൾ എന്നെ വിട്ട് അനന്തതയിലേക്ക് സഞ്ചാരം തുടങ്ങിയിരിക്കുന്നു.

എന്റെ പിതാവായിരുന്ന ആ മനുഷ്യനെക്കുറിച്ച് എല്ലാം എനിക്ക് അറിയാമെന്നായിരുന്നു ഇന്നലെവരെ ഞാൻ കരുതിയത്. പക്ഷേ അദ്ദേഹത്തെക്കുറിച്ചുള്ള പ്രാഥമിക കാര്യങ്ങൾപോലും എനിക്കറിയില്ലായിരുന്നെവെന്ന് ഇന്ന് ഞാൻ മനസ്സിലാക്കുന്നു. ഇന്നലെ രാത്രി എല്ലാം വീണ്ടും താറുമാറായി, സംശയങ്ങൾ നിരവധി ബാക്കിയായി. എല്ലാത്തിലേക്കും വീണ്ടും ഒന്ന് സഞ്ചരിച്ചുനോക്കി. പക്ഷേ ബാല്യം അവസാനിച്ച ആ ദിവസം നെടെൽകോയുടെ കണ്ണുകളിൽ കണ്ട ശൂന്യമായ നോട്ടം മാത്രമാണ് ഓർത്തെടുക്കാൻ കഴിഞ്ഞത്. ആ മനുഷ്യൻ ആ ദിവസത്തിനപ്പുറം ജീവിച്ചിരുന്നുവോ? അതോ ഇന്നലെ കണ്ടത് ആ പേർ വഹിക്കുന്ന ഒരു ശരീരം മാത്രമായിരുന്നോ? ഇന്നലെ എന്നോടൊപ്പം റെസ്റ്റോറന്റിൽ ഇരുന്ന

ആ മനുഷ്യൻ തന്നെയാണോ അന്ന് ജൂണിലെ ആ വേനൽക്കാലദിവസം എന്നെയുംകൊണ്ട് പുലയിലെ മാർക്കറ്റിൽ പോയി എനിക്ക് അവ സാനത്തെ സമ്മാനം വാങ്ങിത്തന്നത്?

ചോദ്യങ്ങൾ വീണ്ടും ശ്വാസംമുട്ടിച്ചുകൊണ്ടിരുന്നു. എനിക്കു പിന്നെയും ഉത്തരങ്ങളില്ലാതെ ആയി. ഞാൻ ബാത്ത്ടബ്ബിൽ ഇരുന്നു നിറയുന്ന തണുത്ത വെള്ളത്തിലേക്കു കണ്ണ്നട്ടു. കൊടുംതണുപ്പിൽ ശരീരം വിറച്ചു. പക്ഷേ ആ തണുപ്പിനേക്കാൾ ഭീകരമായിരുന്നു മനസ്സിലെ വേദനകൾ. ഇന്ന് ഒരു പുതിയ ജീവിതത്തിലേക്ക് കാൽവയ്ക്കുന്ന പ്രഭാത മാണല്ലോ എന്ന് ഞാൻ ഓർത്തു.

ഏതാനും നിമിഷങ്ങൾക്കകം ശുചിമുറിയുടെ വാതിൽക്കൽ കൈയിൽ രണ്ട് ആസ്പിരിൻ ഗുളികകളുമായി നാദിയ എത്തി.

"ഇത് കഴിക്കൂ."

അവൾ പറഞ്ഞത്പോലെ ഞാൻ അത് കഴിച്ചു. പുറത്തിറങ്ങി കട്ടിലിൽ വന്നുകിടന്നു. കാലുകൾ ഇപ്പോഴും നിലത്ത് ഉറയ്ക്കാത്തതുപോലെ. നാദിയ എന്റെ അടുത്തിരുന്നു. അവളുടെ കൈ എന്റെ നെഞ്ചിൽ വച്ചു.

"നിങ്ങൾക്ക് ഭക്ഷണം കഴിക്കണോ?"

"വേണ്ട."

"എന്നാൽ ഒന്ന് നടന്നാലോ?" ശുദ്ധവായു കിട്ടുമ്പോൾ അല്പം ആശ്വാസം കിട്ടും."

ഞാൻ തല കുലുക്കി. അപ്പോൾ എനിക്കാവശ്യം ഞാൻ പറയുന്നത് കേൾക്കാൻ ഒരാളെ ആയിരുന്നു. എനിക്കു തലേദിവസം രാത്രിയെ ഉള്ളിൽ നിന്നും പുറത്തുകളയണം. വാക്കുകളായി അതു പുറത്തേക്കു തള്ളണം.

ഒടുവിൽ സങ്കടമുണ്ടായിരുന്നെങ്കിലും പുച്ഛരസം ഒഴിവാക്കാതെ, സ്വയം നിഷ്കളങ്കനെന്നും ഇരയെന്നും ധരിച്ചുവച്ചിരിക്കുന്ന രക്തദാഹിയായ ആ ആരാച്ചാരുടെ കഥ നാദിയയോട് പറയാൻ തുടങ്ങി. തെറ്റുകളുടെ എല്ലാം ഉത്തരവാദിത്വം വിധിയെന്ന അദൃശ്യമായ എന്തോ ഒന്നിൽ അടിച്ചേൽപ്പിച്ചു, ആ കഥ എന്നെക്കൊണ്ട് ഏതാണ്ടൊക്കെ വിശ്വസിപ്പിക്കാൻ കഴിഞ്ഞ കൊടുംകുറ്റവാളിയെക്കുറിച്ചു ഞാൻ അവളോട് വിശദീകരിച്ചു. ആളുകൾക്ക് സ്വന്തം നേരിടാൻ കഴിയാതെ വരുമ്പോൾ അത് അവർ അതാതു വിശ്വാസങ്ങളെ ഏല്പിക്കുന്നതുപോലെ നെടൈൽകോ അവന്റെ വിധിയുടെ മേൽകെട്ടിവച്ച കാര്യം അവളോട് പറഞ്ഞു. നേടൈൽകോയുടെ വിധിയാണ് അദ്ദേഹത്തിന്റെ ദൈവമെന്ന് എനിക്കു തോന്നിയതായി ഞാൻ നാദിയയോട് സൂചിപ്പിച്ചു. നെടൈൽകോ ആത്യന്തികമായി ദൈവവിശ്വാസി യായി മാറിയിരിക്കുന്നുവെന്നും ദൈവം തന്റെ പാപങ്ങൾ ക്ഷമിക്കുമെന്നു വിശ്വസിക്കുന്നതായും തോന്നിയെന്ന് ഞാൻ പറഞ്ഞു.

"അദ്ദേഹത്തിന്റെ വിശ്വാസം നിങ്ങൾ പറയുന്നതുപോലെ ഉറച്ച താണെങ്കിൽ അത് ഉറപ്പിക്കാൻ നിങ്ങളുടെ സഹായം അദ്ദേഹത്തിനാ വശ്യമില്ല."

"എന്നാൽ വിരോധാഭാസമെന്നു പറയട്ടെ, പരസഹായമില്ലാതെ അത്ര ഉറപ്പിച്ചു വിശ്വസിക്കാൻ പ്രയാസമാണ് താനും."

അദ്ദേഹം പ്രവചിച്ച ആ യാത്രപറച്ചിലിനെക്കുറിച്ചും ഞാൻ അവളോട് പറഞ്ഞു. അത് എന്റെ സഹാനുഭൂതി പിടിച്ചുപറ്റാനുള്ള ശ്രമമായിരുന്നു വെന്നു ഞാൻ നാദിയയെയും എന്നെത്തന്നേയും വിശ്വസിപ്പിക്കാൻ ശ്രമിച്ചു. ഇന്നലെ രാത്രി നെടെൽകോ നടത്തിയ തന്ത്രപരമായ ഒരു നീക്കമായി രുന്നു അതെന്നു ഞാൻ വിലയിരുത്തി. പക്ഷേ നാദിയ നിഷേധാർത്ഥ ത്തിൽ തലയാട്ടി.

"ഒരുപക്ഷേ സമാധാനമായി മരിക്കാൻ സഹായിക്കാനായിരിക്കും അദ്ദേഹം നിങ്ങളെ വിളിച്ചത്."

ആ വാക്കുകൾ മനസ്സിൽ നിരന്തരം ഉണ്ടായിരുന്നെങ്കിലും അത് പറയാൻ ധൈര്യപ്പെട്ടിരുന്നില്ല. ഇന്നലെ രാത്രി അങ്ങനെയൊരു ഉത്തര വാദിത്വം ഉണ്ടായിരുന്നുവെന്ന് സമ്മതിക്കാൻ ഞാൻ ഭയപ്പെട്ടു എന്നതാണ് സത്യം. ചരിത്രത്തിന്റെ ഏടുകളിൽപെട്ടുപോയ നിസ്സഹായനായ, നിഷ്കളങ്കനായ ഒരു സഞ്ചാരിയാണ് താനെന്നുള്ള വിശ്വാസത്തെ ഊട്ടി ഉറപ്പിക്കാൻവേണ്ടി ആയിരിക്കണം നെടെൽകോ എന്നെ അന്വേഷിച്ച തെന്നുള്ള തിരിച്ചറിവിനെ ഭയന്നു. അദ്ദേഹത്തെ അദ്ദേഹത്തിനുതന്നെ ന്യായീകരിക്കാൻ, സംതൃപ്തിപ്പെടുത്താൻ, സമാധാനിപ്പിക്കാൻ, സ്വയം മരണത്തിനു തയ്യാറെടുക്കാൻ എന്നെ കാര്യങ്ങൾ ധരിപ്പിക്കാനാണ് അദ്ദേഹം ആഗ്രഹിച്ചതെന്നു തിരിച്ചറിവിനെ ഞാൻ ഭയക്കുന്നു. ആ മരണം അദ്ദേഹം എന്നോട് പ്രവചിച്ചു കഴിഞ്ഞു.

"ഞാൻ മനസ്സിലാക്കുന്നത് ശരിയാണെങ്കിൽ നിങ്ങൾക്ക് ഇന്നലെ രാത്രി അതിന് അദ്ദേഹത്തെ സഹായിക്കാൻ കഴിഞ്ഞില്ല."

"ഒരു യുദ്ധക്കുറ്റവാളിയെ സമാധാനമായി മരിക്കാൻ അനുവദിക്കു ന്നതു ശരിയാണോ? അതിനി സ്വന്തം പിതാവാണെങ്കിൽപോലും?"

ഈ സമയമത്രയും എന്നെ വേട്ടയാടിയിരുന്ന ആ ചോദ്യത്തിലേ ക്കെത്താൻ നാദിയ എന്നെ സഹായിച്ചു. അത് ചോദിക്കുക മാത്രമേ വേണ്ടിയിരുന്നുള്ളൂ. ആ ചോദ്യം ചോദിക്കേണ്ടത് ഞാൻ തന്നെയാണെന്ന് പറയാൻ ആഗ്രഹിക്കുന്നതുപോലെ അവൾ നിശ്ശബ്ദയായിരുന്നു അതിന് ഉത്തരം പറയേണ്ടതും ഞാൻ മാത്രമാണ്.

ട്രെയിൻ ഞങ്ങളെയുംകൊണ്ട് ഞങ്ങളുടെ നാട്ടിലേക്ക് തിരികെ പോകുകയാണ്. ഞങ്ങളുടെ പതിവുജീവിതത്തിലേക്കുള്ള മടക്കം. അവൾ

അവളുടെ മൈക്രോബയോളജി ക്ലാസ്സുകളിലേക്കും ഞാൻ എന്റെ കോഫി മെഷീനുകളുടെയും വല്ലപ്പോഴുമുള്ള ക്ലാസ്സുകളുടെയും ലോകത്തേക്ക്. വിയന്നയിലേക്ക് വരുംമുൻപ് തന്നെ എങ്ങനെ ജീവിക്കണമെന്ന് അറിയാതിരുന്ന ആ സാധാരണ ജീവിതം വീണ്ടും ഞങ്ങളെ പരീക്ഷിക്കാൻ പോകുന്നു. ഞങ്ങൾ ട്രെയിനിൽ അഭിമുഖമായി ഇരിക്കുകയായിരുന്നു. ഞങ്ങൾ ഇരുവരുടെയും മനസ്സ് നാളെകളിൽ അലഞ്ഞു നടക്കുകയാണെന്ന് തോന്നി. ഞങ്ങൾ തനിച്ചാകുന്ന നാളെകൾ, ഞങ്ങളുടെ ഇടയിലെ നിശ്ശബ്ദതകൾ, എല്ലാം എന്നെ ആശങ്കപ്പെടുത്തിക്കൊണ്ടിരുന്നു. അവൾ രക്ഷപ്പെടാൻ ആഗ്രഹിച്ചിരുന്ന, എന്റെ നിശ്ശബ്ദതയോട് നിരന്തരം നിഷ്ഫലമായി ഏറ്റുമുട്ടിക്കൊണ്ടിരുന്ന ആ സ്ഥലത്തേക്ക് തന്നെ അല്ലേ തിരികെ പോകുന്നതെന്ന് നാദിയ അവളോട്തന്നെ ചോദിക്കുകയാണെന്ന് എനിക്കു തോന്നി.

“വ്ളാദൻ.” ഞാൻ ചിന്തിക്കുകയായിരുന്നു... ഞാൻ എന്റെ വീട്ടിലേക്കു തിരിച്ചുപോകാൻ തീരുമാനിച്ചു. കുറച്ചുകാലത്തേക്കെങ്കിലും... ഇതെല്ലാം... നിങ്ങളുടെ അച്ഛന്റെ കാര്യവും മറ്റും തീരുന്നതുവരെ... ഇത് എനിക്കു സഹിക്കാവുന്നതിലും അപ്പുറമാണ്... നമുക്ക് എല്ലാറ്റിൽനിന്നും ഒന്ന് വിട്ടുനിൽക്കാം... കുറച്ചുനാളേക്ക്... എന്നിട്ട് എല്ലാം വീണ്ടും പുതിയതായി തുടങ്ങാം... നമ്മൾ എല്ലാം ഒന്നൊതുക്കുന്നതുവരെ... നമുക്ക് ഒരുപക്ഷേ വീണ്ടും തുടങ്ങാൻ പറ്റിയേക്കും... പക്ഷേ ഇപ്പോൾ ഞാൻ വീട്ടിൽ പോകാൻ ആഗ്രഹിക്കുന്നു.”

ഉത്തരം പറയുന്നതിന് പകരം ഞങ്ങളുടെ കഥയെ നശിപ്പിച്ചത് എന്റെ ഏതു നിശ്ശബ്ദതയാണെന്ന് ആലോചിക്കുകയായിരുന്നു ഞാൻ. ഇത്രയേറെ സഹിച്ചതിനുശേഷം അല്പംകൂടി എനിക്കുവേണ്ടി ക്ഷമിക്കാനും സഹിക്കാനും അവളോട് അപേക്ഷിക്കാനുമുള്ള മനസ്സ് ഉണ്ടായില്ല. അവളില്ലെങ്കിൽ മരിച്ചുപോകുമെന്ന് തോന്നിയിട്ടും ഞാൻ അവളോട് പോകരുതെന്ന് പറഞ്ഞില്ല. നാദിയ ജനലിലൂടെ പുറത്തേക്കു നോക്കിയിരുന്നു കരയുകയായിരുന്നു. എനിക്കും അവളോടൊപ്പം കരയാൻ തോന്നി. അവളെ ഞാൻ സ്നേഹിച്ചതുപോലെ മറ്റാരെയും എനിക്കു സ്നേഹിക്കാൻ കഴിഞ്ഞിട്ടില്ല എന്ന് ഇപ്പോൾ മനസ്സിലാകുന്നു. എന്റെ ജീവിതത്തിൽനിന്നും അവൾ അപ്രത്യക്ഷയാകാൻ സമ്മതിക്കില്ലെന്നു ഞാൻ തീരുമാനിച്ചു. ഇതിനുമുൻപ് സ്നേഹിച്ചവരെല്ലാം അങ്ങനെ അപ്രത്യക്ഷരാകുകയായിരുന്നു. അവളെ പോകാൻ അനുവദിക്കാം. പക്ഷേ അവൾ എന്നിൽനിന്നും തീർത്തും അകന്നുപോകാൻ സമ്മതിക്കില്ല.

ഞാൻ വിശ്വസിച്ചില്ലെങ്കിലും അതെന്നോടുതന്നെ പറഞ്ഞു

കൊണ്ടിരുന്നു. അവളെ ജീവിതത്തിലേക്ക് തിരികെ കൊണ്ടുവരാൻ കഴിയുമെന്ന് വിശ്വസിക്കുന്നില്ല. എനിക്കു വല്ലാത്ത പരിഭ്രാന്തി തോന്നി.

നാദിയയ്ക്കുശേഷം എനിക്കൊന്നും കാണാൻ കഴിയുന്നില്ല. കാരണം അവൾക്കുശേഷം ഒന്നുമില്ല. അവൾ എനിക്കുവേണ്ടി ചെയ്ത എല്ലാ കാര്യങ്ങൾക്കും അവളോട് നന്ദി പറയാൻ ആഗ്രഹിച്ചു. ചുരുങ്ങിയപക്ഷം അവളോട് മാപ്പുചോദിക്കുകയെങ്കിലും വേണം. അവൾ കുട്ടിയാണെന്ന്, അവൾക്കു ശ്രദ്ധയും സ്നേഹവും ആവശ്യമെന്ന് എനിക്കു മനസ്സിലാക്കാൻ കഴിയുന്നുണ്ടെന്ന് അവളോട് പറയാൻ ആഗ്രഹിച്ചു. പക്ഷേ ഞങ്ങൾ വീണ്ടും ആ നിശ്ശബ്ദതയുടെ ആഴങ്ങളിലേക്കുതന്നെ വീണുപോയി.

ഇരുപത്തിയേഴ്

ഒരുപാടു നാളുകൾക്കുശേഷം കിടക്കയിൽ ഞാൻ ഒറ്റയ്ക്കുണർന്നു. ശൂന്യമായ നിശ്ശബ്ദതയിൽ ശൂന്യമായ മനസ്സുമായി നിസ്സംഗമായി കിടന്നു. ഓർമ്മകളോ ചിന്തകളോ ഇല്ലാതെ ഇപ്പോൾ ഈ ലോകത്തേക്കു വന്നതുപോലെ തോന്നി. ഈ മുറിക്കപ്പുറം എന്റെ ലോകം അവസാനിച്ചു വെന്ന് തോന്നി. എന്നെ സംബന്ധിച്ചിടത്തോളം ഇപ്പോൾ അനുഭവിക്കുന്ന തിനേക്കാൾ വലിയ ശൂന്യതയാണ് പുറത്ത് എനിക്കായി കാത്തിരി ക്കുന്നത്.

നാദിയ കൂടെ ഇല്ലാത്തതുകൊണ്ടുതന്നെ ഇവിടം വിട്ടാലോ എന്ന് പലതവണ ആലോചിച്ചു. മറ്റു വിദേശനഗരങ്ങളെക്കുറിച്ചുള്ള ഭയമാണ് എന്നെ ഇവിടെത്തന്നെ തളച്ചിടുന്നതെന്ന് അറിയാം. ഈലോകത്തിലെ എല്ലാ നഗരങ്ങളും അന്യമാണ്. എല്ലായിടത്തും അപരിചിതരാണ്. ഈ നഗരം, ജുബ്ജാനയും എനിക്ക് അന്യമാണ്. ഇവിടുത്തെ മുഖങ്ങളൊന്നും അത്ര പരിചിതമല്ല.

ഇവിടെ, ഈ നഗരത്തിൽ എന്റെ അസാന്നിധ്യം ആരും ശ്രദ്ധിക്കില്ല. അതിന്റെ ഏറ്റവും വലിയ തെളിവാണ് മുറിയിലെ ഫോൺ. അഞ്ചുദിവസം മുൻപ് നാദിയ വിളിച്ചതിനുശേഷം അതിലേക്ക് ഒരു വിളിപോലും വന്നിട്ടില്ല.

ഞാനും നാദിയയും വല്ലപ്പോഴും സംസാരിക്കാറുണ്ട്. സംസാരം മിക്കവാറും അവളുടെ പഠനത്തെക്കുറിച്ചോ, പരീക്ഷയെക്കുറിച്ചോ, കാലാവസ്ഥയെക്കുറിച്ചോ ആയിരിക്കും. ഞങ്ങളുടെ ബന്ധം അവസാനിച്ചുവെന്ന് അവൾ ഒരിക്കലും പറഞ്ഞില്ല. അവൾ തിരികെ വരണമെന്ന് എത്രമാത്രം ആഗ്രഹിക്കുന്നുവെന്നു ഞാനും അവളോട് പറഞ്ഞില്ല. എനിക്കറിയാം എന്റെ കഥ അവളെ ഭയപ്പെടുത്തിയിരിക്കുന്നുവെന്ന്. എനിക്കവളെ സമാധാനിപ്പിക്കാൻ കഴിയില്ലെന്നും അറിയാം. എന്റെ കൂടെനിന്നാൽ അവളുടെ ഭയം വളരുകയേയുള്ളൂ.

ഞാൻ ആളുകളുമായി എളുപ്പം അടുപ്പം സ്ഥാപിക്കുന്ന വ്യക്തിയല്ല. എല്ലാവരും മെല്ലെമെല്ലെ എന്നിൽനിന്നും അകന്ന് ഒടുവിൽ പൂർണമായി

വിട്ടുപോകുകയാണ് ചെയ്യാറ്. പക്ഷേ നാദിയ ഉപേക്ഷിച്ചപ്പോൾ മാത്ര മാണ് ഉപേക്ഷിക്കപ്പെട്ടു എന്ന തോന്നൽ ഉണ്ടായത്. നാദിയ മറ്റാരേക്കാളും എന്നോട് അടുത്തിരുന്നു. പക്ഷേ അവളോട് ആ അടുപ്പം തിരിച്ച് എങ്ങനെ പ്രകടിപ്പിക്കണമെന്ന് അറിയില്ലായിരുന്നു. അവളോട് അതെങ്ങനെ പറ യണമെന്നും തീരെ അറിയില്ലായിരുന്നു. പറയാത്ത കാര്യങ്ങൾ മനസ്സിൽ തിങ്ങി അത് സഹിക്കാൻ കഴിയാതെ ആകുന്നു. അതുകൊണ്ട് അവളെ വിളിക്കുന്നതു നിർത്തി. നിങ്ങൾക്ക് എന്തിനെയും മറികടക്കാൻ കഴിയും. പക്ഷേ നിങ്ങളെതന്നെ മറികടക്കാൻ നിങ്ങൾക്ക് കഴിയില്ല. ഞങ്ങൾ ഓരോ രുത്തരും അവരവർക്കു വേണ്ടിയാണ് ജീവിക്കേണ്ടതെന്നു ഞാൻ വിശ്വസി ക്കാൻ തുടങ്ങി. അതോടെ ആ പ്രശ്നം അവസാനിച്ചു.

വിയന്നയിൽ നിന്ന് തിരിച്ചെത്തിയപ്പോൾ മുതൽ ഞാൻ എന്നിൽ നെടെൽകോയെ കാണാൻ തുടങ്ങി. അദ്ദേഹത്തിൽ എന്നെയും എന്നിൽ അദ്ദേഹത്തെയും ഞാൻ കണ്ടു. നെടെൽകോ യുദ്ധക്കുറ്റവാളിയായി ഒളി ച്ചോടിയെങ്കിൽ ഞാൻ എല്ലാവരിൽനിന്നും ഒളിച്ചോടുന്നു. അദ്ദേഹത്തെ ജീവിതം എങ്ങനെ ശിക്ഷിച്ചുവോ അതുപോലെതന്നെ എന്റെ ജീവിതം എന്നെയും ശിക്ഷിച്ചുകൊണ്ടിരിക്കുന്നു എന്ന തോന്നൽ ശക്തമായി. ഞങ്ങൾ ഇരുവരും മനുഷ്യരിൽനിന്നും ഒളിച്ചു നടക്കുന്നു. ഞങ്ങളുടെ ആന്തരലോകങ്ങളുടെ തടവിൽപെട്ടുഴലുന്നു. അദ്ദേഹത്തിന്റെ കുറ്റങ്ങൾ എന്റേതുമാണെന്നു പലതവണ ചിന്തിച്ചു. ഇത്രകാലവും ജീവിതം എനിക്കുതന്ന എല്ലാത്തിനെയും സ്വീകരിച്ചതുപോലെ ഞാൻ മെല്ലെ ആ ചിന്തയെയും സ്വീകരിച്ചുതുടങ്ങി.

ഞാൻ ബർകോയിലെ ടോമിസ്ലാവിന്റെ അപ്പാർട്ട്മെന്റിൽ എല്ലാ ദിവസവും സന്ദർശിക്കുന്നു. എന്നെ അവിടെ ആരോ തടവിലാക്കിയെന്നു ഞാൻ സങ്കൽപ്പിക്കുന്നു. ടോമിസ്ലാവിന്റെ ഭീകരമായ ഏകാന്തത എന്നെ വിഴുങ്ങിയെന്ന് തോന്നി. നെടെൽകോയെപോലെ വലിയ പാപങ്ങൾ ചെയ്തവർക്ക് മാത്രമേ ഈ ഏകാന്തതയിൽ അഭയം തേടാൻ കഴിയൂ എന്ന് എനിക്കു തോന്നി. നെടെൽകോയുടെ ശൂന്യമായ ഈ ഒളിത്താവള ത്തിൽ നിൽക്കവേ ഞാൻ പുറത്തേക്കു വഴികാണാതെ വിഷമിച്ചു. ഈ ഏകാന്തതയാണ് ഏറ്റവും വിനാശകാരിയായ പൈതൃകം എന്ന് ഞാൻ മനസ്സിലാക്കുന്നു.

ഒരു ദിവസം, ഈ ഏകാന്തതയിൽ എന്നെ ഉണർത്തിക്കൊണ്ട് ദുഷയുടെ ഫോൺ വന്നു.

“വ്ളാദൻ, നീ അറിഞ്ഞോ?”

“ഇല്ല, എന്താണ്?”

“നെടെൽകോ... അദ്ദേഹം ആത്മഹത്യ ചെയ്തു... അവർ പറഞ്ഞു... അവരാണ് കണ്ടത്... ഇന്നു രാവിലെ... വിയന്നയിൽ.”

ഒരു നിമിഷം നെടെൽകോ എന്റെ കൺമുന്നിൽ തെളിഞ്ഞു. പക്ഷേ പെട്ടെന്ന് അപ്രത്യക്ഷനായി. എല്ലാം അപ്രത്യക്ഷമായി. ഞാൻ കട്ടിലിൽ വിരലോടിച്ചു. ലോകം ഇപ്പോഴും അങ്ങനെതന്നെയുണ്ടെന്ന് ഉറപ്പുവരുത്തി.

“വ്ളാദൻ, ഞാൻ പറയുന്നത് നീ കേൾക്കുന്നുണ്ടോ? അവർ എന്നോട് പറഞ്ഞു...”

“ഞാൻ കേൾക്കുന്നുണ്ട്.”

ദുഷ നിശ്ശബ്ദയായി. എന്ത് പറയാണമെന്ന് അവർക്ക് അറിയാതെ ആയി എന്ന് ഞാൻ ഊഹിച്ചു. നെടെൽകോ ആദ്യം മരിച്ചപ്പോഴും ദുഷ ഒന്നും മിണ്ടിയിരുന്നില്ല. പക്ഷേ അന്ന് പൊട്ടിക്കരയാൻ ഒരുങ്ങുന്ന വിതുമ്പലുകൾ കേട്ടിരുന്നു. ദുഷയെ സംബന്ധിച്ചിടത്തോളം ഇതാണ് നെടെൽകോയുടെ യഥാർത്ഥ മരണം. നെടെൽകോ അന്ന് എനിക്കുവേണ്ടി മാത്രം മരിച്ചപ്പോൾ കണ്ടത്പോലെ ഇതിനെ കാണാൻ ദുഷയ്ക്കു കഴിയില്ല.

ദുഷ നെടെൽകോയെ അവരുടേതായ രീതിയിൽ നിഗൂഢമായി സ്നേഹിച്ചിരുന്നുവെന്ന് ഇപ്പോൾ, അറിയുന്നു. ഒരുപക്ഷേ പുല റെയിൽവേ സ്റ്റേഷനിലെ ആ പ്ലാറ്റ്ഫോമിൽ കൈയിൽ റോസാപൂവുമായി നിന്നിരുന്ന നെടെൽകോയെ സ്നേഹിച്ചിരുന്നതിനേക്കാൾ ശക്തമായി. ഫോണിൽ കൂടി ദുഷയുടെ തേങ്ങലുകൾ കേട്ടപ്പോൾ മറ്റാരുടെയും മുന്നിൽ നെടെൽകോയ്ക്കു വേണ്ടി കരയാൻ കഴിയാത്ത അമ്മയോട് സങ്കടം തോന്നി. അവർക്ക് ഇപ്പോൾ മാത്രമേ പുതിയ ഒരു ജീവിതം തുടങ്ങാൻ കഴിയൂ എന്നോർത്തപ്പോൾ അമ്മയോട് വിഷമം തോന്നി. കാലം തിരിച്ചു വരാത്തവിധം ഏറെ കടന്നുപോയിരിക്കുന്നു. ഇനി ദുഷയ്ക്കു ഡ്രാഗന്റെയും മകന്റെയും കൂടെ ഒരു പുതിയ ജീവിതം തുടങ്ങാൻ കഴിഞ്ഞേക്കും.

പെട്ടെന്ന് അവരുടെ വിളി ഒരു യാത്ര പറച്ചിൽ ആണെന്ന് തോന്നി. കരഞ്ഞുതീർന്നു കഴിയുമ്പോൾ, ഞങ്ങളെ ബന്ധിപ്പിക്കുകയും വേർപെടുത്തുകയും ചെയ്തിരുന്ന നെടെൽകോ എന്ന ആ അദൃശ്യമായ ചരട് പൊട്ടിപ്പോകും. അവസാനമായി ഞങ്ങളുടെ ബന്ധവും മുറിച്ചുമാറ്റപ്പെടും. ഞങ്ങൾ ഞങ്ങളുടേതായ സമാന്തര ലോകങ്ങളിൽ ജീവിക്കും. അവർ കരഞ്ഞുതീരുമ്പോൾ അത് ഞങ്ങളുടെ അവസാനമായിരിക്കും. പിന്നെ തിരിഞ്ഞുനോക്കില്ല. ദുഷ എന്നേക്കുമായി എന്നോട് യാത്ര പറയും. ഇത് പതിനേഴു വർഷത്തെ ഒളിച്ചുകളിയുടെ അവസാനമാണ്. എന്റെ അച്ഛനെ മാത്രമല്ല, അമ്മയെയും എനിക്കു നഷ്ടപ്പെടുത്തിയ കളിയുടെ അവസാനം. അവരുടെ കണ്ണുനീർ വറ്റുമ്പോൾ, ബോറോജെവിക് കുടുംബം അവസാനിക്കും.

അപ്പോൾ ഞാൻ ലോസ, എമിർമുസീറോവിക് അദ്ദേഹത്തിന്റെ ബോസ് നിയൻ ഉച്ചാരണത്തിൽ ഒച്ചയിടുന്നത് ഞാൻ കേട്ടു, "യൂഗോസ്ലാവിയയും ദൈവവും നശിച്ചുപോകട്ടെ' എന്ന്. ഞാൻ അമ്മയോട് അന്ന് എന്താണ് ദൈവവും എന്നതുകൊണ്ട് ഉദ്ദേശിക്കുന്നതെന്നു ചോദിക്കുന്ന രംഗം എനിക്കിപ്പോൾ കാണാം. ആ വാക്ക് ടർക്കിഷ് ഭാഷയിൽനിന്നും വന്നതാണെന്നും ഇതുപോലത്തെ ഒഴിവാക്കപ്പെട്ട ഓട്ടോമാൻ വാക്കുകളെക്കുറിച്ച് സ്കൂളിൽ പഠിക്കാൻ പറ്റുമെന്നും ദുഷ അന്നെനിക്ക് വിശദീകരിച്ചുതന്നത് ഞാൻ ഓർക്കുന്നു.

ഞങ്ങളുടെ അടുത്തായി മൂന്നു സുഹൃത്തുക്കൾ ഇരിക്കുന്നു. നെടെൽകോ, എമിർ, ബ്രാനെ. അവർ മൂവരും ടെലിവിഷന് മുന്നിൽ ഇരുന്നു ഫുട്ബാൾകളി കാണുകയാണ്. യൂഗോസ്ലാവ്യ തോൽക്കാൻ പോകുന്നു. അതാണ് എമിറിനെ ചൊടിപ്പിച്ചത്. എമിർ ആരെയൊക്കെയോ ചീത്തപറയുന്നുണ്ട്. "ടിറ്റോയുടെ ചിത്രത്തിൽ അടിച്ചാൽ എനിക്കതു മനസ്സിലാക്കാൻ കഴിയും. പക്ഷേ അവൻ മറഡോണയുടെ മേൽ അടിച്ചു എന്ന് പറഞ്ഞാൽ... അത് ഫുട്ബോളിനെതന്നെ അപമാനിക്കുന്നതുപോലെയാണ്. ദൈവത്തെ അപമാനിക്കുന്നതുപോലെയാണ്...""

ആ ശബ്ദം ഇപ്പോഴും എന്റെ തലയ്ക്കുള്ളിൽ മുഴങ്ങുന്നു. ഗ്ലാസ്സിലേക്ക് വീണ്ടും മദ്യം പകർന്നുകൊണ്ട് നെടെൽകോ എമിറിനെ ആശ്വസിപ്പിച്ചു. "നമ്മൾ ദൈവത്തെ തുപ്പുന്നു, അതിനു തിരിച്ചടി കിട്ടുമ്പോൾ നമ്മൾ ഞെട്ടുന്നു."

ഞാൻ നെടെൽകോയുടെ നിറഞ്ഞ കണ്ണുകൾ കണ്ടു. അപ്പോഴാണ് ആ സമയത്ത് ദുഷ ചോദിക്കേണ്ടാത്ത ഒരു ചോദ്യം ചോദിച്ചത്, "എപ്പോഴാണ്. അടുത്ത ചാംപ്യൻഷിപ്" എന്ന്.

"എന്ത് ചാമ്പ്യൻഷിപ്? ഇനിയൊരിക്കലും ഒരു ചാമ്പ്യൻഷിപ്പുകളുമില്ല! എല്ലാം കഴിഞ്ഞു!!!!!" നെടെൽകോയുടെ ശബ്ദം ഇപ്പോഴും എന്റെ തലയിൽ മുഴങ്ങുന്നു. എമിറും നിശ്ശബ്ദനായി ഇരിക്കുകയാണ്. കുറച്ചപ്പുറം ബ്രാനെ ചാരുകസേരയിൽ കിടന്നു തന്റെ അവസാനത്തെ യൂഗോസ്ലാവ് കണ്ണുനീര് തുടയ്ക്കുന്നു. അമ്മ ഒരു ഗ്ലാസ് സാവകാശം ചുണ്ടോടു ചേർത്തുകൊണ്ട് നെടെൽകോയുടെ സമീപത്തേക്കുചെന്ന് മൃദുവായി അദ്ദേഹത്തെ ആലിംഗനം ചെയ്യുന്നു. അവരെ തടയാതെ അദ്ദേഹം തന്റെ കൈകൾകൊണ്ട് അവരെ തന്നോട് ചേർത്തുനിർത്തുന്നു. ഇപ്പോൾ, അതാ അമ്മ എന്നെയും ആ ആലിംഗനത്തിലേക്ക് വിളിക്കുന്നു. ഞാൻ നിമിഷങ്ങൾക്കുള്ളിൽ അച്ഛന്റെ കരുത്തുറ്റ കരങ്ങൾക്കുള്ളിൽ അമർന്നു.

അച്ഛൻ ഞങ്ങളെ ഇരുവരെയും ഇറുകെ പുണർന്നു മാറിമാറി ചുംബിക്കുന്നു. ഞാൻ എന്റെ ശിരസ്സ് ആ നെഞ്ചിൽ ചേർത്തുവച്ചു ആ ഹൃദയമിടിപ്പിന് കാതോർത്തു. അത് ഉച്ചത്തിൽ ഇടിച്ചുകൊണ്ടിരിക്കുന്നു.

മൂന്നുപേർ ആലിംഗനത്തിൽ അമർന്നു നിൽക്കുന്ന ആ ചിത്രം വിദൂരതയിൽനിന്നും കൂടുതൽ തെളിഞ്ഞു തെളിഞ്ഞു എന്റെ മുന്നിൽ വന്നു. പെട്ടെന്ന് എന്നെ ആരോ അമർത്തി കെട്ടിപ്പിടിക്കുന്നതുപോലെ എനിക്കു തോന്നി. എന്നെ ആരോ നെഞ്ചിലേക്ക് ചേർത്ത്നിർത്തുന്നു...

കൺമുന്നിൽ വന്നു നിന്ന ആ ചിത്രത്തിൽനിന്നും ഞാൻ പുറത്തുകടന്നു ദുഷയുടെ കരച്ചിലിയായി കാതോർത്തു.

“വ്ളാ... വിളി പൂർത്തിയാക്കിയില്ലെങ്കിലും ഞാൻ വിളി കേട്ടു.

അവർ സംസാരിച്ചില്ല. അവരുടെ നിശ്വാസങ്ങൾ ദീർഘമായി. എല്ലാം ഇപ്പോൾ ശാന്തമാകുന്നു. ഫോണിന്റെ അപ്പുറത്തുനിന്ന് ഇപ്പോൾ ശബ്ദങ്ങൾ ഒന്നും കേൾക്കുന്നില്ല. അമ്മ ഫോൺവച്ചോ അതോ അവരുടെ കണ്ണുനീർ വറ്റിയോ... അറിയില്ല.

ഇരുപത്തിയെട്ട്

“ഞാൻ അദ്ദേഹത്തിന്റെ ആഗ്രഹംപോലെ എല്ലാം ചെയ്തിട്ടുണ്ട്.”

ഞാൻ പുലനിലെ പ്രശസ്തമായ നേവൽ സെമിത്തേരിയിൽ കൂടി ടോമിസ്ലാവ് ഡ്രാവ്കോവിക്കിന്റെ കല്ലറ തേടി നടക്കുമ്പോൾ ലോസായുടെ വാക്കുകൾ ചെവിയിൽ മുഴങ്ങി. എന്റെ പിതാവിനെ ഇവിടെ അടക്കം ചെയ്തു എന്ന് എന്നോട് വിളിച്ചുപറഞ്ഞ ആ മനുഷ്യനോട് ഞാൻ ഒരു ചോദ്യവും ചോദിച്ചില്ല. പക്ഷേ ക്യാപ്റ്റൻ മുസീറോവിക് നെടെൽകോയുടെ അന്ത്യാഭിലാഷം നടപ്പാക്കിയത് ഇങ്ങനെയാണെന്ന് എനിക്കുറപ്പായിരുന്നു.

ഹേഗ് ട്രിബ്യൂണലിൽ നിന്നും താൻ ഇത്രകാലവും ഒളിപ്പിച്ചുവച്ച സുഹൃത്തിനെ ഹേഗ് കൺവെൻഷന്റെ സംരക്ഷണയിലുള്ള സെമിത്തേരിയിൽ അടക്കം ചെയ്ത് അധികം വൈകാതെ ലോസയും മരിച്ചു. പത്രങ്ങൾ പറഞ്ഞത് അദ്ദേഹം മരിച്ചുവെന്നാണ്. പക്ഷേ അദ്ദേഹം ആത്മഹത്യ ചെയ്യുകയായിരുന്നുവെന്ന് എനിക്കറിയാം. അതിന് ഇനി വലിയപ്രാധാന്യമില്ല. ടോമിസ്ലാവിന് ഇവിടെ അന്ത്യവിശ്രമം ഒരുക്കിയതിന് അദ്ദേഹത്തിനോട് നന്ദിയുണ്ട്. അന്ത്യനിദ്രയ്ക്കായി ആരും ഈ സ്ഥലം തിരഞ്ഞെടുക്കില്ല. പക്ഷേ അദ്ദേഹത്തിന് ഏറ്റവും ചേരുന്ന അന്ത്യവിശ്രമസ്ഥലം ഇതാണ്. ഇവിടെ ആയിരക്കണക്കിന് സൈനികരുടെ ആത്മാക്കൾക്കൊപ്പം, തങ്ങളുടെ ഇരകളുടെ ആത്മാക്കൾ കാത്തുനിൽക്കുമ്പോൾ ചരിത്രം മാപ്പുകൊടുക്കുന്ന ദിനവും കാത്തു വിശ്രമിക്കാൻ പറ്റിയ ഇടം ഇതാണ്.

ഏതോ ഒരു അജ്ഞാതശക്തി ഇന്ന് എന്നെ ഓഗസ്റ്റ് റിട്ടേറവോൻ ട്രാപ്പിന്റെയും ഹെഡ്വിഗാവെപ്ലോർടെയും ശവകുടീരങ്ങളിലേക്ക് കൊണ്ടുപോയി. അതിന്റെ മുന്നിൽ നിന്നപ്പോഴാണ് പണ്ടൊരിക്കൽ ഞാനിവിടെ വന്നിട്ടുള്ള കാര്യം ഓർക്കുന്നത്. അന്ന് നെടെൽകോയുടെ കൂടെയാണ് ഞാൻ വന്നത്. “വ്ളാദൻ, ആ സിനിമയിലെ കുട്ടികളുടെ അപ്പൂപ്പനും അമ്മൂമ്മയും ആണ് ഇവിടെ അന്ത്യവിശ്രമം കൊള്ളുന്നത്.” അദ്ദേഹം പറഞ്ഞു. തലേദിവസം

ഞങ്ങൾ കണ്ട 'ദി സൗണ്ട് ഓഫ് മ്യൂസിക്' എന്ന സിനിമയെക്കുറിച്ചാണ് പറയുന്നതെന്ന് എനിക്കു മനസ്സിലായി. പക്ഷേ ഞാൻ അദ്ദേഹത്തെ വിശ്വസിച്ചില്ല. ഇത്തരം കഥകൾ ഉണ്ടാക്കുന്ന പരിപാടി എന്റെ പിതാവിനുണ്ട്. അതുകൊണ്ട് ആ ചുണ്ടിൽ എന്നെ കളിപ്പിച്ചു എന്ന മട്ടിൽ ഒരു ചിരി വിരിയുന്നുണ്ടോ എന്ന് ഞാൻ നോക്കി. പക്ഷേ എന്റെ സംശയിച്ച നോട്ടങ്ങൾ അദ്ദേഹം അവഗണിച്ചു. എന്നിട്ടു പറഞ്ഞു, എന്റെ ജന്മസ്ഥലം ആസ്ട്രിയയിലെ ഏതോ പട്ടണമാണെന്ന് ഇവിടെ നിരവധി പട്ടാളക്കാരെ അടക്കം ചെയ്തിട്ടുണ്ടെന്നും അവരെല്ലാം തന്നെപ്പോലെ സ്വന്തം രാജ്യത്തിനായി സേവനം ചെയ്തവരാണെന്നും അദ്ദേഹം പറഞ്ഞു.

"ഇതിപ്പോൾ ഒരു സെമിത്തേരിയല്ല, ഇതൊരു സ്മാരകമാണ്" നെടെൽകോ പറഞ്ഞു. എനിക്ക് അദ്ദേഹം പറഞ്ഞത് മനസ്സിലായില്ല. കാരണം എല്ലായിടത്തും നിറയെ ശവക്കല്ലറകളുണ്ട്. സ്മാരകങ്ങൾ ഒന്നും കാണാനുമില്ല. പട്ടാളക്കാരെ ഇപ്പോഴും ഇവിടെ അടക്കം ചെയ്യുന്നുണ്ടെന്നും അത് ഈ പട്ടണത്തിന്റെ സമ്പന്നമായ പട്ടാളചരിത്രം പോലെ എന്നും തുടരുമെന്നും അദ്ദേഹം പറഞ്ഞു. അത് ഈ സെമിത്തേരിയെ ഇതിലും വലിയതും പ്രശസ്തവുമായ സ്മാരകമാക്കി മാറ്റുമെന്നും അദ്ദേഹം കൂട്ടിച്ചേർത്തു.

അതിനെക്കുറിച്ചൊന്നും വേണ്ടതുപോലെ മനസ്സിലാക്കാനുള്ള പ്രായം അന്ന് എനിക്കില്ലായിരുന്നു അദ്ദേഹത്തിന്റെ വാക്കുകൾ എന്നെ ഭയപ്പെടുത്തി. പക്ഷേ അദ്ദേഹം തുടർന്നുകൊണ്ടേയിരുന്നു. മരിച്ചവരുടെ പേരുകൾ എല്ലാ വിവരങ്ങളും പറയുമെന്നും അദ്ദേഹം ആദ്യം പുലയിൽ വന്നപ്പോൾ, താൻ ശരിക്കും ആരാണെന്ന് അറിയാൻ നേരെ ഈ സെമിത്തേരിയിൽ ആണ് വന്നതെന്നും നെടെൽകോ പറഞ്ഞിരുന്നു.

നമ്മുടെ ആളുകളെയൊന്നും ഇവിടെ അടക്കിയിട്ടില്ല. ഇവിടെ ജർമൻകാരും ആസ്ട്രിയക്കാരും ഇറ്റലിക്കാരും ചെക്കോസ്ലോവാക്യക്കാരും എല്ലാം ഉണ്ട്. ഇന്ന് ഇവിടെ നമ്മളാണ്, നാളെ വേറെയാരെങ്കിലും വരും. അദ്ദേഹം അഗസ്റ്റിന്റെയും ഹെഡ്വൈഗയുടെയും കല്ലറകളിലേക്ക് നോക്കി അങ്ങനെ നിന്നു. അപ്പോൾ ആ സിനിമയിലെ പാട്ട് എന്റെ ചുറ്റും ആരോമൂളുന്നതു പോലെ തോന്നി. പക്ഷേ ഒരു സെമിത്തേരിയിൽ അതൊരു സ്മാരകമാണെങ്കിൽകൂടി പാടാൻ പാടില്ല എന്ന് എനിക്കു തോന്നി.

അദ്ദേഹത്തിന്റെ ശവക്കല്ലറ ചെറുതാണ്. ജിജ്ഞാസുക്കളായ സന്ദർശകരുടെ ശ്രദ്ധയിൽപെടാത്ത വിധമാണ് അത് തയ്യാറാക്കിയിരിക്കുന്നത്. അതിൽ ചിത്രമോ, തീയതിയോ, പേരോ ഒന്നുമില്ല. എന്റെ പിതാവ് ഇവിടെയില്ല എന്ന് ഒരുനിമിഷം ഞാൻ ചിന്തിച്ചു പോയി. ഞാൻ ഭയത്തോടെ ചുറ്റുംനോക്കി. മരിച്ചുപോയ ഒരു യുദ്ധക്കുറ്റവാളിയുടെ ഒളിവുസ്ഥലം ഞാൻ കാരണം ആരെങ്കിലും മനസ്സിലാക്കുമോ എന്ന് ഞാൻ ശങ്കിച്ചു. ടോമിസ്ലാവ് ഡ്രാവ്കോവിക് ഇവിടെയാണ് അന്ത്യവിശ്രമം കൊള്ളുന്നത്.

ഞാൻ വീണ്ടും എന്റെ മുറിയിലേക്കു തുളച്ചു കയറുന്ന എന്റെ അച്ഛന്റെ ശബ്ദം കേട്ടു. അദ്ദേഹം മദ്യലഹരിയിൽ പാടുകയാണ്, "ഐ ഹിറ്റ് ദി ബോട്ടം ഓഫ് ലൈഫ്, ആൻഡ് ഹെൽ ആൻഡ് ദി അബിസ്." അർദ്ധരാത്രിയിൽ ഒരു നൂറുതവണ നെടൈൽകോ ഇത് പാടുന്നത് ഞാൻ കേട്ടിട്ടുണ്ട്. അപ്പോഴൊക്കെ അടക്കിയ ശബ്ദത്തിൽ "നെടൈൽകോ, ശബ്ദം കുറയ്ക്കൂ, വ്ളാദൻ ഉറങ്ങുകയാണെന്ന്." ദുഷ ശാസിക്കുന്നതും കേട്ടിട്ടുണ്ട്.

ദുഷ എന്നെ വിളിച്ചു നെടൈൽകോ മരിച്ചു എന്ന് പറഞ്ഞപ്പോൾ മുതൽ ഞാൻ അദ്ദേഹത്തെ ഒരുപാട് തവണ കണ്ടു, ഞാൻ അദ്ദേഹത്തെ, ദുഷയെ, എമിറിനെ, എനീസയെ എല്ലാവരെയും കാണുന്നു. എല്ലാവരും ഇവിടെയുണ്ട്. പുറത്തു തണുപ്പാണെങ്കിലും വേനൽ വരുന്നത് എനിക്കു മനസ്സിലാകുന്നുണ്ട്. ഇറ്റാലിയൻ ക്ലാസ്സിൽ മരിയോ എന്നോട് മന്ത്രിക്കുന്നത് കേൾക്കാം. അവന്റെ അച്ഛൻ അവന് ഇത്തവണ ഫ്രേറ്റർസ്കി ദ്വീപിലേക്ക് തനിയെ ബോട്ടിൽ പോകാൻ അനുവാദം കൊടുത്തിട്ടുണ്ടെന്നും അവനോടൊപ്പം പോകാമെന്നുമാണ് അവൻ പറയുന്നത്. വേനൽ എത്തിക്കഴിഞ്ഞു. ദിവസവും ഉച്ചഭക്ഷണസമയത്തു നെടൈൽകോ ക്രെസ് ദ്വീപിലോ ലോസിൻജ് ദ്വീപിലോ പോകുന്നതിനെക്കുറിച്ചു പറയാറുണ്ട്. ശരിക്കും പോകാൻ വേണ്ടി തന്നെയാണോ പറയുന്നതെന്ന് ഉറപ്പില്ലാത്തതുകൊണ്ട് ഞാനും അമ്മയും മറുപടി പറയാറില്ല. "നമ്മൾ ഇതുവരെ ഒരു ദ്വീപിൽ പോയിട്ടില്ല." സൂപ്പ് തന്റെ പാത്രത്തിലേക്ക് ഒഴിച്ചുകൊണ്ട് നെടൈൽകോ പറഞ്ഞു. ഇത്തവണ ഞങ്ങൾ പോകുമെന്ന് നെടൈൽകോ തീരുമാനിച്ചു എന്ന് തോന്നി. വേനൽ വരാനായി കാത്തിരുന്നു. ഒടുവിൽ ജൂൺ എത്തിക്കഴിഞ്ഞു. അമ്മ പെട്ടികളും ബീച്ചിലേക്കുള്ള ടൗവലുകളും എല്ലാം പൊടി തട്ടിയെടുക്കാൻ തുടങ്ങിയിരിക്കുന്നു.

ഇരുട്ട് പരന്നു തുടങ്ങിയിരിക്കുന്നു. ഞാനിപ്പോഴും നെടൈൽകോയുടെ കല്ലറയ്ക്കു സമീപം നിൽക്കുകയാണ്. ഇപ്പോഴും പതിനേഴുവർഷങ്ങൾക്കുശേഷവും അന്നത്തെ ആ പൂർത്തീകരിക്കാത്ത ജൂൺമാസം തുടരാനായി, പുലയിലെ അടുത്ത വേനൽ ആരംഭിക്കാനായി ഞാൻ കാത്തുനിൽക്കുകയാണെന്ന് തോന്നി. വീട്ടിലേക്കു തിരികെ പോകാനായി ബ്രിസ്റ്റോൾ ഹോട്ടലിലെ 211-ാംനമ്പർ മുറിയിൽ അച്ഛനെ കാത്തിരിക്കുന്ന ആ കുട്ടിയാണ് ഞാനിപ്പോഴും. പുലയിലേക്ക് തിരിച്ചുപോകാൻ, അവിടെ ബോട്ടുമായി കാത്തിരിക്കുന്ന കൂട്ടുകാരുടെ അടുത്തെത്താൻ, അച്ഛനോടൊപ്പം ദ്വീപുകളിലേക്ക് സഞ്ചരിക്കാൻ കാത്തിരിക്കുന്ന കുട്ടിയാണ് ഞാനിപ്പോഴും. സിനിഷ ഒരിക്കൽ അവളുടെ ആന്റിയെ കാണാൻ ഗൃസ ദ്വീപിലേക്ക് പോയ കാര്യം അവൾ പറഞ്ഞിട്ടുണ്ട്. അവിടയെല്ലാം വ്യത്യസ്തമാണെന്നാണ് അവൾ പറഞ്ഞിട്ടുള്ളത്.

ഞാൻ എന്റെ ബാല്യകാല സുഹൃത്തുക്കളെക്കുറിച്ചോർത്തു. അവ രൊക്കെ ഇപ്പോൾ എവിടെയായിരിക്കും? എന്ത് ചെയ്യുകയായിരിക്കും? സിനിഷയും മരിയോയും ആ കടയ്ക്കു പിന്നിലുണ്ടായിരുന്ന പൂന്തോട്ട ത്തിൽ എന്നെയും കാത്ത് ഇരിക്കുന്നുണ്ടാവും. ഈ പതിനേഴു വർഷവും അവർ ഞാൻ തിരികെ ചെല്ലുന്നതും കാത്ത് ഉച്ചഭക്ഷണം കഴിഞ്ഞു കടലിൽ നീന്താൻ പോകാനായി ഇരിക്കുകയാകും. ഞങ്ങളുടെ അപ്പാർട്ട് മെന്റിൽനിന്ന് അരമണിക്കൂർ നടന്നാൽ കടൽത്തീരത്തെത്താം. പതിനേഴു വർഷവും എന്റെ അപ്പാർട്ട്മെന്റിന് മുന്നിലെ പടവുകളിൽ നീന്താനുള്ള ടവ്വലും കഴുത്തിൽ ചുറ്റി എന്നെയും കാത്ത് അവർ ഇരിക്കുന്നുണ്ടാവു മെന്ന് തോന്നി.

ഒടുവിൽ എല്ലാം അവസാനിച്ചുവോ? ഞാൻ എന്നോട് തന്നെ ചോദിച്ചു. ഇനി എനിക്ക് എന്റെ വീട്ടിലേക്കു തിരിച്ചുപോകാൻ കഴിയുമോ? അവരോടൊപ്പം ബീച്ചിൽ നീന്താൻ പോകാമോ? എന്റെ വേനൽ വീണ്ടും തുടങ്ങുകയാണോ? ഞാൻ എന്റെ പിതാവിന്റെ കല്ലറയിലേക്ക് തുറിച്ചു നോക്കി ഈ ചോദ്യങ്ങൾ ചോദിച്ചുകൊണ്ടിരുന്നു, ഒരുത്തരം കിട്ടാനെ ന്നതുപോലെ. പക്ഷേ ടോമിസ്ലാവ് മറുപടി പറയില്ല. നെടെൽകോ ബോറോജെവിക്കും മറുപടി പറയില്ല.

■

www.ingramcontent.com/pod-product-compliance
Lightning Source LLC
LaVergne TN
LVHW101429051026
849519LV00005BC/1918
* 9 7 8 9 3 8 8 8 3 0 0 4 1 *